# प्रास्ताविके

## भास्कर लक्ष्मण भोळे

**संपादिका**

विजया भास्कर भोळे

साकेत प्रकाशन

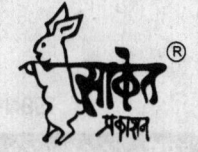

प्रास्ताविके
भास्कर लक्ष्मण भोळे

■

प्रकाशन क्रमांक - १४५१
पहिली आवृत्ती - २०१२

■

प्रकाशक :
साकेत बाबा भांड,
**साकेत प्रकाशन प्रा. लि.,**
११५, म. गांधीनगर, स्टेशनरोड,
औरंगाबाद - ४३१ ००५
फोन : २३३२६९२, २३३२६९५.
info@saketpublication.com
www.saketpublication.com

■

पुणे कार्यालय
**साकेत प्रकाशन प्रा. लि.,**
ऑफिस नं. ०२, 'ए' विंग, पहिला मजला,
धनलक्ष्मी कॉम्प्लेक्स्, ३७३ शनिवार पेठ,
कन्या शाळेसमोर, कागद गल्ली,
पुणे -४११ ०३०
फोन- (०२०) २४४३६६९२

■

अक्षरजुळणी :
धारा प्रिंटर्स प्रा. लि.,
औरंगाबाद - ४३१ ००५.

■

मुद्रक :
प्रिंटवेल इंटरनॅशनल प्रा.लि.,
जी-१२, एम.आय.डी.सी.,
चिकलठाणा, औरंगाबाद.

■

मुखपृष्ठ : संतुक गोळेगावकर

किंमत : ३०० रुपये

Prastavike
Bhaskar Laxmun Bhole

© विजया भास्कर भोळे, २०१२

विजया भास्कर भोळे,
हिरण्मय भोळे,
५०/५, रामनगर कॉलनी,
एन.डी.ए. रोड, बावधन,
पुणे - २१

ISBN-978-81-7786-726-8

म्हणेल? "विद्वानांच्या कमिट्या नेमल्या जातात आणि त्यांच्या विद्वत्तेची पाहणी करण्यासाठी म्हणजे त्यावर बोळा फिरवण्यासाठी मागाहून काँग्रेसवाल्यांचे कंपू निवडले जातात" हे त्यांनी १९५८ साली केलेले विधान आजकालच्या परिस्थितीलाही तंतोतंत लागू पडणारे आहे. अर्थात तरीही सच्चा, प्रामाणिक, सदसद्विवेकी विचारवंत असा नाहीच. सगळे एकजात पोटार्थी 'अर्थस्य दास'च आहेत असे त्यांनी (बहुधा) संतापातून केलेले विधान जरा खटकतेच.

साहित्य संमेलनाच्या अध्यक्षपदाची निवडणूक लढवणारे नामांकित उमेदवार गळेपडूपणा, मतयाचना, पायपीट वगैरे करतात, वृत्तपत्रांचे साह्य घेतात, असे त्यांनी करू नये. साहित्यिकांना साजेसे व औचित्यपूर्ण वर्तन ठेवावे. "गणपतीची वर्गणी जमवणारे चाळीकरांना देतात तशा थाटाचा उपद्रव मतदारांना घडावा हे साहित्यक्षेत्रात वावरणाऱ्यांना खरोखरीच शोभत नाही" असा हितोपदेश किरणांतून केला आहे. आज तीस-पस्तीस वर्षांच्या नंतर परिस्थिती इतकी हाताबाहेर गेलेली आहे की कृष्णद्वैपायन आज असते तर काय म्हणाले असते कोणास ठाऊक!

अशीच तेव्हाच्या तुलनेत कमालीची हाताबाहेर गेलेली परिस्थिती शिक्षणव्यवस्थेची आहे. कृष्णद्वैपायनांनी अनेक घटनांच्या निमित्ताने शैक्षणिक समस्यांची चिकित्सा केली आहे. बाह्य उपाधीपेक्षा मूळ शिक्षणाचा कस सुधारण्याकडे लक्ष द्यावे हे त्यांनी १९५५ मध्ये प्रथम सांगितले आहे. प्राध्यापक-अध्यापक व्यासंग करीत नाहीत, चोख शिकवीत नाहीत, विद्यार्थी असभ्य, अश्लील चाळे करतात. विद्यापीठांमधून मराठीची उपेक्षा होते, विद्यापीठांत 'सरकारजमा' कुलगुरूंचे वर्चस्व वाढणार आहे, नव्या कुलगुरूंचे पाय चाटण्यास प्रारंभ झाला आहे, शिक्षणसंस्थांचे हे चोरबाजार नष्ट करण्यासाठी आता समाजानेच पुढे आले पाहिजे, संस्थाचालकांनी शिक्षणसंस्थांना बाजारपेटांची अवकळा आणली यासारखी विधाने वाचल्यावर गंमत वाटते; कारण ती सद्यःस्थितीलाही बेमालूम लागू पडतात. याचा अर्थ वारंवार ओरडा करूनही शिक्षणक्षेत्रात 'मागील पानावरून पुढे चालू' हेच सुरू आहे.

प्रसारमाध्यमांपैकी वृत्तपत्रे आणि आकाशवाणी यांचाच उल्लेख स्तंभलेखकाने केला आहे. एका बाजूने त्याने वृत्तपत्राकडून फार मोठ्या अपेक्षा व्यक्त केल्या आहेत. राष्ट्रवादी पत्रकारांनी सत्ताधाऱ्यांना पराण्या लावायला पुढे यावे असे ते म्हणतात; पण त्याचवेळी भारतातील पत्रकारिता कमालीची षंढ व बोथट बनली आहे, पत्रकार फारसा अभ्यास वा व्यासंग न करता पत्रपरिषदेत प्रश्न विचारतात आणि उथळ मजकूर खरडतात त्यामुळे राज्यकर्त्यांना त्यांचा वचक राहिलेला नाही, इथली वृत्तपत्रे जगाला शहाणपण शिकवतात; पण प्रत्यक्ष त्यांच्या पायाखाली अवतीभोवती काय घडत आहे याबद्दल मात्र गाफील असतात. त्यामुळे जग तर काय तालुकापातळीवरचा एखादा भ्रष्ट अधिकारीही हलवण्याची ताकद त्यांच्यात उरलेली नाही. गुण्वत्तेपेक्षा सवंग लोकप्रियतेवरच त्यांचा डोळा असतो. ती उदासीन

असतात किंवा राजकारणात गुरफटलेली तरी असतात. त्यामुळे लोकशाहीतील आपली अपेक्षित भूमिका पार पाडू शकत नाहीत अशा काही वृत्तसृष्टीच्या उणिवाही त्यांनी नोंदवल्या आहेत. बड्या भांडवलदारांच्या तालावर जिथे हंगामी संपादकांना नाचावे लागते तिथे वृत्तपत्रांच्या बांधिलकीची चर्चाच अप्रस्तुत ठरते हे त्यांचे निरीक्षण तेव्हापेक्षा आज अधिकच खरे झाले आहे. आकाशवाणी हे तर बोलूनचालून सरकारीच प्रसारमाध्यम आहे. त्यांच्याकडून निःपक्षपाती वा सरकारविरोधी माहिती आणि विचार प्रसारित व्हावेत ही अपेक्षाच अनाठायी होय. कृष्णद्वैपायनांच्या लेखनांमधून या माध्यमाचे हे स्वामीनिष्ठ व कृपाकांक्षी स्वरूप वाचकांसमोर प्रभावीपणे आले आहे.

आटापिटा न करता सहजपणे झालेले लेखन, नीटस व आकर्षक मांडणी, म्हणी वाक्प्रचारांनी डौलदार झालेल्या भाषेचे देखणेपण, खुसखुशीत व खुमासदार छोटी छोटी वाक्ये आणि आटोपशीर परिच्छेद करण्याची फडक्यांच्या लेखनाची आठवण करून देणारी लेखनशैली ही कृष्णद्वैपायन यांच्या लेखनाची भाषिक वैशिष्ट्ये नजरेत भरतात. त्यांची किरणे वाचावीशी वाटतात, मनात बराच काळ रेंगाळत राहतात. त्यांनी किरणांना दिलेले पल्लेदार; पण आकर्षक अन्वर्थक मथळे तर विशेषच उल्लेखनीय आहेत. पत्रकाराच्या कौशल्य-कल्पकतेची सर्वांत मोठी कसोटी मथळे देण्यात असते असे म्हणतात. कृष्णद्वैपायन त्या कसोटीला उतरतात. त्यांची शीर्षके वेधक, समर्थक आणि वाचकाच्या मनात चटकन शिरणारी आणि त्यास वाचनप्रवृत्त करणारी असतात. अनेक प्रश्नार्थक शीर्षके वाचकांना विचारात टाकतात. थोडक्यात असे म्हणता येईल की, कृष्णद्वैपायनांनी दिलेल्या शीर्षकांमध्ये टिळकांची आक्रमकता, आगरकरांची आवाहकता, अच्युत बळवंतांची वैचित्र्यपूर्णता आणि आचार्य अत्र्यांची मर्मभेदकता हे सारे गुण एकवटलेले आढळतात.

कृष्णद्वैपायन यांचे पत्रकारितेच्या क्षेत्रातील समग्र योगदान अभ्यासून त्याची परिपूर्ण मीमांसा करणे हे प्रस्तुत प्रस्तावनेचे प्रयोजन नाही. प्रस्तावनाकाराचा तो अधिकारही नाही. काही निवडक 'किरणे' वाचून त्या आधारे केलेली एक त्रोटक मांडणी असे या प्रस्तावनेचे स्वरूप आहे. परंतु तेवढ्यावरूनही जाणकारांचे लक्ष या लेखनाकडे वेधले जावे... पत्रकार म्हणून कृष्णद्वैपायनांचे मूल्यमापन व्हावे. त्यांच्या दीर्घकाळ सुरू असलेल्या स्तंभाचा वृत्तविद्याशास्त्रीय अंगाने अभ्यास केला जावा, भाषा आणि लेखनशैली याही अंगाने संशोधकांनी त्याचा विचार करावा अशी अपेक्षा नक्कीच आहे. एरवी आपल्याकडे एकूणच वृत्तपत्रीय लेखनाचा संशोधकांकरवी गंभीर विचार होत नाही. नामवंत संपादकांच्या अग्रलेखांचे काही संग्रह तरी निघतात; पण संपादकीय पृष्ठावरील इतर स्तंभ व स्फुटलेखन मात्र सहजच विस्मृतीत जमा होऊन जाते. कृष्णद्वैपायनांबाबत तसे न होवो.

◆◆◆

# भूमिका

बापूंनी (भास्कर लक्ष्मण भोळे) लिहिलेल्या बहुतेक सर्व प्रस्तावना या संग्रहात आल्या आहेत. बापू हयात असतानाच या संग्रहाची योजना पूर्ण झाली होती. एकदा नागपूरला आल्यावर चंद्रकांत पाटील यांनी या संग्रहाची कल्पना मांडली आणि बापूंनी लगेचच तिला मान्यता दिली. फारसे काही करावयाचे नव्हतेच. या प्रस्तावनांची टंकलिखिते होतीच. शिवाय अलीकडच्या काही प्रस्तावनाही संगणकाच्या स्मृतिकोशात होत्या. त्या सगळ्या एकत्र करून, त्यांचा क्रम लावून प्रकाशकाला द्यायच्या एवढेच काम होते. पाटलांनीच त्या संग्रहाला 'प्रास्ताविके' हे नाव नक्की करून साकेत प्रकाशनाला द्यायचेही निश्चित केले होते. एकंदरीत या गोष्टींमुळे ते खूपच आनंदित झाले होते आणि अचानक बापू हे जग सोडून निघून गेले. त्यांच्या हयातीत हा संग्रह आला असता तर त्याचा जास्तच आनंद झाला असता; पण दुर्दैवाने तसे घडले नाही. ते नाहीत हे दुःख आणि त्यांच्या इच्छेनुसार हे पुस्तक प्रकाशित होत आहे याचा हलकासा आनंद यावेळी माझ्या मनात आहे.

वाचणे, विचार करणे, बोलणे आणि लिहिणे हेच बापूंचे जगणे होते. त्यातही त्यांना लिहिण्याचा आनंद सगळ्यात जास्त होत असे. ते सामाजिक कार्यात, चळवळीत खूप रस घेत. कितीतरी कार्यकर्त्यांच्या संपर्कात राहत. सभा-संमेलने-व्याख्याने-चर्चा-परिसंवादात भाग घेत. तरीही लिहिण्यासारखा आनंद कशातच नाही, असे ते म्हणत असत.

बापूंच्या लिहिण्याच्या कामाचे नेमके टप्पे असत. आपल्याला आवडेल त्याबद्दलच लिहायचा ते विचार करीत. कुणाच्या आग्रहाखातर लिहिण्याचे ते टाळत असत. एकदा लिहायचा विचार पक्का झाला की, मग त्या विषयावरचे सगळे संदर्भ जमा करीत. बारीकसारीक टिपणे काढीत. जवळच्या मित्रांचे त्या काळात फोन आले की, त्या विषयावर मित्रांशी गप्पा करीत. नंतर चिंतनाचा टप्पा यायचा. यावेळी मात्र त्यांना निवांतपणा आणि एकांत हवा असे. अशा वेळी ते तासन्तास गप्प बसून राहत. फार तर मधूनच किशोरी आमोणकर, कुमार, अमीरखान, मल्लिकार्जुन मन्सूर अशी एखादी कॅसेट ऐकून पुन्हा गप्प होत. पुरेसं चिंतन झालं आहे असं वाटल्यावर लिहायला बसत. शक्यतो एक दोन बैठकातच त्यांचं लेखन पूर्ण होत असे. लिहिताना त्यांना कितीही व्यत्यय आला तरी मनातली विचारांची

साखळी तुटत नसे. लेखनाचा पहिला खर्डा स्वतःच्या हातांनी लिहिण्यात त्यांना विशेष आनंद वाटत असे. तो खर्डा झाला की माझे काम सुरू होई. मी त्यांच्या लेखनाची टंकलिखित प्रत तयार करीत असे. ती प्रत तपासतानाही त्यात काही भर घालीत, काही गाळत असत. कधी कधी ओळीच्या ओळी पुन्हा नव्याने लिहून काढीत. भाषेबद्दल ते फार जागरूक असत. गेल्या काही वर्षांपासून संगणक आला आणि बदलाचे वारे वाहून लागले होते. त्यांनी या नव्या बदलाशी लगेचच जुळवून घेतले होते. या कामात त्यांना आमचा संगणकतज्ज्ञ मुलगा हिरण्मयनेही बरेच काही शिकविले होते. त्यामुळे अलीकडे ते पहिला खर्डा लिहून काढण्याऐवजी सरळ संगणकाचाच वापर करू लागले होते. काही काही वेळा मात्र योग्य मराठी शब्दासाठी / पर्यायासाठी तासन्‌तास अडून बसलेलेही मी त्यांना पाहिले आहे. काही झाले तरी मराठीतूनच लेखन करण्याचे व्रत त्यांनी आयुष्यभर सांभाळले होते. लिहिण्याच्या विशिष्ट पद्धतीमुळे व शिस्तीमुळे त्यांच्या प्रस्तावनांनाही जुन्या काळातील निबंधाचे स्वरूप येत असे.

या संग्रहातील सुट्या सुट्या प्रस्तावनांबद्दल आधीच बऱ्याच ठिकाणी लिहून आले आहे. आता या सगळया प्रस्तावना एकत्र वाचल्यानंतर बापूंच्या एकूण व्यापकतेची कल्पना येऊ शकेल.

साकेत प्रकाशनाच्या बाबा भांड यांचे व बापूंचे आत्मीय संबंध लक्षात घेता बाबांचे आभार मानणे निव्वळ औपचारिकताच होईल.

**- विजया भास्कर भोळे**
पुणे

# अनुक्रमणिका

# १. एकोणिसाव्या शतकातील मराठी गद्य खंड १, २

गद्यलेखन हे आधुनिक समाजाचे एक व्यवच्छेदक वैशिष्ट्य मानले जाते. गद्यामुळे समाजात विवेकशीलता वाढते आणि अचूक आविष्कार करण्याची सवय लागते.[१] गद्यलेखनाचा अभ्यास अनेक दृष्टिकोनातून केला जातो. वाङ्मयीन उत्पादन म्हणून जसे गद्यलेखनाकडे पाहिले जाते त्याचप्रमाणे बदलत्या कालमानपरिस्थितीचा आरसा म्हणूनही त्याचा विचार करता येतो. दोन भिन्न संस्कृतींचा संपर्क आल्यावर जी नवी परिस्थिती उद्भवते तिने निर्माण केलेल्या नव्या संवेदनशीलतेचे साधन म्हणूनही गद्याचा विचार करावा लागतो. नव्या प्रसंगांमधून सामाजिक संज्ञापनाच्या नव्या गरजा पुढे येतात, त्या भागवण्याचे एक मुख्य साधन गद्यलेखन हेच असते. विशिष्ट समाजाच्या विचारांची व्यवस्थिती व उंची तेथील गद्यशैलीच्या विकासावरून ओळखता येते.[२]

'एकोणिसाव्या शतकातील मराठी गद्य' असे जरी प्रस्तुत ग्रंथाच्या शीर्षकात नमूद असले तरी त्यातील अतिव्याप्ती दूर करण्याच्या दृष्टीने ग्रंथाच्या काही मर्यादा प्रथमच स्पष्ट करणे उचित ठरेल. उक्त शतकातील सर्वच गद्य येथे विचारात घेतलेले नाही तर केवळ वैचारिक गद्य आणि तेही प्रामुख्याने शैक्षणिक, सामाजिक व राजकीय विषयांशी संबंधित गद्यच संकलनार्थ निवडले आहे. दुसरी मर्यादा अशी की, मराठी गद्याचा विचार करताना भाषेच्या बाह्यरचनेवरच मुख्यत्वे येथे लक्ष केंद्रित केले आहे. भाषेच्या अंतर्गत रचनेत उदाहरणार्थ, प्रत्यय, उपसर्ग, शब्दसमूह व शब्दक्रम, वाक्यरचना, लिपी, विरामचिन्हे इत्यादींत झालेल्या सूक्ष्म भाषाशास्त्रीय बदलांची दखल केवळ आनुषंगिक स्वरूपातच घेण्यात आली आहे. तत्कालीन समाजाच्या जडणघडणीच्या हेतूने प्रेरित होऊन वेगवेगळया क्षेत्रात महत्त्व पावलेल्या व्यक्तींनी जे गद्य लिहिले त्यातील काही प्रातिनिधिक नमुने येथे वाचकांना आढळतील. सगळयाच मान्यवरांच्या लेखनाला स्थलमर्यादेमुळे जागा देता आली नसली तरी सर्व महत्त्वाचे प्रवाह यात प्रतिबिंबित

व्हावेत असा आवर्जुन प्रयत्न केला आहे. साहित्याचा आढावावजा परिचय हा इतिहासच असतो आणि त्यामुळे त्याचे संपादन इतिहासकाराची तटस्थता सांभाळून झाले पाहिजे आणि व्यक्तिगत आवडीनावडींना त्यात फार वाव राहू नये अशी प्रस्तुत संपादकाची भूमिका यामागे होती.

आपल्याकडे साहित्याचे स्तबके (अँथॉलॉजीज्) अनेक झाली असली तरी रचनेच्या अंगाने त्यात गद्यपद्याचा विचार फारसा झालेला नाही. भाषेची एक विशिष्ट रचना असते आणि ती कालसापेक्ष असते, सामाजिक आणि भाषिक परिवर्तन अन्योन्याश्रयी असते किंबहुना भाषा ही एक सामाजिक संस्था असल्यामुळे ती कधीच स्थितिमान नसते तर सभोवतालच्या परिस्थितीनुसार ती सतत बदलत जाते आणि इतिहासाची गतिशीलता नित्यपरिवर्तनप्रवण असणाऱ्या सामाजिक संस्थांप्रमाणेच बदलत्या भाषिक वळणांमधून व्यक्त होत असते. अशा दृष्टीने भाषा व समाज यांच्यातील आंतरसंबंधाचा अभ्यास करीत साहित्याचे आढावे झालेले दिसून येत नाहीत. दुसरे असे की फक्त सर्जनशील साहित्याचेच आढावे घेतले जातात. त्यात गंभीर साहित्याचा विचार झालाच तर तो फार वरवरचा असतो किंवा बहुदा नसतोच. त्यामुळेच भारतीय भाषा गंभीर वाङ्मयाच्या बाबतीत सापेक्षतः मागासलेल्या आहेत असा भल्याभल्यांचा समज आढळतो.

महाराष्ट्रात गतशतकाच्या प्रदीर्घ कालावधीत मराठी गद्यलेखनाचा जो प्रवास झाला त्याचा आलेख येथे काढला आहे. त्यावर नुसता दृष्टिक्षेप टाकला तरी काही गोष्टी सहज ध्यानात येतात. एक अशी की मराठी गद्याचा विकार ज्या टप्प्यांमधून झाला ते टप्पे म्हणजे समकालीन सामाजिक राजकीय जीवनातील विशिष्ट वळणे आहेत. महाराष्ट्रात इंग्रजी राज्य आल्यावर नवशिक्षित भारतीयांनी येथील समाजात विचारजागृतीचे चैतन्य जागवण्यासाठी केलेल्या गद्यलेखनातूनच नव्या राजवटीच्या प्रभावखाली आमचा समाज ज्या स्थितिगतीतून गेला त्याची चुणूक अचूक मिळते. दुसरे असे की इंग्रजीतून त्यांच्यापर्यंत पोचलेल्या ललित लेखनापेक्षा वैचारिक गद्यानेच त्यांच्या चिंतनाला व कार्याला अधिक प्रभावित केले होते. 'शून्यातून गरुडभरारी' असे जिचे वर्णन सार्थपणे करता येईल अशी वाटचाल या शतकात मराठी गद्याची झाली होती.

### एकोणिसावे शतक

१८१८ साली पेशवाई संपून महाराष्ट्रात ईस्ट इंडिया कंपनीची राजवट सुरू झाली. तेव्हापासून पुढे सत्तरऐंशी वर्षांचा इतिहास म्हणजे ब्रिटिश राजवटीशी स्थानिक समाजाच्या झालेल्या क्रियाप्रतिक्रियांचा इतिहास म्हणता येईल. ब्रिटिश राजवटीमुळे भारतीय समाजाचा

बौद्धिक विकास संपूर्णपणे नव्या दिशेने घडून आला आणि त्यानुषंगाने त्याच्या राजकीय, धार्मिक आणि आर्थिक दृष्टिकोनात बदल झाला. एका शतकाच्या आतच भारताचा जणू मध्ययुगातून आधुनिक युगात प्रवेश झाला हा रोमेशचंद्र मजूमदारांचा अभिप्राय यथातथ्यच म्हणावा लागेल.[३] त्यामुळे भारताच्या आणि महाराष्ट्राच्या दृष्टीने एकोणिसावे शतक हे केवळ सत्तांतराचे शतक न ठरता ज्ञानविस्ताराचे, जीवनविषयक नवजाणिवांचे, विचारप्रवाहांमधील अंतःकलहांचे, आत्मपरीक्षणाचे आणि मूलभूत प्रश्नांना भिडण्याचे शतक ठरले होते. या समाजात तत्पूर्वीच्या हजार वर्षात जे घडले नव्हते ते विविधांगी बदल या शतकाने घडवून आणले.

परकीय राजवट येथे आली व स्थिरावली तेव्हा एतदेशीयांच्या मानसिक स्थितीत झालेली काही अवस्थांतरे अभ्यासकांनी नोंदवली आहेत. पहिल्या अवस्थेतील मानसिकता दिङ्मूढ होणे, दिपून जाणे, आत्मविस्मृती होणे, वसाहतीकरण करणाऱ्यांच्या तुलनेत स्वतःचे हीनत्व तीव्रतेने जाणवणे अशा स्वरूपाची होती. तर दुसऱ्या अवस्थेत आपल्या वर्तमान स्थितीविषयी अस्वस्थ होणे, आपण नेमके कोण आणि काय आहोत याचा शोध घेणे, वसाहतीकरण करणारे राज्यकर्ते आणि वसाहतीकरण झालेले आपण यांच्यातील भेदांची आणि अंतर्विरोधी हितसंबंधाची जाणीव होणे, वासाहतिक सत्तेचे स्वरूप आणि तिचा वसाहतीकरण झालेल्या समाजाबद्दलचा दृष्टिकोन यांचे यथार्थ आकलन होणे अशी मानसिकता आढळते. तिसऱ्या अवस्थेत आपला समाज, संस्कृती व परंपरा याविषयीचा अभिमान जागृत होऊन वसाहतवादी सत्तेच्या विरोधात संघर्ष करण्याची भूमिका तयार होते.[४] महाराष्ट्राच्या सामाजिक राजकीय जीवनातही अशीच अवस्थांतरे घडून आली असून मराठी गद्याच्या विकासातही त्या अवस्थांतरांचे प्रतिबिंब स्पष्ट उमटलेले दिसते. पहिला टप्पा 'मराठी गद्याच्या इंग्रजी अवताराचा' तर दुसरा लोकहितवादी - कृष्णशास्त्री चिपळूणकरांच्या निबंधांचा आणि तिसरा टप्पा विष्णुशास्त्री चिपळूणकरांच्या निबंधमालेचा असे स्थूलमानाने म्हणता येईल. फुल्यांच्या लेखनाचा विचार स्वतंत्रपणेच करावा लागेल.

इंग्रजी राजवटीचा मराठी भाषेवर जो प्रभाव पडला त्याला अनेक घटक कारणीभूत झाले होते. परकीय राज्यकर्त्यांना व्यापारासाठी व मिशनऱ्यांना धर्मप्रसारासाठी स्थानिक भाषेच्या ज्ञानाची निकड होतीच; पण त्याबरोबर भारतीय समाजात ज्ञानप्रसार व्हावा अशी गरजही त्यांच्यापैकी अनेकांना प्रामाणिकपणे जाणवली होती. वंश वर्णाने भारतीय; पण भाषा संस्कृतीने युरोपीय अशा बुद्धिजीवी वर्गाची निर्मिती या देशात करून आपल्या साम्राज्यसत्तेचे अधिष्ठान पक्के करण्याचा इरादा तर बहुतेकांचा होता.

**शालोपयोगी पुस्तकांची निर्मिती**

मराठी गद्याच्या विकासात ब्रिटिशांनी सुरू केलेल्या शिक्षणप्रणालीचा वाटा अत्यंत महत्त्वाचा होता. इ.स. १८०० साली ब्रिटिश सनदी सेवकांना शिक्षण देण्यासाठी कोलकाता येथे कॉलेज ऑफ फोर्ट विल्यम्सची स्थापना करण्यात आली. तेथे भारतीय भाषांच्या अध्ययनाची सोय होती. युरोपीय अधिकाऱ्यांना भारतीय भाषा शिकता याव्यात या दृष्टीने त्या भाषांची पुस्तके तयार करवून घेण्यात आली. १८०४ मध्ये विल्यम कॅरे यांच्या प्रमुखत्वाखाली मराठी भाषेचे वर्ग सुरू झाले. विद्यानाथ व वैजनाथ पंडित हे त्यांचे साहाय्यक होते. त्या तिघांनी मिळून मराठी भाषेचे व्याकरण (१८०५), मराठी शब्दकोश (१८१०), सिंहासनबत्तिशी (१८१४), हितोपदेश (१८१५), इत्यादी पुस्तके तयार केली. १८०५ साली कोलकात्याजवळच्या सेरामपूर येथे मिशनऱ्यांनी मराठीवर पहिला मुद्रणसंस्कार केला. याचा अर्थ मराठी गद्याच्या जोपासनेची सुरुवात इ. स. १८०० च्या जवळपास झाली होती. ती परकीयांच्या हस्ते झाली असली किंवा महाराष्ट्राच्या भूभागापासून दूर कोलकात्याशी झाली असली तरी त्यामुळे त्या घटनेचे महत्त्व कमी होत नाही.

कॉलेज ऑफ फोर्ट विल्यम्सच्या धर्तीवर तसेच आणखी एक कॉलेज मुंबईला काढण्याचा एल्फिन्स्टनचा मनसुबा पूर्ण झाला नसला तरी त्याने युरोपीय अधिकाऱ्यांनी देशी भाषा शिकायलाच पाहिजे असे फर्मान मात्र काढले होते आणि १८१५ मध्ये निघालेल्या बॉम्बे एज्युकेशन सोसायटीचे अध्यक्षपदही स्वीकारले होते. या संस्थेने इंग्रजी शिक्षणाच्या शाळा सुरू केल्या तसेच स्कूलबुक कमेटी स्थापन करून शालोपयोगी पुस्तकांची निर्मिती केली. मराठी गद्याच्या इतिहासात 'भाषांतर युगा'चे प्रवर्तन करण्याचे मुख्य श्रेय याच संस्थेला द्यावे लागते. एल्फिन्स्टनच्याच प्रेरणेने व पुढाकाराने बॉम्बे नेटिव स्कूलबुक ॲण्ड स्कूल सोसायटी ऊर्फ मुंबईची हैदशाळा व शाळापुस्तक मंडळीची स्थापना करण्यात आली. या संस्थेने अनेक विषयांवर शालोपयोगी पुस्तके निर्माण होण्यास प्रोत्साहन दिले. जॉर्ज जार्विस हा या संस्थेचा कार्यवाह होता. या संस्थेचे १८२७ साली मुंबई येथील रिक्षामंडळी असे नाव होते. १८४० नंतर एल्फिन्स्टन नेटिव इन्स्टिट्यूट असे तिचे नामकरण झाले.

संस्थेचा कार्यवाह या नात्याने जार्विसने एक परिपत्रक १८२५ साली काढले होते. ब्रिटिश राज्यकर्त्यांच्या सार्वजनिक शिक्षण उपक्रमातील योग्य दिशेने पडलेले पहिले पाऊल असे या परिपत्रकाचे वर्णन करण्यात आले आहे.[५] त्यात महाराष्ट्राच्या भावी शैक्षणिक विकासाची बीजे जशी होती तसेच मराठी व गुजराथी या भाषांना शिक्षणाचे अधिकृत धोरण म्हणून दिलेली मान्यताही होती. इंग्रजीतून मराठीत पुस्तकांचे भाषांतर करणाऱ्यांसाठी मार्मिक सूचना या परिपत्रकात असून त्याकाळाचे जीवनमान ध्यानात घेता भाषांतरित ग्रंथांसाठी

पारितोषिकांच्या भरघोस रकमाही त्यात नमूद केल्या होत्या; पण त्यापेक्षाही महत्त्वाचे असे की मालशे म्हणतात, त्याप्रमाणे हे परिपत्रक म्हणजे अव्वल इंग्रजीतील आद्य गद्याचा तसेच आद्य मुद्रिताचा एक नमुनाच आहे.[६] त्यादृष्टीनेच त्याचा प्रस्तुत संग्रहात अंतर्भाव केला आहे. त्या परिपत्रकात गद्याविष्काराची सफाई नसली तरी शासकीय आदेशाचा व्यावहारिक विषय आविष्काराची वेगळी वाट चोखाळताना येथे दिसतो. मालश्यांच्या शब्दांत, "भावी काळात मराठी गद्याचा इंग्रजी अवतार होऊन पुढे याला जे बाळसेदार स्वरूप प्राप्त झाले त्यांचे बोबडे स्वरूप येथे दिसते. आधुनिक महाराष्ट्राच्या प्रबोधनाची नांदी म्हणूनच या परिपत्रकाचे खरे महत्त्व आहे."[७] या परिपत्रकाच्या आवाहनामुळे मराठीत ज्या ग्रंथसंपदेची भर पडली तिचे विषयवैविध्य थक्क करणारे आहे. कोश, व्याकरण, शिक्षणशास्त्र, गणित, शिल्पविद्या, ज्योतिष, सिद्धपदार्थविज्ञान, रसायनशास्त्र, शारीरवैद्यक, इतिहास, भूगोल, कथात्म साहित्य अशा अनेक क्षेत्रात मराठी गद्याचा आविष्कार झाला. अशा नानाविध पुस्तकांच्या प्रकाशनामुळे मराठी मुद्रणाचा पाया भरभक्कम रोवला गेला.

**नागर मराठी भाषेचे केंद्र**

मराठी भाषेचा उद्‍गम आणि विकास सांगताना कृ. पां. कुलकर्णी यांनी असे प्रतिपादन केले आहे की, यादवकाळात नागर मराठी भाषा आजच्या विदर्भ मराठवाडा भागात वावरत होती. पुढे तेथून तिचे केंद्र थोडे पूर्वेकडे सरकले व पैठणच्या आसपास गेले. शिवकालात महाराष्ट्रात चहूकडेच खळखळ झाल्यामुळे पंढरपूरपासून साताऱ्यापर्यंतच्या टापूत नागर मराठी वावरू लागली होती. पुढे पेशवेकालापासून मात्र तिचे विहारक्षेत्र पूर्वेकडूनच पश्चिमेकडे गेले व पुण्यात स्थिर झाले. अव्वल इंग्रजीत ते कोकणात मुंबईकडे सरकले. अशा प्रकारे त्यांच्या मते नागर मराठी ही ओजस्वी वाङ्मयाची भोक्ती असल्यामुळे ते जेथे सापडते तिथे तिला वावरण्यास सुख वाटते.[८]

मराठीची पहिली शाळा, पहिला छापखाना, पहिले पुस्तक, पहिले वृत्तपत्र हे सारे मुंबईतच घडून आल्यामुळे त्या भाषेतील नव्या गद्याची घडण त्या शहरातच झाली. अनेक नवे ग्रंथकार तेथे निर्माण झाले. एवढेच नाही तर नव्या गद्यावर प्रभाव पडला तोही मुंबईच्या आसपास बोलल्या जाणाऱ्या कोकणी बोलीचा. अर्थात काही लेखकांना असे वाटते की, या पुण्यात स्वराज्याच्या स्मृतीतून धगधगणारा स्वाभिमान व संस्कृत शिक्षणाची जी परंपरा होती तिचे अधिष्ठान नव्या मराठी गद्याला लाभले नाही, उलटपक्षी 'भ्रष्ट मराठीचे आगर' म्हणून ओळखल्या जाणाऱ्या भेसळभाषिक व बहुजिनसी मुंबई शहरात पाश्चात्त्य विद्येच्या प्रसाराचे माध्यम म्हणून मराठी भाषेचा विकास झाला याचे दूरगामी दुष्परिणाम मराठी गद्यावर झाले.[९] तर काही समीक्षक असे म्हणतात की, मराठी गद्याचे मुंबई वळण आधी सुरू झाले आणि पुढे

त्याची जागा पुणे वळणाने घेतली. मुंबइचे वळण साधे, सोपे व सरळ होते, त्यात संस्कृताचा भरणा कमी व वाक्ये आखूड होती, तर पुण्याच्या वळणात लांबलचक वाक्ये व उच्चवर्गीयांची संस्कृतप्रचुर भाषा आढळते.[१०] सेरामपूर मिशनमध्ये विल्यम कॅरीच्या हाताखाली वैजनाथ कानफाडे हा नागपुरी ब्राह्मण शिक्षक असल्यामुळे त्या दोघांनी जे विपुल मराठी लेखन केले त्यात नागपुरी शब्दांचा फार मोठा भरणा आढळतो,[११] एवढेच नव्हे तर या मिशनने निर्माण केलेल्या आधुनिक आद्य मराठी गद्याच्या भाषेचे संपूर्ण वळणच नागपुरी होते.[१२] असेही काही अभ्यासकांचे निरीक्षण आहे. द. वा. पोतदारांना मात्र हे मत मान्य नाही. त्यांच्या मते, पुण्याची भाषा हीच प्रमाणभाषा म्हणून प्रथमपासून सर्वमान्य होती. कोशकर्त्यांनी तिलाच प्रमाण मराठी म्हणून स्वीकारले होते. लेखकाची भाषा ही प्रसंग, प्रकृती व प्रतिभा यांनी ठरत असल्यामुळे मुंबईवळण किंवा पुणेवळण ही भाषा अनाठायी ठरते. त्याऐवजी जुने म्हणजे पेशवाई गृहस्थी वळण, शास्त्री किंवा संस्कृती वळण, इंग्रजी किंवा नवे किंवा भाषांतरी वळण आणि संमिश्र वळण असे मराठी गद्याच्या वळणांचे वर्गीकरण करणे त्यांना अधिक योग्य वाटते.[१३] जुनी पेशवाई परंपरा नाही किंवा शास्त्रीपरंपराही नाही अशा मुंबईच्या दुभाषा मंडळींवर या काळात लिहिण्याची जबाबदारी पडल्यामुळे गंगाजमनी गद्यशैलीत त्यांनी लिहिले. इंग्रजी साच्यात मराठी बसवण्याचा त्यांना खटाटोप होता.

**मराठी गद्याचा इंग्रजी अवतार**

एल्फिन्स्टन यांच्या कारकीर्दीत, भरघोस सरकारी मदतीच्या बळावर आणि स्थानिक शास्त्रीपंडितांच्या सहकार्याने मराठीत विपुल गद्यग्रंथांची निर्मिती झाली. पोतदारांच्या शब्दात सांगायचे तर "१८२० ते १८२७ ही सात वर्षे महाराष्ट्र देशाच्या इतिहासात फारच क्रांतिकारक गणली पाहिजेत. नव्या इंग्रजी मनूच्या सुरुवातीची ही वर्षे होती."[१४] सरकारी, बिनसरकारी व मिशनरी अशा तीन ओघांनी मराठी गद्यनिर्मितीचे तीन प्रयत्नप्रवाह या काळात वाहत होते. पोतदारांच्या मते बापू छत्रे ते बाबा पदमनजी (१८१०-२० ते १८७०-७५) हा जो मराठी गद्याचा आविष्कार झाला तो मराठी भाषेच्या समृद्ध पूर्वपरंपरेची उपेक्षा करून झाला होता. मराठी गद्याचा हा पुनर्जन्म नसून नूतन जन्म होता आणि इंग्रजी स्फूर्तीपासून तो झालेला असल्यामुळे पोतदार त्यास 'मराठी गद्याचा इंग्रजी अवतार' असे संबोधतात. या गद्याच्या इंग्रजीपणातच त्याच्या दुबळेपणाचे रहस्य दडले असल्याचे सांगून पोतदारांनी अशी तक्रार केली आहे की, या साठसत्तर वर्षांच्या काळातील मराठी साहित्यात राष्ट्राला चेतवण्याचे सामर्थ्य नव्हते. त्या काळात एकही अलौकिक किंवा अजरामर ग्रंथ मराठीत झाला नाही.[१५]

पाश्चिमात्य अभ्यासकांना मराठीचे पूर्वसंचित ठाऊक नव्हते एवढेच नव्हे तर त्यांचे या भाषेविषयी अनेक अपसमज व पूर्वग्रहही होते. ही केवळ एक बोलीभाषा असून तिचे कधीही गद्यपद्यांच्या लेखकांनी पोषण संस्करण केलेले नाही हे कोशकर्त्या केनेडीचे (१८२४) विधान किंवा ही भाषा अविकसित असून तीत नगण्य साहित्य आहे सबब ती शिक्षणाचे माध्यम होऊ शकत नाही हा मेजर कँडीचा (१८४५) अभिप्राय एवढेच नव्हे तर जार्विसच्या उपर्युक्त पत्रकातही मराठीचा 'बोली' म्हणून केलेला उल्लेख यावरून हे स्पष्टच होते; पण खुद्द भारतीयांच्याही लक्षात त्यांचा भाषिक वारसा नसल्यामुळे 'मुळी वाक्ये नवीन लिहा-वाचायला शिकवण्यापासून आपण प्रारंभ केला पाहिजे असाच भ्रम आमच्या बहुतेक मंडळी होता'[१६] अशी खंत पोतदारांनी व्यक्त केली आहे.

वस्तुतः इंडोआर्यन भाषासमूहातील जुनी गद्यपरंपरा असलेली मराठी हीच एकमेव भाषा असून ती तिची परंपरा जरी खंडित असली किंवा अंशतःच सारस्वतप्रवीण असली तरी तिने लोकसाहित्य शैली, पंडिती शैली, महानुभाव शैली, वखर शैली अशी लक्षणीय विविधता असलेल्या अनेक उपव्यवस्था निर्माण केल्या होत्या असे सांगून भालचंद्र नेमाडे यांनीही येथे इंग्रजी परंपरेशी संपर्क होण्यापूर्वीच्या काळात विलक्षण समृद्ध गद्यलेखनाची परंपरा अस्तित्वात होती हे १९ व्या शतकारंभीच्या मराठी गद्यलेखकांच्या गावीही नसल्याचे सखेद नमूद केले आहे. ते म्हणतात की या काळातील कोणाही गद्यलेखकाच्या लेखनात जुन्या मराठी अभिजात लेखनाचे संदर्भ आढळत नाही. भाषानियोजनाची जबाबदारी ज्या ब्रिटिश शिक्षणतज्ज्ञांवर होती ते तर मराठी गद्यातील जुन्या श्रेष्ठ लेखनकृतीविषयी अनभिज्ञच होते; पण इतरांनाही त्याकाळी शेकडो मराठी हस्तलिखिते उपलब्ध नव्हती; कारण ती अद्याप प्रकाशातच आलेली नव्हती.[१७] तेव्हा हे तर खरेच आहे की, अव्वल इंग्रजी अमदानीत लिहिल्या गेलेल्या मराठी गद्याची शैली आणि भाषा ही पेशवेकालीन किंवा तत्पूर्वीच्या गद्याच्या परंपरेशी जुळणारी नव्हती. किंबहुना परंपरेशी असलेले तिचे सर्वच दुवे निसटले होते. जणू काही नवी शब्दरचना व वाक्यरचना यासह एक नवी भाषाच निर्माण केली जात होती. परकीय माणसाच्या मराठी बोलण्याप्रमाणे ती विचित्र आणि अडतअडखळत चालणारी होती. आपण एका संपूर्णतया अविकसित भाषेला नवा घाट आणि नेमकेपणा प्रदान करत आहोत असा पाश्चिमात्त्यांचा आविर्भाव होता आणि त्यांचे नेतृत्व मराठी शास्त्रीपंडितांनीही निमूटपणे पत्करून तेही नव्या विषयावर पण विचित्र व ओबडधोबड मराठी गद्य लिहित होते, किंवा इंग्रजी ग्रंथांची बाळबोध मराठी भाषांतर करीत होते.[१८]

थोड्या विचारांती मात्र वरील आक्षेपातील फोलपणा ध्यानात येऊ शकतो. हे तसे सर्वश्रुतच आहे की, मराठी गद्याचा पाया तेराव्या शतकात हेमाद्रीपंतांच्या 'लेखनकल्पतरू' ने

व महानुभावपंथाच्या साहित्याने घातला; पण थेट शिवाजी महाराजांच्या काळापर्यंत गद्यलेखनाचा फारसा विकास झाला नव्हता. स्वराज्याचे साम्राज्य झाले तसतशी राजकारणाची व व्यवहाराची व्याप्ती वाढली आणि भाषेलाही नवा तजेला लाभला. बखरकारांनी मराठी गद्याची श्रीमंती वाढवली. ऐतिहासिक पत्रव्यवहार, पौराणिक व ऐतिहासिक बखरी यातील गद्य फार्सी व संस्कृत भाषा पचवून रसरशीत झाले होते. त्यातील गद्यशैलीचा विकासक्रम पाहिल्यास साध्यासोप्या व मराठी वळणाची जागा प्रौढ, सामासिक, लांबलचक व पल्लेदार वाक्यरचनांनी घेतली होती असा निर्वाळा अभ्यासकांनी दिला आहे. पेशवाईसमाप्तीपर्यंतचा मराठी गद्याचा आविष्कार नीटस, रेखीव व घोटीव नसला तरी जोरकस, भरदार, रसदार व इभ्रतदार होता; पण स्वराज्य गेले आणि मराठीचे वैभवही लोपले हे पोतदारांचे विवेचन मान्य केले तरीही एकोणिसाव्या शतकारंभी मराठी समाजाच्या बौद्धिक गरजा पूर्ण करण्याच्या दृष्टीने मराठी गद्याचा हा वारसा कितीसा उपयुक्त ठरला असता हा प्रश्न शिल्लक उरतोच. यादवकालापासून पेशवाईपर्यंत मराठीने अनेक परकीय भाषांचे हल्ले पचवले तरीही तिचा अस्सल मराठीपणा टिकून होता. तिला तिच्या देशीकार लेण्याने आलेली ही साधी शोभा आंग्लाईमध्ये नष्ट झाली.[१९] आणि तद्नंतरच्या मराठी गद्याचे स्वरूप इंग्रजी अमदानीत ठरले, हे खरे आहे आणि तसे होणे अनेक कारणामुळे अपरिहार्यही होते.

पूर्वपरंपरेतील मराठी गद्याच्या अनेक अंगभूत मर्यादा होत्या. ते दमदारपणाने आणि व्याप्तीने विस्तारले असले तरी वाङ्मयीन आविष्कारासाठी त्याचा क्वचितच वापर झाला होता, ते बरेचसे प्रसंगविशिष्ट व नैमित्तिक स्वरूपाचे होते.[२०] माडखोलकर म्हणतात तशी "मराठी ही अध्ययन, अध्यापन आणि लेखन यांना पात्र अशी भाषा आहे ही कल्पना स्वराज्यातही कधी शिष्टसंमत झाली नव्हती." मराठी लेखनास कधी पुरस्कार दिला जात नव्हता, मराठीला संस्कृतची प्रतिष्ठा मराठ्यांच्या दरबारात कधीच लाभली नव्हती.[२१] एकोणिसाव्या शतकातील मराठी समाजाच्या ज्ञानवैज्ञानिक जिज्ञासाची परिपूर्तता करणाऱ्या साहित्याच्या निर्मितीसाठी बखरी पोथ्यांमधील गद्य कुचकामी होते. द. भि. कुलकर्णी म्हणतात, "त्याप्रमाणे खरेतर मराठी गद्याला उज्ज्वल व अखंड वाङ्मयीन परंपराच नव्हती. महानुभवांचे गद्य अव्वल इंग्रजीत उजेडात आले नव्हते आणि उजेडात आले असते तरी त्याचे आधुनिक गद्याच्या विकासाला काही साहाय्य झाले असते असे वाटत नाही. कारण महानुभावी गद्य अनेक शतके महाराष्ट्राच्या सामाजिक व वाङ्मयीन स्थित्यंतरांपासून अलिप्त राहिलेले असे आहे. आधुनिक युगाच्या प्रेरणा व्यक्त करण्यात ते अयशस्वी ठरले असते.[२२] बखरी, पत्रे, अर्जदस्त वगैरे साहित्य हे खाजगी हेतूंनी किंवा व्यक्तिगत संज्ञापनासाठी निर्माण झालेले होते, त्याचे आवाहन सार्वजनिक नव्हते. त्यामुळे आधुनिक मराठी गद्याने परंपरेचा आधार न घेतल्यामुळे

ते निस्तेज झाले असे म्हणण्यापेक्षा प्रभावी परंपरा नसल्यामुळेच आधुनिक मराठी गद्याचा विकास पद्यापेक्षा सहज व अप्रतिबंध झाला असे म्हणणे अधिक सयुक्तिक वाटते. "नव्या युगाच्या जाणिवा व्यक्त करण्यासाठी नव्या वळणाच्या गद्याची गरज होती. ती भागवण्यासाठी देशीविदेशी सरकारी अधिकारी, वृत्तपत्रांचे संपादक, नवशिक्षित, लेखकवर्ग, इतकेच नव्हे तर पत्रलेखकांच्या रूपाने प्रत्यक्ष समाजच पुढे सरसावला. अनुवाद, अनुकरण आणि आत्मप्रत्यय या पायऱ्यावरून जात अव्वल इंग्रजीतील गद्य व त्या गद्यातून मराठी निबंध आकारास आला."[२३] हे आधुनिक मराठी गद्याच्या वाटचालीचे वर्णन अधिक यथातथ्य वाटते.

दुसरीही एक गोष्ट लक्षात घ्यायला हवी की जुन्या व नव्या गद्यातील तफावत ही केवळ प्रतिपाद्य विषय, भाषारचना व शैली आणि वाङ्मयप्रकार एवढ्यापुरती नव्हती तर वाचकवर्गात झालेल्या बदलातून ती उद्भवलेली होती. या देशात प्रथमच सार्वत्रिक शिक्षणाची सोय झाली होती, जागतिक दृष्टिकोनातून स्वतःकडे व इतरांकडे पहायला प्रथमच हा समाज शिकू लागला होता, शिक्षितांच्या ठिकाणी पूर्वी कधीच न आढळलेली स्वससमाजाबद्दलची कर्तव्यभावना जागी होऊन ते त्या समाजासाठी लिहिण्यास प्रवृत्त झाले होते. छापखान्यांमुळे त्यांच्या लेखनाची पोच अभूतपूर्व प्रमाणावर वाढली होती. आपले लेखन 'सार्वजनिक' आहे, सर्वच लोक ते वाचू शकतील ही जाणीवच या देशात पूर्वी कधी नव्हती. अशाप्रकारे इंग्रजी राजवटीनेच या देशात सार्वजनिक शिक्षणाप्रमाणेच नव्या सार्वजनिक गद्याचाही पाया घातला होता. पुस्तके लिहिली व छापली गेल्यामुळे पोथ्यापुराणांच्या सामुदायिक वाचनश्रवणाची जागा एकेकट्याने एकांतात केलेल्या वाचनाने घेतली. त्यामुळे वाचन ही व्यक्तिगत गोष्ट बनली. रिकाम्या वेळेचा वाचनासाठी उपयोग करून घेणरा मोठा वाचकवर्ग इंग्रजी राजवटीतच प्रथम निर्माण झाला. घरबसल्या पाश्चिमात्य जग तो पुस्तकांतून पाहू लागला. त्यातून नव्या गद्यप्रकारांना चालना मिळाली.

देशीभाषांना प्रोत्साहन देण्यामागे परकीय राज्यकर्त्यांचे स्वार्थी हेतू निर्विवादपणे होते. आपले या देशावरचे भौतिक अधिराज्य संपुष्टात आल्यानंतरही बौद्धिक अधिराज्य यावर चंद्रदिवाकरौ टिकावे असा त्यांच्यापैकी काहींचा आशावाद जसा त्यामागे होता त्याचप्रमाणे राज्यकारभार प्रभावीपणे करणे, कर गोळा करणे आणि कायदा व सुरक्षितता राखणे यासाठीही स्थानिक भाषांचे ज्ञान त्यांना आवश्यक वाटले होते. "इतर अनेक ठिकाणी काही ना काही आडकाठी घालणाऱ्या इंग्रज प्रभूने या उत्कर्षाच्या काळी दाखवलेली कळकळ पाहून थोडे मन कचरते" असा अभिप्राय देऊन इतिहासाचार्य राजवाडे यांनी अशी शंका व्यक्त केली आहे की, हिंदू समाजात फूट पाडणे हा महाराष्ट्र भाषेला राजाश्रय देण्यामागचा हेतू असू शकतो. किंवा आम्ही एवढे करूनही हिंदूंच्या हातून काही झाले नाही म्हणून हिणवायचे असाही उद्देश

संभवतो.[२४] मिशनऱ्यांनी केलेल्या मराठी साहित्यनिर्मितीच्या मुळाशी त्यांचे धर्मप्रसाराचे हेतू उघडच होते; पण याला दुसरीही बाजू आहे. विल्सन जॉन यांच्यासारख्या काही अपवादात्मक पाश्चात्य अभ्यासकांना मराठी भाषेविषयी खरीखुरी आस्थाही होती. शिक्षणाचे माध्यम मराठीच असावे असा सकारण युक्तिवाद या गृहस्थांनी केला होता. इंग्रजी व मराठी वाक्यावलीचा विचार करणाऱ्या आपल्या पुस्तकात मराठी भाषा व तिचा अभ्यास यासंबंधी त्यांनी विचार मांडले होते.[२५]

अर्थात राज्यकर्त्यांचे हेतू काहीही असोत या काळात सरकार आणि स्थानिक विद्वान यांच्या सहकार्यातून भरपूर शैक्षणिक मराठी साहित्याची निर्मिती झाली. मराठी गद्याला विशिष्ट वळण लागण्याच्या दृष्टीने त्याचा बराच उपयोग झाला. गरजेतून निर्माण झालेल्या व इंग्रजीवर आधारित असलेल्या त्या गद्यरचनेत भाषेचे सौष्ठव किंवा विचारांचे तेज नव्हते, प्रकाशित झालेले बव्हंश साहित्य सामान्य, भाषांतरित, प्राथमिक, प्रज्ञाशून्य, बालबोध, परप्रत्ययनेय, आदेशानुसारी, रसरंगगंधहीन होते. भाषांतरासाठी निवडलेली पुस्तकेही फारच प्राथमिक व दर्जाने सुमार होती, कोणत्याच महत्त्वाच्या विषयावर जगन्मान्य व भारदस्त असा एकही ग्रंथ या काळात निष्पन्न झाला नाही आणि गद्याच्या एतद्देशीय पूर्वपरंपरांपेक्षा निराळे, बालबोध आणि अलंकाररहित असे या सर्वच साहित्याचे स्वरूप होते. हे सारे मुद्दे खरे असले तरी ज्ञानप्रसाराच्या हेतूने झालेल्या या लेखन प्रकाशनामुळे मराठी गद्याला साधे; पण नेटके वळण मिळाले आणि मराठीची वेगळी अशी शैली अस्तित्वात आली हे नाकारता येणार नाही. अशा प्रकारच्या पूर्वपरंपरेचा संपूर्ण अभाव आणि तेव्हाच्या परिस्थितीच्या असंख्य दुर्लंघ्य अडचणी ध्यानात घेतल्यास या साहित्याचे ऐतिहासिक मूल्य सहज ध्यानात येऊ शकते. रा. श्री. जोग म्हणतात त्याप्रमाणे "प्राचीन गद्यातील त्रुटितता आणि अपूर्ण अभिव्यक्ती या गद्यशैलीत राहिली नाही आणि बखरीच्या गद्यातील कृत्रिमता आणि आडंबरही त्यात उरले नाही. वाक्यरचना व्याकरणदृष्ट्या शुद्ध व निर्दोष व्हावी असा जाणीपूर्वक कटाक्ष पाळला गेला."[२६] समाजातील जनसामान्यांप्रमाणे आपणही सगळे विद्यार्थीच आहोत अशा विनम्र भावनेतून या गद्याची निर्मिती झाली असल्यामुळे त्याचे स्वरूप बव्हंशी माहितीवजा उपदेशपर व सुबोध असे होते. मूढचकित भारतीय समाजाला अनेक विषयांचे प्राथमिक ज्ञान देऊन प्रबुद्ध करण्याची प्रेरणा त्या लेखनाच्या पाठीशी होती. परिणामी मराठी गद्याला एक बव्हर्थी व रेखीव स्वरूप या काळात मिळाले आणि 'पायाचे दगड' ठरलेल्या मराठी गद्याच्या या तथाकथित इंग्रजी अवतारामुळेच पुढच्या काळातील आधुनिक मराठी गद्याची उभारणी करणे शक्य झाले.

या काळात लिहिले गेलेले मराठी गद्य एकप्रकारच्या कृत्रिम परिस्थितीतून निष्पन्न झालेले होते ही वस्तुस्थिती ध्यानात घेणे गरजेचे आहे. केवळ शैक्षणिक गरजेतून उद्भवलेले, अत्यंत

मर्यादित वाचकवर्गासाठी असलेले, अगदी नव्याच संकल्पना शब्दांत पकडू पाहणारे आणि नियोजनपूर्वक तयार केलेल्या क्रमिक पुस्तकांतून प्रकटणारे असे हे गद्य होते. त्यामुळे त्यांचे स्वरूप संथगती व कष्टसाध्य असे होते. बोलभाषेपासून ते खूप दूर असून आम्लधर्तीच्या मराठी उपव्यवस्थांचा अवलंब त्यात ठळकपणे झालेला होता. मुद्रणयंत्रांचा तुटवडा, नव्या गरजांशी मेळ राखू शकणाऱ्या देशी प्रतिमानांचा अभाव, मोडी व नागरी लिप्यांची दुहेरी प्रमाणके, एकंदर सामाजिक वातावरणातच विवेकनिष्ठेची वानवा, राष्ट्रीय गद्याच्या संकल्पनेच्या जाणिवेची एकूणच अनुपस्थिती आणि पाश्चात्त्य प्रभावाच्या प्राथमिक अवस्थेत समाजात उद्भवलेले प्रचंड भांबावलेपण असे काही घटक या काळातील मराठी गद्याच्या दारिद्र्यासाठी कारणीभूत ठरले असल्याचे निरीक्षण भालचंद्र नेमाडे यांनी नोंदवले आहे.[२७]

## ख्रिस्ती मराठी

लेखनाची भाषा उच्चभ्रू नसावी, ती साधी आणि मराठी धाटणीशी जुळणारी असावी. तिच्याद्वारे सामान्यांशी सहज संवाद साधला जावा आणि त्यांच्या दैनंदिन व्यवहारांशी तिचा संबंध असावा अशी दक्षता घेऊन मिशनऱ्यांनी १९ व्या शतकाच्या प्रारंभकाळी मराठी गद्यलेखनाची सुरुवात केली. काळाप्रमाणे मिशनऱ्यांची मराठी भाषा कशी बदलत गेली याचा पुरावा रा. श्री. जोगांनी बायबलच्या एका वाक्याचे निरनिराळ्या तीन कालखंडातील मराठी तर्जुमे समोर ठेवून दिला आहे. बायबलच्या १८०७ च्या सेरामपूर आवृत्तीतील 'जस स्वर्गी तस पृथीवीत तुमची इष्ट क्रिया केली जावो' हे विधान १८२६ च्या अमेरिकन मिशन आवृत्तीत 'जसे स्वर्गात तसे पृथ्वीत तुझे इच्छेप्रमाणे केले जावो' अशा स्वरूपात येते, तर १८७८ च्या बायबल सोसायटी आवृत्तीत ते 'जसे आकाशांत तसे पृथ्वीवरही तुझ्या इच्छेप्रमाणे होवो असे आढळते. जोग म्हणतात त्याप्रमाणे "सुमारे सत्तर वर्षांच्या काळात बायबलच्या भाषांतरांतील मराठी भाषेची बदलती मांडणी एकंदर भाषेच्या बदलाची प्रतीक मानावयास हरकत नाही."[२८]

१८०१ ते १८३२ या काळात सेरामपूर मिशन छापखान्याने चाळीस वेगवेगळ्या भाषांमध्ये बारा हजार पुस्तके प्रकाशित केली होती. त्यात बायबलच्या भाषांतरांबरोबर इतरही अनेक विषय होते. धार्मिक पुस्तकांप्रमाणेच पाठ्यपुस्तके व प्राचीन अभिजात ग्रंथ यांचेही प्रकाशन केले होते. त्याचप्रमाणे वाङ्मयीन नियतकालिके व वर्तमानपत्रेही छापली होती. डॉ. कॅरेचे 'मत्तयकृत शुभवर्तमान' हे मराठीतले आणि देवनागरी लिपीतले आद्य मुद्रण होय. महाराष्ट्रात मुंबईत अमेरिकन मिशनच्या छापखान्यात छापलेले, देवनागरी लिपीतले आणि मराठीतले पहिले उपलब्ध पुसतक 'इंग्लिश भाषणाचे ज्ञान मिळवण्यासाठी शीघ्र व सोपा उपाय' (१८१८) हे आहे.[२९]

मराठी भाषा समृद्ध करण्यासाठी नव्हे तर धर्मप्रसार करण्यासाठीच मिशनऱ्यांनी मराठीत लेखन केले हे स्पष्टच आहे तरीपण त्यांना त्यासाठी मराठी भाषा शिकावी लागण्यातून एक भाषाभ्यास म्हणून एक नवी दिशा मराठीच्या अभ्यासाला लागली आणि त्यातूनच मराठी व्याकरणे, कोश इत्यादी भाषिक वाङ्मयाची निर्मिती झाली. मराठीची लेखनपद्धती, शब्दप्रयोग वाक्यरचना, विरामचिन्हे आणि अन्य भाषिक अंगे यात एक प्रकारे स्थिरता येण्यास मिशनऱ्यांच्या क्रमिक पुस्तकांचा बराच हातभार लागला. पण मिशनऱ्यांनी मराठीत केलेल्या लेखनाचे प्रमाण मोठे असले आणि त्यांनी बायबलच्या वेळोवेळी केलेल्या भाषांतरांची संख्या लक्षणीय असली तरी एकोणिसाव्या शतकाच्या मराठी गद्यशैलीवर त्यांचा म्हणावा तेवढा प्रभाव पडलेला दिसत नाही, किंबहुना त्यांची गद्यलेखनपरंपरा त्या शतकाच्या कालशैलीपासून पृथक व स्वतंत्र अशीच राहिली असा तज्ज्ञांचा अभिप्राय आहे. कृ. भि. कुलकर्णी यांनी म्हटल्याप्रमाणे ख्रिस्ती मराठी गद्यात कित्येक ठिकाणी संस्कृतप्रचुरता तर कोठे गावंढळ शब्दप्रयोग आढळतात. अनोळखी शब्द तर तर विपुल प्रमाणात दिसतात. मिशनऱ्यांची भाषा "खऱ्या मराठी भाषेपेक्षा विवित्र असल्यामुळे मराठी भाषेच्या अभिवृद्धीस मिशनऱ्यांचे व्हावे तसे साहाय्य झाले नाही व मिशनऱ्यांचे धेडगुजरी भाषेतील मराठी ग्रंथ वाङ्मयास कधीही शोभादायक व्हावयाचे नाहीत, किंबहुना ते ग्रंथ मराठी वाङ्मयाचा भाग कधीही समजला जाईल की नाही याची शंका आहे" असे लोकमान्य टिळकांचे मत उद्धृत करून त्यात पुष्कळ तथ्यांश असल्याचा अभिप्राय कुलकर्ण्यांनी व्यक्त केला आहे.[३०]

**गद्यलेखनाचे इतर आविष्कार**

याकाळात सदाशिव काशिनाथ ऊर्फ बापू छत्रे, हरी केशवजी पाठारे, गोविंद नारायण माडगावकर, दादोबा पांडुरंग तर्खडकर हे पहिल्या पिढीतील काही महत्त्वाचे मराठी गद्यकार होते. छत्रे हे शाळापुस्तक मंडळीचे कार्यवाह म्हणून काहीकाळ काम करीत होते. त्यांनी मराठी बोधकथा वेताळपंचविशी, इसापनीतिकथा, बाळमित्र व सिंहासनबत्तिशी अशी पुस्तके लिहिली. त्यांची सगळीच पुस्तके शुद्ध, रसाळ व सोप्या मराठीचे मनोहर कित्ते असल्याचे सांगून पोतदार असे म्हणतात की, मराठी गद्याच्या नव्या अवताराच्या पहाटघटकेच्या या काळाला 'बापू छत्र्यांचा काळ' म्हणणेच योग्य ठरेल. दादोबा पांडुरंग तर्खडकरांनी छत्र्यांना दिलेले शिफारसपत्र पोतदारांनी उद्धृत केले आहे. दादोबा लिहितात, "महाराष्ट्र भाषेत शुद्ध रीतीने वाक्ययोजना करून रसभरित असे पहिले ग्रंथ सदाशिव काशीनाथ छत्रे यांनी रचिले, म्हणोन त्यास गद्यात्मक ग्रंथाचे जनक म्हटल्यासही चालेल."[३१] मराठी गद्याच्या इतिहासात छत्र्यांचे नाव अजरामर झाले आहे ते मुख्यत्वे त्यांच्या बाळमित्रमुळेच. या ग्रंथाला त्यांनी जोडलेली प्रस्तावना प्रस्तुत संकलनात घेतली आहे. त्या प्रस्तावनेवरून लेखकाची शिक्षणविषयक शास्त्रीय

दृष्टी, बालमनाचा सखोल अभ्यास, बालकांच्या आवडीनिवडीची जाण, मराठी वळणाची भाषा इत्यादी गोष्टींचा प्रत्यय मिळतो.

या काळातील दुसरे नामांकित लेखक व भाषांतरकार म्हणून हरी केशवजीचा उल्लेख करता येईल. यात्रिकक्रमण, नीतिग्रंथ, देशव्यवहारव्यवस्था, सिद्धपदार्थविज्ञान, रसायनशास्त्रविषयक संवाद आणि इंग्लंडचा वृत्तांत असे अनेक ग्रंथ त्यांचा नावावर आहेत. त्यापैकी बहुतेक ग्रंथ अनुवादित आहेत; पण त्यांची मराठी लेखनाची खुबी अशी होती की, इंग्रजी ग्रंथांच्या त्यांच्या भाषांतरांना त्याकाळी सर्वांनी मूळ ग्रंथ म्हणूनच स्वीकारले होते. भाषांतरात प्रसंगानुसार एतद्देशीय वातावरण निर्माण करणे, शास्त्रीय विषयांवरच्या त्यांच्या लेखनातूनही त्यांचे भाषेवरचे प्रेम आणि प्रभुत्व जाणवल्यावाचून राहत नाही. विविध क्षेत्रात लिहिताना मराठी गद्याच्या घडणीकडे त्यांनी जाणीवपूर्वक लक्ष पुरवले होते. मिल आणि मिसेस् मार्सेट यांच्या ग्रंथाधारे त्यांनी रचलेल्या 'देशव्यवहारव्यवस्था' नामक ग्रंथातील एक उतारा प्रस्तुत स्तबकात वाचकांना आढळेल. या ग्रंथातील विषयासंबंधीची सर्व जबाबदारी विश्वनाथ नारायण मंडलीक यांच्याकडे आणि भाषेसंबंधी सर्व जबाबदारी हरी केशवजी यांच्याकडे अशी कामाची विभागणी असल्याची नोंद आढळते.[३२]

मोल्सवर्थ, जार्विस, कँडी प्रभृती भाषानियोजकांनी १९ व्या शतकाच्या मराठी गद्यशैलीच्या विकासात उत्प्रेरकाची महत्त्वाची भूमिका पार पाडली. टॉमस कँडी हा १८३७ पासून पुणे पाठशाळेचा प्रमुख होता. मराठी भाषांतरे इंग्रजी भाषेतील चालीप्रमाणे नसावीत; तसेच ती केवळ कोकणातच बोलल्या जाणाऱ्या लकबीपासून मुक्त असावीत यावर त्याचा कटाक्ष होता. शब्दकोश, व्याकरण, भूगोल वगैरे विषयांची पुस्तके तर त्याने लिहिलीच होती; परंतु त्याकाळातील अनेक पुस्तकांवर "टी कँडीकडून संस्कारित आणि मुद्रणार्थ तयार केलेले पुस्तक" असा शेरा आढळतो. आधुनिक मराठी गद्याच्या विकासक्रमात मेजर टॉमस कँडीचे योगदान लक्षणीय होते. आधुनिक मराठी भाषेच्या ग्रांथिक शैलीवर त्याच्याइतकी छाप दुसऱ्या कोणत्याही देशी व विदेशी पंडितांची वा ग्रंथकाराची पडलेली नाही. आदर्श भाषांतर कसे असावे हे कळावे म्हणून त्याने "वाचनपाठमाला" हे भाषांतर स्वतः केले होते. मराठी भाषेत विरामचिन्हे घालण्याची पद्धत सुरू व्हावी या हेतूने त्याने 'विरामचिन्हांची परिभाषा' नामक छोटेखानी पुस्तक रचले. मराठी वाक्यरचनेतील शैथिल्य व अनियमितपणा जावा आणि भाषेला बंदिस्तपणा यावा या दृष्टीने ग्रंथकारांना तो शब्दप्रयोग, रूपे, वाक्यरचना इत्यादींबाबत तपशीलवार सूचना देत असे. पुनर्घटित मराठी गद्यात शब्दशुद्धी आणि अर्थस्पष्टता येण्याचे श्रेय सर्वात जास्त मेजर कँडीला जाते. गो. म. कुलकर्णी म्हणतात त्याप्रमाणे १८३२ ते १८७६ या कालखंडातील मराठी गद्याचे वळण घडवण्याचे कार्य कँडी यांनी केले. त्याने पाहिल्याशिवाय

मराठी भाषेत लिहिलेले कोणतेही पुस्तक मग ते शालेय असो अगर प्रौढांसाठी लिहिलेले असो छापावयाचे नाही असा त्याकाळी जणू दंडकच होता.[३३] दादोबा पांडुरंग यांच्या 'महाराष्ट्र भाषेचे व्याकरण' ग्रंथाच्या दुसऱ्या आवृत्तीचे परीक्षण करताना दादोबांच्या अशुद्ध भाषेवर व संस्कृतप्राचुर्यावर कँडीने कडक टीका केल्याची तसेच 'हिंदुस्थानचा इतिहास' पुस्तकातील अनेक भाषाविषयक दोष दाखवून पुन्हा पुस्तक छापावे अशी शिफारस कँडीने केल्याचीही नोंद सापडते.[३४]

एकोणिसाव्या शतकाच्या प्रथमार्धात हैदशाळा शाळापुस्तक मंडळीच्या पदरी बहुदा सगळेच शास्त्रीपंडित कोकणातले होते. त्यामुळे सर्वांच्या लेखनात कोकणी शब्दांचे व शैलीचे प्राबल्य असणे आणि भाषेत एकदेशीपणा येणे अपरिहार्यच होते. लिखित भाषेला आदर्श स्वरूप येण्याच्या दृष्टीने भाषिक प्रांताच्या मध्यवर्ती भागात बोलली जाणारी भाषा शुद्ध समजून तिचे इतर सर्वांनी अनुकरण करावे अशा भूमिकेतून मेजर कँडींनी मराठी भाषेतील हा एकदेशीपणा काढून टाकण्याचा प्रयत्न केला होता. भाषाशुद्धीच्या त्यांच्या सूचनांमधून भाषेतील कोकणी शब्दप्रयोग, वाक्प्रचार व वाक्यरचना यांच्या जागी पुणेरी प्रकार योजण्यावर त्याने भर दिलेला आढळतो.[३५]

१८३५ च्या सुमारास मराठीच्या अभिवृद्धीच्या या प्रक्रियेला काहीशी खीळ बसली. सरकारकडून त्या कामासाठी होणारा खर्च थांबवण्यात आला. भारतीयांमध्ये पाश्चात्त्य विद्या व शास्त्रे यांचा प्रसार करणे हा ब्रिटिश सत्तेचा हेतू असून शिक्षणासाठीचा संपूर्ण निधी हा यापुढे केवळ 'इंग्लिश' शिक्षणासाठीच वापरला जाईल असे नवे धोरण ब्रिटिश सरकारने घोषित केले. या धोरणाचा वाईट परिणाम येथील एकूणच शिक्षणव्यवस्थेवर पडला. मुंबई प्रांतात १८२३ साली असलेल्या १५०० देशी शाळा १८३६-३७ साली बंद पडल्या. सरकारी पुढाकाराने व मदतीने होणारे मराठी पुस्तकांचे प्रकाशन थांबले. पोतदार म्हणतात त्याप्रमाणे देशी वाङ्मयाचे सरकारी मीठ तुटत गेले; पण त्यामुळे अप्रत्यक्षतः मराठी गद्याचा फायदाच झाला. तोपर्यंत समाजात एकतर विचारांची नवी शक्ती निर्माण झाली होती. नवजागरण्याची पाळेमुळे खोल गेली होती आणि मराठी भाषेचे अंतः सामर्थ्य व चिवटपणाही विलक्षण प्रबळ होता त्यामुळे सरकारी अर्थसाहाय्य थांबले तरी पुस्तकनिर्मिती थांबण्याचे दूरच राहिले उलट तिने नवे जोरकस वळण घेतले.

**भाषिक पुनरुज्जीवनाचे नवे पर्व**

एकोणिसाव्या शतकातील मराठी गद्याच्या विकासाचे नवे पर्व इंग्रजीशिक्षित द्विभाषी पिढीच्या कृतिप्रवण गद्यलेखनापासून सुरू झाले. या पर्वातील बहुतेक गद्यलेखक थोर सामाजिक

नेते व सुधारक म्हणून समाजाला परिचित होते. जनमताला उधाण आणण्याचे सामर्थ्य त्यांच्या शब्दात होते. त्यांच्या गद्य लेखनात आंग्लीकरणाच्या बाजूने आणि विरोधी अशा दोन्ही प्रवृत्ती एकाच वेळी आढळतात. नवनव्या वाङ्मयप्रकरांची भर त्यांच्या हातून पडत होती. आपापल्या आवडत्या इंग्रजी लेखकाची छाप गिरवत व्यक्तिगत म्हणता येईल अशा शैलीने मराठी लेखक लिहू लागले होते. वाचकांच्या संख्येत अभूतपूर्व भर पडली होती, एवढेच नव्हे तर लेखकांनाही आपल्या वाचकवर्गाचे भान आले होते. त्यामुळे लेखनाचे प्रयोजन केवळ वाचकांना माहिती देणे वा शिकवणे एवढेच न राहता त्यांचे मनोविनोदन करणे व त्यांच्यावर प्रभाव पडेल अशी आविष्कृती वाचकांना माहिती देणे वा शिकवणे एवढेच न राहता त्यांचे मनोविनोदने करणे व त्यांच्यावर प्रभाव पडेल अशी आविष्कृती करणे असे होत गेले. १८५० नंतरच्या काळात गद्याचा वापर वाढत्या प्रमाणावर बौद्धिक कृती म्हणून केला जाऊ लागला. यातून अनेक देशी चळवळींना चालना मिळाली. लेखनातील बोलीभाषांचे वैविध्य आणि जातजमातीच्या भिन्न भाषिक लकबी यांची जागी ब्राह्मणी प्रमाणभाषेने याच काळात घेतली.[३६]

अनेक नवी खासगी प्रकाशने निघाली. मिशनऱ्यांच्या धर्मप्रचाराचा प्रतिवाद व प्रतिकार करणारे त्याचप्रमाणे परकीय राज्यकर्त्यांचे आचारविचार जसेच्या तसे आंधळेपणाने स्वीकारण्याला विरोध करणारे लेखन मोठ्या प्रमाणावर होऊ लागले. दादोबा पांडुरंग, भास्कर पांडुरंग, बाळशास्त्री जांभेकर, रामकृष्ण विश्वनाथ, का. त्रिं तेलंग, परशुरामतात्या गोडबोले, भाऊ महाजन (गोविंद विठ्ठल कुंटे), जगन्नाथशास्त्री क्रमवंत, कृष्णशास्त्री चिपळूणकर, बाजा पदमनजी, गो. ना. माडगावकर, लोकहितवादी (गोपाळ हरी देशमुख), विष्णुबुवा ब्रह्मचारी, जोतीराव फुले, तुकारामतात्या पडवळ, नारायण विष्णू जोशी, रामचंद्र भिकाजी गुंजीकर, वि. ना. मंडलीक, म. मो. कुंटे अशी एक मराठी गद्यकारांची मोठी फळी उभी राहिली. त्यांच्या लेखनातून अव्वल इंग्रजीतील गद्यलेखनाला निबंधाचा निश्चित घाट लाभला. इंग्लंडात १९ व्या शतकाच्या सुरुवातीला जो 'एस्से' नामक गद्य वाङ्मयप्रकार वेगाने वाढला होता त्याच्या अनुकरणातून मराठी निबंधाचा विकास झाला.

दादोबा पांडुरंग तर्खडकर यांच्या गद्यलेखनाचे वैशिष्ट्ये असे सांगितले जाते की, प्रसंगानुरूप शैली घेऊन ते अवतरले आहे. एकूणच त्यांची गद्यशैली आर्ष आणि आर्जवी, प्रसन्न आणि प्रौढ असून मराठीतील पहिल्या स्वतंत्रपणे लिहिलेल्या मौलिक सुबोध व्याकरणग्रंथांचे लेखनही त्यांच्याच हातून झाले आहे. आधुनिक महाराष्ट्राला मातृभाषेची सेवा स्वतंत्र बुद्धीने करण्याची दीक्षा दादोबांनीच आपल्या उदाहरणाने दिली असा अभ्यासकांचा निर्वाळा आहे.[३७] 'दादोकृत' या संक्षिप्त नावानेच विख्यात असलेला त्यांचा व्याकरणग्रंथ जन्मास आल्यापासूनच मराठी

भाषेला एक प्रकारे स्थैर्य येऊ लागले आणि सुमारे ४०-५० वर्षे तरी या ग्रंथाचा अंमल मराठीवर राहिला. काशीनाथ त्रिम्बक तेलंगांसारख्यांनी बॅरिस्टरीचा सगळा व्याप सांभाळून मातृभाषेची सेवा करणे आपले कर्तव्य मानले होते. त्यांनी स्वतः मराठीत ग्रंथरचना केली. विद्वानांना त्या भाषेत लिहिण्यास प्रोत्साहन दिले, मराठीत प्रसिद्ध झालेल्या पुस्तकांची इंग्रजीत सविस्तर परीक्षणे करून त्यांचा लौकिक व प्रतिष्ठा वाढवली. मराठी भाषेच्या अभिवृद्धीसाठी झटणाऱ्या या सर्वांच्या प्रयत्नामुळे मराठी भाषेत ऐतिहासिक चरित्रात्मक, बोधपर व इतर उपयुक्त विषयांवरील लेखनात अभूतपूर्व भर पडली.

वसाहती अर्थशास्त्राचे शोषणपर अंतरंग दादाभाई नवरोजींच्याही आधी उलगडून दाखवणारे लेखन भास्कर पांडुरंग तर्खडकर, भाऊ महाजन व रामकृष्ण विश्वनाथ या मराठी लेखकांनी केले होते. रामकृष्ण विश्वनाथ यांचा उपलब्ध असलेला एकमेव ग्रंथ 'हिंदुस्थानची प्राचीन व सांप्रतची स्थिती व पुढे काय त्याचा परिणाम होणार याविषयी विचार' हा आहे. त्यातील उतारा प्रस्तुत संकलनात समाविष्ट करण्यात आला आहे. त्यावरूनही या विचारवंताच्या निर्भयतेची व दूरदृष्टीची साक्ष मिळते. आपल्या भाषाप्रभुत्वामुळे मराठी सहित्येतिहासात ज्यांना अढळ स्थान प्राप्त झाले ते कृष्णशास्त्री चिपळूणकर हे माडखोलकर म्हणतात त्याप्रमाणे आधुनिक महाराष्ट्राचे पहिले भाषाप्रभू, पहिले शब्दशिल्पी, पहिले शैलीकार लेखक म्हणून ओळखले जातात. "आजची जी प्रौढ, बव्हर्थ, प्रभावशाली, लालित्यपूर्ण मराठी भाषा शास्त्रीय, ललित आणि नियतकालिकात वाङ्मयातून लिहिली जात आहे ती अर्वाचीन मराठीची ग्रांथिक शैली शास्त्रीबुवांनी आपल्या आरस्पानी, मुलायम कलमाने घडवली आणि रंगारूपाला आणली."[३८] अर्थात कृष्णशास्त्रांचे ग्रंथ बव्हंशी भाषांतरित होते; पण ती भाषांतरे वाटू नयेत इतकी त्यांची भाषा शुद्ध, सोपी, खुबीदार होती. एरव्ही त्याकाळचे भाषांतरित मराठी लेखन जसे बेडौल दिसते तसे कृष्णशास्त्रांचे लेखन आढळत नाही. कित्येक जागी संस्कृतप्राचुर्यामुळे त्यांची शब्दकळा व वाक्यरचना बोजड होते. लोकहितवादी व कृष्णशास्त्री यांच्या भाषाशैलीची तुलना करताना दि.के. बेडेकरांनी नोंदवलेले निरीक्षण मार्मिक आहे ते म्हणतात, "सामान्य लोकांमध्ये नव्या ज्ञानाची आवड व प्रसार व्हावा यादृष्टीने त्यांन उपदेश करण्यासाठी सोपी व सरळ बोलभाषा लोकहितवादींनी वापरली...परंतु कृष्णशास्त्रींना तत्त्वज्ञान, अर्थशास्त्र अशा नव्या विषयांची मराठी भाषेत मांडणी करावयाची होती व केवळ बोलभाषेवर भिस्त टाकून चालण्यासारखे नव्हते. म्हणून त्यांनी विषयानुसार संस्कृतचा आधार घेऊन प्रतिपादन केले. ते आवश्यकच होते."[३९]

ज्या शास्त्रांचे इंग्रजीतून ज्ञान आपल्याकडच्यापेक्षा खूपच पुढे गेले आहे त्यात स्वतंत्र ग्रंथ लिहिण्यापेक्षा प्रमाण इंग्रजी ग्रंथांची भाषांतरे करणेच श्रेयस्कर होय, ही कृष्णशास्त्र्यांची भूमिका होती. एकापरीने मराठी भाषेच्या विकासाचा प्रश्न ते प्रत्यक्ष प्रायोगिक रीतीनेच

सोडवू पाहत होते. भाषांतरे करताना अगदी आवश्यक तेथेच संस्कृतचा आधार घ्यायचा एरव्ही बोलीभाषेच्या जवळच राहायचे असा त्यांचा प्रयत्न दिसतो. मराठी व्याकरण आणि भाषाशास्त्र या विषयांचा त्यांनी मूलगामी विचार केला होता. संस्कृत किंवा इंग्रजी भाषांच्या व्याकरणाच्या आधारे नव्हे तर खास मराठीचे असे स्वतंत्र व्याकरणच व्हायला हवे असे त्यांचे मत होते. मराठी प्रमाणभाषेची गरज त्यांना मान्य होती; पण त्या भाषेखेरीज इतर सारे भाषाप्रकार सर्वथैव अडाणीपणाचे किंवा अशुद्ध आहेत असे ते मानीत नसत. सोपेपणा व सामर्थ्य यांचे मिश्रण त्यांच्या भाषाशैलीत आले त्यामागे मराठी भाषेचे प्रेम व आस्था होती. शब्दांच्या अर्थांच्या सूक्ष्म छटा व विविध उपयोजनेतील लालित्य यांचे भान ठेवून ते लेखन करत असत.

ज्यांची मराठीत शंभरावर पुस्तके प्रकाशित आहेत त्या बाबा पदमनजींनी लिहिलेले गद्य अधूनमधून बायबली वळणाचे असले तरी पारंपरिक पौराणिक ग्रंथांची त्यांनी बालपणी पारायणे केल्यामुळे त्यांच्या भाषेत सुबोधता, सोज्वळता, प्रसन्नता आणि प्रेमळपणा हे गुण उतरले असल्याचे निरीक्षण गं.बा. सरदारांनी नोंदवले आहे.[४०] १८५२ साली बाबांचे "सर्वसंग्रही" पुस्तक प्रकाशित झाले. पन्नासेक विषयांवरचे मुद्देसूद व शैलीदार निबंध त्यात आहेत. याच ग्रंथाचे पुढे 'निबंधमाला' असे झाले. त्यातील एक निबंध वाचकांना प्रस्तुत संग्रहात आढळेल. विरामचिन्हांचा परिणामकारक वापर, अधूनमधून दिलेली संवादांची व मार्मिक सुभाषितांची जोड ही बाबांच्या या गद्यलेखनाची वैशिष्ट्ये होत.

१८४७ ते १८७४ या कालखंडातील एक प्रमुख लेखक म्हणून लोकहितवादींचा उल्लेख करावाच लागतो. बेडेकरांच्या शब्दांत सांगायचे तर "त्यांच्या सरळ व परोपकारी वृत्तीप्रमाणेच त्यांची लेखनशैली अतिशय साधी, स्पष्ट व सुबोध होती" शतपत्रांसारखे वृत्तपत्री लेखन असो की 'लक्ष्मीज्ञान' सारखा शास्त्रीय विषयावरच ग्रंथ असो त्यांची शैली सुबोधच आहे. संस्कृत शब्दांचा भरणा, अलंकारिक व प्रौढ शैली, अवतरणप्राचुर्य वगैरेंचा मोह त्यांनी कटाक्षाने टाळला आहे, कारण केवळ विद्वानांतच नव्हे तर सामान्य लोकांत ज्ञानाचा प्रसार व्हावा आणि विद्येची गोडी वाढावी अशी तळमळ त्यांच्या लेखनामागे होती. त्यंनी जे लिहिले त्याचा हेतू लोकरंजनापेक्षा लोकशिक्षणाचा होता. मराठी वाचकांना ग्रंथवाचनाची गोडी लागावी म्हणून त्यांनी स्वतःचे ग्रंथ जाहिरात देऊन फुकट वाटले होते. त्यांचा काळ मराठी गद्याच्या बाल्यावस्थेचा असल्यामुळे केवळ आपण स्वतः लिहून भागणार नाही तर इतरांनाही ग्रंथ निर्मितीस प्रोत्साहन देणे गरजेचे आहे याची तीव्रतेने जाणीव लोकहितवादींना होती. त्यामुळे त्यांनी दक्षिणा प्राइझ कमिटीला पुन्हा सक्रिय केले. कधीकाळी ब्राह्मणांना दक्षिणा देण्यावर खर्ची पडणाऱ्या पाचदहा लाख रुपयांचा त्यांच्या प्रयत्नांमुळेच विविध नव्या

विषयांवरील ग्रंथांची छपाई, भाषांतर-प्रकल्प यावर तसेच सर्व जातींच्या योग्य उमेदवारांना दिल्या जाणाऱ्या शिष्यवृत्तींवर व्यय होऊ लागला. लोकहितवादींनी मराठी ग्रंथोत्तेजक मंडळाचीही स्थापना केली.

विष्णुशास्त्री चिपळूणकर आणि त्यांच्या नंतरच्या लेखकांच्या तुलनेत लोकहितवादींची शैली ओबडधोबड वाटत असली तरी विचार आणि भावना यांचे प्रकटन ती अधिक प्रभावी व प्रत्यक्षपणे करत होती.[४१] लोकहितवादी उत्कट भावना अनुरूप शब्दांत मांडीत. त्यांच्या लेखनातील वक्तृत्वगुण लक्षणीय आहे. समर्पक चुटके, चटकदार आख्यायिका, सबळ युक्तिवाद यामुळे त्यांचे गद्य वाचकाला रोचक वाटते. त्यांनी आपली शैली सजवण्याचा सहेतुक व कृत्रिम प्रयत्न कधी केला नसला तरी त्यांची लेखणी सहजसुंदरपणे अर्थालंकार व शब्दालंकार साधत होती. पत्ररूपाने त्यांनी अनेक विषय हाताळल्यामुळे फुटकळ व प्रासंगिक स्वरूप जसे त्यांच्या लेखनाला आले त्याचप्रमाणे शिथिल वाक्यरचना, पुनरुक्ती, विषयांतरे, अतिरंजित भावना, प्रसंगी ग्राम्य व बेताल वाटावी अशी शब्दयोजना असे दोषही त्यात शिरले आहेत. अर्थात त्यांना तोलून धरणारे विचारांचे सामर्थ्य, विविधता, जिव्हाळा, सडेतोडपणा, ठामपणा, साधेपणा असे गुणही त्यांच्या लेखनात पुरेपूर आढळतात.[४२] १८२० नंतरच्या काळात मराठी गद्यशैलीचा जो स्वाभाविक विकास घडून आला त्यात लोकहितवादींच्या निबंधलेखनाचे योगदान निश्चितच खूप मोठे आहे. वृत्तपत्रीय लेखनाचा वाचकवर्ग आणि गंभीर विषयांवरील ग्रंथांचा वाचकवर्ग वेगळा असतो याचे भान लोकहितवादींच्या लेखनात आढळते. आंग्लपूर्व बखरींची शैली आणि कृष्णशास्त्री चिपळूणकरांपासून सुरू झालेली आधुनिक मराठीची शैली यांचा सुरेख संगम लोकहितवादींच्या लेखनात झाला आहे.

या काळातील मराठी गद्यलेखनाची फलश्रुती सांगताना नेमाडे यांनी असे मत मांडले आहे की, या काळात भाषिक जाणिवा प्रगल्भ झाल्या आणि गद्यलेखनात प्रमाणात्मक व गुणात्मक प्रचंड भर तर पडलीच; पण गद्यलेखन सर्जनशीलपणे करण्याच्या प्रवृत्तीनेही विशेष जोर धरलेला दिसून येतो. सबंध मराठी प्रदेशासाठी एकसारख्या असलेल्या मराठी प्रमाणभाषेचा विकास जसा या काळात घडून आला; तसेच केवळ पुराणकथा व आख्यायिकाच सांगणाऱ्या पारंपरिक गद्याच्या जागी विवेकपूर्ण गद्याची प्रतिष्ठापनाही याच काळात झाली; पण या जशा जमेच्या बाजू सांगता येतात तशाच काही गोष्टी खंत वाटण्याजोग्याही आहेत. उदाहरणार्थ, या काळातील लेखकांमध्ये ब्राह्मणांचाच सर्वस्वी भरणा असल्यामुळे त्यांच्याच भाषेचा मुख्य ठसा प्रमाण मराठीवर उमटला. मराठी वाक्यरचनेतील लयबद्धता व उत्स्फूर्तता या काळातील गद्यशैलीमुळे नष्ट झाली, भाषाशुद्धीच्या खटाटोपात मराठी लेखनातील संस्कृतप्राचुर्य वाढले आणि तिचे देशी सौंदर्य दिसेनासे झाले; पण हे मान्यच करायला हवे की, मराठी गद्यलेखनाच्या

पहिल्या टप्प्यावर त्या भाषेच्या छंदोशास्त्रीय व्यवस्थांचा ऱ्हास होऊन इंग्रजी वळणामुळे तिचे जे अपक्षरण झाले होते त्याला या काळातील गद्यलेखकांनी आळा घातला.[४३]

## भाषांतरांना चालना

१८०० ते १८४७ या कालखंडाला भाषांतरयुग किंवा तमोयुग अशी नावे देऊन त्यात झालेल्या लेखनाची अवहेलना किंवा उपेक्षा करण्याची वृत्ती मराठी अभ्यासकांमध्ये दीर्घकाळ होती. या काळातील बरेचसे लेखन भाषांतरित, रूपांतरित किंवा आधारित होते हे नाकारता येणारच नाही. इंग्रजीतून मराठीत भाषांतरे करण्यास प्रोत्साहन आणि पारितोषिकेही ठेवलेली होती; पण या काळात स्वतंत्र लेखन झालेच नाही असे नाही आणि दुसरे असे की त्याकाळी इंग्रजीतून मराठीत भाषांतर करण्यासाठी लागणारी शैलीही अद्याप विकसित व्हायचीच होती. कँडींनी त्यादृष्टीने केलेले प्रयत्न आणि भाषांतरकारांना दिलेल्या सूचना निश्चितच उपयुक्त ठरल्या. इंग्रजी भाषेतील आधुनिक विषयांचे ज्ञान मराठीत आणण्याचा स्तुत्य हेतू या शालोपयोगी भाषांतरांमागे होता. मराठी गद्याला पुढील काळात जी काही ऊर्जितावस्था आली तिच्यासाठी आवश्यक व उपयुक्त असलेल्या पायाभरणीचे काम या कालखंडात झाले होते.

ज्ञानप्राप्तीची जी अभूतपूर्व जिज्ञासा या काळातील गद्यलेखनातून व्यक्त होते ती मराठी समाजाच्या एकूणच जीवनविषयक दृष्टिकोनातील बदलाची निदर्शक होती. रा.श्री. जोग म्हणतात तसा, "आपला समाज अध्यात्माकडून भौतिकाकडे, पारलौकिकाकडून इहलोकाकडे, अंधश्रद्धेकडून डोळस विवेकाकडे वळला" याची साक्ष हे लेखन देते. वैयक्तिक, सामाजिक व राजकीयदृष्ट्या अधोगतीची परिसीमा अठराव्या शतकाच्या अखेरीस गाठलेल्या या समाजात स्वातंत्र्य गेल्यानंतर जाग आली. आपण हरप्रकारचे नवे ज्ञान मिळवले पाहिजे याचे भान आले आणि ज्ञानाची ती आस्था व तळमळच तेव्हा गद्यरूपात व्यक्त झाली. त्यामुळे या काळातील भाषांतरित साहित्याचे विषयवैविध्य केवळ थक्क करून सोडते. "ज्ञानार्जनाच्या या उत्कट स्फुरणाचा एक वाङ्मयीन परिणाम म्हणजे गद्यलेखनास मिळालेले महत्त्व होय." असे सांगून पद्य आणि गद्याचे प्रमाणच या कालावधीत कसे अगदी उलटेपालटे झाले हे जोगांनी स्पष्ट केले आहे. त्यांच्या मते, "मराठी वाङ्मयाच्या पद्यातून गद्यात झालेल्या या परिवर्तनास वेषांतर म्हणा वा रूपांतर म्हणा त्यामुळे त्याचा प्राचीनातून अर्वाचीनामध्ये प्रवेश झाला ही गोष्ट विसरता येत नाही."[४४] विषय कोणताही असो लहान वा मोठ्या निबंधाच्या स्वरूपात तो मांडण्याची प्रथा या काळात रूढ झाली.

मराठी गद्याच्या प्राथमिक अवतारावर बरीच टीका झाली आहे. त्यातील लेखनशैली बाळबोध आणि हुकमेहुकूम होती हे खरेच आहे; पण ती कालक्रमाने बदलत गेली. सरकारी प्रयत्न, मोल्सवर्थ कँडी प्रभृतींनी घेतलेले कष्ट आणि त्यांना एतद्देशीय शास्त्रीमंडळींनी दिलेली

साथ यामुळे मराठी गद्याला क्रमशः नीटस व बांधीव स्वरूप येत गेले. मराठीची शब्दरचना, वाक्यरचना, व्याकरण, शब्दकोश इत्यादींबाबत देशीविदेशी विद्वानांनी या काळात मूलभूत कार्य केले. कोणत्याही भाषेला स्थैर्य येऊन तिचा पद्धतशीर वापर करता येण्याच्या दृष्टीने अशी प्राथमिक पूर्वतयारी आवश्यकच असते. तशी ती एकदा झाल्यानंतरच भाषांतरांसाठी किंवा लोकशिक्षणासाठी मराठीचा प्रभावी वापर करणे शक्य होते.

सुरुवातीची भाषांतरे ब्रिटिशांनी येथील जनतेची व विशेषतः भारतीय अभिजनांची आपल्या वर्चस्वाला मान्यता मिळवण्यासाठी केली असली तरी तोच हेतू सरसकट या काळातील सर्वच भाषांतरित गद्याला लावता येणार नाही. ज्ञानार्जन, ज्ञानसंवर्धन, ज्ञानप्रसार हीही उद्दिष्टे त्यात स्पष्ट दिसतात. मुख्यत्वे विज्ञानविषयक इंग्रजी क्रमिक ग्रंथांची भाषांतरे मराठीत मोठ्या प्रमाणात केली गेली. विज्ञानासारख्या अपरिचित विषयाची ओळख मराठी भाषकांना त्यातून झाली त्याचप्रमाणे विषयानुरूप मराठी परिभाषाही तयार झाली. ग्रांथिक प्रमाणभाषा घडवण्यास अप्रत्यक्षतः या विज्ञानविषयक भाषांतरांनी मदत केल्यामुळे त्यांनी मराठी गद्याच्या विकासाला हातभार लावला असे नक्कीच म्हणता येईल. किंबहुना असेही म्हटल्यास अतिशयोक्ती होणार नाही की, शालेय पुस्तकांद्वारे भाषेला नीटस वळण लावण्याचे प्रारंभिक उद्दिष्ट साध्य झाल्यानंतर तिचे सामर्थ्य वाढवणारे गद्य पोटतिडाकेने लिहिणाऱ्यांची एक फळीच जोमाने पुढे आली होती. विचारांचे संघर्ष मराठी गद्यातून झडू लागले तसतशी भाषेची आघातप्रत्याघाताची क्षमताही वाढत गेली. हे संघर्ष परकीयांशी होते तसेच स्वकीयांशीही होते, जुन्या नव्या मूल्यांचे होते, किंवा रूढी व सुधारणा, अंधसमजुती व नवे ज्ञान यांच्यातले होते. १८४८ पर्यंत केवळ पाठ्यपुस्तकी आणि नीतिबोधवादी अशा मिळमिळीत स्वरूपात वावरत असलेल्या मराठी गद्याला या बहुपदरी विचारसंघर्षामुळे नंतरच्या काळात नवे चैतन्य, नवा जोम आणि अधिक आक्रमक धारदारपणा प्राप्त झाला होता. त्यात क्वचित असभ्यपणा वा ग्राम्यताही आली असली तरी एकूण या प्रमाथी गद्यामुळे मराठी भाषा अधिक ललित, सकस व प्रभावी झाली असेच म्हणावे लागते. या काळातील लेखनाला 'साहित्यिक गद्य' म्हणावे की म्हणू नये यावर दुमत संभवते; पण त्याची ही ऐतिहासिक कामगिरी मात्र कोणालाच नाकारता येणार नाही.

न्यायमूर्ती महादेव गोविंद रानडे यांनी ३१ डिसेंबर १८६४ पर्यंत मराठीत प्रकाशित झालेल्या ग्रंथांसंबंधी दिलेला अभिप्राय या संदर्भात लक्षात घेण्यासारखा आहे. प्रकाशित एकूण ग्रंथांची संख्या ६६१, त्यापैकी ४२८ गद्य आणि २३३ पद्य असे प्रमाण असून इतर आधुनिक भाषांच्या मानाने हे चांगले असले तरी पुरेसे समाधानकारक नाही असे या अभिप्रायात प्रारंभीच नोंदवले आहे. मोल्सवर्थ कँडी यांच्या कोशकार्याचा न्यायमूर्तींनी गौरव

केला होता. अभिप्रायात शेवटी ते लिहितात, "चाळीस वर्षांपूर्वी या भाषेत मुद्रित झालेला एकही ग्रंथ नव्हता. राष्ट्राच्या वाङ्मयीन जीवनात चाळीस वर्षांचा काळ हा अगदी अल्पावधी होय. वाङ्मय बहरास येण्यास अनेक वर्षांचा काळ लागतो. वाङ्मयविकासाची गती पुरेशी समाधानकारक आहे, पण वाङ्मयाच्या गुणवत्तेवर मत देण्याइतका कालावधी अजून लोटलेला नाही. एवढे मात्र खरे की, गेल्या दहा वर्षांतील ग्रंथनिर्मितीचे कार्य लगतच्या तीस वर्षांपेक्षा अधिक मोठ्या प्रमाणात झाले आहे. छापखान्याचे व्याप दिवसेंदिवस वाढत आहेत. अगदी नजीकच्या काळात मराठी भाषा सर्वांगांनी आधुनिक विकसित भारतीय भाषांच्या पहिल्या रांगेत आपले स्थान पटकावील."[४६]

## नियतकालिकांतील गद्यलेखन

इंग्रजी राजवटीसोबत जसे इंग्रजी भाषेचे शिक्षण आले तसेच मुद्रणही आले. त्यातून वृत्तपत्रांची सृष्टी अवतरली. १८३२ साली बाळशास्त्री जांभेकरांनी 'दर्पण' सुरू केले. 'दर्पण' बंद पडल्यानंतर १८४० मध्ये 'मुंबई अखबार' हे मराठी वर्तमानपत्र सुरू झाले. ते बंद झाल्यावर १८४१ साली भाऊ महाजनांनी 'प्रभाकर' सुरू केले त्यातूनच लोकहितवादीची शतपत्रे प्रकाशित झाले होती. १८४१ ते १८७१ या काळात ज्ञानसिंधू, ज्ञानप्रकाश, ज्ञानोदय, विचारलहरी अशी वृत्तपत्रे आणि दिग्दर्शन, ज्ञानचंद्रोदय, मराठी ज्ञानप्रसारक, पुणे पाठशालापत्रक, विविधज्ञानविस्तार, दंभहारक अशी विविध विषयांवर निबंधवजा लेख प्रकाशित करणारी अनेक मासिके प्रसिद्ध होत होती. त्यातून ज्ञान, विज्ञान व साहित्यविचार या विषयांवर विपुल लेखन होत होते. या नियतकालिकांची भाषा तत्पूर्वीच्या आंग्लीकृत मराठीपेक्षा सपशेल निराळी होती. मराठीचा तो जुना अवतार जणू संपलाच होता. नियतकालिकांतील लेखक झपाटल्यागत लिहीत असत, कुशल युक्तिवाद करत असत आणि उपरोध उपहासाचे शस्त्र चालवून प्रतिपक्षाला नामोहरम करत असत.[४७] अर्थात या लेखनामागची मूळ प्रेरणा ज्ञानप्रसाराची असल्यामुळे त्याला लालित्याचा स्पर्श तसा कमीच होता. बऱ्याचदा तर ती अगदीच रूक्ष व अलंकारविरहित अशीच राहिली. याला थोडाफार अपवाद भाऊ महाजन यांच्या 'प्रभाकरातील लेखनाचा सांगता येईल; पण तेव्हाच्या नियतकालिकातील एकंदर लेखनाचे मोल साहित्यगुणापेक्षा तत्कालीन समाजदर्शनाच्या दृष्टीनेच मोठे आहे.

भाऊ महाजन (१८१५-१८९०) हे मराठी पत्रकारांच्या पहिल्या पिढीतील एक उदारमतवादी, स्वतंत्र बाण्याचे धुरंधर पत्रकार होते. 'प्रभाकर' काढण्यापूर्वी 'दिग्दर्शन' मासिकातून त्यांनी नियमित लेखन केले होते. 'प्रभाकर' सुमारे १७-१८ वर्षे चालले असावे असा अभ्यासकांचा कयास आहे. ते चालू असतानाच १८५३ साली भाऊ महाजनांनी 'धूमकेतू' नावाचे स्वस्त किमतीचे एक साप्ताहिक सुरू केले होते. बाबा पदमनजींनी त्यात बरेच लेखन

केले होते. स्वतःला जसे विचारस्वातंत्र्य हवे तसेच ते इतरांनाही मिळायलाच हवे अशी भाऊंची उदार वृत्ती होती. काळाच्या मानाने त्यांचे विचार प्रगत होते आणि त्यांना व्यासंगपूर्ण विवेकाची बैठक होती. सरकारी विद्याखात्यातर्फे इंग्रजी पुस्तकांची भाषांतरे प्रकाशित करण्याच्या कामी सहकार्य करण्याची त्यांना जेव्हा विनंती केली गेली तेव्हा, "मराठी भाषा ही आमची आहे, इजमध्ये अमुकच रीतीने लिहा, अमुक रीतीने लिहू नका, हे सांगण्याचा अधिकार मराठी विद्वानालाच आहे. परक्यांना नाही. आमच्या भाषेमध्ये अमुक शुद्ध आणि अमुक अशुद्ध हे आमचे आम्हाला ठाऊक आहे. यावर परक्या मनुष्याने ढवळाढवळ करणे आम्हास मान्य नाही. वास्तव मी आपले ग्रंथ विद्याखात्याचे भाषांतरकार मेजर क्यांडीसाहेब यांजकडे शुद्ध करण्याकरिता पाठविण्यास कधीही तयार होणार नाही हे मान्य असेल तरच माझे सहकार्य मिळू शकेल" असा खणखणीत जबाब या बाणेदार लेखकाने पाठवला होता. कँडीप्रभृतींच्या पुढाकाराने व नियंत्रणाखाली निर्माण होत असलेल्या भाषांतरवजा पुस्तकांनी देशी भाषेचा व वाङ्मयाचा दर्जा उंचावणे शक्य नाही त्यासाठी आपल्याकडच्या विद्वानांनी स्वतंत्रपणे प्रयत्न केला पाहिजे अशी भाऊंची भूमिका होती. गो. ना. माडगावकरांचेही विचार तसेच होते. त्यांना मराठी भाषा व वाङ्मय याबद्दल जिव्हाळा व अभिमान होता. "मराठी भाषा म्हणजे केवळ क्षुद्र असे कोणी मानू नये. मराठी भाषा संस्कृत भाषेच्या योग्यतेस देखील येईल. ती विद्वान लोकांनी मात्र वहिवाटीत आणिली पाहिजे. या भाषेत अनेक शास्त्रीय विषयांवर ग्रंथ रचून तीत अनेक शब्दांची योजना केली पाहिजे" असे त्यांचे मत होते.

१८५० पासून नियतकालिकांत मराठी निबंध स्वतंत्र रूपाने प्रसिद्ध होऊ लागले. 'मराठी ज्ञानप्रसार' मासिकाने १८५० ते १८६७ या काळात मराठी वाङ्मयाच्या इतिहासात फार महत्त्वाची कामगिरी बजावली. वाचकांना केवळ माहिती देणे किंवा वाचनाची गोडी लावणे एवढेच नव्हे तर प्रौढ सुशिक्षितांना अभ्यासविषयाच्या व्यासंगाकडे प्रवृत्त करणे हे 'ज्ञानप्रसारका'चे प्रयोजन होते. अभ्यासपूर्ण निबंध कसे असावेत याचे वस्तुपाठ त्यातून मराठी वाचकांपुढे आले होते. किंबहुना 'निबंध' हा शब्द या मासिकानेच रूढ केला. "भाषा, भावना, विचार या सर्वच दृष्टींनी शुद्ध व सकस मराठी निबंध अवतरले ते याच मासिकात" असा रास्त अभिप्राय द. भि. कुलकर्णी यांनी दिला आहे.[५०]

मराठी भाषेची 'सुधारणूक' व्हावी या दृष्टीने निबंध कसे लिहावेत, भाषांतरे कशी करावीत, लिहिण्याच्या उत्तम शैलीसाठी पदलालित्य, वाक्यलालित्य व विचारलालित्य या गुणांची कशी गरज असते, ते तिन्ही गुण नसतील तर केवळ भाषाचातुर्य कसे व्यर्थ ठरते. प्रभावी लेखनासाठी कोणते परिश्रम करावे लागतात इत्यादी अनेक भाषासंदर्भित विषयांचा ऊहापोह 'ज्ञानप्रसारका'तील लेखांतून आढळतो. इतरही अनेक विषय त्यात हाताळलेले आहेत.

मराठीत 'सर्वसंग्रह' (एन्सायक्लोपीडिया) तयार केला जावा अशी सूचनाही गोविंद नारायण यांनी १८५७ साली केली होती.[५१]

'ज्ञानप्रसारका'प्रमाणेच 'पुणे शालापत्रक' आणि 'विविधज्ञानविस्तार' यांनीही मराठी गद्याच्या विकासात महत्त्वपूर्ण योगदान केले होते. द. भि. कुलकर्णी म्हणतात त्याप्रमाणे या नियतकालिकांतील लेखनामुळे "बेंगरूळ व भांबावलेले गद्य मागे पडून डौलदार व प्रत्ययपूर्ण निबंध आता लिहिले जाऊ लागले. त्याला शुद्धलेखन, व्याकरण, औचित्य व पांडित्य यांची सुखकर बंधने पडली. विषयाचे व विस्ताराचे बंधन गळून पडून त्यात विविधता व विस्तृतता हे गुण आले. तो सैल न होता विस्ताराला व विकारवश न होता भावपूर्ण झाला. आपल्या स्वरूपाची काळजी घेऊन त्याने प्रारंभ मध्य अंत इत्यादी आपले अवयव समर्थ व सुंदर केले."[५२]

'विविधज्ञानविस्तार'कर्त्यांनी मराठी भाषेचा प्रारंभापासून अभिमान बाळगला आणि मराठी भाषेला विद्वन्मान्यता व राजमान्यता मिळावा म्हणून हरप्रकारे प्रयत्न केले असे सांगून वा. ल. कुलकर्णी पुढे म्हणतात की, 'विस्तारा'चे असे एकही वर्षाचे पुस्तक आढळणार नाही की ज्यात भाषेचा विचार करणारे अभ्यासलेख नाहीत. 'विस्तारा'च्या पहिल्याच वर्षाच्या अंकात आमच्या भाषेत सांप्रतचा काळ कठीण आला असे लिहिले होते. 'मराठी भाषा' विषयावर मोठा चांगला निबंधही प्रकाशित केला असून त्यात इतर भाषाभगिनीपेक्षा मराठी श्रेष्ठ असल्याचे प्रतिपादन होते. मुंबई विद्यापीठाने प्रारंभी पदवी परीक्षेपर्यंतच्या अभ्यासक्रमात मराठीला स्थान देऊन पुढील काही वर्षातच तिचे अभ्यासक्रमातून उच्चाटून केले तेव्हा त्याबद्दल नाराजी नोंदवणारे अनेक लेख 'विस्तारा'ने छापले होते. एका लेखात भाषिक विद्यापीठाची सूचनाही केली होती. द. वा. पोतदार म्हणतात ते खरेच आहे की, 'विस्तार'कर्त्यांची ही कल्पना जर त्यावेळी मूर्त स्वरूप पावली असली तर खरोखरच आमच्या देशाचे पाऊल फार पुढे पडले असते. या नियतकालिकाने अखेरपर्यंत मराठी भाषेच्या अभ्युदयार्थ त्याला जे जे प्रयत्न करणे शक्य होते ते ते केले. भाषाशास्त्र, व्याकरण, लेखननियम, भाषाशुद्धी, भाषोत्पत्ती, लिपी, परिभाषा, व्युत्पत्ती, कोशवाङ्मय, बोलीभाषा अशा अनेक विषयांवर 'विस्तारा'तून अभ्यासपूर्ण व साधकबाधक चर्चा झालेली आढळते.[५४] इंग्रजांच्या आगमनापासून १८७८ पर्यंत मराठीत ग्रंथलेखन व्हावे या हेतूने जे प्रयत्न झाले त्यांचा तपशीलवार आढावा 'महाराष्ट्र ग्रंथलेखन' या निबंधात 'विस्तार'कर्त्यांनी घेतला असून मराठी ग्रंथकारांच्या पहिल्या संमेलनात कोणकोणत्या गोष्टींचा विचार होणे अगत्याचे आहे याची खुलासेवार चर्चाही त्यात केली आहे. अव्वल इंग्रजी काळातील मराठी ग्रंथलेखनाची वाटचाल लक्षात येण्याच्या दृष्टीने हा लेख फार महत्त्वाचा असल्यामुळे प्रस्तुत ग्रंथाच्या परिशिष्टात त्याचा अंतर्भाव केला आहे.

या काळातील नियतकालिकांच्या संदर्भात आणखी एका वैशिष्ट्याचा आवर्जून उल्लेख करता येईल, तो म्हणजे त्यातील वाचकांचा पत्रव्यवहार. त्याचा खास उल्लेख करण्याचे कारण असे आहे की मराठी गद्याला एक नवे रूप देण्यास त्यातील काही पत्रे कारणीभूत ठरली आहेत. पुण्याच्या 'लोकरुल्याणेच्छु' पत्रात 'गोल्या घुबड', 'ज्ञानप्रकाशा'त 'पढतमूर्ख' अशा नावांनी, तर इतरत्र गाढव, वेताळ, पिशाच इत्यादी टोपणनावांनी पत्रे प्रकाशित होत असत आणि त्यावर तेव्हाच्या समाजात भरपूर चर्चाही होत असे. या पत्रांची दखल घेऊन 'निबंधमाला'कार चिपळूणकरांनी असा निर्वाळा दिला आहे की, अशा विनोदात्मक लेखनाची प्रवृत्ती मराठीच पूर्वी गद्यात नव्हती व पद्यातही नव्हती ती इंग्रजी भाषेकडून इकडे आली होती. एक गोष्ट स्पष्टच आहे की, मराठीत नंतरच्या काळात जो औपरोधिक गद्यशैलीतील निबंध लक्षणीय प्रमाणावर आला त्याला या पत्रलेखकांनी पहिली चालना दिली आहे.

**भाषिक स्वदेशीवाद किंवा राष्ट्रीय गद्याची निर्मिती**

स्वातंत्र्य आंदोलनात स्वदेशीची भावना जसजशी बळवत गेली तसतसे भाषिक स्तरावरही तिचे पडसाद उमटू लागले, विशेषतः त्या काळच्या गद्यलेखनात ते ठळकपणे दिसतात. गद्यलेखन हे राजकीय कृतीला पोषक किंवा पर्यायी ठरावे अशा दृष्टीने गद्यलेखनाकडे पाहिले जाऊ लागले. इंग्रजीचा अभिमान ठेवूनही तिच्या वर्चस्वातून मराठीला मुक्त केले पाहिजे याची जाणीव मराठी लेखकांना झाली आणि ते भाषाशुद्धीकडे अधिक लक्ष पुरवू लागले. या दोन्ही प्रक्रिया या देशात राष्ट्रीय गद्याचा विकास होण्यास कारणीभूत झाल्या.[५५] सर्व समुदायांच्या व जातीजमातींच्या व्यक्तींनी लिहिलेल्या विभिन्न प्रकारच्या गद्यलेखनातून साक्षरतेचे प्रमाण वाढले होते, यातून या काळाच्या अभिजनवादी, शुद्धीकरणप्रवण आणि ब्राह्मणी गद्यशैलीला जन्म दिला होता. या शैलीत वक्तृत्वपूर्ण संस्कृतप्रचुर शब्दबंबाळपणा विपुल असला तरी नेमकेपणा वा सूक्ष्मपणा यांची मात्र वानवा होती. सर्वच प्रभावी निबंधकारांच्या गद्यातून नायकाचा ध्वनी जेवढ्या ठळकपणे कानावर येत होता तेवढ्यात प्रमाणात वस्तुनिष्ठा व व्यापक मानवी आस्था मात्र आढळत नव्हती.[५६] पांडित्य व शब्दावडंबर यांचे प्रमाण प्रचंड असलेल्या या गद्यामागील प्रेरणा निखळ उपयुक्ततावादी होत्या आणि प्रयोजन बव्हंशी राजकीय होते त्यामुळे स्वाभाविकच त्यात भाषासौष्ठवापेक्षा तारस्वराचे प्रमाण जास्त होते. याच कारणाने साधेसरळ गद्य, वैज्ञानिक व विवेकयुक्त चर्चाविश्वे, सूक्ष्म विनोद आणि आत्मभानपूर्ण आत्मकथने याचे प्रमाण या काळच्या लेखनात कमीच आढळते. विष्णूशास्त्री चिपळूणकरांची निबंधमाला ही या नव्या गद्याची सुरुवात म्हणता येईल. निबंधमालेच्या अफाट लोकप्रियतेमुळे आणि भारदस्त, अभिजात ऊर्जस्वल व स्वाभिमानपोषक गद्यशैलीमुळे तत्पूर्वीचे व समकालीन ग्रंथकार निष्प्रभ होऊन जनतेच्या दृष्टीआड झाले. दादोबा, बाबा पदमनजी व बाळशास्त्री

जांभेकरच नव्हे तर लोकहितवादींसारखे प्रभावी लेखकही मागे पडले. निबंधमालेसंबंधीची सर्वसाधारण भूमिका माडखोलकरांनी पुढील शब्दात मांडली आहे. ते लिहितात, "चिपळूणकरांनी लेखणी हातात धरण्यापूर्वी मराठी भाषा पोरकी व परावलंबी होती, मराठी वाङ्मय पोरकट व परभृत होते. मराठी भाषेचा प्रौढप्रताप निबंधमालेने नव्या सुशिक्षित वर्गाच्या प्रत्ययास आणून दिला."

संस्कृत, इंग्रजी व मराठी या तिन्ही भाषा उत्तम अवगत असल्यामुळे चिपळूणकर उचित, वेधक व सुश्लिष्ट शब्दांची गुंफण करून आपले गद्यलेखन करत असत. त्यांच्या निबंधात खंडनमंडनात्मक व्युत्पन्नतेबरोबरच प्रौढ विनोदबुद्धी, वक्रोक्ती, उपहासचतुर्थ, बहुश्रुत रसिकता, आवाहकता इत्यादी गुण प्रकर्षाने दिसतात. त्यांच्या भाषेला ओज, सौष्ठव व बव्हर्थता लाभली होती. मराठी भाषेच्या ठिकाणी अंगभूत सामर्थ्य व समृद्धी आहे, तिच्यावर कृत्रिम दारिद्र्य लावण्यात आले असून आस्थेचा अभाव आणि उपेक्षा हीच त्यास कारणीभूत आहेत अशा परिस्थितीत आपण या भाषेला तिची प्रतिष्ठा पुन्हा मिळवून देऊ, कोणाचाही दुस्वास न करता; पण अशी महत्त्वाकांक्षा बाळगून आपण लिहू की वाचकांना केवळ आनंदच नव्हे तर ज्ञान आणि शतकांच्या आपल्या बारशाचे भानही यावे अशी प्रतिज्ञा विष्णुशास्त्र्यांनी केली होती. त्यांनी मराठी गद्याला अपूर्व नेमकेपणा, सुसंबद्धता आणि वाक्सौंदर्य दिले, मराठी भाषेच्या आविष्कारकक्षा विस्तारून तीव्र संतापापासून सूक्ष्म टवाळीपर्यंत आणि बिनतोड युक्तिवादांपासून खोचक कानउघाडणीपर्यंत हरप्रकारची अभिव्यक्ती करण्याची क्षमता तिला प्रदान केली. विद्वत्ताप्रचुर व शास्त्रीय लेखन इंग्रजीइतकेच परिणामकारकपणे मराठीतूनही करता येते हे प्रत्यक्ष प्रमाणाने सिद्ध केले. अव्वल इंग्रजीत त्यांच्यापूर्वी मराठीत झालेले बव्हंश लेखन शालेय, भाषांतरवजा किंवा पाश्चात्त्य प्रभावाने डोळे दिपल्याप्रमाणे होते. त्याचा परिणाम आत्मग्लानी व पराभूत मनोवृत्ती बळावून आत्मभानाचा लोप होण्यात झाला आहे असे 'माला'कारांचे निदान असल्यामुळे त्यांनी ते आत्मभान परोपरीने जागवण्याचा प्रयत्न आपल्या एकटाकी लेखनातून केला होता. निद्रित व संमोहित राष्ट्राला खळबळून जागे करण्याचे कार्य निबंधमालेने निश्चितच केले. त्यातील गद्यात साहित्यगुण ओतप्रोत भरलेले होते.

पण त्याचबरोबर निबंधमालेच्या भाषाशैलीवर पडलेल्या काही गंभीर मर्यादांचाही उल्लेख केला पाहिजे. एकतर ते लेखन केवळ एकटाकी होते एवढेच नव्हे तर एक अत्यंत एकाकी व आत्मलीन लेखणीतून ते स्रवलेले होते. 'माला'कारांच्या ठिकाणच्या विलक्षण आत्मकेंद्रित एकाग्रतेमुळे त्यांच्या विचारांची क्षितिजे संकुचित राहिली होती. त्यांच्या भाषेत त्यामुळेच उत्तरोत्तर पुनरुक्ती व पाल्हाळ, आव्हानप्रद, अनौचित्य, औद्धत्य आणि सम्यक दृष्टीचा अभाव हे दोष अपरिहार्यतः शिरले. लोकधर्मी कलासाहित्यातून आणि सर्व सामाजिक

स्तरांतील बोलीभाषांमधून भाषेचे संगोपन झाले पाहिजे हे तत्त्वतः मान्य असलेल्या आणि काही प्रमाणात तसा प्रयत्नही करणाऱ्या विष्णुशास्त्र्यांचे पहिले प्रेम मात्र इंग्रजींवर, दुसरे संस्कृतवर आणि तिसरे मराठीवर होते. दिलीप चित्रे चिपळूणकरांवर टीकास्त्र सोडताना लिहितात, "मराठी संस्कृतीच्या व्यापक आणि सर्वसमावेशक अशा लोकजीवनानुसारी प्रवाहात वस्तुतः विष्णुशास्त्रीसारख्यांना ऐतिहासिकसुद्धा स्थान नाही. उच्चवर्णीयांच्या पाचसहा पिढ्यांची गद्यलेखनाची संकल्पना बिघडवण्याइतपतच शास्त्रीबोवांचा प्रभाव. त्यांनी मराठी भाषा एकाच वेळेस इंग्रजाळण्याचा आणि संस्कृताळण्याचा विचित्र विक्रम केला."[५७] विष्णुशास्त्र्यांच्या भाषेचा कृत्रिमपणा हा त्यांच्या विचारांच्या नकलीपणातून आला आहे असे चित्र्यांना वाटते. त्यांच्या मते धड मराठी संस्कृतीशी संबंध नाही आणि धड इंग्रजी संस्कृतीही समजण्याची क्षमता नाही अशी चिपळणूकरांची स्थिती होती. खुद्द निबंधमालेच्या काळातही चिपळूणकरांच्या लेखनशैलीवर टीका होतच होती. मराठी भाषेच्या निष्ठावंत उपासकांपैकी एक असलेले वामन आबाजी मोडकर (१८३५-१८९७) हे निबंधमालेचे परखड टीकाकार होते. सुधारकांविरुद्ध चिपळणूकरांनी अनर्गल व व्यक्तिद्वेषाने भरलेली टीका केली तेव्हा मोडकांनी त्यांची स्पष्ट शब्दात कानउघाडणी केली होती. त्यांची दोन पत्रे प्रस्तुत संकलनात वाचकांना आढळतील. १८२० नंतरच्या अर्धशतकात मराठी गद्यशैलीचा जो स्वाभाविक असा विकास होत होता त्याला पहिला अडथळा विष्णुशास्त्र्यांनी आणला आणि पुढे त्यांच्यापासून लेखनाच्या प्रेरणा येणाऱ्या अनेक मान्यवर मराठी गद्यलेखकांच्या हातून ती विकासप्रक्रिया पार निकालात निघाली असा रास्त आक्षेप दि. के. बेडेकरांनी घेतला आहे.[५८] त्यांच्या मते १८७० नंतरच्या काळात संस्कृतप्रचुर, अलंकारिक व क्लिष्ट अशा मराठी गद्यशैलीचा वाढता प्रभाव दिसतो. मराठीला उगाच संस्कृतच्या जवळ नेऊन 'प्रौढ' व अलंकारिक बनवणे, मराठी गद्यात संस्कृत शब्द, सुभाषिते व क्लिष्ट वाक्यप्रयोग यांचा सढळ हाताने वापर करणे यामुळे ही कथित प्रौढ ग्रांथिक भाषा बोलीभाषेपासून दुरावत गेली. टिळक, आगरकर, राजवाडे, परांजपे प्रभृती लेखकांनी तीच गद्यधाटणी पुढे चालवली.

टिळक आगरकर हे स्वतः कसलेले पत्रकार होते आणि लेखणीचा वापर शस्त्राप्रमाणे करण्यात तरबेज होते. विष्णुशास्त्री चिपळूणकरांच्या नुसत्या लेखनशैलीनेच ते प्रभावित झालेले नव्हते तर शास्त्रीबोवांची राष्ट्रवादी विचारसरणीही त्यांना भावली होती. त्यांच्यासोबत प्रत्यक्ष सामाजिक राजकीय कार्यातही टिळक आगरकर सहभागी झाले होते. कुशल संपादनाचा वस्तुपाठ महाराष्ट्रापुढे ठेवून लोकप्रिय पत्रकारितेचे युगच त्यांनी आपल्या लेखणीच्या जोरावर येथे सुरू केले होते. आधुनिक महाराष्ट्राची मानसिकता घडवण्यात त्यांचा सिंहाचा वाटा आहे. पूर्णसुरीपेक्षा अधिक सखोल विद्वत्ता, सर्वस्पर्शी व्यासंग, धारदार तर्कशुद्धता, उत्कट

आस्था, त्याग आणि कळकळ अंगी असल्यामुळे या जोडीने ध्येयानुगामी सामाजिक सेवेचा आदर्शच महाराष्ट्रासमोर उभा केला होता. त्यांच्या खास कमवलेल्या आणि वक्तृत्वपूर्ण युक्तीवादात्मक लेखनशैलीने मराठी गद्याला त्याचे सुवर्णयुग बहाल केले असे काही समीक्षकांचे मत आहे.[५९]

आधुनिक अभिरुचीला जुळणारी मराठी भाषेची घडण करण्याचे फार मोठे श्रेय आगरकरांकडे जाते. मराठी निबंधकारांत त्यांचे स्थान बरेच आहे. 'केसरी' व 'सुधारक' या पत्रांतील त्यांचे लेखन म्हणजे वैचारिक व चिंतनशील गद्यलेखनाचा नमुनाच म्हणता येईल. पल्लेदार वाक्ये, मुद्देसूद प्रतिपादन, अन्वर्थक अर्थालंकार व भाषालंकार, प्रासंगिक व मार्मिक नर्मविरोध, तर्कसंगत युक्तिवाद ही त्यांच्या लेखनशैलीची प्रमुख वैशिष्ट्ये सांगता येतील. 'डोंगरीच्या तुरुंगातील आमचे एकशेएक दिवस' हे त्यांचे छोटेखानी अनुभवकथन म्हणजे मराठी भाषेतील खेळकर व विनोदी शैलीतील लेखनाचे एक उत्तम उदाहरण आहे. कुसुमावती देशपांडे व मं. वि. राजाध्यक्ष म्हणतात त्याप्रमाणे "आगरकरांना आपले हे अनुभव कागदावर उतरावावेसे वाटले, तो क्षण मराठी साहित्यासाठी महत् भाग्याचा मानावा लागेल. कारण ब्रिटिश साम्राज्यशाहीशी संघर्ष करण्याच्या क्रमात पुढच्या साठ वर्षात समृद्ध झालेल्या एका नव्या वाङ्मयप्रकारचे म्हणजे राजकीय कैद्यांच्या अनुभवकथनाचे हे बहुधा पहिलेच उदाहरण असावे." आगरकरांची ही लेखनकृती अनेक अंगभूत गुणवत्तांनी परिपूर्ण झाली असून आगरकरांचे इतिहासाचे परिपक्व आकलन तीत प्रतिबिंबित झाले आहे.[६०]

विचार प्रतिपादन करताना आगरकरांची भाषाशैली जेवढी अर्थगंभीर असायची तेवढीच समाजाच्या अनिष्ट रूढीपरंपरांवर प्रहार करताना आक्रमक व औपरोधिक व्हायची. अशा विविधतेबरोबरच त्यांच्या लेखनात स्वच्छ व पारदर्शक सचोटी होती. कधी वाक्यांवर वाक्ये रचत जाऊन ते आपले युक्तिवाद टिपेला नेत असत तर कधी कट्यारीच्या वेगवान घावासारखी लहानलहान वाक्ये लिहून आपले प्रतिपादन प्रभावी करत असत. शेकडो इंग्रजी शब्दांना अन्वर्थक मराठी पर्याय घडवून तसेच रोजच्या वापरातील काही इंग्रजी शब्दांना बेमालूम मराठी पेहराव घालून आगकरांनी मराठी भाषेची शब्दकळा अधिक संपन्न केली. वाक्यरचनेला नवी लवचीकता देऊन भाषेच्या अर्थविस्ताराची क्षमता परोपरीने विस्तारली. छद्मी भाषा आणि आवेशपूर्ण पाणउतारे यांचा त्यांनी प्रभावी वापर केला. त्यांच्या लेखनात काहीवेळा पाल्हाळ व विस्कळीतपणा यासारखे दोष दिसत असले तरी त्यांच्या विचारातील उत्कटता, सचोटी आणि तीव्र कळकळ त्यातून अधिक प्रभावीपणे प्रत्ययास येत असल्यामुळे वाचकांचे त्या दोषांकडे दुर्लक्ष होते. परभाषेतील नाट्यवाङ्मय मराठीत आणताना भाषांतरकाराने कोणती दक्षता घेतली पाहिजे किंवा मराठी वाक्याचे निरनिराळे अवयव आणि त्यांचे परस्परसंबंध

कसे असावेत या प्रश्नांचा सखोल वेध घेणारे आगरकरांचे लेखन वाचल्यावर त्यांची मराठी भाषेविषयीची आस्था ध्यानात येते. वाक्यरचनाविचार तर बहुदा त्यांनीच मराठीत सर्वप्रथम मांडला असावा.

प्राच्यविद्या आणि संस्कृत भाषा यांचे विचक्षण जाणकार असूनही टिळकांच्या गद्यलेखनात फारच थोडी संस्कृतप्रचुरता आढळते. न. चिं. केळकर म्हणतात त्याप्रमाणे टिळकांच्या केसरीतील लेखनातील प्रत्येक शब्द सरळ, स्पष्ट, युक्तिवादात्मक, व्यावहारिक, सामान्य माणसाला समजणारा व उमजणारा असल्यामुळे त्याचे मर्म समजले नाही असा वाचक सहसा आढळत नसे. संस्कृतइतकाच त्यांचा इंग्रजीचाही व्यासंग होता. तुरुंगात सवड मिळाल्यावर त्यांनी गीतारहस्य, ओरायन, वेदांग ज्योतिष आर्क्टिक होम इन दि वेदाज हे जे गंभीर लेखन केले त्यातून त्यांचे व्यासंगपूर्ण भाषाप्रभुत्व ध्यानात येते; पण वृत्तपत्रांद्वारे लोकशिक्षण व राजकीय जागृती साधायची तर तेथे लोकांना सहज समजणारी, त्यांच्या अंतःकरणांना भिडणारी आणि त्यांना सरकारी अन्यायाविरुद्ध प्रक्षुब्ध करणारीच भाषा पाहिजे याची स्पष्ट जाणीव टिळकांच्या गद्यलेखनात दिसून येते. प्रखर ब्रिटिशविरोधी लेखांबद्दल टिळकांना राजद्रोहाच्या आरोपाखाली तीन वेळा कारावास घडला होता. 'राज्य करणे म्हणजे सूड उगवणे नव्हे', किंवा 'सरकारचे डोके ठिकाणावर आहे काय?' यासारखे त्यांच्या लेखांचे मथळे समकालीन जनमाणसात तर पक्के स्थान मिळवून बसले होतेच; पण त्यांना मराठी साहित्यात सार्वकालिक चिरंजीविता लाभली आहे असे म्हटल्यास ते अतिशयोक्तीचे होणार नाही. त्यांच्या भाषाशैलीचा भेदकपणा, त्यांच्या युक्तिवादांचा जोरकसपणा आणि त्यापेक्षाही त्यांच्या शब्दांतून व्यक्त होणारी जनकल्याणाची उत्कट तळमळ हीच त्यासाठी कारणीभूत ठरली. त्यांच्या प्रत्येक शब्दावर जणू त्यांच्या व्यक्तिमत्त्वाची छाप पडली होती. त्यांच्या भाषाविषयक कार्यात उल्लेखनीय असलेली आणखी एक बाब म्हणजे मराठी वर्णमाला छापण्याच्या दृष्टीने कशी घडवता येईल याचा टिळकांनी यशस्वी प्रयत्न केला होता.

शि. म. परांजपे हे तर विष्णुशास्त्री चिपळूणकरांचे आधी विद्यार्थी आणि नंतर सहकारी होते. प्रखर राष्ट्रीय बाण्याचे पत्रकार, साहित्यिक आणि प्रभावी वक्ते म्हणून ते ओळखले जातात. त्यांचे लेखनही ओजस्वी असायचे. त्यांनी १८९८ साली 'काळ' नामक नियतकालिक सुरू केले. काळ या शब्दातून ध्वनित होणाऱ्या अर्थाचा ऊहापोह करणारा त्यांचा एक अग्रलेख आपण येथे संकलित केला आहे. अनुप्रास, व्याजस्तुती, व्याजनिंदा इत्यादी ओजस्वी साधनांचा वापर करून परांजपे गद्यलेखन करत असत, उपरोध हा त्यांचा खास बालेकिल्ला होता. पौराणिक प्रसंगांचा वापर करून ब्रिटिश सत्तेवर ते मर्मभेदी टीका करत असत. क्रांतिकारकांचा गौरव करणारे लेख त्यांनी निर्भयपणे लिहिले होते. संस्कृत साहित्यावर त्यांनी

अभ्यासपूर्ण लेखन केले होते. काव्यात्म गद्याचेही उत्कृष्ट नमुने त्यांच्या लेखनात आढळतात; पण त्यांचे मराठी गद्यशैलीला सर्वात महत्त्वाचे व मौल्यवान योगदान मात्र वक्रोक्ति व्याजोक्तीचा त्यांनी केलेला शस्त्रासारखा वापर हेच आहे. आज ती लेखनाची धाटणी फारशी प्रचलित नसली तरी त्यांची श्रीमंत शब्दकळा, झोबणारा उपरोध आणि काव्यात्म निरूपणपद्धती यांनी मराठी गद्याचे सौंदर्य कधीकाळी कमालीचे खुलवले होते. वक्रोक्तीचा इतक्या विपुल प्रमाणावर वापर मराठी साहित्यात परांजप्यापूर्वी कधीच कोणी केला नव्हता आणि त्यांच्या नंतरही केला नाही. परकी सत्तेच्या दडपणामुळे जे स्पष्ट लिहिणे शक्य नव्हते ते त्यांनी लोकांपुढे मांडले. एवढेच नव्हे तर थेट सशस्त्र क्रांतीचा पुरस्कारही त्यांनी वक्रोक्तीचा आधार घेऊन केला होता. त्यांच्या गद्यात वाचकाला पांडित्याबरोबरच प्रतिभाही प्रतीत होते.

प्रतिज्ञापूर्वक मराठीतच लेखन करून इतिहास, भाषाशास्त्र, व्युत्पतिशास्त्र, व्याकरण इत्यादी अनेक क्षेत्रे आपल्या संशोधनाने उजळणारे परिश्रमी व प्रतिभासंपन्न विचारवंत इतिहासाचार्य वि. का. राजवाडे यांचा मराठी गद्याच्या आढाव्यात आवर्जून उल्लेख करायलाच पाहिजे. त्यांच्यासंबंधी लिहिताना श्री. के. क्षीरसागरांनी "ज्यातील विचार तत्त्वज्ञानाच्या उंचीला पोचले आहेत, ज्यातील श्रद्धा प्रेषिताची उत्कटता धारण करीत आहे आणि ज्यातील कलात्मकता म्हणजे खेळकरपणा नसून काव्यमयता आहे अशा अर्थमंथर आणि उत्कट गद्याचे पहिले प्रणेते" अशा शब्दांत राजवाड्यांचा गौरव केला आहे.[६१] महानुभावांची संकेतलिपी उलगडून राजवाड्यांनी महानुभाव साहित्याचे कवाड जगाला उघडून दिले. महानुभावांची भाषा व अर्वाचीन मराठी भाषा यांचा जैव संबंध स्पष्ट केला आणि एकापरीने मराठी ही केवळ बोलण्याची भाषा आहे. ग्रंथरचना होण्याइतपत तो साहित्यगुणसंपन्न नाही हा समज खोटा पाडला. त्यामुळे गं. दे. खानोलकर म्हणतात त्याप्रमाणे "अनेक शतकेपर्यंत गुप्त असलेले मराठी भाषाप्रासादाचे एक विपुल ग्रंथसंपत्तीने भरलेले दालन उघडून आपल्या भाषिक व साहित्यिक ऐश्वर्याचे दर्शन घडवण्याचा पहिला मान राजवाड्यांचा आहे."[६२] केतकरांचे तर असे मत होते की, राजवाड्यांचे कार्य इतिहाससंशोधकापेक्षा भाषाशास्त्रसंवर्धक म्हणून अधिकच मोठे होते.

मराठ्यांच्या इतिहासाच्या साधनांचे बावीस खंड राजवाड्यांनी संपादित केले, त्यातील नऊ खंडांना प्रदीर्घ अभ्यासपूर्ण प्रस्तावना लिहिल्या. इतिहासाचा हा शोध त्यांना प्राचीन मराठी साहित्याकडे घेऊन गेला. त्यासाठी त्यांना भाषेचे सखोल ज्ञान असणे गरजेचे वाटले. त्यातून ते शब्दांच्या उगमाकडे म्हणजे व्युत्पत्तिशास्त्राकडे आणि भाषेच्या स्थित्यंतराशी संबंधित प्रश्नांकडे वळले. व्यक्तींची उपनामे, ग्रामनामे, वगैरेंच्या मुळाचा त्यांनी शोध घेतला. ती त्यांच्या मते बव्हंशी संस्कृतोद्भव असल्यामुळे त्यांनी संस्कृतीचा व्यासंग केला. भाषेचा

विकास आणि अपकर्ष होण्याची त्यांनी कारणमीमांसा केली. परकी राज्यसत्तेचा तसेच स्वकीय राजकीयादी सर्व संस्थांचा सर्व व्यवहार इंग्रजीत चालणे, ग्रंथलेखन व ग्रंथशीक धंदे इंग्रजीत होणे आणि सर्व हिंदुस्थानचे व आशिया मायनरपासून चीनपर्यंत लगतच्या देशांचे मिळून एक राष्ट्र बनवण्याच्या खुळ्या समजुतीपायी इंग्रजीचा स्वीकार केला जाणे हे मराठीला मृत्युपंथास लावणारे महारोग असून ते काढून टाकल्याशिवाय मराठीची प्रकृती सुधारणार नाही असे राजवाड्यांचे निदान होते. मराठी भाषा 'मुमुर्ष' आहे म्हणजे मरणासन्न झाली आहे हे राजवाड्यांचे सुप्रसिद्ध विधान वस्तुस्थिती सांगण्यापेक्षा मराठी माणसाला चेतना यावी म्हणून डिवचण्यासाठी केले होते हे केतकरांचे निरीक्षण बरोबरच आहे. त्या विधानातून निराशावाद नव्हे तर भाषेच्या अभ्युदयार्थ मराठी माणसांनी चिवटपणे प्रयत्न करण्याची आंतरिक इच्छाच अभिव्यक्त झाली होती. खुद्द राजवाड्यांनी त्या दिशेने मौलिक प्रयत्न केले होते. मराठी भाषेची वैचारिक समृद्धी वाढावी यासाठी इंग्रजीतल्या अभिजात ग्रंथांची मराठी भाषांतरे होणे गरजेचे वाटल्यावरून त्यांनी नेटाने हा उपक्रम चालवला होता. या संदर्भातील त्यांची भूमिका मांडणारा लेख आम्ही प्रस्तुत संकलनात घेतला आहे. त्यांनी संपादित केलेल्या 'मराठी धातुकोशा"ला लिहिलेल्या प्रस्तावनेत कृ. पां. कुलकर्णी यांनी धातुकोशाचे महत्त्व सांगताना म्हटले होते की, "भाषेची संपत्ती शब्दसंग्रहावरून कळते. शब्दांची संपत्ती धातुसंग्रहावरून कळते. भाषेत जितक्या क्रिया अधिक तितक्या त्या लोकांच्या हालचाली अधिक, तितके धातू अधिक." जेवढे धातू जास्त तेवढ्या क्रिया जास्त म्हणजे तितका त्या समाजाचा व्याप, व्यापार व हालचाली जास्त, म्हणजेच पर्यायाने चैतन्य जास्त असते. त्यामुळे "एखादा समाज सुधारणेच्या कोणत्या अवस्थेत आहे हे पाहावयाचे झाले तर त्या समाजाची भाषा पाहावी. त्यातही पुन्हा तिचा शब्दसमूह पहावा." त्यातही पुन्हा तिचा धातुपाठ पहावा.[६३] या दृष्टीने पाहता राजवाड्यांच्या धातुकोशाचे मौलिक महत्त्व लक्षात येते.

राजवाडे समग्र साहित्याचा इतिहास व इतिहासविषयक लेखांच्या खंडाला अ. रा. कुलकर्णी यांची प्रस्तावना आहे. तिचा समारोप करताना कुलकर्ण्यांनी कोण्या एका अनामिकाचा लेख सविस्तर उद्धृत केला आहे. त्यातील मजकूर राजवाड्यांच्या गद्यशैलीवर प्रकाश टाकणारा आहे. समकालीन संशोधकांहून वेगळी आणि कोणाची ओझरातीही छाप नसलेली राजवाड्यांची गद्यशैली असल्याचे सांगून हा अनामिक म्हणतो, "त्यांच्या लिखाणात शब्दाची झालर नाही. भाषेचे अवडंबर नाही. त्यांचे बोलणे तुटक व थोडेफार दुसऱ्याबद्दल तुच्छतादर्शक, अक्षर सुवाच्य, लिखाणात खाडाखोड वा फिरवाफिरव नाही, विचारही तसेच. संदिग्धता नाही, अनिश्चय नाही, शब्द, वाक्य, परिच्छेद, सारे नियमबद्ध आणि रेखीव, विनोद, भाषासौष्ठव

नाही, सर्व लिखाणातून खणखणीत आवाज. छोटी पण मुद्देसूद व सिद्धान्तवजा वाक्ये हा त्यांच्या लेखनशैलीचा विशेष होता.” त्यात शब्दांची वीण नसली तरी त्यांची वर्णनशैली अंतःकरणाचा ठाव घेणारा होती. लेखनात विचार व विवेक हे प्रधान गुण असले तरी विकाराच्या आहारी जाऊन कधी त्वेषाने तर कधी निराशेनेही त्यांनी लिहिले आहे. त्यांची भाषा संस्कृतप्रचुर असल्यामुळे ते वैशद्य, मात्सर्य किंवा रामस्य असे शब्द सहजपणे वापरत असत, स्वभावधर्मानुसार प्रसंगी ग्रामीण व ग्राम्स शब्दांचा वापरही बिनदिक्कतपणे करत असत. राष्ट्र स्वतंत्र झाल्याखेरीज मराठी भाषेची सर्वांगीण अभिवृद्धी होणे शक्य नाही अशी ठाम धारणा असल्यामुळे स्वभाषेच्या व स्वदेशच्या इतिहासातून जनसामान्यांचा स्वाभिमान जागृत करणे आणि त्यांना संघर्षप्रवृत्त करणे हे राजवाड्यांनी आपले जीवितकार्य मानले होते.

राजारामशास्त्री भागवत या श्रेष्ठ भाषाभ्यासकाचाही येथे उल्लेख करावा लागेल. ‘ब्राह्मण पण हिंदू नव्हे’ अशा सहीने ते लेखन करत असत. जन्भर विद्यार्थी व लोकशिक्षक याच भूमिकेत ते वावरले. लॅटिन, ग्रीक, अरबी, फार्सी अशा विविध पौर्वात्य व पाश्चिमात्य भाषांचा त्यांचा सखोल अभ्यास होता. त्या अभ्यासाचा तसेच मुंबईतील सर्वदेशीय वातावरणाचाही त्यांच्या मराठी गद्यावर प्रभाव आढळतो. त्यांनी सुचवलेल्या अनेक मराठी शब्दांच्या व्युत्पत्त्या आजही अभ्यासकांना विचारात घेणे भाग पडते. विद्वत्ता, बहुश्रुतता, सूक्ष्म दृष्टी, कुशाग्र बुद्धी, स्पष्ट व ठाम विचार, सडेतोड मांडणी ही राजारामशास्त्र्यांच्या लेखनाची वैशिष्ट्ये सांगता येतील. प्रारंभी विधवाविवाहादी विषयांवर पुराणमतवादी मते असणाऱ्या शास्त्रीबोवांनी नंतरच्या काळात पुरोगामी विचारांची कास धरली. वेदोक्तवादात ते शाहू महाराजांचे पक्षपाती होते. ‘दीनबंधू’तून त्यांनी अनेक विषयांवर वादळी लेखन केले होते. केरळ, कोकिळ, ज्ञानप्रकाश, विविधज्ञानविस्तार, पुणेवैभव वगैरे नियतकालिकांतूनही त्यांचे बाणेदार लेखन प्रकाशित होत होते. एकूणच वादळी व्यक्तिमत्त्वासाठी ओळखले जाणारे राजारामशास्त्री संस्कृतचे जाडे विद्वान असले तरी मराठी बोलीभाषेचा त्यांना विलक्षण अभिमान होता. त्यांच्या हयातीतच त्यांची चाळीसहून अधिक पुस्तके प्रकाशित झाली होती. ‘मराठ्यांसंबंधी चार उद्गार’ हे त्यापैकीच एक असून त्यातील एक उतारा प्रस्तुत संकलनात घेतला आहे. महाराष्ट्राच्या सामाजिक, सांस्कृतिक, शैक्षणिक व वाङ्मयीन जीवनात भागवतशास्त्र्यांचे लक्षणीय योगदान झाले आहे.

**स्त्रियांचे गद्यलेखन**

गद्याच्या प्रांतवार आढळणाऱ्या वेगळ्या वैशिष्ट्यांचा जसा तौलनिक अभ्यास करणे शक्य आहे तद्वतच स्त्री आणि पुरुष यांच्या गद्यलेखनातील भिन्न स्वरूपाचीही कारणमीमांसा केली जाऊ शकते. येथे तशी सखोल चर्चा केलेली नसली तरी स्त्रियांच्या लेखनाचा वेगळा विचार

करण्याची गरज आहे एवढी नोंद मात्र घेतली आहे. स्त्रियांची भाषा पुरुषांहून भिन्न आढळते काय? ती तशी असण्याची कोणती सामाजिक सांस्कृतिक कारणे संभवतात? शैलीदृष्ट्या स्त्रियांच्या गद्यलेखनाच्या अधिकउणे बाजू कोणत्या दिसतात? असे प्रश्न या संदर्भात उपस्थित करता येतील.

प्रस्तुत ग्रंथाच्या कालमर्यादेत ज्या स्त्रियांनी वैचारिक लेखन केले त्यात श्रीमती फेरार, ताराबाई शिंदे आणि पंडिता रमाबाई ही नावे ठळकपणे पुढे येतात. इंग्रजपूर्वकाळात स्त्रियांच्या लेखनाची बरीच जुनी व संपन्न परंपरा मराठीला असली तरी त्यांच्या लेखनाचे प्रमाण फारच थोडे आहे. त्यातही गद्यलेखन तर अगदीच नगण्य आहे. श्रीमती फेरार यांची एकूण सात पुस्तके उपलब्ध आहेत. 'कुटुंबप्रवर्तननीति' (१८३५) हे त्यापैकी सर्वात महत्त्वाचे म्हणता येईल. छप्पन पृष्ठांच्या या पुस्तकाला मराठी भाषेतील स्त्रीलिखित पहिला ग्रंथ म्हणून ओळखले जाते. स्त्री पुरुषांत भेदभाव करणे योग्य नसल्याचे प्रतिपादन लेखिकेने स्पष्ट; पण सौम्य शब्दांत केले आहे. विलास खोले म्हणतात त्याप्रमाणे "वाचकांना ऋजू शब्दांत आवाहन करून त्यांच्या ठिकाणचा विवेक जागा करण्याचा प्रयत्न करणारी त्यांची परिणामकारक भाषा वाचकाला समजूतदारपणे जवळ घेणारी आहे." त्यांच्या मते, पन्नास वर्षांनी ताराबाई शिंदे यांनी जे विवेचन केले त्यांची अनुकूल अशी पृष्ठभूमी फेरारबाईच्या लेखनाने तयार केली होती. फेरारबाईच्या लेखनाची द. भि. कुलकर्णी यांनी पुढील शब्दात भलावण केली आहे. "संयत भावना व बेमालूम प्रचार या गुणांप्रमाणेच ग्रंथकर्तीजवळ कोमल, शुद्ध व लवचीक भाषाशैलीही आहे... त्यामुळे एका निरभिमानी व प्रेमळ मनाच्या सहवासात आपण आहोत असे हा ग्रंथ वाचत असताना सतत वाटत राहते."[६६] एकोणिसाव्या शतकात मराठी भाषेतून ज्या दोन प्रमुख लेखिकांनी स्त्रियांच्या स्थितीवर प्रकाश टाकला त्या ताराबाई शिंदे आणि पंडिता रमाबाई यांच्या लेखनातील वेचे प्रस्तुत संकलनात समाविष्ट केले आहेत.

'स्त्री-पुरुष तुलना' या पुस्तकात ताराबाईंनी जे क्रांतिकारी विचार मांडले तसे ते मराठी गद्यात त्यापूर्वी कधीच आले नव्हते. फुले - लोकहितवादी - आगरकरादिकांनी स्त्री प्रश्नांचा ऊहापोह अवश्य केला होता; पण स्वतःच्या प्रत्यक्ष अनुभवांच्या आधारे एका स्त्रीने केलेली त्यांची चर्चा मात्र प्रथमच होत होती. 'स्त्रीच्या प्रदीर्घ मौनानंतर उमटलेला समाजाला कुंठित करून टाकणारा स्वर' हे त्या पुस्तकाचे खोल्यांनी केलेले वर्णन अगदी योग्य आहे. सतत विस्तारात जाणारी अर्थवलये घेऊन कागदावर उतरलेली ताराबाईंची शब्दकळा, पुरुषसत्तेचे दाहक अनुभवविश्व, उपहासगर्भ व अघातशील लेखनशैली, पुरुषांचा केलेला परखड पाणउतारा, आवेशपूर्ण असूनही तर्कसंगतता न सोडणारे प्रक्षोभक प्रतिपादन ही सारी ताराबाईंच्या लेखनाची ठळक वैशिष्ट्ये सांगता येतील. खोले म्हणतात त्याप्रमाणे 'ताराबाईंनी योजलेली

क्रियापदे, क्रियाविशेषणे व विशेषणे विशेष प्रक्षोभकारी आहेत. 'अरेला कारेने उत्तर' अशा स्वरूपाचे भावनोद्रेकातून झालेले हे लेखन असल्यामुळे त्यात संयत शब्दांची अपेक्षाच अनाठायी ठरते.

ज्योतीराव फुले व ताराबाई शिंदे यांच्या लेखनशैली वरवर पाहता सारख्याच दिसत असल्या तरी त्या दोघांच्या विचारात व शैलीतही फरक असल्याचे सांगून खोले म्हणतात, "ताराबाईंची लेखनशैली जोतीरावांपेक्षा भिन्न आहे. बोलीभाषेतील शब्दांबरोबरच संस्कृत शब्दांचा ताराबाईंनी केलेला उपयोग पाहिला तर हे लेखन जोतीरावांशी अजिबात मिळतेजुळते नाही. केवळ शब्दांच्या अभ्यासावरूनही हे सिद्ध होईल."[६७] ताराबाईंची भूमिका सामोपचाराची आहे परंपराभंजक क्रांतिकारकाची नाही, त्यांनी मराठी गद्यलेखनात इतिहास घडवला हे मात्र एक निर्विवाद सत्य आहे. स्त्री जीवनाशी निगडित एवढी चित्रदर्शी व अस्सल उपमासृष्टी स्त्रीमनात खदखदणाऱ्या वेदनांचा एवढा उद्रेक आणि तो अचूकपणे व्यक्त करणारी, भावानुरूप बदलणारी अशी शब्दकळा मराठी गद्यात पूर्वी कधीच आली नव्हती. शैलीबाबत भिन्नता असली तरी विचारांबाबत ताराबाई व जोतीराव यांच्यात बरेच साधर्म्य आढळते. ताराबाईच्या माहेरी सत्यशोधकी वातावरण असल्यामुळे तसे ते असणे स्वाभाविकच आहे; पण त्यातही फुल्यांच्या विचारांचा ताराबाईवर एकतर्फी प्रभाव होता असे म्हणता येत नाही काही अभ्यासक तर असे मानतात की 'स्त्री-पुरुष' तुलना या ताराबाईंच्या पुस्तकाच्या वाचनानंतरच फुल्यांच्या लेखनात लिंगभावाधारित विषमतेचा वारंवार उल्लेख आला आहे. तत्पूर्वीच्या लेखनात तो अभावानेच आढळतो.[६८]

ताराबाईंच्या पुस्तकानंतर काही महिन्यातच पंडिता रमाबाईंचे (१८५८-१९२२) 'स्त्रीधर्मनीती' (१८८२) हे पुस्तक प्रकाशित झाले. ताराबाईचे लेखन पुरुषांना तर रमाबाईचे लेखन स्त्रियांना आवाहन करणारे होते, त्यामुळे त्यातील दूषणांचा रोखही अनुक्रमे पुरुषांकडे व स्त्रियांकडे होता. रमाबाईंनी त्यांच्या मुलीसह केलेल्या इंग्लंडच्या प्रवासाचा खर्च स्त्रीधर्मनीतीच्या विक्रीतून केला होता. स्त्रियांच्या विशेषतः पतिता, परित्यक्ता व विधवांच्या सर्वांगीण उद्धारासाठी समर्पित भावनेने रमाबाईंनी जन्मभर कार्य केले होते. त्या नऊ वर्षांच्या झाल्यावरही त्यांचे लग्न न केल्याबद्दल समाजाने त्यांच्या आईवडिलांना वाळीत टाकले होते. आई वडिलांसोबत पंधरा सोळा वर्षे केलेल्या तीर्थयात्रांच्या काळात रमाबाईंना त्यांच्या आईकडून संस्कृत व्याकरणाचे व साहित्याचे शिक्षण मिळाले होते. संस्कृत व मराठी या भाषांप्रमाणे कन्नड, गुजराती, बंगाली, हिंदी व इंग्रजी, एवढेच नव्हे तर तुळू व हिब्रू या भाषाही रमाबाईंना उत्तम अवगत होत्या. त्यांच्या या भाषाप्रेमाचा परिणाम त्यांच्या गद्यशैलीवर जाणवल्यावाचून राहत नाही. 'पंडिता' या नावाने ओळखल्या जाणाऱ्या त्या महाराष्ट्रातील आणि बहुदा देशातीलही पहिल्याच महिला होत.

## फुले आणि त्यांची भाषिक परंपरा

मराठी गद्याचा विकासक्रम रेखाटताना फुले आणि त्यांच्या भाषिक परंपरेचा वेगळा व स्वतंत्र उल्लेख करणे अत्यावश्यक ठरते. कारण एकतर पूर्वसुरीपेक्षा फुल्यांच्या भाषेचे स्रोत, स्वरूप आणि सामर्थ्य अगदीच निराळे आहे. दुसरे असे की, जनसामान्यांशी जिवाभावाचा संवाद साधणे हे या गद्याचे प्रयोजन असल्यामुळे जाणीवपूर्वक त्यानुसार फुल्यांच्या गद्याची जडणघडण झाली आहे. फुलेपूर्व उच्चवर्णीय उच्चशिक्षित मराठी गद्यलेखकांवर इंग्रजी आणि संस्कृत या भाषांचे अवास्तव दडपण होते. पाश्चात्य विद्या त्यांना अवगत असल्या तरी ग्रामीण जनसामान्यांच्या जीवनसरणीशी त्यांचा साक्षात संबंध नसल्यालगतच होता. त्यांनी लिहिलेल्या गद्याची भाषा लोकबोलीपेक्षा नागर भाषाच अधिक होती, ती बव्हंशी सांकेतिक व पुस्तकी होती. मूळ पंडिती परंपरेला मुरड घालून लोकाभिमुख करण्याचा प्रयत्न जरी लोकहितवादी, भाऊ महाजन, टिळक वगैरेंनी केला असला तरी त्यांच्याही लेखनातून मराठीची घडण संस्कृतजन्य व संस्कृतोपजीवी उपभाषा अशीच झाली होती. मराठी मातीचा स्पर्श नसल्याने ती बरीचशी गुळगुळीत, निराकार, पांगळी व अव्यावहारिक झाली होती. भालचंद्र नेमाडे म्हणतात त्याप्रमाणे फुलेपूर्व गद्यलेखकांनी इंग्रजी गद्यातील विविध उपव्यवस्था मराठीत रिचवून छापील गद्यरचना प्रमाणित करत आणली होती; पण त्यामुळे इंग्रजी छापाखाली मराठीची लय कायमची बिघडली होती आणि ती सुधारण्याचे सर्व प्रयत्न विफल ठरले होते. फुल्यांच्या काळातही इंग्रजीचा दबाव मराठीवर असला तरी आधुनिक युगाला आवश्यक अशा नव्या भाषिक गरजा मराठीची लिखित भाषा झपाट्याने पूर्ण करत होती. "फुले हे मराठीची प्रमाणशैली रूढ होण्याच्या या जोडावरच्या काळातले असल्यामुळे त्यांचे गद्य इंग्रजीचा दबाव आणि मराठीची लय यांचा संघर्ष दाखवते. त्यातून हा कालखंड हिंदू संस्कृतीच्या पुनरुत्थानाचा असल्याने नाना तऱ्हेच्या निकराचे वैचारिक संघर्ष ह्याच वेळी सुरू होते. त्यामुळे भाषेच्या बदलत्या रचनेला फरफटत नेणारी अर्थरचनेची विलक्षण धार फुल्यांच्या गद्यशैलीला आलेली दिसते."[६१] फुल्यांची भाषा रोखठोक, प्रवाही आणि थेट प्रतिपक्षाला भिडणारी आहे. मराठी गद्यात अभावानेच असलेला सडेतोड सरळधोटपणा आणि बेधडक झणझणीतपणा आपल्या लेखनात ओतून गद्याच्या विकासाला जोतीरावांनी मोठाच हातभार लावला आहे. छपाईच्या युगात आणि शिक्षितांच्या वर्तुळात जन्मलेल्या ग्रांथिक भाषेला उभा छेद देणारी जोतीरावांची भाषा चिपळूणकरी परंपरेपेक्षा अगदी विरुद्ध टोकाची होती. ग्रामीण श्रमिकांची व शूद्रातिशूद्रांची भाषा प्रथमच त्यांच्या लेखनामुळे मराठी गद्यात आली हे फुल्यांचे भाषिक कार्य फारच महत्त्वाचे आहे. फुल्यांच्या लेखनात मिशनऱ्यांच्या मराठी शैलीइतकाच शाहीर तमासगीर, गोंधळी वहीवाले यांच्या लोकधर्मी मौखिक परंपरेचाही संस्कार असल्यामुळे

मिश्रगद्यपद्याचा संयोग त्यात अनेक ठिकाणी आढळतो. वाक्यांतर्गत पदरचना आणि वाक्यांच्या साखळ्या गुंफून त्यांना नव्या अर्थसंभाराला अनुरूप करून फुल्यांनी आपल्या गद्यातून नवे विचार व नवी तर्कपद्धती व्यक्त केली आहे. विचारांच्या जोडीलाच वास्तव परिस्थितीचे भेदक वर्णन करून फुले 'शेतकऱ्याचा असूड'मध्ये ते वाचकांपुढे ठेवतात तेव्हा तत्कालीन खंडनमंडनपर निबंधापेक्षा अगदीच वेगळ्या प्रकारचा निबंध त्यांच्या लेखणीतून उतरलेला असतो.

मराठी मातीचे सत्त्व घेऊन जोतीरावांची भाषा जन्मली होती. ती अस्सल मराठी वळणाची होती. तळागाळातल्या स्त्रीशूद्रातिशूद्रांच्या भाषेचे सौंदर्य व सामर्थ्य तिच्यात खच्चून भरलेले होते.[७०] त्यांच्या डोळ्यांसमोर सदैव कष्टकरी समाजातील सामान्य माणूस होता. त्याच्या खडतर व दुःखमय जीवनाशी जोतीराव तादात्म्य पावले होते. इंग्रजी शिक्षणानेही त्यांची जनसामान्यांशी असलेली ही नाळ तुटली नव्हती. त्यांचे लेखन हे त्या जनसामान्यांना जागवण्यासाठीच असल्यामुळे ते स्पष्ट, सुगम व संवादी होते. विचार आणि भाषा यांची कृत्रिमतेने सांगड त्यांना कधीच घालावी न लागल्यामुळे जोतीरावांच्या भाषेत स्वाभाविकता, अंतःकरणाला भिडणारा घाट आणि निकोप रोखठोकपणा आला. त्यांचे लेखन हा त्यांच्या व्यक्तिमत्त्वाचाच आविष्कार असल्यामुळे त्याला अकारण सौम्यता, संकोच, आर्जवीपणा, नागरता व औपचारिकता यांचा स्पर्शही झालेला आढळत नाही. त्यांची भाषा रांगडी, चढाईखोर, झणझणीत व बोलघेवडी आहे, तिच्या ठायी टवटवीत ताजेपणा आणि दणकट जिवंतपणा आहे.

जोतीरावांच्या भाषेची व्याकरणाच्या नियमांवरची पकड फारशी घट्ट नसली तरी आशयावरची मांड कधीच ढिली पडत नसल्याचे सांगून स. ग. मालशे यांनी जोतीरावांच्या लेखनशैलीची काही ठळक वैशिष्ट्ये नोंदवली आहेत. त्यांच्या मते, शब्दकळा बोलीची; पण वाक्यरचना इंग्रजी पद्धतीची पल्लेदार असा प्रकार जोतीरावांच्या गद्यलेखनात वारंवार दिसतो. "बोलण्याच्या गतीनुसार लिहीत जाण्याच्या खाक्यामुळे आणि संतप्त विचारप्रक्षुब्धतेमुळे त्यांची वाक्ये बहुदा प्रदीर्घतेकडे झुकत जातात व कधीकधी तर पार गुंतागुंतीची होतात. बोलीभाषेशी नाते सांगणारे एकोणिसाव्या शतकातील एक समर्थ गद्यशैलीकार म्हणून महात्मा फुल्यांचे स्थान मराठी गद्यलेखकांमध्ये वैशिष्ट्यपूर्ण ठरते."[७१]

फुल्यांचे गद्य मुख्यत्वे हिंदू संस्कृतीची सबंध संरचना बदलवू पाहणाऱ्या देशीपणाच्या पोटतिडकेने लिहिले असल्यामुळेच ते अभूतपूर्व उतरले असल्याचे सांगताना नेमाडे म्हणतात, "शेतकऱ्याचा असूड (१८८३), इशारा (१८८५) आणि सार्वजनिक सत्यधर्म पुस्तक (१८९१) या तीन पुस्तकांमधील फुल्यांचे गद्य मराठीला त्यांच्यापूर्वी अपरिचित असे अर्थाचे अवाढव्य प्रांत आक्रमताना दिसते. इतके आधुनिक क्रांतदर्शी विचार एवढ्या झपाट्याने

मराठी गद्यात व्यक्त होताना मराठी भाषेच्या सर्व उपव्यवस्था वाकलेल्या दिसतात." फुल्यांचे हे तिन्ही ग्रंथ मराठी गद्यशैलीच्या विकासातील महत्त्वाचे टप्पे असल्यामुळे ते समजून घेतल्याखेरीज मराठीच्या कोणत्याही अभ्यासकाला मराठीची संरचना कशी आधुनिक झाली हे समजणे कठीण असल्याचा निर्वाळा नेमाड्यांनी दिला आहे.[७२]

औपरोधिक शब्दचित्रे, सोंगाढोंगाचा खरपूस समाचार, खोचक शब्दप्रयोग, वंचितांचा अस्स्ल कळवळा, शिष्टसंमत औचित्याची तमा न बाळगणारा मनस्वीपणा या वैशिष्ट्यांसोबतच उपहासात्मक गद्यलेखनाची सर्व तंत्रमंत्रे त्यांना उत्तम अवगत असल्याचा प्रत्यय जोतीरावांचे गद्य वाचतांना मिळतो. ज्याच्यावर हल्ला करायचा त्याची अप्रतिष्ठा व लघुकरण करून जोतीरावांची लेखणी त्याला त्याची जागा अचूकपणे दाखवते. अन्यायकारी चिन्हप्रतीकांना ती सुरूंग लावते.[७३] त्यांच्या गद्यशैलीचा विचार करताना त्यांचा काळ, त्यांची स्वतःची एकूण जगण्याची शैली आणि विषमतामूलक परंपरांचा बीमोड करणाऱ्या चळवळीचा पाया घालवण्यासाठीची एक कृती म्हणून आपल्या लेखनाकडे पाहण्याचा त्यांचा दृष्टिकोन हे सारे संदर्भ लक्षात घेणे आवश्यक ठरते. हितशत्रूंवर घणाघाती हल्ला करताना आक्रमक व ज्वालाग्राही गद्य लिहिणारे फुले हे पिंडाने भाषेच्या विलासात रमणारे व्यक्तिमत्त्व होते हे नेमाड्यांचे प्रतिपादन खरेच आहे. महाराष्ट्रात जेवढे म्हणून महारापासून ब्राह्मणापर्यंत लोक आहेत त्या सर्वांना मराठे म्हणतात हे आवर्जून सांगणाऱ्या फुल्यांना मराठी भाषा ही संबंध मराठी समाजाला एकत्र बांधणारी शक्ती आहे असे मराठीपणाचे जबरदस्त भान निश्चितपणे होते.

फुल्याची लेखनपरंपरा चालवणाऱ्यांमध्ये तुकाराम तात्या पडवळ, नारायण मेधाजी लोखंडे, कृष्णराव भालेकर, कृष्णराव अर्जुन केळुसकर अशी काही नावे सांगता येतील. भालेकर आणि लोखंडे हे तर सत्यशोधक चळवळीचे बिनीचे नेते होते. भालेकरांनी १८७७ ते '१८८०' दीनबंधू हे वृत्तपत्र चालवले. 'बळीबा पाटील आणि १८७७ चा दुष्काळ' ही त्यांची कादंबरीही प्रसिद्ध आहे. तुकारामतात्या पडवळ (१८३१-१८९८) हे फुल्यांचे स्नेही व सहकारी होते. 'एक हिंदू' या टोपणनावाने त्यांचे 'जातिभेदविवेकसार' हे पुस्तक १८६१ साली वासुदेव बाबा नवरंगे यांनी प्रकाशित केले होते. त्याची दुसरी आवृत्ती स्वतः फुल्यांनी १८६५ साली प्रकाशित केली होती. तिखट औपरोधिक शैलीत ब्राह्मणश्रेष्ठत्वाचे वाभाडे लेखकाने काढले आहेत. हे पुस्तक ब्राह्मणेतर चळवळीचा मूलस्रोत मानले जाते. जातिभेदाचे पुरस्कर्ते ज्या धर्मग्रंथांना प्रमाण मानून त्यांच्या आधारे सामाजिक विषमतेचे समर्थन करतात त्यांच्यातलीच अवतरणे घेऊन ग्रंथकाराने जातिभेदाविषयीच्या सनातनी पक्षाच्या युक्तिवादांचे सविस्तर खंडन केले आहे. जातिभेदांना तो सर्व दुःखाचे मूळ मानतो.

गोपाळबाबा वलंगकर (काळ उपलब्ध नाही) हे फुल्यांचे निष्ठावंत सहकारी होते. लष्करातील नोकरी सोडून त्यांनी स्वतःला अस्पृश्यतानिवारणाच्या कार्यास वाहून घेतले होते. दीनबंधू व सुधारक साप्ताहिकात त्यांचे जळजळीत लेख प्रकाशित झाले होते. १८८८ मध्ये त्यांनी 'विटाळविध्वंसन' नामक पुस्तक प्रसिद्ध केले होते. जातिभेद व अस्पृश्यता ही परमेश्वराने निर्माण केली आहे असे जे हिंदुधर्मशास्त्रांत लिहिलेले आहे ते सपशेल खोटे व लबाडीचे आहे असे प्रतिपादन करून धर्मपंडितांना त्यांनी आव्हान दिले होते. गोपाळबाबा वलंगकरांच्या विटाळविध्वंसक चळवळीने व विचारांनी अस्पृश्य समाजात विचारजागृतीचे नवे युग निर्माण केले होते.

फुल्यांच्या भाषिक परंपरेचे एक वारसदार म्हणून कृष्णराव अर्जुन केळुसकर (१८६०-१९३४) यांचा उल्लेख करता येईल. चरित्रकार व भाषांतरकार म्हणून त्यांचे कार्य मोठे आहे. नीतिशास्त्र, अर्थशास्त्र, आरोग्यशास्त्र वगैरे विषयांवरही त्यांनी लेखन केले. बडोदे सरकारच्या 'राष्ट्रकथामाले'साठी त्यांनी लिहिलेल्या 'फ्रान्सचा जुना इतिहास' (१८९३) या ग्रंथाने त्यांना विद्वान अभ्यासक अशी कीर्ती मिळवून दिली. तुकारामबुवा, गौतमबुद्ध व शिवाजी महाराज यांची मराठीतील पहिली सविस्तर, समग्र, साधार व सप्रमाण अशी चरित्रे केळुसकरांनीच लिहिली आहेत. त्यांची भाषा सोपी, सुबोध व प्रेरणादायी आहे.

## समारोप

एकोणिसाव्या शतकातील गद्याचा हा धावता आढावा आहे. हा जास्तीत जास्त समावेशक करण्याचा यथाशक्ती प्रयत्न संपादकाने केला आहे. तरीसुद्धा अनवधानाने काही महत्त्वाचे उल्लेख राहून गेले असण्याची शक्यता नाकारता येत नाही. हे शतकच सर्व बाबतीत एवढे समृद्ध होते की, त्याचा कोणत्याही अंगाने घेतलेला आढावा सर्वांगपरिपूर्ण होईल ही शक्यता कमीच दिसते. प्रत्येक दृष्टीने नवी सृष्टी निर्माण करण्याची जणू प्रतिभावंतांची स्पर्धाच या शतकात लागली होती.

न्या. महादेव गोविंद रानडे यांनी १८९८ साली मराठी साहित्याच्या विकासासंबंधी जे टिपण तेव्हाच्या सरकाराला सादर केले होते त्याचा मराठी अनुवाद स. ग. मालशे यांनी केला आहे. त्यातील काही उल्लेख प्रस्तुत प्रस्तावनेच्या समारोपात नमूद करण्याजोगे आहेत. मराठी गद्यग्रंथसंख्येत दशकवार पडलेली भर या टिपणात आढळते. इंग्रजी राजवटीच्या १८१८ ते १८२७ या पहिल्या दशकात फक्त तीन मराठी पुस्तके प्रकाशित झाली होती. ती तिन्ही पुस्तके जार्विस यांनी शालेय विद्यार्थ्यांसाठी भाषांतरित केलेली गणित विषयाची होती. यापुढील तीन दशकांत प्रसिद्ध झालेल्या मराठी ग्रंथांची संख्या अनुक्रमे दहा, तीस आणि एकशेदोन अशी आढळते. १८५७ ते १८६४ या कालखंड मराठीतील स्वतंत्र

लेखक आणि भाषांतरकार यांच्या थोर कामगिरीमुळे उठून दिसतो. या आठ वर्षात ग्रंथसंख्या पाचशेपन्नास आढळते. त्यापुढील तीन दशकांत ती अनुक्रमे १५३०, ३१४३ आणि ३८२४ अशी होती. म्हणजे १८१८ पासून १८९६ पर्यंत मराठीतील एकूण ग्रंथसंख्या ढोबळमानाने नऊ हजार भरते.[७४]

१८६५ ते १८७३ आणि १८८४ ते १८९६ या काळात इंग्रजी व संस्कृत भाषांमधून मराठीत भाषांतरित ग्रंथांचे परिशीलन करून न्या. रानड्यांनी दोन महत्त्वाची निरीक्षणे नोंदवली आहेत. एक असे की चरित्र, इतिहास, राजकारण या विषयांवरची सगळी भाषांतरे इंग्रजीमधून मराठीत झाली आहेत, तर काव्य व धर्म विषयावरची भाषांतरे संस्कृतमधूनच केली गेली आहेत. दुसरे असे की जोपर्यंत वकिलीची परीक्षा देशी भाषांतून घेतली जात होती तोपर्यंत मराठीतील कायदाविषयक पुस्तकांच्या प्रकाशनांना बरेच प्रोत्साहन मिळत होते. देशी भाषांच्या जागी इंग्रजी आणल्यामुळे सदर उद्दिष्टाचे प्रयोजनच राहिले नाही.[७५]

भाषांतरांमुळे मराठी वाङ्मयाचे क्षेत्र विस्तारले असले तरी एखाद्या भाषेत वाङ्मयीन चैतन्याचे जिवंत वारे आहे की नाही आणि असल्यास ते किती जोमदार आहे हे त्या भाषेत नवनव्या मौलिक स्वरूपाच्या स्वतंत्र ग्रंथरचना किती विपुल व विविध आहेत यावरूनच ठरते. प्रत्येक जिवंत भाषेचे अस्तित्व आणि आत्मिक बळ त्यातच साठवलेले असते. त्यादृष्टीने १८६५-१८७३ व १८८४-१८९६ या काळातील मराठी पुस्तकांबाबत न्या. रानड्यांचा निष्कर्ष असा होता : "आमच्या प्राचीन वाङ्मयातील ज्या विभागात आधीच वैपुल्य होते, अशा विभागांबाबत तुलनेने उदासीनता राखून ज्या विभागात बरीच उणीव होती त्यांच्यावरच वाङ्मयीन प्रयत्नाचा मुख्य जोर दिला असल्याचे दिसून येते. किरकोळ व शालोपयोगी या सदरांतील पुस्तके एकंदर संख्येच्या मानाने चौथा हिस्सा आहेत, ती वगळता स्वतंत्र पुस्तकापैकी तत्त्वज्ञान, धर्म, राजनीती, कायदा, वैद्यक आणि प्रवास या सदरांतील संख्या अपेक्षेपेक्षा खूपच कमी असून चरित्र, विज्ञान, नाटक आणि कथा-कादंबरी यांनाच अधिक प्राधान्य मिळालेले दिसून येते."[७६]

एकोणिसाव्या शतकातील मराठी गद्यांचे साक्षेपी समालोचन भालचंद्र नेमाडे यांनी केले आहे. त्यांच्या मते, सांस्कृतिक संपर्काच्या या काळात भारतीय भूमीत सर्वाधिक रुजलेले परकीय संस्कृतीचे मूलतत्त्व म्हणून गद्यलेखनाचाच उल्लेख करावा लागतो आणि मराठी गद्यशैली ही इंग्रजीच्या प्रभावाची सर्वांत महत्त्वाची बाजू मानावी लागते.[७७] त्यांनीच अन्यत्र लिहिल्याप्रमाणे १९ व्या शतकातील मराठी गद्य ही समाजसुधारक, राजकारणी व मुत्सद्दी, मुद्रक व संपादक नवहिंदुत्ववादी व विद्वान यांची निर्मिती होती. या काळचे गद्यवाङ्मय म्हणजे एका बाजूने राजकीय गुलामगिरीला लोकांकडून मिळालेल्या प्रतिसादांत जे क्लेशकारी

चढउतार वेळोवेळी उद्भवले त्यांचे, तर दुसऱ्या बाजूने सामाजिक सुधारणेच्या चैतन्याचे यथातथ्य अभिलेखन होते. सर्वांत महत्त्वाची गोष्ट ही की त्यात भाषिक राष्ट्रवादाचा ठळक अविष्कार दृष्टोत्पतीस आला होता. मराठी भाषेच्या इतिहासात पहिल्यांदाच इथल्या लोकांचा संपूर्ण मनोआलेख (सायकोग्राफ) याच काळातील गद्यातून स्पष्ट उमटला होता. विवेकनिष्ठ भाषिक राष्ट्राचा उद्‌घोष करून गद्यलेखकांनी सर्व मराठीभाषक समुदायाला एक जैव समग्र अशा स्वरूपात प्रथमच प्रतिबिंबित केले होते. एक प्रकारचा सांस्कृतिक प्रभाव समाजात वरून खाली प्रवाहित झाला होता. लोकनेते नवनव्या कल्पनांचा व्यापक प्रसार करून लोकांचे विचार, भावना व वर्तन प्रभावित करण्यासाठी प्रयत्नांची पराकाष्ठा करत होते. समाजाला पुनःशक्तिमान करण्याची सांस्कृतिक गरज भागवण्यासाठी ही गद्याची चळवळ होती. राजकीय सामाजिक कार्यात व्यस्त असतानाही या समाजधुरिणांनी आपला व्यासंग टिकवून ठेवला होता हे विशेष होय.[७८] इंग्रजी भाषेच्या प्रभावाखाली व अनुकरणातून सुरू झालेला मराठी गद्याचा प्रवास इंग्रजीपासून वेगळे व शुद्ध मराठी लिहिण्याकडे झाला तसतसा लिखित मराठी गद्यातील संस्कृत शब्दांचा भरणा वाढत गेला. संस्कृत शब्दांचा आग्रह आणि त्यासाठी दिले जाणारे युक्तिवाद यात विवेकापेक्षा भावनेचा भाग जास्त असला तरी या शुद्धीवाल्यांनी प्रारंभिक टप्प्यावर सुरू झालेले मराठीचे अपक्षरण थांबवले यावर दुमत संभवत नाही.

आंग्ल व संस्कृत या दोन्ही भाषावैशिष्ट्यांचा सारख्याच प्रभावीपणे वापर मराठी गद्यात दीर्घकाळ होत राहिल्याचे काही बरे व वाईट परिणाम पहायला सापडतात. मराठी गद्याला त्यातून द्विसांस्कृतिक अधिष्ठान प्राप्त झाले हे नाकारता येणार नाही; पण पारंपरिक पाळामुळांचा शोध घेणाऱ्या आंग्लविद्याविभूषित गद्यलेखकांचा बोलीभाषांशी मात्र असावा तेवढा दृढ संपर्क नव्हता. लिखित गद्य आणि लोकांची बोलण्याची भाषा यांच्यात वाढती दरी नेहमीच दिसून आली. एवढेच नव्हे तर गद्यलेखनात पुणेरी भाषेचे स्तोम माजल्यामुळे इतर बोलीभाषांना तुच्छ समजले जाऊ लागले. परिणामी विभिन्न जातीजमातींना आपली भाषा लिहिण्या बोलण्याबाबतचा आत्मविश्वास उरला नाही आणि मराठी गद्यात संपूर्ण समाजाचे प्रतिबिंब उमटू शकले नाही. मराठी भाषेच्या अंगभूत सुप्तक्षमतांचा शोध घेण्याचा प्रयत्न फारच अपवादात्मक प्रमाणावर झाला याचे कारणही उघडच होते. सर्वच मराठी गद्यलेखक शिक्षण वाचन लेखन या सर्वच दृष्टींनी इंग्रजीत मुरलेले होते. त्यांच्यापैकी अनेकांच्या रोजनिश्या, पत्रव्यवहार, महत्त्वाच्या नोंदी हे सारे लिखाण स्वाभाविकतःच इंग्रजीत होत असे. त्यांच्या मराठीतील पुस्तकांना इंग्रजी प्रस्तावना असणे हा प्रकारही बराच आढळतो. त्यातल्या त्यात इंग्रजीचा संपर्क नसलेल्या गोपाळबाबा वलंगकर किंवा गोडसेभटजी यांच्या लेखनात तुलनेने मराठी भाषेची स्वाभाविक लय आढळतो.

एकोणिसाव्या शतकातील मराठी गद्याचा ताळेबंद मांडताना नेमाडे हे नमूद करतात की, ज्या मराठी भाषेला पूर्वी लिखित गद्यलेखनाची प्रमाण मानके नव्हती तिने कालौघात एवढ्या झपाट्याने बदलावे आणि नव्या गरजांशी मेळ राखून सुविकसित गद्यशैलीतून आविष्कृत व्हावे हे त्या भाषेच्या व्यवस्था म्हणून असलेल्या प्रचंड सुप्तक्षमतेचे व सर्वसंग्रहकतेचेच निदर्शक आहे. झपाट्याने बदल पचवत असतानाही या भाषेच्या शब्दरचनेतील अंगभूत लवचीकता कायम राहिलेली दिसून येते;[७९] पण त्यांचे असेही निरीक्षण आहे की, इंग्रजीच्या संपर्कामुळे मराठीचा शब्दसंचय वाढला असला आणि तिचे बाह्य संदर्भ अधिक समृद्ध झाले असले तरी तिने आविष्कारसामर्थ्य आणि शैलीसौंदर्य मात्र कमी झाले. दुसरे असे की १९ व्या शतकाच्या अखेरीस वसाहतवादाचा दबाव जसजसा वाढत गेला आणि मराठीवरील अकृत्रिम प्रेमापायी झटणारे ब्रिटिश अधिकारी उरले नाहीत तसतसे शास्त्रीय ज्ञानाच्या संदर्भात इंग्रजी व मराठी यांच्यात अंतर पडत गेले. इंग्रजी भाषा ही सत्ताधाऱ्यांची आणि उच्चवर्गीय भारतीय शिष्टजनांची मिरासदारी, वर्चस्वसाधन आणि प्रतिष्ठेचे अधिष्ठान झाली, आणि मराठीला मात्र वाईट दिवस आले, ती सामान्य अज्ञजनांची भाषा ठरली. पोपटपंचीला ज्ञानाचा दर्जा प्राप्त झाला आणि समाजाच्या खऱ्या ज्ञानाची कसोटी मातृभाषेतच ठरते हा १९ व्या शतकातील विचारवंतांचा वारसा भारतीयांना पुढे चालवता आला नाही.

मराठी गद्याच्या या शतकभराच्या प्रवासाचा ऊहापोह करण्याचे प्रयोजन किंवा फलश्रुती काय असा प्रश्न विचारता येईल. त्याचे एक उत्तर दत्तो वामन पोतदारांनी दिले होते. एखाद्या राष्ट्राचे वाङ्मय म्हणजे त्या राष्ट्राचे चरित्रचित्रच असते असे मोल्टनचे विधान उद्धृत करून पोतदार म्हणतात "भोळया लोकांचे वाङ्मय भोळेचे असणार, दुबळया लोकांचे वाङ्मय दुबळेच असणार आणि खुळयांचे खुळेच असणार. वाङ्मय हा राष्ट्रादर्श आहे. राष्ट्राच्या मनाची, बुद्धीची व कर्तृत्वाची लांबीरुंदी व उंचीजाडी या वाङ्मयाच्या मापाने बिनचूक मापता येते. इंग्रजी अंमलाच्या सुरुवातीपासून आमच्या समाजाची स्थितीगती आमच्या वाङ्मयावरून उत्कृष्ट कळून येते.[८०] दुसरे असे सांगता येईल की, हा जो समृद्ध वारसा आपल्याला लाभला आहे त्यातले ग्राह्य कोणते व त्याज्य काय याचा विवेक करण्याला अशा अवगाहनातून मदत होते. 'निबंधमाले'च्या उदयापर्यंत आधुनिक मराठी गद्याचा जो विकासक्रम स्वाभाविक गतीने सुरू होता ती प्रक्रिया कोणत्या का कारणांनी होईना खंडित झाली आणि परिणामी आज जी गद्यशैली ग्रांथिक किंवा प्रमाण भाषा म्हणून प्रचलित आहे ती बरीचशी कृत्रिम, बोजड आणि अमराठी वळणाची आहे. जोतीराव फुल्यांना मराठी गद्याच्या कोणत्याच अभ्यासकाने महत्त्वाचा गद्यशैलीकार म्हणून कालपरवापर्यंत मान्यता दिली नव्हती. पण आज जर हे स्पष्ट झाले असेल की अनेक समकालीनांच्या तुलनेत जोतीरावांचे भाषाभान भाषिक

जाणिवा आणि गद्यलेखनशैली अधिक डोळस व परिपक्व होत्या आणि त्यांची पाळेमुळे खास मऱ्हाटी परंपरेत रुजलेली होती, तर मग मराठी गद्याचा खंडित विकासक्रम जोतीरावांच्या लोकधर्मी, प्रवाही व जिवंत गद्यशैलीच्या मदतीने प्रयत्नपूर्वक नक्कीच पुढे नेता येऊ शकेल. तसे झाल्यास एकोणिसाव्या शतकाच्या मराठी गद्यलेखनाचे हे संकलन - संपादन सार्थकी लागेल.

हा प्रकल्प पूर्णत्वास नेण्याच्या प्रक्रियेत मला अनेकांची अनेक परींनी मदत झाली. अकादमीने दिलेल्या कालमर्यादेत तो पूर्ण होऊ शकला नाही तरीही वेळोवेळी मुदतवाढ देऊन अकादमीच्या मराठी भाषा समितीने माझ्यावर जो विश्वास दाखवला त्याबद्दल मी कृतज्ञ आहे. आमचे मित्र डॉ. नागनाथ कोत्तापल्ले आणि डॉ. यशवंत सुमंत यांनी या कामात व्यक्तिशः लक्ष घालून निरनिराळ्या प्रकारची मदत केली नसती तर कदाचित अद्यापही हे काम पूर्ण झाले नसते. त्यांचे मी विशेष आभार मानतो. अकादमीच्या प्रादेशिक कार्यालयाचे प्रमुख रा. प्रकाश भातंबेकर यांनी तत्परतेने प्रस्तुत संग्रहातील काही वेचे मला झेरॉक्स करून पाठवले. त्यांचाही मी आभारी आहे. पुणे विद्यापीठ ग्रंथालयाचे तसेच मुंबई मराठी ग्रंथसंग्रहालयाचे ग्रंथपाल यांची मोलाची मदत मला झाली आहे हे मी कृतज्ञतापूर्वक नमूद करतो. या ग्रंथात संग्रहित केलेल्या प्रत्येक येण्याच्या मूलस्रोत वेच्याच्या अखेरीस नमूद केलेलाच आहे. येथे हे वेचे पुनमुद्रित करण्याची परवानगी दिल्याबद्दल त्यांच्या सर्व स्वामित्वधारकांचे मी आभार मानतो. शतकभरातील वैशिष्ट्यपूर्ण गद्यलेखनाचे नमुने म्हणून हे वेचे संकलित केलेले असल्यामुळे त्यातील व्याकरण, शुद्धलेखन, शब्दरचना व वाक्यरचना यथामूल ठेवल्या आहेत याची वाचकांनी कृपया नोंद घ्यावी.

**संदर्भ टिपा**


१) भालचंद्र नेमाडे, टीकास्वयंवर, साकेत प्रकाशन, औरंगाबाद १९९०, २५३

२) श्री. के. क्षीरसागर, समाजविकास, कॉंटिनेन्टल प्रकाशन, पुणे १९८०, एकोणीस

३) आर, सी. मजूमदार, उद्धृत, वसंत आबाजी डहाके, 'आमुख', प्रभा गणोरकर आणि इतर (संपा), संक्षिप्त मराठी वाङ्मयकोश, खंड दुसरा (१९२०-२००३), जी.आर. भटकळ, फाउंडेशन, मुंबई २००४, २३

४) वसंत आबाजी डहाके, कित्ता, ४४-४५

५) स.गं. मालशे, गतशतक शोधिताना, प्रतिमा प्रकाशन, पुणे १९८९, ९

६) कित्ता, १५

७) कित्ता, १८

८) कृ.पां. कुलकर्णी, मराठी भाषा उद्गम आणि विकास, मॉडर्न बुक डेपो, पुणे चौ. आ. १९६३, ३३३

९) ग.त्र्यं. माडखोलकर, विष्णू कृष्ण चिपळूणकर : काल आणि कर्तृत्व, ठाकूर आणि कंपनी, अमरावती १९५४, ७४-७५

१०) रा.भि. जोशी उध्दृत, द.वा. पोतदार, मराठी गद्याचा इंग्रजी अवतार अथवा इंग्रजी अमलातील मराठी गद्यवाङ्मयाचा निबंधमालेपूर्वीचा इतिहास (१८१०-१८७४), व्हीनस प्रकाशन, पुणे १९७६, २३

११) भवानीशंकर श्रीधर पंडित, महाराष्ट्राच्या जीवनातील स्थित्यंतरे, पुणे विद्यापीठ प्रकाशन, पुणे १९६८, १७७

१२) माडखोलकर, पूर्वोक्त, १८

१३) पोतदार, पूर्वोक्त, २४-२५

१४) कित्ता, १५

१५) कित्ता

१६) कित्ता, १६

१७) भालचंद्र नेमाडे, इंफ्लुअन्स ऑफ इंग्लिश ऑन मराठी : अ सोशिओलिंग्विस्टिड ॲण्ड स्टायलिस्टिक स्टडी, राजहंस, पणजी-गोवा १९९०, २५

१८) कुसुमावती देशपांडे व एम.व्ही. देशपांडे, अ हिस्ट्री ऑफ मराठी लिटरेचर, साहित्य अकादमी, नवी दिल्ली १९८८, ४७

१९) कृ.पां. कुलकर्णी, पूर्वोक्त, २७१

२०) कुसुमावती देशपांडे, पूर्वोक्त, ४०

२१) माडखोलकर, पूर्वोक्त, ७२-७३

२२) द.भि. कुलकर्णी, 'निबंध वाङ्मय', रा.श्री. जोग (संपा), मराठी वाङ्मयाचा इतिहास खंड चौथा (१८००-१८७४), महाराष्ट्र साहित्य परिषद, पुणे १९९९, ४६६

२३) कित्ता, ४६७

२४) वि.का. राजवाडे, 'गतवर्ष', मु.ब. शहा (संपा.), इतिहासाचार्य वि.का. राजवाडे समग्र साहित्य, खंड अकरावा, इतिहासाचार्य वि.का. राजवाडे संशोधन मंडळ, धुळे १९९८, ६७२

२५) गंगाधर मोरजे (संपा.), मराठी दोलामुद्रिते, गोमांतक मराठी अकादमी, पणजी-गोवा १९९५, १६०

२६) रा.श्री. जोग, 'प्रास्ताविक', जोग (संपा.), पूवोक्त, ७
२७) नेमाडे, इंफ्लुअन्स..., १२६
२८) जोग, पूर्वोक्त, ५६
२९) वसंत आबाजी डहाके, 'आमुख', डहाके व इतर (संपा.), संक्षिप्त मराठी वाङ्मयकोश खंड पहिला, ८६-८७
३०) कृ.भि. कुलकर्णी, आधुनिक मराठी गद्याची उत्क्रांती, मुंबई मराठी ग्रंथसंग्रहालय, मुंबई १९५९, ३३९
३१) पोतदार, पूर्वोक्त, २९
३२) मोरजे, पूर्वोक्त, १०४
३३) उद्‌धृत, डहाके, पूर्वोक्त खंड पहिला, १०३
३४) मोरजे, पूर्वोक्त, ६६, ८३
३५) कृ.भि. कुलकर्णी, पूर्वोक्त, ३८८
३६) नेमाडे, इंफ्लुअन्स..., १४५
३७) माडखोलकर, पूर्वोक्त, ९२, ९५
३८) कित्ता, १०९
३९) दि.के. बेडेकर, 'लेखकांचा परिचय', बेडेकर (संपा.), चार जुने मराठी अर्थशास्त्रीय ग्रंथ (१८४३-१८५५), गोखले अर्थशास्त्र संस्था, पुणे १९६९, ३९०-३९१
४०) उध्दृत, के.सी. कराडकर, बाबा पदमनजी : काल व कर्तृत्व, महाराष्ट्र राज्य साहित्य व संस्कृती मंडळ, मुंबई १९७९, ३०६
४१) बेडेकर, पूर्वोक्त, ३८५
४२) द.भि. कुलकर्णी, पूर्वोक्त, ५०२
४३) नेमाडे, इंफ्लुअन्स..., १४३, १६०
४४) जोग, पूर्वोक्त, ६४०-६४१
४५) चंद्रकांत पाटील, '१९व्या शतकातील विज्ञानविषयक पुस्तकांची भाषांतरे', आणि म्हणूनच, प्रतिमा प्रकाशन, पुणे १९८८, २२१
४६) मूळ इंग्रजी मजकुराचे मराठी भाषांतर, मोरजे, पूर्वोक्त, २७४
४७) कुसुमावती देशपांडे, पूर्वोक्त, ४९
४८) उद्‌धृत, गं.दे. खानोलकर, अर्वाचीन मराठी वाङ्मयसेवक, खंड पाचवा, व्हीनस प्रकाशन, पुणे १९६२, ४५
४९) कित्ता, १२६

५०) द.भि. कुलकर्णी, पूर्वोक्त, ४८३

५१) वा.ल. कुलकर्णी, मराठी ज्ञानप्रसारक : इतिहास व वाङ्मयविचार, पॉप्युलर प्रकाशन, मुंबई १९६५, २५

५२) द.भि. कुलकर्णी, पूर्वोक्त, ४८३

५३) पोतदार, पूर्वोक्त, १०९

५४) वा.ल. कुलकर्णी, विविधज्ञानविस्तार : इतिहास व वाङ्मयविचार, पॉप्युलर प्रकाशन, मुंबई १९७६, १६

५५) नेमाडे, इंफ्लुअन्स..., ८०

५६) कित्ता, १८३-१८४

५७) दिलीप पुरुषोत्तम चित्रे, पुन्हा तुकाराम, पॉप्युलर प्रकाशन, मुंबई १९९०, २०६

५८) दि.के. बेडेकर, पूर्वोक्त, ३८५, ३९१

५९) कुसुमावती देशपांडे, पूर्वोक्त, ७७

६०) कित्ता, ७८

६१) श्री.के. क्षीरसागर, पूर्वोक्त, नऊ

६२) खानोलकर, पूर्वोक्त, १३५

६३) कृ.पां. कुलकर्णी, 'प्रस्तावना', मु.ब. शहा (संपा.), पूर्वोक्त, खंड पाचवा, अठरा

६४) शहा (संपा.), कित्ता, ५७

६५) विलास खोले, 'प्रस्तावना', खोले (संपा.), ताराबाई शिंदेलिखित स्त्री-पुरुष तुलना, प्रतिमा प्रकाशन, पुणे १९९७, १८

६६) द.भि. कुलकर्णी, पूर्वोक्त, ५०५

६७) खोले, पूर्वोक्त, ६२

६८) शुभांगी गोरे, 'ताराबाई शिंदे आणि महात्मा फुले' समाज प्रबोधन पत्रिका, ऑ. नो. डि. २००४, २१४

६९) भालचंद्र नेमाडे, 'जोतीराव फुले यांची गद्यशैली', पी.बी. साळुंखे आणि इतर (संपा.), महात्मा फुले गौरवग्रंथ, महाराष्ट्र राज्य शिक्षण विभाग, मुंबई १९८२, ७०३

७०) गं.बा. सरदार, महात्मा फुले : व्यक्तित्व आणि विचार, ग्रंथाली, मुंबई १९८१, ६९

७१) स.गं. मालशे, 'महात्मा फुल्यांची भाषाशैली', साळुंखे व इतर (संपा.), पूर्वोक्त, ६६९, ६८०

७२) नेमाडे, 'महात्मा फुले यांची गद्यशैली', पूर्वोक्त, ७०३

७३) भास्कर लक्ष्मण भोळे, 'मराठी गद्यशैलीला जोतीरावांचे योगदान', साळुंखे व इतर (संपा.), पूर्वोक्त, ६९२

७४) महादेव गोविंद रानडे, मराठी वाङ्मयाची अभिवृद्धी (१८९८), मूळ इंग्रजी टिपणाचे मराठी भाषांतर : स.ग. मालशे, मराठी संशोधन मंडळ, मुंबई १९८२, १-३, ८

७५) कित्ता, १४

७६) कित्ता, १७

७७) नेमाडे, टीकास्वयंवर, २५३

७८) नेमाडे, इंफ्लुअन्स..., ८१

७९) कित्ता, १८६

८०) पोतदार, पूर्वोक्त, सत्तावीस

♦♦♦

# २. विसाव्या शतकातील मराठी गद्य (खंड पहिला)

आम्ही संपादित केलेला एकोणिसाव्या शतकातील मराठी गद्य हा द्विखंडात्मक ग्रंथ साहित्य अकादमीतर्फे यापूर्वीच प्रकाशित झाला आहे, त्याच प्रकल्पाचा पुढील भाग म्हणून विसाव्या शतकातील मराठी गद्याचे संपादन करण्याची जबाबदारी अकादमीने आमच्यावर सोपवली होती. आम्ही ती आज यथामती पूर्ण करत आहोत याचा आम्हाला स्वाभाविकच आनंद वाटतो. आधीच्या खंडातील वेचे निवडताना ज्या मर्यादा आम्ही स्वतःवर घालून घेतल्या होत्या त्या या खंडांनाही लागू आहेतच. ग्रंथशीर्षकात जरी मराठी गद्य असा उल्लेख असला तरी त्यात फक्त वैचारिक आणि तेही प्रामुख्याने सामाजिक, राजकीय व शैक्षणिक विषयांवरचेच गद्यलेखन अंतर्भूत आहे. दुसरे असे की येथे गद्याच्या बाह्यरचनेचाच काय तो विचार केलेला आहे, भाषाशास्त्रीय वैशिष्ट्यांचा सविस्तर ऊहापोह केलेला नाही. ज्यांचे वेचे ग्रंथात समाविष्ट करू शकतो त्यांच्यापेक्षा जे वगळले गेले त्यांची संख्या स्वाभाविकच प्रचंड मोठी आहे. त्यामुळे वाचकांना जर यात आणखी कोणाचे वेचे असायला हवे होते असे वाटले तर तो त्यांचा दोष म्हणता येणार नाही. आम्ही एवढेच सांगू शकतो की संपादन जास्तीत जास्त प्रतिनिधिक व्हावे असे प्रयत्न नक्कीच केला गेला आहे. गद्यलेखनातील टप्पे आणि सामाजिक राजकीय स्थित्यंतरे यांच्यातील आंतरसंबंधांचा शोध घेण्याचा प्रयत्नही आधीच्या खंडांप्रमाणेच वाचकांना येथे ही आढळेल.

इंग्रजी अमदानीत क्रमिक पुस्तकांच्या आणि भाषांतरिक ग्रंथांच्या स्वरूपात जे मराठी गद्य प्रचलित झाले ते महानुभाव साहित्यातील किंवा बखर वाङ्मयातील गद्यापेक्षा अनेक दृष्टींनी निराळे होते. पूर्वीच्या गद्याइतके ते सर्वसमावेशक नव्हते; पण व्यक्तिनिष्ठ वैचारिक आविष्कृतीसाठी लागणारी विवेकपूर्णता त्यात पुरेपूर होती. लोकशिक्षणाच्या प्रेरणेतून साकार झालेला 'मराठी गद्याचा इंग्रजी अवतार' या टप्प्यापासून सुरू झालेली त्याची वाटचाल स्वदेशीच्या भावनेने

प्रेरित झालेल्या चिपळूणकरी निबंधमालेपर्यंत पोहोचली होती. प्रारंभिक काळात इंग्रजीच्या दडपणामुळे झालेले भाषिक अपक्षरण थांबवण्याचे जोरकस प्रयत्न शतकांतराच्या सुमारास सुरू झाले होते. समाजातील विविध सामाजिक स्तर लिहिते झाल्याने तळागाळातील भाषेचे सत्त्व मराठी गद्याला लाभू लागले होते. विसाव्या शतकात तीच प्रक्रिया अधिक जोमाने घडून आली. १९२० पर्यंतचा काळ हा जरी मराठी वाङ्मयेतिहासाच्या दृष्टीने चिपळूणकरपर्व मानला जात असला तरी मराठी गद्याने फार मोठी झेप या काळात घेतलेली दिसते. निबंधमालेतील शैलीदार गद्याने वाचकांना स्तंभित केले, प्रतिपक्षाचा उपहास करून त्याला नामोहरम केले आणि भल्याभल्यांनाही भाषासौंदर्याने मोहित केले होते. या शैलीचे अनुकरण बराच काळ मराठी गद्यलेखनात सुरू होते. तरीपण असे दिसते की, मराठी भाषेच्या या शिवाजीने तुडवले नसतील असे अनेक नवे प्रदेश शतकांतराच्या वळणावर त्याच्या शिलेदारांनी व मावळ्यांनी डोळसपणे पादाक्रांत केलेले आढळतात.

**स्वातंत्र्यपूर्वकाळ**

विसाव्या शतकातील मराठी गद्याचा विचार आपण दोन भागात करणार आहोत. स्वातंत्र्यपूर्वकाळात झालेले लेखन पहिल्या खंडात, तर स्वातंत्र्योत्तरकाळात लेखन दुसऱ्या खंडात अंतर्भूत केले आहे. त्यादृष्टीने स्वातंत्र्यपूर्वकाळात ज्या घटनांच्या चौकटीत मराठी लेखनाची प्रक्रिया घडत होती त्यांचा येथे संक्षेपाने निर्देश केल्यास तो अनाठायी ठरणार नाही. विशेषतः ज्या घटनांचा प्रत्यक्ष अप्रत्यक्षपणे गद्यलेखनाशी संबंध जोडला जाऊ शकतो त्यांचीच नोंद घेणे योग्य होईल. विसावे शतक सुरू होता होताच या देशात राजकीय असंतोषाला प्रचंड उधाण आले होते. स्वातंत्र्याच्या लढ्याला अभूतपूर्व गतिमानता प्राप्त झाली होती. कर्झनशाही, बंगालची फाळणी, दहशतवादी चळवळीचा उठाव, राज्यकर्त्यांकडून दडपशाही, टिळकांना कारावासाची शिक्षा अशा प्रक्षोभक घटनांनी देश ढवळून निघत होता. देशाभिमानाला आवाहन करणारे, पूर्वपरंपरेचा गौरव करणारे लेखन या काळात होणे अगदीच स्वाभाविक होते. महाराष्ट्रात विसाव्या शतकाचा प्रारंभ झाला तोच वेदोक्त प्रकरणाने. या प्रकरणी छत्रपती शाहू महाराजांना ब्राह्मणी अहंकारापायी अतोनात त्रास व मनस्ताप सहन करावा लागला होता. आपल्या राजाच्या बाजूने उभे राहण्यासाठी अनेक ब्राह्मणेतर वृत्तपत्रे निघाली आणि त्यांनी मराठी गद्याला समृद्ध केले. या शतकाच्या पहिल्या चतुर्थांशातच अखिल भारतीय कीर्ती लाभलेले मराठी नेतृत्व काळाच्या पडद्याआड गेले आणि नव्या दमदार नेतृत्वाच्या उदयाची पदचिन्हे दिसू लागली होती. न्या. महादेव गोविंद रानडे, गोपाळ कृष्ण गोखले आणि लोकमान्य टिळक यांचे निधन झाले होते, आणि महर्षी विठ्ठल रामजी शिंदे व डॉ. बाबासाहेब आंबेडकर यांचा प्रभाव जाणवू लागला होता. अस्पृश्यता निवारणाच्या

कामाकडे लक्ष वेधून संघटनात्मक प्रयत्नांद्वारे त्या लाजिरवाण्या प्रथेचे निर्मूलन करण्याचे खटाटोप समाजात सुरू झाले होते. पहिली अस्पृश्यतानिवारण परिषद (१९०३), भारतीय निराश्रित साहाय्यकारी मंडळी (१९०६), अस्पृश्य मानल्या गेलेल्या मुलींसाठी पहिली शाळा (१९०७), महारसुधारणा मंडळाची स्थापना (१९१०), अखिल भारतीय अस्पृश्यतानिवारण परिषद (१९१८) अशा काही घटना उदाहरणार्थ सांगता येतील. १९१५ साली अखिल भारतीय हिंदुमहासभेचे पहिले अधिवेशन भरले होते. धोंडो केशव कर्वे यांनी १९१६ साली स्थापन केलेल्या महिला विद्यापीठातून स्त्रियांना प्रथमच नव्या दिशांचा साक्षात्कार घडत होता. १९१७ साली सोव्हिएत रशियात यशस्वी झालेल्या कामगार क्रांतीचे पडसाद जगात सर्वत्र उमटले होते, भारतातही ते पोहोचणे स्वाभाविकच होते. साम्यवादी पक्षाची स्थापना ही त्याचीच फलश्रुती म्हणावी लागेल. भारतीय स्वातंत्र्यलढ्याने सशस्त्र क्रांतीच्या मार्गापासून अहिंसक सत्याग्रहापर्यंतचे अनेक प्रवाह या काळात पाहिले होते. त्यापैकी प्रत्येकांचे तत्त्ववैचारिक व संस्थात्मक आविष्कार समाजात प्रसृत होत होते. विविध विचारप्रणालींबद्दलचे औत्सुक्य वाढत चालेले होते. राजकीय सत्तांतराची शक्यता जसजशी दृष्टिक्षेपात येऊ लागली तसतसे समाजाचे विविध घटक त्या सत्तेत वाटा मिळवण्याचे संगठित खटाटोप करू लागले होते. जातीय व सांप्रदायिक ताणतणाव तीव्र स्वरूप धारण करत होते. फाळणीसारख्या भीषण अपरिहार्यतेकडे देशाची वाटचाल सुरू झाली होती.

**गद्यलेखनामागील प्रेरणा**

राष्ट्रातील परिस्थिती अशी तणावपूर्ण असताना मराठीत जे गद्यलेखन झाले त्यात राष्ट्रभावना चेतवणाऱ्या लेखनाचे प्रमाण लक्षणीय असले तरी फक्त तेवढेच नव्हते. भाषेचा सोपपत्तिक विचार करायचा, गद्यलेखनाचे महत्त्व जाणायचे आणि भावनिक आवाहनांपेक्षा वैचारिक चालना देण्याचा जाणीवपूर्वक प्रयत्न करायचा हे नवे वळण या शतकारंभापासूनच मराठी लेखनविश्वाला लागलेले दिसून येते. श्री. म. माटे, श्री. व्यं. केतकर, सावरकर, शेजवलकर प्रभृती गद्यलेखकांनी कलात्मक गद्याची एक वेगळी परंपरा या काळात निर्माण केली होती. शास्त्रीय काटेकोरपणा आणि साहित्यिक लालित्य यांचा मेळ त्यांच्या गद्यात जाणवल्यावाचून राहत नाही. व्यापक वाचकवर्गाचे मनोरंजन आणि मनःपोषण करण्याचे सामर्थ्य गद्याच्या ठिकाणी निर्माण झाले असल्याची यथार्थ जाणीव त्यांच्या लेखनातून व्यक्त झाली आहे. उत्क्रांतितत्त्वाच्या आधारे भाषेचा जन्म आणि विकास कसा झाला याचा शास्त्रशुद्ध विचार सर्वप्रथम माट्यांनी केला होता. (गंदेख, खं. ५, १९६२, १०७), तर 'महाराष्ट्राचे राजकारण व समाजकारण शब्दपंडितांच्या, भोंगळ साहित्यिकांच्या व तोंडपाटलांच्या ताब्यात गेल्यामुळे जो विपरीत परिणाम घडून येऊन सुलभ देशभक्तीचे आणि वावदूक मुत्सद्देगिरीचे जे पेव

फुटले आहे' त्याला आळा घाळण्याच्या इराद्याने शेजवलकरांना आपली लेखणी झिजवाविशी वाटली होती. समाज हा खऱ्या अर्थाने ज्ञानसमाज व्हावा आणि 'ढिले डोके व तकलुपी ज्ञान' असलेल्यांकडे समाजाचे धुरीणत्व राहू नये हा विचार या पिढीच्या अनेक लेखकांच्या मनात प्रबळ होता.

तीव्र भाषाभान आणि भाषाविषयक आस्था हे या काळाचे ठळक वैशिष्ट्यच मानता येईल. टिळकांसारखी देशाच्या राजकारणात मूर्धन्य जागेवर वावरत असलेली व्यक्तीही मराठी भाषेचा उत्कर्ष, भाषाशुद्धी, भाषेची वर्णमाला, शाळांसाठी पुस्तकमाला या आणि अशा विषयांवर सविस्तर लेखन करताना दिसते ती त्यामुळेच होय. पूर्वापार चालत आलेली मराठीची लेखनपद्धती बदलून वेडीविंद्री लेखनपद्धती मुलांना शिकवण्यामुळे मराठी भाषेचे मातेरे होणार असल्याचा इशारा देऊन टिळकांनी उच्चारानुसारी लेखनपद्धतीतील अडचणींचा व गफलतीचा ऊहापोह केला आहे. शुद्धलेखनाचे नियम लागू करताना व्याकरणशास्त्र व व्युत्पत्तिशास्त्र ध्यानात घेणे जसे गरजेचे आहे. तसेच भाषेच्या स्वातंत्र्याची व सौंदर्याची हानी होणार नाही याची दक्षता घेण्याचीही आवश्यकता आहे असे सांगून ते असे ठणकावतात की शुद्ध मराठी कोणते आणि अशुद्ध कोणते हे ठरवण्याचा अधिकार मराठी लेखकांचा आहे, परकीय व्यक्तींना तो मुळीच पोहोचत नाही. क ख ग घ हा आपल्या वर्णमालेचा क्रम बदलून ग म भ न किंवा अ ब क ड ई असा करण्यातील अशास्त्रीयता अव्यापारेषु व्यापार आणि सुधारलेला रानटीपणा टिळकांना लांछनास्पद वाटतो (समग्र टिळक, खं. ५, १९७६, ५७७, ५८७, ५८९, ५९९). मराठी वृत्तपत्रांमुळे मराठीची हानी होत असल्याचा बर्डवुडसाहेबांचा आरोप खोडून काढताना टिळत म्हणतात, वस्तुतः आजमितीस व्यवहारातील व ग्रंथातील मराठी भाषेत जे सौष्ठव, मार्मिकपणा, भारदस्तपणा, प्रौढपणा, शब्दसामग्री, वैचित्र्य, सुबोधपणा वगैरे अनेक चांगले गुण दिसतात त्याला पुष्कळ अंशाने निबंधमाला, विविधज्ञानविस्तार वगैरे मासिक पुस्तके व हल्लीची मुख्यमुख्य वर्तमानपत्रे ह्यातील लेखच कारणीभूत झाले आहेत हे कोणीही समंजस माणूस कबूल करील (कित्ता, ६०२). देशातील अन्य भागात भाषाभिवृद्धीचे जेवढे प्रयत्न चालतात तेवढे महाराष्ट्रात चालत नसल्याबद्दल दुःख व्यक्त करून सुशिक्षितांनी मातृभाषेचा अभिमान सोडला, तिची अभिवृद्धी करणे आपले कर्तव्य आहे असे त्यांना वाटेनासे झाले. एवढेच नव्हे तर त्यांनी तिला सपशेल सोडचिठ्ठीच दिली अशी खंत टिळकांनी नोंदवली आहे. दीडदोन कोटी लोकांच्या जन्मभाषेत हजारापेक्षा जास्ती ग्रंथ होऊ नयेत ही गोष्ट टिळकांना लाजिरवाणी वाटत होती.

इतिहासाचार्य वि. का. राजवाडे यांनी शारदोपासकांच्या पहिल्या वार्षिक संमेलनात १९२५ साली बोलताना भाषेच्या उत्कर्षापकर्षाबद्दल देशातील विचारी मंडळी विवंचना वा

मीमांसा करत नाहीत या दुर्दैवी वस्तुस्थितीसंबंधी त्रागा केला होता. मराठी माणसाला इंग्रजीची प्रमाणाबाहेर बाधा जडल्यामुळे त्यांची जी संतप्त प्रतिक्रिया झाली होती तिचा खरा आशय ज्ञानकोशकार केतकरांनी पुढच्या वर्षीच्या आपल्या अध्यक्षीय भाषणातून विशद केला होता. स्वतः केतकरांची स्वभाषाविषयक निष्ठा अत्यंत प्रखर होती. इंग्रजी राज्याचा हेतू इंग्रजी भाषेला संस्कृत भाषेचे स्थान देऊन मराठी भाषेला शूद्र भाषेचे स्थान देण्याचा आहे आणि हा हेतू आपण विध्वंसून टाकला पाहिजे या भावनेतून ते ज्ञानकोशाच्या निर्मितीकडे वळले होते. ज्ञानकोश हा त्यांना मराठी माणसांचे बौद्धिक स्वातंत्र्य प्रस्थापित करण्याचा सर्वांत महत्त्वाचा उपाय वाटत होता. देशात देश्य भाषेचे स्वामित्व राहिले तरच ती भाषा बोलणाऱ्या लिहिणाऱ्या वर्गाचे स्वामित्व राहील आणि येथे येणाऱ्या परक्या लोकांना देश्य लोकांशी सादृश्य उत्पन्न व्हावे असे वाटेल अशी मनोमन खात्री झालेली असल्यामुळेच देशी भाषेत राज्यकारभार करणारे सरकार असण्यावर त्यांचा कटाक्ष होता. मराठी वाङ्मयाला अपकर्षक ठरेल असे सरकार टिकू न देण्याचा सल्ला लोकांना देऊन केतकर म्हणतात, 'मराठी भाषेत महाराष्ट्राचा राज्यकारभार चालणे यालाच मी स्वराज्य समजतो. जो कायदा मराठीत मांडला नाही तो कायदा महाराष्ट्रास बंधनकारक नाही. परक्या भाषेत कायदा सांगणे पशूपणा आहे आणि हा पशूपणा नोकरशाही करत असल्यामुळे तो कायदा आपण पाळता उपयोगी नाही' (उद्धृत, गंदेखा, खं १, भाग २, १९६६, २१). देशाचे विभाग भाषेचा तत्त्वानुसार पाडले जावेत, प्रांतिक कारभार देशी भाषेतच व्हावा, राज्याच्या गव्हर्नरची स्वाक्षरी मराठीत नसली तर ती बेकायदेशीर मानली जावी, न्यायालयीन निवाड्यांची भाषा मराठीच असली पाहिजे अशीही ठाम मते केतकरांनी दिली आहेत. त्यांच्या मते, असे झाले तरच देशातील इंग्रज कायदेपंडितांचे वर्चस्व आणि नैतिक प्रामुख्य संपुष्टात येऊ शकेल. सर्व प्रांतांनी स्वभाषेतून आवश्यक ते वाङ्मय तयार केल्यास समाजात विचारक्रांती घडून येईल आणि सर्वांगीण सुधारणेचे कार्य सुलभ होईल.

जनसामान्यांचे वाङ्मय आणि अभिजनांचे वाङ्मय असे भेद विषय अभिरुची सभ्यताभिन्नतेवरून समाजात केले असले तरी त्याला काहीअंशी जातिभेदाचा वास येतो याची जाणीव समाजशास्त्रवेत्ते असल्यामुळे केतकरांना झाली होती. ही दरी मिटायची तर ब्राह्मणांचे वाङ्मय नेहमी उच्च दर्जाचे व कुणब्यांचे कायम कनिष्ठ ही गैरसमजूत दूर झाली पाहिजे. कुणब्यांचे साहित्य ब्राह्मणांच्या साहित्यापेक्षा अश्लील असते या आरोपामागे कनिष्ठ जातींबाबतचा तुच्छताभावच दिसतो. वस्तुतः भाषेचा प्रतिष्ठितपणा कमीअधिक असेल; पण अश्लीलपणाबाबत ब्राह्मणी साहित्याने नक्कीच फार पुढे मजल मारली आहे असे केतकर बजावतात. त्यांचे असे मत होते की, समाजाच्या खालच्या स्तरात उत्पन्न होणाऱ्या वाङ्मयाचे

सार्वजनीकरण व शिष्टीकरण घडत राहण्याची क्रिया राष्ट्रीय वाङ्मयात नावीन्य आणत असते; पण या क्रियेचे महत्त्व भारतीय वाङ्मयाच्या इतिहासात जितके प्रामुख्याने मांडले पाहिजे तितके अजून मांडले गेले नाही (केतकर, १९६४, २०५).

समाजजीवनात भाषेला किती मध्यवर्ती महत्त्वाचे स्थान असते याचे भान ठेवूनच महर्षी विठ्ठल रामजी शिंदे मराठी भाषेचे मूळ शोधण्याचा संशोधनपूर्वक खटाटोप करतात. त्यांच्या मते मराठीचा प्रवास मगध, पश्चिम बंगाल, ओरिसा, तेलंगण या प्रांतांतून झाला असून त्यानंतर ती महाराष्ट्रात स्थिरावली असावी. भाषेतील ध्वनी, रूपसिद्धी क्रियापदांच्या काळाची रूपे, प्रयोग, वाक्यरचना वैशिष्ट्ये यांच्या आधारे तर त्यांनी निष्कर्ष काढलेले आहेतच; पण भाषिक गटांचे सांस्कृतिक संबंध, भाषा व बोलीचे संबंध, मराठी संतांचे व पंथांचे भाषिक योगदान अशा विषयांचीही चर्चा त्यांनी केली आहे. कोकणी मराठी तसेच कानडी मराठी यांच्यातील आंतरसंबंधांवरही त्यांनी प्रकाश टाकला आहे. मराठी भाषेच्या उन्नती अवनतीची चर्चा समाजातील अभिजनांपुरतीच मर्यादित होती असेही नाही. कोणी पुरुषोत्तम बाळकृष्ण साठे मासिक मनोरंजनाच्या १९२५ च्या दिवाळी अंकातून 'मराठी भाषेचे लेखक व वाचक' विषयावर स्वतःची मते आवर्जून नमूद करताना आढळतो. त्याच्या मते अडचण लेखकांची नसून वाचकांची आहे, वाचन हे नुसते करमणुकीचे साधन आहे. तोपर्यंत मराठी भाषेची सर्वांगीण उन्नती होणे अशक्यच होय. वाचकांची अभिरुची सुधारली तरच विविध शास्त्रीय विषयांवर मराठीतून लेखन होईल, मराठी शब्दसंग्रह वाढेल आणि परभाषेतून शास्त्रांचा अभ्यास करावा लागण्यातील बौद्धिक गुलामगिरी नाहीशी होईल. स्वतंत्र व जोरदार भाषा ही जिवंत राष्ट्राची जातिवंत खूण मानणारे हा लेखक मानसिक बौद्धिक गुलामगिरीला राजकीय पारतंत्र्यापेक्षा अधिक दुःसह मानतो आणि लेखक, वाचक, संपादक, टीकाकार व प्रकाशक वगैरे सर्वांना भाषाविकासासाठी एकदिलाने परिश्रम करण्याचे आवाहन करतो. त्याच्या मते, जे राष्ट्र आपली भाषा जिवंत ठेवण्यासाठी झटते, त्यात यश मिळवते तेच राष्ट्र राजकीय गुलामगिरीतून खात्रीने मुक्त होऊ शकते. याच मासिकाच्या डिसेंबर १९२५ च्या अंकात 'वाङ्मयाची नाडीपरीक्षा' शीर्षकाचा लेख लिहून कोणी एक वासुदेव विनायक जोशी अव्वल इंग्रजीतील सुवासीन व इंग्रजी भाषेचे देव्हारे माजवणाऱ्या पिढीच्या तुलनेत आज मातृभाषेचा उत्कर्ष इच्छिणारे आणि तदर्थ परिश्रम करणारे संख्येने जास्त असल्याबद्दल समाधान व्यक्त करतो.

फार्सी भाषेमुळे मराठीचे उच्चार, विभक्तिप्रत्यय, वाक्प्रचार आणि एकूणच अर्थप्रक्रिया प्रभावित झाली असली तरीही मराठीचे मराठीपण अबाधिक राहिले होते; पण इंग्रजीच्या प्रभावातून मराठी भाषा भ्रष्ट होण्याचाच धोका आहे असे मत राजवाड्यांपासून अनेकांनी

मांडलेले दिसते. इंग्रजीपेक्षा मराठीची प्रकृती सर्वस्वी वेगळी असल्यामुळे या दोन भाषांचा गुण्यागोविंदाने जोड बसणे अशक्य आहे असे राजवाड्यांचे मत होते (जोग, खं. ५, भाग २, १९७३, ३८८). मराठी संस्कृतीच्या लोकांना बरीच वर्षे पारतंत्र्यात खितपत पडावे लागेल, त्यामुळे मराठी संस्कृती खुरगटली, मराठी प्रतिभेवर त्याचा विपरित परीणाम झाला आणि स्वभाषेचे जुने भावाभिव्यक्तीला अनुकूल वळण मागे पडून नवीन भेसळ झाली असे सांगून श्री. ना. चाफेकरांनी इंग्रजी राजवटीच्या सांस्कृतिक आधिपत्याच्या दीर्घकालीन दुष्परिणामाची चर्चा केली आहे (चाफेकर १९६५, ३१-२).

**अध्यापनक्षेत्रात मराठी**

मराठी गद्य सकस, समृद्ध व सर्वसमावेशक व्हायचे तर अध्यापनक्षेत्रात मराठीचा प्रवेश मोठ्या प्रमाणावर झाला पाहिजे, याची जाणीव स्वातंत्र्यपूर्वकाळात अनेक समाजधुरीणांना झाली होती. मुंबई विद्यापीठाचे चान्सलर सर बार्टल फ्रियर यांनी त्यांच्या पदवीदान समारंभांच्या भाषणांतून विद्यार्थ्यांचे मातृभाषेचे ज्ञान परिपूर्ण व सखोल नसल्याबद्दल १८५९ पासून वारंवार खंत व्यक्त केली होती. एवढेच नव्हे तर सुशिक्षितांनी त्यांना विद्यापीठात प्राप्त झालेल्या ज्ञानाचा वापर स्वतःची मातृभाषा समृद्ध करण्यासाठी करावा असे आवाहनही त्यांनी केले होते; पण प्रमाणभाषेची उणीव, लेखनक्रियेत शब्दांच्या शुद्धाशुद्धतेचे वाद, वैचारिक गद्यवाङ्मयाचा अभाव अशा कारणांनी मराठीची जी दुरवस्था होती ती पाहता मराठीला विद्यापीठीय अभ्यासक्रमात स्थान देणे शक्य झाले नव्हते. १८१८ ते १८६४ या काळातील मराठी ग्रंथांसंबंधी न्या. रानडे यांनी दिलेल्या अहवालात मराठीच्या या दुरवस्थेला दुजोरा दिला होता. मराठी ग्रंथ व ग्रंथकार यांची गुणवत्ता वाढवण्याच्या दृष्टीने करावयाच्या अनेक प्रयत्नांत रानड्यांनी नंतरच्या काळात पुढाकारही घेतला होता. १८६५ ते १८९४ या काळातील मराठी वाङ्मयाचा आढावा रानड्यांनी घेतला तेव्हा त्यात मराठी गद्यलेखनात आणि अनुवादकार्यात वाढ झाली असून ग्रंथसंख्येत लक्षणीय भर झाल्याने मराठी वाङ्मयीन संस्कृती अधिक समृद्ध झाली असल्याचा निर्वाळा दिला होता; पण त्याचवेळी त्यांनी असेही नमूद केले होते की, या विकासात योग्य त्या समन्वयाचा अभाव असून योग्य मार्गदर्शनाच्या अभावी मराठीची वाढ पद्धतशीर झाली नाही, विद्यापीठाच्या पदवीधरांकडून ग्रंथनिर्मिती अभावानेच झालेली दिसते, त्यांच्या ठिकाणी मातृभाषेबद्दल तिरस्काराची भावना आढळते आणि मातृभाषेबद्दल अनास्था ही सामाजिक उणीव असून ती प्रतिवर्षी वाढतच आहे (टिकेकर, २००७, २१६). मराठीचा अंतर्भाव व्हावा यासाठीचे प्रयत्न अधूनमधून सुरूच असले तरी १८६४ पासून मुंबई विद्यापीठाच्या अभ्यासक्रमांतून मराठीचे जे उच्चाटन झाले होते ते १९०० पर्यंत तसेच राहिले होते. २९ जानेवारी, १९०१ रोजी चिमणलाल

सेटलवाड यांनी त्यासाठी मांडलेला ठराव बहुमताने मंजूर झाला आणि पदव्युत्तर परीक्षेसाठी मराठी हा वैकल्पिक विषय म्हणून सुरू झाला; पण त्याची प्रश्नपत्रिका व उत्तरपत्रिका मात्र इंग्रजीतूनच दिल्या जात असत. पदवी परीक्षेला मराठी विषय घेण्याची सोय १९२१ साली झाली, तर पीएच. डी. साठी मराठीत प्रबंधाला १९३४ साली संमती मिळाली. विद्यापीठाचा मराठी विभाग १९६९-७० साली स्थापन झाला आणि आठही पेपर्सही मराठी विषयाची पदव्युत्तर परीक्षा देण्याची सोय १९७५ साली केली गेली. मुंबई विद्यापीठातील मराठी विषयाचा अडतरखडत झालेला हा प्रवास या संदर्भातील अडचणींवर उत्तम प्रकाश टाकणारा असल्यामुळे काहीशा विस्ताराने कथन केला आहे.

सर्व विषयांचे ज्ञान मराठीतून दिले गेले तरच ते समाजात खोलवर रुजू शकेल यादृष्टीने मराठी विद्यापीठाच्या मागणीनेही या काळात बराच जोर धरला होता. मराठीतून शास्त्रीय वाङ्मयाची निष्ठेने सर्वप्रथम निर्मिती करणाऱ्या बाळाजी प्रभाकर मोडक यांनी मुंबई मराठी ग्रंथसंग्रहालयाच्या वार्षिकोत्सवाच्या अध्यक्षपदावरून बोलताना सर्व शास्त्रांचे उच्च शिक्षण मराठीतून देण्याची आवश्यकता पटवून देऊन स्वभाषेतून शिक्षण देणाऱ्या मराठी विद्यापीठाची एक योजनाच १९०४ साली लोकांपुढे व सरकारपुढे ठेवली होती. टिळकांनीही या विषयावर लिहिताना असे स्पष्ट केले होते की, युनिव्हर्सिटीत अमुक वर्षी ज्ञानेश्वरी ठेवून फार काही साधणार नाही तर सर्व अभ्यासक्रम मराठीत ठेवणे हाच खरा उपाय आहे (समग्र टिळक, खं. ५६२४). १९२१ च्या बडोदा साहित्य संमेलनात, १९३२ च्या कोल्हापूर साहित्यसंमेलनात मराठी विद्यापीठाच्या मागणीचा पुनरुच्चार केला गेला होता. पुणे विद्यापीठ स्थापन झाले तेव्हा सार्वत्रिक भावना अशी होती की, आपली ती मागणी पूर्ण झाली. 'पुणे युनिव्हर्सिटी कशी असावी' या शीर्षकाचा लेख १९२७ सालीच लिहून ध. रा. गाडगीळ यांनी त्या भावनेलाच शब्दरूप दिले होते. उच्च पातळीवरील शिक्षणही मातृभाषेतून व्हावे, त्यासाठी पुणे विद्यापीठाने खास पुढाकार घ्यावा आणि त्यादृष्टीने परिश्रमपूर्वक व योजनापूर्वक पावले टाकावीत अशी अपेक्षा त्यांनी व्यक्त केली होती (सुलभा ब्रह्मे, १९७३, एकोणीस). १९४८ साली पुणे विद्यापीठाची स्थापना झाली तेव्हाही हाच आशावाद व्यक्त केला गेला होता.

### शास्त्रीय विषयांवरील ग्रंथनिर्मिती

स्वातंत्र्यपूर्वकाळातील मराठी गद्याचे सर्वात ठळकपणे नजरेत भरणारे वैशिष्ट्य शास्त्रीय विषयांवर केले गेलेले विपुल व मूळ लेखन हे सांगता येईल. कधीकाळी जर मराठीतून यंत्रशास्त्र, निरींद्रिय व सेंद्रिय रसायनशास्त्र, प्राणीशास्त्र, खनिजशास्त्र, वनस्पतीशास्त्र, भौतिकशास्त्र, आरोग्यशास्त्र वगैरे विषय शिकवण्याची सोय झाली तर त्या विषयांची पुस्तके उपलब्ध व्हावीत या हेतूने अनेकांनी अशा विषयांत गद्यलेखन केले. त्यांनी त्या त्या विषयांची सोपी

सुटसुटीत परिभाषा घडवली. देशाची प्रगती शास्त्रांच्या ज्ञानाखेरीज होणे असंभवनीय आहे आणि सर्वसामान्य माणसांना देशी भाषेतून ते ज्ञान झाले तरच त्यातून समाजाचा खरा विकास घडतो अशी दृढश्रद्धा या उपक्रमांमागे होती. मराठीतील शास्त्रीय वाङ्मयनिर्मात्यांचे अध्वर्यू असा ज्यांचा गौरव सार्थपणे केला जातो त्या बाळाजी प्रभाकर मोडक यांचा या संदर्भात सर्वप्रथम उल्लेख करणे उचित ठरेल. त्यांनी विविध शास्त्रांवर अत्याधुनिक संशोधन करून सिद्धांत, प्रयोग व चित्राकृतींचा वापर करून सविस्तर लेखन केले आहे. विज्ञानाच्या साहाय्याने औद्योगिक स्वावलंबन व भारतीय भाषांच्या माध्यमाद्वारे शिक्षणाचे एतद्देशीयीकरण अशी स्वदेशीची द्विसूत्री मोडकांनी मांडली होती (धुमटकर, २००६, १४). विज्ञानबोध हा श्री. म. माट्यांचा ग्रंथही उल्लेखनीय आहे, समाजाचा बौद्धिक दर्जा वाढवण्याचा हमखास मार्ग त्यांच्या मते मातृभाषेतून शास्त्रीय ज्ञाने हस्तगत करणे हाच असू शकतो. तत्त्वज्ञानाचे प्राध्यापक असलेल्या गोविंद चिमणाजी भाटे यांनी अर्थशास्त्र विषयावर जो पाचशे पानांचा ग्रंथ तो स्वतंत्र बुद्धीने लिहिलेला आद्यग्रंथ समजला जातो. कॅ. गणेश वासुदेव मोडकांनी अपार परिश्रम करून युद्धतंत्र विशद करणारा प्रतापगडचे युद्ध नामक ग्रंथ रचला, अभ्यासकांचा असा निर्वाळा आहे की, शिवाजीच्या युद्धकौशल्याच्या निमित्ताने युद्धकौशल्याची सार्वकालिक व मूलभूत तत्त्वे स्पष्ट करणारा हा ग्रंथ मराठीतच नव्हे तर अन्य भारतीय भाषांमध्येही पहिलाच असावा (गंदेखा, खं. ६, १९६३, १४).

संततिनियमन, वेश्याव्यवसाय, गुप्तरोग, नग्नता, रतिक्रिया यासारख्या समाजाने जाहीर चर्चेपासून दूर ठेवलेल्या विषयांवरची शास्त्रीय माहिती समाजाचा रोष पत्करूनही जन्मभर आपल्या समाजस्वास्थ्य मासिकातून पुरवणाऱ्या र. धों. कर्वे यांनी मराठी गद्यात घातलेली भर फारच मौलिक स्वरूपाची आहे. इतिहासलेखन हे या कालखंडातील मराठी गद्याचे एक अत्यंत महत्त्वाचे अंग आढळते. इतिहासलेखनासाठी आवश्यक असलेली ज्ञानप्रधान गद्यभाषेची शिस्त मराठीला एकोणिसाव्या शतकातच लागलेली असली तरी इतिहासाच्या परिभाषेला खरे रेखीव स्वरूप याच काळात प्राप्त झाले. पूर्वी बऱ्याच अंशी भाषांतररूप किंवा सारांशरूप असे इतिहासलेखनाचे स्वरूप असले तरी उत्तरोत्तर ते कमी होत गेले (ओतुरकर १९७३:१४७-८). विसाव्या शतकारंभी रशियाला पराभूत करून चिमुकला जपान युद्ध जिंकला या घटनेने भारतातील आणि विशेषतः महाराष्ट्रातील इतिहासकारांना विलक्षण प्रभावित केले. जपानचे कौतुक करतानाच स्वदेशात राष्ट्रभिमानाची लाट पसरवण्यासाठी त्यांनी या घटनेसंबंधी भरपूर लेखन केले. जपानचा इतिहास (१९०४), जपानचा राष्ट्रभक्तिप्रदीप (१९०५), जपानची मर्दुमकी (१९०७), जपान व तेथील लोक (१९१७) वगैरे ग्रंथशीर्षके याचीच साक्ष देतात. किंबहुना असे दिसते की, या काळातील बरेचसे इतिहासलेखन राष्ट्रभक्ती

जागृत करण्याचे साधन म्हणूनच झालेले असून लेखकांच्या राष्ट्रभक्तीची मुख्य भिस्त प्राचीन संस्कृतीच्या गौरवावरच होती (कित्ता:१५१). जर्मनीतील शिक्षण, तेथील राष्ट्रभावना उद्दीपित करणारे नीत्शेचे तत्त्वज्ञान, रशियातील बोल्शेविझम, १८५७ च्या स्वातंत्र्युद्धाचे इतिहास, लोकमान्य टिळकांची अनेक चरित्रे इत्यादी विषयांनी इतिहासकारांना आकर्षित केले होते.

व्यक्तीच्या व समाजाच्या जीवनाचे समग्र आकलन करून घेण्याच्या स्वरूपात जे विविध विचारप्रवाह जगात पुढे आले होते त्यांचा परिचय मराठी वाचकांना व्हावा असाही प्रयत्न अनेक गद्यलेखकांनी या काळात केलेला दिसून येतो. विशेषतः रशियातील कामगारक्रांतीच्या यशस्वितेनंतर साम्यवादी विचारसरणीकडे त्यांचे लक्ष वेधले गेले. शं. द. जावडेकर यांचे कम्युनिझम अर्थात विश्वकुटुंबवाद (१९२९), रा.म. जांभेकरांची कम्युनिस्ट जाहीरनामा (१९३१) आणि मोल, मजुरी व भांडवल (१९३२) ही दोन पुस्तके, पां. वा. गाडगीळलिखित सोशॅलिझम अर्थात समाजवादाचा ओनामा (१९३४), स. रं. सुंठणकरलिखित मार्क्सवाद-नवयुगाचे तत्त्वज्ञान (१९३६) आणि अ. के. देशपांडेकृत समाजसत्तावाद (१९३७) ही काही उदाहरणे या संदर्भात उल्लेखनीय आहेत. १९२० नंतरच्या काळात देशात गांधीजींच्या नेतृत्वाखाली जे असहकारितेचे युग सुरू झाले होते त्याचेही चरित्रात्मक व तत्त्ववैचारिक पडसाद समकालीन मराठी गद्यातून उमटलेले दिसून येतात. १९१३ पासूनच गांधीचरित्रे मराठीत प्रकाशित झालेली आहेत. तुकाराम ठाकूर यांचे दक्षिण आफ्रिकेतील करारी देशभक्त मोहनदास करमचंद गांधी यांचे चरित्र हे अनुवादित पुस्तक (१९१३), सरस्वतीनंदन यांचे बॅरिस्टन गांधी यांचे चरित्र (१९१४), अवंतिकाबाई गोखलेलिखित महात्मा गांधी यांचे चरित्र-विशेष परिचय, लेख व व्याख्याने (१९१८) आणि सी. के. दामलेकृत महात्मा गांधी चरित्र, कामगिरी आणि शिकवण (१९२४) ही काही उदाहरणे सांगता येतील. गांधीजींच्या हिंदस्वराजची तर अनेक भाषांतरे मराठीत आली होती. शंकरराव देव, शं. द. जावडेकर, स. ज. भागवत, विनोबा भावे, दादा धर्माधिकारी प्रभृतींनी गांधीविचारावर विपुल लेखन केलेले आढळते.

विसाव्या शतकाच्या प्रारंभिक पर्वात गद्यलेखनाने अशा अनेक दिशांनी भराऱ्या घेतल्या असल्या तरी विस्ताराने मोठी असलेली ही प्रगती गुणात्मकदृष्ट्या मात्र आधीच्या शतकाच्या तुलनेत समाधानकारक नव्हती अशी खंत दि. के. बेडेकरांसारख्या जाणकारांनी व्यक्त केली आहे. त्यांच्या मते आधीच्या काळात जो जिज्ञासेचा क्रांतिकारक उन्मेष होता, आणि ज्ञाताच्या कुंपणापलीकडे झेप घेण्याची जी ईर्ष्या होती ती शतकांतरानंतर क्षीण होत गेली. ज्ञाताच्या कक्षेत राहूनच पांडित्य, लोकानुनय करण्याची धडपड व आत्मसंतुष्टता यांच्या आहारी आमची विद्वता जाऊ लागली. १९०० पूर्वीच्या काळाशी आणि ज्ञानाच्या नव्या

उन्मेषांशी आम्ही प्रतारणा केली. राष्ट्रवादाच्या वाढत्या व्यापकतेत साऱ्या ज्ञानाला देशाभिमानी दिशा मिळाली आणि त्यामुळे ज्ञानाच्या जुन्या परंपरेशी नव्या ज्ञानाचा विसंवाद वाढत गेला (बेडेकर १९७३:२४३). जुन्या श्रद्धा आणि नव्या देशाभिमानी श्रद्धा यांच्यातील विसंवाद, जुन्या श्रद्धांना ब्राह्मणेतर चळवळीने दिलेले हादरे अशा सर्व वैचारिक व सामाजिक वातावरणामुळे मराठी समाजावर वैचारिक संकटाची छाया पडल्याचे सांगून बेडेकर म्हणतात की, 'सुशिक्षित व अशिक्षित शहरी व ग्रामीण, उच्चवर्णीय व कनिष्ठवर्णीय, स्पृश्य व अस्पृश्य, हिंदू व अहिंदू अशा द्वैतांनी बनलेला मराठीभाषी समाजअंतर्गत स्नेहबंधनांनी व विचारसूत्रांनी बांधला जाण्यासाठी फार समर्थ, समावेशक व प्रभावी तत्त्वचिंतनाची यावेळी गरज होती. साकल्याला आवाका घालू पाहणारे प्रेम आणि मानवाबद्दलचा आशावाद मराठी तत्त्वचिंतनातून तेजस्वीपणे प्रकट होणे आवश्यक होते; पण... (या काळातील) तत्त्वचिंतन त्या ऊर्मीची दिशाही घेऊ शकले नाही' (कित्ता : २४९).

**संदर्भसाहित्याची निर्मिती**

मौलिक तत्त्वचिंतनात असे वैगुण्य आढळून येत असले तरी संदर्भसाहित्याची परिश्रमपूर्वक निर्मिती करण्यात मात्र या काळातील मराठी अभ्यासकांनी खडतर प्रयत्नांची पराकाष्ठा केलेली दिसून येते. विशेषतः कोशकार्य व परिभाषानिर्मित्ती या क्षेत्रात त्यांनी केलेली कामगिरी नेत्रदीपकच म्हणावी लागेल. समाजातील जिज्ञासूंची वाढती संख्या, साधनसामग्रीची सहज उपलब्धता, ज्ञानविषयांची वाढती जाणीव आणि मातृभाषेला ज्ञानभाषा करण्याची जिद्द या कार्याच्या मुळाशी होती. सामाजिक राजकीय क्रांतीपूर्वी समाजात वैचारिक क्रांती घडून येण्याची गरज असते आणि ती शिक्षित वर्गांच्या मनातच पहिल्यांदा अध्ययन अध्यापन लेखन यातून घडवता येते. या भूमिकेतून केतकरांनी बारा वर्षे अपार कष्ट करून ज्ञानकोशाचे तेवीस खंड पूर्ण केले होते, त्यात जेवढी माहिती व मौलिक विचार एकत्र केले गेले होते तेवढे देशातील कोणत्याच भाषेत त्या काळात आलेले नव्हते. पूर्वपरंपरागत ज्ञान आणि भविष्यकालीन स्थिती यांना जोडणारा दुवा उपलब्ध करणे, निरनिराळ्या लेखकांनी विविध विषयांवर लिहिताना प्रचलित केलेल्या भिन्न शब्दांच्या जागी एकसारखेपणा आणून भाषा स्थिर करणे, केवळ पंडित वर्गापुरतेच मर्यादित राहिलेले ज्ञान सर्वत्रांपर्यंत पोहोचवणे आणि इंग्रजी या संस्कृत पुस्तकांवरची भिस्त, ग्रंथलयांची वानवा, भौतिक शास्त्रे व तज्जन्य कला याबद्दलचे अज्ञान, सदोष अभ्यासपद्धती, संशोधनशिस्तीचा अभाव यातून येणाऱ्या बौद्धिक परावलंबित्वाचा नाश करून लोकांना बौद्धिक स्वातंत्र्य मिळवून देणे अशी प्रयोजने ज्ञानकोशाचे कार्य करत असताना केतकरांच्या मनात होती (केतकर १९७७:१३०-१). केतकरांचा ज्ञानकोश पूर्ण झाल्यामुळे

भारतीय वाङ्मयक्षेत्रात मराठी भाषेची बौद्धिक प्रतिष्ठा उंचावली आणि अनेकांना प्रेरणा मिळून महाराष्ट्रात नवे कोशयुग सुरू झाले (खानोलकर १९६६:२१).

कोश आणि व्याकरण ही कोणत्याही भाषेच्या उत्कर्षाची प्रधान अंगे मानली जातात. प्रचंड मेहनत, विद्वता, आस्था आणि संशोधनाची चिकाटी असल्याखेरीज कोशकार्य तडीस नेता येत नाही. कोणत्याही भाषेतील शब्दसमूह ती भाषा बोलणाऱ्या लोकांच्या विचारांचे, ज्ञानाचे आणि समाजस्थितीचे द्योतक असतात. लोकांचे आचारविचार, धर्म, नीती, तत्त्वज्ञान, व्यापार वगैरेचे चित्र त्यांच्या भाषेतून उमटलेले असते. 'त्यामुळेच भाषेच्या अभिवृद्धीवरून लोकांची स्थिती व लोकांच्या स्थितीवरून भाषेची अभिवृद्धी याबद्दल सहज अनुमान करता येते.' अशा शब्दांत लोकमान्य टिळकांनी कोशकार्याचे महत्त्व सांगितले आहे (टिळक १९७६:६९८). कोशवाङ्मय भारतातील सर्वच भाषांमध्ये आहे; पण मराठीत झालेली कोशनिर्मिती विशेष समृद्ध आणि अनेकविध प्रकारची असून एवढ्या मोठ्या प्रमाणात हे कार्य फक्त मराठीच झाले असल्याचा निर्वाळा अभ्यासकांनी दिला आहे. (कुलकर्णी २००७:सतरा). भारतीय भाषांमध्ये चरित्रकोश सर्वप्रथम होण्याचा मान मराठी भाषेने मिळवलेला आहे. १८७६ साली रघुनाथ भास्कर गोडबोले यांनी भारतीय ऐतिहासिक कोश संकलित केला होता. गं. दे. खानोलकरांचा अर्वाचीन मराठी वाङ्मयसेवक १९३१ साली तर सिद्धेश्वरशास्त्री चित्राव यांच्या प्राचीन, मध्ययुगीन व अर्वाचीन चरित्रकोशांचे तीन खंड अनुक्रमे १९३२, १९३७, आणि १९४५ या वर्षात प्रकाशित झाले होते. स्वातंत्र्यपूर्वकाळातील शब्दकोशनिर्मितीचे कार्य पाहिले की किती जणांनी, किती नाना प्रकारांनी आणि किती अपार परिश्रम या मूलभूत महत्त्वाच्या कामात ओतले होते हे आपल्या ध्यानात येते. कँडी यांनी पहिला इंग्रजी मराठी कोश १८४७ साली तयार केला. त्यानंतरच्या पन्नास वर्षांत मराठी शब्दसंपदेत पडलेली भर, भाषेच्या स्वरूपात झालेला बदल, विविध शास्त्रांच्या परिभाषेमुळे प्रविष्ट झालेले नवे शब्द वगैरे गोष्टींचे भान ठेवून नीळकंठ बाबाजी रानटे यांनी नवा इंग्रजी मराठी कोश सिद्ध केला. स्वभाषेच्या अभिवृद्धीस मदत करणे म्हणजे पुष्कळ अंशी स्वदेशाच्या अभिवृद्धीस मदत करण्यासारखे असल्याचे सांगून रानड्यांच्या परिश्रमाचे मराठीच्या हितचिंतकांनी चांगले चीज करावे असे आवाहन टिळकांनी केले होते (टिळक १९७६:७०१).

विद्याधर वामन भिडे यांनी १९०५ साली मराठी शब्दांचे उद्घाटन नामक कोश तयार करून त्यात शब्दांचे निरनिराळे अर्थ कसे प्राप्त होतात याचे विवेचन केले होते. १९१० साली त्यांनीच मराठी भाषेचे वाक्प्रचार, म्हणी इत्यादी आणि मराठी भाषेचा सरस्वती कोश सिद्ध केल्याचे दिसते. माधवराव पटवर्धन आणि वि. दा. सावरकर यांचेही या क्षेत्रातील कार्य

उल्लेखनीय आहे. पटवर्धनांनी सतत दहा वर्षे खपून १९२५ साली एकहाती तयार केलेल्या फार्सी मराठी कोशाला 'शब्दसिद्धी' या नावाची तीस पानी अभ्यासपूर्ण प्रस्तावना जोडली होती. त्यांचे असे मत होते की, भाषेचे सामर्थ्य तिच्या शब्दसंपत्तीवर व परकी शब्द आपलेसे करून घेण्याच्या चातुर्याइतकेच तिच्या नवशब्दप्रसवशक्तीवर अवलंबून असते. सावरकरांनी १९२४ पासूनच परकीय शब्दांना एतद्देशीय पर्यायी शब्द शोधण्याची किंवा गरज पडल्यास नवे शब्द तयार करण्याची मोहिमच हाती घेतली होती. त्यांनी तयार केलेला शुद्ध शब्द लघुकोश (१९२६) प्रसिद्ध झाला आहे. चिं. ग. कर्वे व य. रा. दाते संपादित महाराष्ट्र शब्दकोश, भाग १ ते ७ (१९३२-३८), महाराष्ट्र वाक्संप्रदाय कोश (१९४२) आणि शास्त्रीय परिभाषा कोश (१९४८) हे बृहद् स्वरूपाचे कोश महाराष्ट्र शब्दकोश मंडळाने प्रकाशित केले होते. त्यापैकी पहिला कोश हा मराठी भाषेत तयार झालेला पहिलाच व्यापक व सर्वसमावेशक स्वरूपाचा कोश आहे. त्यात मराठीतील सर्व जुनेनवे शब्द तर आहेतच शिवाय विविध प्रांतांत बोलल्या जाणाऱ्या बोलीभाषेतील शब्दसंग्रहही समाविष्ट केला आहे. प्रत्येक शब्दापुढे कोशशास्त्रानुसार त्याचे व्याकरणे, व्युत्पत्ती, अर्थनिश्चिती, भिन्न अर्थ व ते कसे लाभले याचे स्पष्टीकरण संपादकांनी दिले आहे. 'या विस्तृत शब्दकोशाच्या रूपाने कर्वे व दाते या विद्वानांनी भाषाभिवृद्धीचे संस्मरणीय व चिरस्थायी स्वरूपाचे फार मोठे काम करून ठेवले आहे' असा अभिप्राय अभ्यासक आजही देतात (डहाके २००४:१०७). स्वतंत्र वाक्संप्रदाय कोश ही कल्पनाही मराठीतच सर्वप्रथम प्रत्यक्षात आणली गेली होती. शास्त्रीय परिभाषा कोशात अर्थशास्त्र, राजनीती, जीवशास्त्र, तत्त्वज्ञान, धर्मशास्त्र, नाविकशास्त्र, पदार्थविज्ञान, स्थापत्य, वैद्यक, भाषाशास्त्र इत्यादी विभिन्न शास्त्रांतील संज्ञांचे संकलन करून एक पायाभूत महत्त्वाची कामगिरी पार पाडली गेली होती. मराठी वाचकवर्गाला व कार्यकर्त्यांना हरतऱ्हेची माहिती सहजोपलब्ध करून देण्याच्या हेतूने श्री. म. माटे यांनी जो महाराष्ट्र सांवत्सारिक अथवा मराठी वार्षिक ज्ञानसंग्रह (१९३२) तयार केला होता त्यात महाराष्ट्रातील सुमारे १०८ जातींच्या रीतिरिवाजांची व समजुतीची सामाजिक चळवळीसाठी अत्यंत उपयुक्त अशी माहिती दिलेली होती. शंकर गणेश दाते यांनी तयार केलेल्या १८०० ते १९३७ या कालावधीतील मराठी ग्रंथसूचीचा पहिला खंड १९४४ साली प्रकाशित झाला होता. या कामालाही अन्य कोणत्याही भारतीय भाषेत तोड सापडत नाही.

### भाषाशुद्धीचा व शुद्धलेखनाचा वाद

विविध शास्त्रांतील ज्ञान मराठी वाचकांना व्हावे या आकांक्षेच्या परिपूर्तीचाच एक भाग म्हणून नवीन शब्दावलीची निर्मिती विद्वानांनी सुरू केली आणि त्यातून मराठी कोशयुग अवतरले हे आपण पाहिले. परक्या भाषेतील संज्ञांना नेमके प्रतिशब्द देताना कोणती दक्षता

घेतली पाहिजे, परकीय शब्दांचा भरणा किती व कशा स्वरूपात करावा, ते स्वीकारताना मराठीचा मराठीपणा बिघडू नये; पण तिची अभिवृद्धी मात्र इष्ट दिशेने व्हावी यादृष्टीने कोणती खबरदारी घ्यावी असे अनेक प्रश्न संबंधितांसमोर उभे राहिले. 'भाषेत परकीय शब्द नसणे हे स्वाभिमानाचे लक्षण आहे हे खरे; पण त्याचा अर्थ असा की, परकीय शब्दांना स्वदेशी शब्दांवर शिरजोरपणा होऊ नये, परकीय शब्द मुळीच स्वभाषेतून येऊ नयेत असा नव्हे' अशी तारतम्याची भूमिका या संदर्भात टिळकांनी घेतली होती. (टिळक १९७६:७००). परभाषेतील शब्द पिठात मीठ या न्यायाने स्वीकारल्यास तर स्वभाषेला पथ्यकर व रुचकर होतात एरव्ही भाकरी खारट होण्याची शक्यता असते असा इशारा देऊन त्यांनी नवे मराठी शब्द बनवण्यात थोडा अतिरेक झाला तरी तो क्षम्य मानला आहे.

भाषाशुद्धीची चर्चा अशी या शतकाच्या सुरुवातीपासूनच सुरू झाली असली तरी तिला मुख्य चालना दिली ती सावरकर पटवर्धनांनीच. सावरकरांनी १९२१ साली केसरीतून 'मराठी भाषेचे शुद्धीकरण' अशी लेखमाला लिहून उर्दू, फार्सी, मुसलमानी व इंग्रजी भाषांमधील शब्दांचे मराठीतून उच्चाटन केले पाहिजे अशी भूमिका हिरिरीने मांडली, एवढेच नव्हे तर कोणत्या शब्दांवर बहिष्कार घातला पाहिजे याची यादीही सोबत जोडली होती. यावरच्या चर्चेत तेव्हाच्या अनेक मान्यवरांनी भाग घेतलेला आढळतो, त्यांच्यात समर्थक कमी आणि विरोधकच अधिक होते. समर्थकांचा मुद्द्यांचा सारांश असा होता की, भाषेच्या विटंबनेत व भ्रष्टीकरणात राष्ट्राच्या विटंबनेची व भ्रष्टाचाराची बीजे असतात आणि भारतातील बहुतेक भाषा संस्कृतोद्भव असल्यामुळे संस्कृत शब्दच जनतेला अरबी फार्सी शब्दांपेक्षा सहजगत्या समजतात. माधवराव पटवर्धनांनी विस्मृतीत गेलेल्या मराठी शब्दांचे पुनरुज्जीवन व्हावे असे मत आग्रहपूर्वक मांडले होते, तेच त्यांनी १९३६ च्या साहित्य संमेलनाच्या अध्यक्षीय भाषणातूनही मांडले होते. विरोधकांनी केलेले युक्तिवाद थोडक्यात असे होते की, भाषेला धर्म नसतो, उर्दू ही मर्दानी भाषा आहे आणि हा प्रयत्न अनुचित असून निष्फळ ठरणारा आहे. तो रोगापेक्षा भयंकर ठरू शकणारा इलाज असल्याचे काहींनी सांगितले होते, तर वि. द. घाटे यांनी शब्दांचे सुतक तरी किती पाळायचे असा सवाल केला होता. सावरकर पटवर्धन यांच्यासारखे पंथाग्रही व कहरी लेखक कमालीची कृत्रिम, अस्वाभाविक व क्लिष्ट भाषा लिहितात, प्रत्ययही बदलतात व भाषेला विद्रूप करतात असा आरोप करून श्री. के. क्षीरसागरांनी त्यांची चळवळ भाषात्मक असण्यापेक्षा राजकीय असल्याचे विधान केले होते. त्याच्या पुष्ट्यर्थ ते म्हणतात की सावरकर पटवर्धनांना 'इंग्रजी व फारशी शब्दच काय ते परकीय वाटतात. मराठीत कानडी शब्दांचा भरणा आहे, त्यासंबंधी ते एक अक्षरही बोलत नाहीत' (क्षीरसागर २०००:२७).

भाषाशुद्धीप्रमाणेच गद्यलेखनाच्या संदर्भात महत्त्वाच्या असलेल्या शुद्धलेखनाचीही चर्चा स्वातंत्र्यपूर्वकाळापासून जी सुरू झाली आहे ती अद्यापही थांबलेली नाही. का. ना. साने, रा. प. गोडबोले, व शं. रा. हातवळणे या 'मुनित्रया' ने शुद्धलेखनासंबंधीचा वाद १८९८ मध्ये सुरू केला, त्यांच्यावर टीकेची झोड उठली तेव्हा त्या टीकेचा परामर्श घेणारे पुस्तक मराठी भाषेची लेखनपद्धती या नावाने त्यांनी लिहून काढले. लेखनाच्या संदर्भात काही मूलभूत प्रश्न या वादाच्या निमित्ताने उपस्थित झाले, त्यावरून हे स्पष्ट झाले की मराठी लेखनातील ऱ्हस्व दीर्घ व अनुस्वार एवढ्यापुरता हा वाद मर्यादित नाही. संस्कृत शब्दांचे लेखन मराठीत कसे करावे? संस्कृताप्रमाणे की मराठी उच्चाराप्रमाणे? इतर भाषांतील शब्दांबाबतही कोणते धोरण असावे? उच्चार व लेखन यामध्ये एकरूपता असावी की नाही? अशी एकरूपता कितपत शक्य आहे? उच्चारानुसार लिहायचे तर कोणाचे उच्चार प्रमाण मानायचे? लेखनामध्ये व्युत्पत्तीस किती स्थान द्यावयाचे? लेखननियमांत बदल करण्याचा अधिकार कोणाचा? सरकारचा व्याकरणकारांचा की सर्वसामान्य जनतेचा? नंतरच्या काळातही हेच प्रश्न पुनःपुन्हा उपस्थित होत राहिले (जोगळेकर १९७३:४१६) असून त्यांची समाधानकारक उत्तरे आजतागायत मिळू शकलेली नाहीत. या वादात त्याकाळी तरी परंपरावाद्यांची सरशी झाली होती. त्यांची भूमिका बोलण्यापेक्षा लिहिण्याच्या भाषेला प्राधान्य देणारी होती, तर टिळकांसारखे मध्यममार्गी या मताचे होते की, मराठी ही वाढती भाषा असल्यामुळे शुद्धलेखनाचे नियम कायमचे न ठरवून टाकणे भाषेच्या वृद्धीला मारक ठरू शकेल. वस्तुतः कालानुसार सुधारणा घडवून आणण्याची परिवर्तनवाद्यांची भूमिका अधिक समंजसपणाची होती; पण त्यासाठी त्यांनी जो मार्ग वापरला तो चुकीचा ठरला. सरकारी क्रमिक पुस्तकांद्वारे सुधारणा करण्याचा त्यांचा प्रयत्न परंपरावाद्यांनी सरकारचे भाषेवरचे आक्रमण ठरवले आणि लोकांची सहानुभूती स्वतःकडे खेचली (कित्ता : ४१७).

**स्त्रियांचे गद्यलेखन**

एकोणिसाव्या शतकातील मराठी गद्याची चर्चा करताना आपण फेरारबाई व पंडिता रमाबाई यांच्या जोडीला ताराबाई शिंदे यांच्या स्त्री-पुरुष तुलना या पुस्तकाची नोंद घेतली होती. स्त्रियांचा प्रश्न केवळ धर्म व जात या जाचक चौकटीपुरताच मर्यादित नसून पुरुषसत्तेने होणाऱ्या घुसमटीशीही निगडित आहे हे सर्वप्रथम सांगणाऱ्या ताराबाई त्यांच्या काळाच्या खूपच पुढे होत्या. त्यांच्या गद्यलेखनात भारतीय स्त्रीवादाची बीजे स्पष्ट स्वरूपात दिसून आली होती. एरव्ही तर विसाव्या शतकाच्या पूर्वार्धातही स्त्री पुरुष समानता व स्त्रीस्वातंत्र्यवादी संकल्पनांचे वारे मराठी स्त्रियांच्या लेखण्यांना पुरेसे लागलेले दिसत नाही. सुंदराबाई नवलकर, वेणूताई नामजोशी, काशीबाई कानिटकर, काशीबाई हेरलेकर, गिरिजाबाई केळकर अशा

काही स्त्रियांनी या काळात गद्यलेखन लक्षणीय प्रमाणावर केले आहे, त्यातील काही भाग वैचारिक निबंध या प्रकारात समाविष्टही केला जाऊ शकतो. स्त्रियांनी अनेक विषयांवर विचार मांडलेले आहेत. त्याकाळचे विशेष लोकप्रिय व बदलत्या दृष्टिकोनाचे प्रतिनिधित्व करणारे मनोरंजन हे मासिक 'यत्र नार्यस्तु पूज्यंते' हे आपले ब्रीदवाक्य म्हणून मिरवत होते. त्या नियतकालिकात वैचारिक लेखांबरोबरच हुंडा व इतर वैवाहिक समस्यांचीही चर्चा केली जात असे; पण तरीही असे म्हणता येईल की, स्त्रियांचे चर्चाविश्व मुख्यत्वे स्त्रीला उत्तम कर्तव्यदक्ष गृहिणी कसे होता येईल या प्रश्नाभोवतीच फिरताना दिसते. काशीबाई हेरलेकर यांच्या संसारातील गोष्टी या पुस्तकाच्या १९१७ ते १९२१ या काळात पाच आवृत्त्या निघाल्याची नोंद आहे. त्या पुस्तकात लेखिकेने महिलांना दिवसभराच्या कामांची आखणी करणे, नीटनेटकेपणा राखणे याबरोबरच जमाखर्च, विणकाम, भरतकाम, बागबगीचा, कौटुंबिक नातीगोती आणि स्वच्छता वगैरेबद्दलची सविस्तर माहिती दिलेली आहे. एखाद्या देशातील लोक किती सुधारलेले आहेत हे त्यांच्या स्त्रियांच्या स्थितीवरून ओळखता येते असे मूलभूत प्रतिपादन सुंदराबाई नवलकर विविधदेशीय स्त्रीवर्णन या पुस्तकाच्या प्रस्तावेत करतात आणि पुस्तकात पुढे भारतातील स्त्रियांचे राहणीमान, सामाजिक स्थान, विवाहपद्धती व चालीरीती यांची तुलना त्यांनी इतर देशांतील स्त्रियांशी केली आहे (खोपडे २००५:२३३).

कुटुंबाच्या व समाजाच्या दृष्टिकोनातून स्त्रीजीवनात समस्या व तिची दुःखे मांडणाऱ्या पहिल्यावहिल्या गद्यलेखिकांपैकी एक म्हणून गिरिजाबाई केळकरांचा उल्लेख केला जातो. लेखिकांच्या पहिल्या पिढीच्या प्रतिनिधी म्हणून त्यांच्या लेखनाला ऐतिहासिक महत्त्व आहे (डहाके २००४:१८८). स्त्रियांच्या मनात राष्ट्रभक्तीची भावना जागृत करण्याचा प्रयत्न अधूनमधून गिरीजाबाईंच्या लेखनात जाणवत असला तरी एकंदरीत घर उत्तम व सुखदायक कसे करता येईल, स्त्रियांची प्रकृती निरोगी राखून त्यांना सुशिक्षित कसे करता येईल, विविध व्रतांचे पालन चांगल्याप्रकारे कसे करता येईल हेच विषय त्यांनी अधिक वारंवार हाताळलेले दिसतात. त्यांच्याही पुस्तकांच्या अनेक आवृत्त्या निघालेल्या आहेत. त्यांची गद्यशैली 'सुबोध, सरळ व जरा जोरदार' असल्याचा अभिप्राय रमाबाई रानडे यांनी दिला होता (कित्ताः२४०). गृहिणीभूषण नामक पुस्तकात त्यांनी देशभक्त पुत्र व्हावे यासाठी स्त्रियांनी कोणते प्रयत्न करावेत याची चर्चा केली आहे. समान हक्क व स्वातंत्र्याची भाषा स्त्री शिक्षित झाल्याखेरीज त्यांना निरर्थक वाटत होती.

नुकत्याच शिकू लागलेल्या स्त्रियांच्या गद्यलेखनात आढळणारे विषयांचे वैविध्य, विचारप्रतिपादनातील आवेश, भोवतालच्या समाजस्थितीचे भान आणि बौद्धिक गुणवत्ता नजरेत भरणारी आहे. पुरुषांच्या लेखनाच्या तुलनेत स्त्रियांची भाषा स्वाभाविकच बोलीभाषेच्या

अधिक जवळ जाणारी आहे, त्या आपल्या गद्यलेखनात दैनंदिन संभाषणांमधील म्हणींचा व वाक्प्रचारांचा अधिक सढळ हाताने वापर करताना दिसतात. मार्मिकपणे कमीतकमी शब्दांत माहिती, ज्ञान, अनुभव किंवा उपदेश प्रसंगानुरूप सांगण्याचे जे सामर्थ्य अल्पाक्षरी म्हणी वाक्प्रचारांच्या ठिकाणी असते त्यामुळे स्त्रियांच्या लेखनाला चटकदार अर्थवत्ता प्राप्त झालेली असते. स्त्रीमनाचा हळुवारपणा व संवेदनशीलता त्यांच्या सर्जनशीलच नव्हे तर वैचारिक लेखनांतून प्रत्यास आल्यावाचून राहत नाही.

**ब्राह्मणेतर नियतकालिकांतील गद्यलेखन**

नव्याने शिकू लागलेल्या स्त्रियांच्या गद्यलेखनाची जशी स्वतंत्रपणे दखल घेणे गरजेचे आहे; तसेच समाजात ब्राह्मणांपेक्षा परंपरेने खालचे ठरवलेल्या वर्गातून शिकून पुढे आलेल्या ब्राह्मणेतर पत्रकारितेचेही या क्षेत्रातील योगदान आवर्जून स्वतंत्रपणे नमूद करणे आवश्यक वाटते. महाराष्ट्रात वर्णवर्चस्वविरोधी आंदोलन तसे तर फुल्यांच्या सत्यशोधक चळवळीपासूनच सुरू झाले होते; पण विसाव्या शतकाच्या पहिल्याच वर्षात त्याला विशेष धार प्राप्त झाली होती. शाहू छत्रपतींना ब्राह्मणी अहंकाराचा व वर्चस्वाचा अत्यंत क्लेषकारी अनुभव वेदोक्त प्रकरणाने दिला होता. या प्रकरणी टिळकांसारख्या राष्ट्रीय कीर्तीच्या नेत्यानेही पुण्यातील सनातनी ब्राह्मणांसारखीच भूमिका घेऊन शाहू महाराजांना वेदोक्ताचा अधिकार नाकारणाऱ्या पक्षाची बाजू बळकट केली होती. त्यामुळे बहुजनसमाजात प्रचंड खळबळ माजली होती. महाराजांनी १९०२ साली मागासवर्गीयांसाठी संस्थानाच्या प्रशासनात पन्नास टक्के आरक्षण केल्याबद्दल ब्राह्मणी वृत्तपत्रे त्यांच्यावर टीकेची झोड उठवतच होती, त्यात वेदोक्त प्रकरणाची भर पडली. शाहू महाराजांच्या विरुद्ध केल्या जाणाऱ्या अपप्रचाराला प्रत्युत्तर देण्याच्या दृष्टीने सुशिक्षित ब्राह्मणेतर तरुणांना आपली स्वतंत्र नियतकालिके काढण्याची गरज या काळात प्रकर्षाने भासली असावी. भास्करराव जाधवांनी १९०१ साली मराठी दीनबंधू काढले. त्यानंतर ब्राह्मणेतर चळवळीच्या कक्षा जसजशा विस्तारात गेल्या तसतशी नियतकालिकांची संख्याही वाढत गेली. ब कृ. पिसाळांचे विश्वबंधू १९११ साली निघाले. बहुजनसमाजात वाचकवर्ग संख्येने मर्यादित मिळणार याची पुरेपूर जाणीव असल्यामुळे भास्करराव जाधव, केशवराव विचारे, मुकुंदराव पाटील, जेधे व जवळकर ही लेखकमंडळी व्यासपीठावरून भाषणे करत असे. सत्यशोधक जलशांच्या माध्यमातून चळवळीचा संदेश लोकांपर्यंत पोहोचवला जात असे. १९१० ते १९४०-४५ पर्यंतच्या काळात सत्यशोधक जलशांनी महाराष्ट्राचा बराच मोठा भाग पिंजून काढला होता. १९१७ ते १९३५ हा कालखंड ब्राह्मणेतर चळवळीचा उत्कर्षकाळ होता, महाराष्ट्राच्या कानाकोपऱ्यापर्यंत व समाजाच्या तळागाळापर्यंत जाऊन पोहोचलेली अशी ही पहिलीच चळवळ होती. तिचे बहुतेक नेते अल्पशिक्षित असले तरी

त्यांनी आपली वाणी व लेखणी विलक्षण परजलेली होती, ते गावोगाव व्याख्याने देत ती ऐकण्यात खेड्यापाड्यातील जनतेची तहानभूक हरपून जात असे. त्यांच्या लेखनात, साहित्यगुण, अलंकारिकता आणि लालित्य नसले तरी लोकांना जागृत करण्याची प्रामाणिक कळकळ, लोकप्रक्षोभ व्यक्त करण्याची जबरदस्त शक्ती आणि मौल्यवान विचारधन यांचा मात्र सुकाळ आढळतो (माधवराव शिंदे १९७३ : प्रस्तावना).

नियतकालिकांच्या नावांसहच ज्यांचे स्मरण केले जाते असे प्रबोधनकार केशव सीताराम ठाकरे, जागरूककार वालचंद्र, कोठारी, दीनमित्रकार मुकुंदराव पाटील, जागृतिकार भगवंतराव पाळेकर, हंटरकार खंडेराव बागल, विजयी मराठाकार श्रीपतराव शिंदे आणि राष्ट्रवीरकार शामराव देसाई हे सारे ब्राह्मणेतर चळवळीचे बिनीचे नेते होते. त्यांनी आपल्या लेखनातून सामाजिक व धार्मिक क्षेत्रातील अन्यायांना वाचा फोडला आणि सामाजिक समतेच्या आंदोलनाला चालना दिली (कीर १९७६:९), तरुण मराठा, कैवारी (१९२८) आणि तेज (१९३१) अशी दोन वर्तमानपत्रे दिनकरराव जवळकरांच्या संपादकत्वाखाली निघाली होती ती अल्पजीवी ठरली असली तरीही चुरचुरीत, जळजळीत व चमकदार गद्यलेखनासाठी ती ओळखली जातात. ब्राह्मणेतरांची बहुतेक वृत्तपत्रे अत्यंत प्रतिकूल परिस्थितीत चालवली जात असत. त्यांच्या मागे विद्वान मंडळीचे पाठबळ नव्हते, संपादकांना संदर्भग्रंथांची सुलभता नव्हती, सरकारकडून किंवा अन्य वृत्तप्रसारक संस्थांकडून पाठवल्या जाणाऱ्या माहितीपत्रकांचा पुरवठा नव्हता तरीही 'त्यांनी स्वाध्यायशीलतेच्या बळावर सामाजिक व धर्मशास्त्र क्षेत्रातील प्रश्नासंबंधी विरोधी पक्षाच्या मतांचे ठामपणे व खंबीरपणे खंडन केले यात त्यांची विद्वता नि धडाडी, चिंतन नि व्यासंग हे गुण दिसून येतात' (कित्ता:१०). संपादकांनीच लेखन, खिळेजुळणी, छपाई, व्यवस्थापन, वितरण या सर्व जबाबदऱ्या पार पाडण्याची वेळ बहुदा या सर्वच पत्रकारांवर आलेली असावी; पण त्यातही त्यांनी आपला निर्भीड बाणा सोडला नाही, आपल्या नियतकालिकांना केवळ माहिती व बातम्या पुरवणारे माध्यम न होऊ देता विचारपत्राची भूमिका कसोशीने सांभाळली आणि ग्रामीण बहुजन समाजाच्या जीवनसरणीशी असलेले आपले नाते निष्ठेने जोपासले. श्रीपतराव शिंद्यांसारखा एक संपादक या परिस्थितीतही आपले स्वत्व जपण्यासाठी केवळ ब्रिटिश सत्ताधाऱ्यांनी देऊ केलेल्या रावसाहेब उपाधीचाच अव्हेर करतो असे नाही तर स्वतःचा प्रेरणास्रोत असलेला शाहू महाराजांकडून आलेला इनामी जमिनीचा देकारही नम्रपणे नाकारतो ही निःस्पृहता विरळच म्हणावी लागेल (जयसिंगराव पवार १९९३:१८).

आडबाजूच्या खेड्यापाड्यांत कार्यालये असलेल्या या वृत्तपत्रांना मुद्रणाच्याच नव्हे तर वाहतुकीच्याही सुविधा धड उपलब्ध नव्हत्या; पण जनजीवनाचे साक्षात वास्तव मात्र हे

पत्रकार तिथे उघड्या डोळयांनी बघू शकत होते, शेतकरी व कारागीर वर्गाच्या प्रश्नांची आणि परिस्थितीची यथार्थ जाणीव त्यांना होत होती आणि ती परिस्थिती पालटल्याखेरीज स्वातंत्र्याच्या कोणत्याही भाषेला काही अर्थ नाही हे त्यांना स्वानुभवातून समजले होते. त्यांनी लिहिलेल्या गद्यातून हे सारे प्रकट झाले आहे. मराठी मातीचे जीवनसत्त्व शोषून जन्माला आलेल्या, तिच्याशी इमान राखणाऱ्या आणि संस्कृत इंग्रजीच्या दडपणापासून लांब राहून अस्सल मराठी वळण जपणाऱ्या मुकुंदराव पाटील यांच्या गद्यशैलीबद्दल नागनाथ कोत्तापल्ले जे म्हणतात ते कमीअधिक प्रमाणात सर्वच ब्राह्मणेत र पत्रकारांना लागू होणारे आहे. कोत्तापल्ले लिहितात, ‘त्यांचा वाचकवर्ग निरक्षर व सामान्य बुद्धीचा होता त्यामुळे त्या समाजाची साधी, सोपी व सुलभ भाषा त्यांनी आपल्या लेखनासाठी वापरलेली दिसते. त्यांच्या भाषेत बालबोधपणा, प्रौढपणा व टापटीप आहे. त्यांची भाषा सरळ आशयाला जाऊन भिडणारी आहे. जे सांगायचे आहे ते आढेवेढे न घेता सरळ सुरुवातीला सांगायचे असा त्यांच्या भाषेचा बाणा आहे. त्यांची भाषा सहजस्फूर्त व समाजहिताची तळमळ व्यक्त करणारी आहे (कोत्तापल्ले १९७७: तेहतीस). वाचकांशी साक्षात संवाद साधून त्यांना विचार पटवून देणे, लहान लहान; पण जिव्हाळापूर्ण वाक्यांतून त्यांचे प्रबोधन करणे आणि त्याचबरोबर परखड व जळजळीत शब्दांमधून त्यांच्या हितशत्रूंवर टीकेचे प्रहार करणे असे विविध कार्य या पत्रकर्त्यांच्या भाषेतून प्रभावीपणे साधले होते.

जवळकरांची भाषा तिखट व भडक असल्याची टीका त्यांच्या विरोधी बाजूच्या लोकांनीच नव्हे तर सत्यशोधकी व ब्राह्मणेतर पत्रांनीही केली आहे, आणि त्याचबरोबर हेही खरेच आहे की, जवळकरांच्या जळजळीत भाषेचे लक्ष्य बहुतेक वेळा केसरीकंपू असला तरी प्रसंगी ब्राह्मणेतर धेंडांचाही त्यांनी मुलाहिजा ठेवला नव्हता. भाषेच्या या ज्वलज्जहाल स्वरूपाची कारणमीमांसा करताना य. दि. फडके म्हणतात तेच बरोबर आहे की, ‘कनिष्ठ समजल्या जाणाऱ्या जाती किंवा वर्षानुवर्षे पायदळी तुडवले गेलेले जनसमूह जेव्हा आपल्यावर झालेल्या अन्यायाविरुद्ध किंवा आपल्याला कंठाच्या लागलेल्या अपमानाविरुद्ध लढाईचा पवित्र घेतात तेव्हा त्यांच्या तोंडून ओव्या येण्यापेक्षा शिव्यांचा वर्षाव होणे हे स्वाभाविक असते, अटळ असते म्हणून ते समर्थनीय नसले तरी समजण्यासारखे असते’ (फडके १९८४:१९). भावनांचा प्रक्षोभ झाल्यावर विवेकाचे धरबंध सुटणे स्वाभाविकच असले तरी ब्राह्मणेतर चळवळीतील सदभिरुचीला मोलाची समजणाऱ्या भास्करराव जाधव, मुकंदराव पाटील व भगवंतराव पाळेकर यांनीही जवळकरांच्या भाषेबद्दल नापसंती व्यक्त केलीच होती.

## प्रचारकी गद्यलेखन

फडके म्हणतात त्याप्रमाणे जवळकर हे मूलतः व मुख्यतः प्रभावी प्रचारक होते. फडक्यांचे प्रस्तुत विधान या कालखंडातील इतरही अनेक गद्यलेखकांबाबत खरे आहे. प्रचारकी गद्यलेखनाला हा काळ अनेक दृष्टींनी अनुकूल होता. परंपरेसंबंधी भिन्न दृष्टिकोनाचे संघर्ष उभे राहिले होते, विविध विचारसरण्यांचे वाद तीव्र झाले होते, राष्ट्रवादी प्रवाहातील अंतःप्रवाह व्यक्त होऊ लागले होते. अंतर्गत सामाजिक विग्रहांची धारही तीक्ष्ण झाली होती, प्रतिपक्षांचे हल्ले परतून लावतानाच त्याच्यावर नवे हल्ले हिरिरीने चढवणे सुरू होते. भालाकार भोपटकर, प्रबोधनकार ठाकरे, कृष्णराव भालेकर ही अशाच काही गद्यलेखकांची उदाहरणे आहेत. त्यामुळे प्रचारकी गद्यलेखनाची जी लक्ष फडक्यांनी जवळकरांच्या निमित्ताने सांगितली आहेत ती येथे देणे अप्रस्तुत ठरणार नाही. अशा लेखनात खोल तत्त्वचिंतन, वैचारिक शिस्त, विषयाचा सूक्ष्म व्यासंग, तर्कशुद्ध, युक्तिवाद यांचे प्रमाण फारसे नसते. विचारशक्तीपेक्षा भावनेला आवाहन करून सामान्य वाचकांस भडकावण्यावर प्रचारकी लेखनाचा भर असतो. जळजळीत भडक भाषा, विधेयकांवर तुटून पडताना उपरोध, उपहास, टवाळी वगैरेंचा उपयोग प्रचारक करत असतात. आपल्याला सोयींचा असा एकतर्फी युक्तिवाद करण्याकडे त्यांचा कल असतो. सामाजिक चळवळींच्या इतिहासात लोकमत संघटित करताना असे लेखन अनेकदा प्रभावी ठरते. सामान्य माणसाच्या काळजाला हात घालण्याचे सामर्थ्य त्यात असते. या लेखनाच्या एकांगी, भडक रूपामुळे ते वादग्रस्तही ठरते; पण सामाजिक चळवळीचे रंगरूप लक्षात घेण्याचा प्रयत्न करणाऱ्या इतिहासाच्या अभ्यासकाला अशा लेखनाची दखल घ्यावीस लागते' (कित्ता : ४९).

◆◆◆

# ३. विसाव्या शतकातील मराठी गद्य (खंड दुसरा)

## प्रस्तावना

विसाव्या शतकातील मराठी गद्य या ग्रंथाच्या दुसऱ्या खंडाच्या सुरुवातीला प्रस्तुत संपादनाच्या मर्यादांचा पुनरुच्चार केल्यास तो अनाठायी होणार नाही. शीर्षकात मराठी गद्य असा सर्वसमावेशक उल्लेख असला तरी हे संकलन मुख्यत्वेकरून सामाजिक-राजकीय विषयांवरील वैयक्तिक गद्यलेखनापुरते मर्यादित आहे. यात सर्जनशील साहित्याप्रमाणेच साहित्यसमीक्षेचाही अंतर्भाव केलेला नाही. दुसरे असे की, ज्या गद्यलेखकांचा यात अंतर्भाव करू शकलो त्यापेक्षा ज्यांचा स्थलसंकोचास्तव करणे शक्य झाले नाही त्यांची संख्या स्वाभाविकच जास्त आहे. ही निवड करताना संपादकांच्या आवडीनिवडीपेक्षा सर्व ठळक प्रवाहांचे प्रतिनिधित्व या संकलनात असावे हाच एक निकष होता. तरीही अमुक एक लेखक हवा होता किंवा नको होता अशी वाचकाची प्रतिक्रिया होऊच शकते.

## राजकीय व सामाजिक पार्श्वभूमी

१५ ऑगस्ट, १९४७ रोजी भारताला स्वातंत्र्य मिळाले आणि अनेक आव्हाने देशासमोर उभी राहिली. विशेषतः महाराष्ट्राचे सामाजिक राजकीय सार्वजनिक जीवन ढवळून काढणारी एक भीषण घटना गांधीहत्येच्या स्वरूपात सहा महिन्यातच घडून आली. हिंदुत्वविचाराच्या एका मराठी ब्राह्मण तरुणाच्या हातून हे दुष्कृत्य घडल्यामुळे त्याचे सर्वाधिक दुष्परिणाम महाराष्ट्रालाच भोगावे लागले. सावकारी, पिळवणूक, सोवळेचार, स्पृश्यास्पृश्यता, अहंकार, फसवणूक, तुसडेपणा, वरचढपणा इत्यादी ब्राह्मणी दोषांच्या दीर्घकालीन अनुभवांमुळे बहुजन समाजाचा संचित रोष त्या वर्गाबद्दल होताच, त्यातच आधुनिक काळातील ब्राह्मण ब्राह्मणेतरवादाची भर पडली होती. निमित्त मिळताच या संतापाचा उद्रेक झाला आणि गावोगाव दंगली पेटल्या. निवडक ब्राह्मणांच्या घरांची जाळपोळ, विध्वंस व लूटमार झाली.

खाजगी हेवेदावे, श्रीमंतांवरचा राग, समाजकंटकांचा संधिसाधूपणा, विवेकहीन झुंडशाही अशा अनेक शक्ती या उद्रेकात एकाच वेळी क्रियाशील झाल्या होत्या.

१९५० साली भारताने स्वतःसाठी तयार केलेले संविधान अमलात आले आणि हा देश प्रजासत्ताक झाला ही घटनासुद्धा या काळातील सर्व सामाजिक बौद्धिक व्यवहार प्रभावित करण्यास कारणीभूत ठरली. नव्या संविधानाने सार्वत्रिक प्रौढ मताधिकाराचे तत्त्व स्वीकारले होते. त्यानुसार पहिल्या निवडणुका पार पडल्या आणि लोकनियुक्त सरकार सत्तेवर आले. संविधानाने समता, स्वातंत्र्य बंधुता व सामाजिक न्याय व मूल्यांचा पुरस्कार केला होता आणि सर्व नागरिकांसाठी काही मूलभूत हक्कांची हमीसह तरतूद केली होती. परंपरेने विषमतेवर उभ्या राहिलेल्या उतरंडवजा समाजात अशा सांविधानिक आदर्शांनी नवे चैतन्य निर्माण केले असल्यास ते स्वाभाविकच म्हणावे लागेल. सामान्य नागरिकांच्या ठिकाणी नवा आत्मविश्वास व नवे आत्मभान येण्याला भारतीय संविधान नक्कीच कारणीभूत ठरले होते; पण या संविधानात एक उणीव होती. त्यात प्रांतांची भाषावर पुनर्रचना अंतर्भूत केलेली नव्हती. वस्तुतः भारतीय राष्ट्रसभा १९२० पासूनच त्यासाठी वचनबद्ध होती. प्रादेशिक भाषांच्या विकासासाठी भाषेच्या आधारावर राज्ये तयार करण्यास गांधीजीनीही अनुकूलता दाखवलेली होती. तरीपण स्वातंत्र्य मिळाल्यानंतर सत्ताधाऱ्यांनी या प्रश्नावर चालढकल चालवली होती. मराठी माणसांनी फार मोठा संघर्ष करून आणि काही जणांच्या प्राणांची आहुती देऊन संयुक्त महाराष्ट्र पदरात पाडून घेतला. त्यामुळेच संयुक्त महाराष्ट्रासाठी करावा लागलेला लढा, त्याचे तात्कालिक व दीर्घकालीन परिणाम आणि महाराष्ट्र राज्याची स्थापना हा या काळाविषयीच्या चर्चेचा एक महत्त्वाचा संदर्भबिंदू ठरला आहे.

साठोत्तर दशक हे संपूर्ण जगातच अनेक उलथापालथींचे होते, त्यांचे पडसाद महाराष्ट्रात उमटणे अपरिहार्यच होते. वाढती विषमत्ता, राजकारणातील अपप्रवृत्ती, भय व असुरक्षितता, मूल्यऱ्हास आणि समाजविघटन या प्रश्नांवरून असंतुष्ट झालेली पिढी साहित्याच्या क्षेत्रातही आवाज उठवू लागली होती. युवकांच्या व विद्यार्थ्यांच्या चळवळींनी जोर धरला होता, काही भागात त्या चळवळींनी हिंसक वळणही घ्यायला सुरुवात केली होती. मराठी भाषा व संस्कृतीच्या रक्षणार्थ म्हणून संघटित झालेल्या शक्ती राजकारणावर प्रभाव टाकू लागल्या होत्या. संयुक्त महाराष्ट्राच्या चळवळीत शिगेस पोहोचलेल्या मध्ययुगीन इतिहासभिमानाचा वारूवर या शक्ती स्वार झाल्या होत्या. सत्तरोत्तर दशकात समाजातील आंदोलनाचे क्षेत्र अधिकच विस्तृत होऊन त्यात दलित ग्रामीण कष्टकरी, आदिवासी, स्त्रिया इत्यादी वर्गांचे स्वतःच्या रास्त हक्कांसाठीचे लढे उग्र झाले होते. दलित पँथरची स्थापना झाली होती, श्रमिक शोषितांच्या इतरही अनेक संघटना अस्तित्वात आल्या होत्या. राष्ट्रीय आणीबाणीचे

जाचक निर्बंध आणि त्यांच्या विरोधात जयप्रकाश नारायण यांच्या नेतृत्वाखाली देशभरच्या युवकांनी उभे केलेले समग्र क्रांतीचे आंदोलन, तळपातळीवरील समस्या, पर्यायी विकासप्रतिमानाच्या मागण्या, जल-जंगल-जमीन यांच्याशी संबंधित अनेक प्रश्न, प्रदूषणाचे संकट व पर्यावरण संरक्षण अशा अनेक क्षेत्रात काम करणाऱ्या स्वयंसेवी संघटना मोठ्या प्रमाणात अस्तित्वात आल्या. ऐंशीनंतरच्या दशकात उदारीकरण, खाजगीकरण व जागतिकीकरणाच्या दिशेने देशाची पावले पडू लागली. विज्ञान-तंत्रज्ञान, संज्ञापनमाध्यमे, संगणक आणि संचार या क्षेत्रात अभूतपूर्व प्रगती झाली. मंडल आयोगाच्या अहवालाची अंमलबजावणी झाल्यामुळे राजकीय-सामाजिक क्षेत्रात अनेक नवे प्रवाह गतिमान झाले. सत्तास्पर्धेतील जातीय समीकरणे बदलली आणि सत्तेच्या परिघाबाहेर राहिलेले अनेक समाजस्तर उसळी मारून सर्व आघाड्यांवर अग्रेसर झाले. नव्दोत्तर दशकात जातीयवादाला शह देण्याच्या बहाण्याने पुढे आलेला जमातवाद हाच देशासमोरचा सर्वाधिक गंभीर प्रश्न होऊन बसला. लोकांचे मूलभूत प्रश्न मागे पडले आणि कृत्रिम स्वरूपाच्या वादांना उधाण आले. धर्मनिरपेक्ष, समाजवादी, लोकशाहीच्या आदर्शांपासून आपण दुरावत चाललो आहोत की काय अशी भावना बळावत गेली. जागतिकीकरणाचे सांस्कृतिक विश्वावरचे बरे वाईट परिणाम स्पष्ट होत गेले.

**गद्यलेखनाच्या संदर्भात**

या सर्वच घटनांचा प्रत्यक्षाप्रत्यक्ष परिणाम या काळातील गद्यलेखनावर पडलेला दिसून येतो. गांधीहत्येमुळे महाराष्ट्राच्या ग्रामीण भागात अनेक अफवा अपसमजांना व सामूहिक रोषाला बळी पडलेला ब्राह्मणवर्ग शहरात स्थलांतरित झाला आणि आधीपासून शहरात वास्तव्य करून असलेले त्या वर्गातील लोक सार्वजनिक जीवनाविषयी उदासीन झाले. पुढे बराच काळ तो वर्ग या भौतिक मानसिक धक्क्यातून सावरू शकला नव्हता. भोवतालच्या परिस्थितीमुळे असुरक्षित व अंतर्मुख झालेल्या या वर्गाने तात्कालिक प्रश्नांपेक्षा अमूर्त, ऐतिहासिक, तत्त्ववैचारिक अशा विषयांकडे आपला मोर्चा वळवला. आवडीच्या विशिष्ट क्षेत्रावर लक्ष केंद्रित करून त्यासंबंधीचे लेखन करण्याकडे त्याचा कल होऊ लागला. त्यातील काहींना या घटनेने आत्मपरीक्षणास प्रवृत्त केले, त्यांनी स्ववर्गाच्या दोषांची झाडाझडती घेतली आणि त्यातून उद्भवलेला अपराधबोध आपल्या लेखनातून व्यक्त केला. जनचळवळींचा जोर जसजसा वाढत गेला तसतसा हा वर्ग सार्वजनिक जीवनातून अधिकाधिक बाहेर पडत गेला आणि स्वयंविकासाच्या नवनव्या संधी जवळ करत राहीला. इतर सामाजिक स्तरांतील व्यक्तीही थोडेबहुत लिहीत असल्या तरी मराठीतील गद्यलेखनाची धुरा मुख्यत्वे या वर्गानेच सांभाळलेली होती. त्यामुळे त्याच वृत्ती-मनोवृत्तीत झालेल्या या बदलांचा परिणाम या काळातील गद्यलेखनाच्या स्वरूपावर व आशयावर पडलेला स्पष्ट दिसून येतो.

संविधान अमलात येण्याच्या घटनेनेही समाजात जे वातावरण निर्माण झाले होते त्यात अनेक नव्या लेखण्यांना स्फुरण लाभले होते. परिवर्तनाच्या नव्या दिशा दृष्टिपथात आल्या होत्या, वंचित उपेक्षित घटकांच्या ठिकाणी नवे हक्कभान जागे होऊन नवनव्या आशा आकांक्षा पल्लवित झाल्या होत्या. देशात सुरू झालेल्या विकासप्रक्रियेनेही त्यात भर घातली होती. गद्यलेखनात या साऱ्यांचे प्रतिसाद उमटलेले आढळतात. संविधानाने पुरस्कृत केलेली नवी मूल्यप्रणाली प्रत्यक्षात आणण्याचा मार्ग कोणत्या तत्त्ववैचारिक आदर्शाद्वारे गवसू शकेल याचा वेध घेणारे लेखन या काळात मोठ्या प्रमाणावर झाले आहे. गांधीवाद, समाजवाद अशा अनेक पर्यायांची या संदर्भात चर्चा केली गेली. १९६० साल उलटताना यातील अनेक अपेक्षा धुळीस मिळत असल्याची भावना बळावू लागली होती, समतेचे स्वप्न साकार होण्याची शक्यता दुरावत असल्याचे जाणवू लागले होते. स्वातंत्र्यासाठी ज्यांनी सर्वस्वत्याग केला ते बाजूला पडले आणि संधिसाधूंची सरशी झाल्याचे चित्र पुढे आले होते. सार्वजनिक जीवनातील नीतिमत्ता व साध्यसाधनविवेक नष्ट होत चालला होता, देशातील सामाजिक-आर्थिक-राजकीय स्थिती असमाधानकारक होती. या परिस्थितीतून बाहेर पडण्याचा मार्ग शोधण्यासाठी कटिबद्ध झालेली मराठी सारस्वतांची पिढी शब्दसामर्थ्याला कृतिशीलतेची जोड देऊन पुढे सरसावली होती. लेखन ही एकप्रकारची कृतीच असते आणि भोवतालची परिस्थिती तिच्याद्वारे बदलली जाऊ शकते असा विश्वास ही पिढी बाळगून होती. मध्यमवर्गाच्या मर्यादांवर आणि प्रस्थापित नेतृत्वाच्या मतलबीपणावर साठोत्तर साहित्याने कोरडे ओढले होते; पण सर्जनशील साहित्यात यातून जेवढी भर पडली त्यामानाने वैचारिक साहित्यात फारशी पडली नाही. कविता ज्याप्रमाणात लिहिल्या गेली त्या तुलनेत गद्यलेखन कमी झाले, आणि त्यातही तत्त्ववैचारिक व सैद्धांतिक लेखनाचे प्रमाण तर अगदीच थोडे आढळते. मराठी साहित्याच्या क्षेत्रात लघुनियतकालिकांची चळवळ हे साठोत्तर कालखंडाचे वैशिष्ट्य सांगता येईल. महानगरी संवेदना व्यक्त करणारी भाषा, ग्रामीण संस्कृतीचा लोकस्वर पकडू पाहणारी भाषा, मानवी अस्तित्वाच्या यातनामय अनुभूतींना अभिव्यक्त करू पाहणारी भाषा, शब्दांचे अंतरंग शोधून त्यांच्या माध्यमातून स्वतःच्या अस्तित्वाचा नवा प्रत्यय देण्याचा प्रयत्न करणारी भाषा अशी अनेक नवी भाषिक रूपे घेऊन लघुनियतकालिकांतील मराठी कविता या काळात अवतरली होती; पण गद्यात मात्र असे नावीन्य दाखवणारे लेखन फारसे झालेले दिसत नाही. त्यातही वैचारिक म्हणता येईल असे वाङ्मयीन विषयांवरचे चारदोन लेख वगळता नोंद घेण्यासारखे गद्यलेखन हाती लागत नाही. लघुनियतकालिकांच्या कक्षा साहित्यक्षेत्राच्या पलीकडे फारशा गेल्याच नाहीत. समकालीन सामाजिक, राजकीय, आर्थिक वगैरे क्षेत्रात जी गंभीर वादळे उद्भवली होती त्यांच्याबद्दल या चळवळीतील लेखकांनी काहीही

ठोस भूमिका पार पाडली नाही (पाटील २००८:३३). एवढेच नव्हे तर एकोणिसाव्या शतकात आणि विसाव्या शतकाच्या पूर्वार्धात वैचारिक साहित्य व सर्जनशील साहित्य यांच्यात जी परस्परपूरकता होती तीही या काळात अभावानेच दिसून आली. सर्जनशील साहित्यातील विद्रोहाने जसा नव्या वैचारिक स्फुरणांना जन्म दिला नाही, तद्वतच एखाद्या वैचारिक ग्रंथाने इथली सर्जशीलता प्रेरित झालेलीही या काळात नजरेस पडली नाही (सप्रे २००३:१५१).

सत्तरोत्तर कालखंडात सामाजिक कृतिशीलतेच्या कक्षा विस्तारल्या, इतर अनेक संघटनांबरोबरच दलित पँथरसारखी झुंजार शक्तीही संघटितपणे उभी राहिली, नक्षलवादी आंदोलनाने चौफेर रान उठवले. या आंदोलनातून साहित्याच्या क्षेत्रातही क्रांतिकारक जाणिवांची परंपरा निर्माण झाली. साहित्यप्रांत राजकारणाच्या अधिक जवळ सरकला; पण याही कालखंडात चिंतनपर वैचारिक गद्यलेखन मराठीतून फारसे झालेले दिसत नाही. दलित, ग्रामीण, आदिवासी, स्त्रिया वगैरे घटकांचे ठळक साहित्यप्रवाह सर्जनशील साहित्याच्या प्रांतात प्रत्ययकारी झाले असले तरी त्यांना आपल्या वैचारिक भूमिका सुसंगतपणे प्रबंधात्मक स्वरूपात मांडता आलेल्या दिसत नाहीत. त्यामुळे गद्यलेखनाच्या क्षेत्रात त्यांचे योगदान नगण्यच राहिले. ऐंशी नव्वद नंतरच्या जागतिकीकरणपर्वात सर्वच विकसनशील देशातील भाषांसमोर जी जीवघेणी आव्हाने उभी केली आहेत ती मराठीसमोरही आहेतच. जगातील एकूण सहा हजार भाषांपैकी तीन हजार भाषा गंभीर आजारांनी ग्रस्त झाल्या असून दर आठवड्याला एक भाषा मरण पावते अशी भाषाशास्त्रज्ञांची साक्ष आहे (परांजपे २००७:५) शब्दांचा उपयोग साधनासारखा करून भोवतालच्या परिस्थितीत बदल घडवून आणण्याबाबतचा गद्यलेखकांचा आत्मविश्वास या कालखंडात अत्यंत क्षीण झालेला दिसतो. या काळातील गद्यलेखनाचे स्वरूप त्यामुळे बरेचसे दिशाहीन व संकीर्ण झाले आहे.

**संयुक्त महाराष्ट्र : अपेक्षा व फलश्रुती**

भारताचे राजकीय विभाग भाषावार केल्याने देश एकात्म होईल या विश्वासाने ज्ञानकोशकार केतकरांनी त्या मागणीचा पाठपुरावा केला होता. प्रांतिक राज्यकारभार देशी भाषेत व्हावा, तो देखील इतका की गव्हर्नरने इंग्रजीत सही केली तर ती बेकायदेशीर ठरावी. देशभाषेत कोर्टाचे निवाडे व्हावेत म्हणजे देशी सामान्य भाषांना कायदेशीर भाषेचा संस्कार होईल आणि इंग्रज कायदेपंडितांचे देशात प्रामुख्य राहणार नाही आणि त्याचबरोबर त्यांचे नैतिक प्रामुख्यही राहणार नाही' (केतकर १९९४:४५) अशी त्यांची अपेक्षा होती. स्वातंत्र्यप्राप्तीच्या सुमारासच दि. के. बेडेकर यांनी संयुक्त महाराष्ट्रासंबंधी लिहिताना एक वेगळाच दृष्टिकोन मांडला होता. इतिहासाचार्य वि. का. राजवाडे यांनी जो हिंदुस्थानातील भाषिक राष्ट्रकाच्या पूर्वापार अस्तित्वाचा मुद्दा आग्रहपूर्वक मांडला होता तोच पुढे नेत बेडेकरांनी भाषिक राष्ट्रवादाची

भलावण केली होती. त्यानुसार महाराष्ट्रात बाराव्या शतकापासून सर्व धर्म व जाती यांना सामावून घेणाऱ्या व्यापक भाषिक अस्मितेचा झालेला विकास ठळकपणे नजरेत भरणारा होता. असाच विकास बंगाल कर्नाटकादी ठिकाणीही झाला होता. परिणामी भारताचे स्वरूप अनेक भाषिक राष्ट्रे जिथे एकत्र नांदतात असा खंड असेच नेहमी राहिले होते. ब्रिटिश सत्तेने येथे सुरू केलेल्या राजकीय एकीकरणाच्या प्रक्रियेने ही परंपरा खंडित केली आणि भाषिक राष्ट्रांना छेद देणाऱ्या प्रशासकीय विभागात देशाची वाटणी केली. बेडेकरांच्या मते, स्वतंत्र भारताने ब्रिटिश राजवटीचा हा वारसा पुसून भाषिक राष्ट्राचे पुनरुज्जीवन करावे. तसे झाल्यास विविध एकात्म भाषिक राष्ट्रे आपापल्या प्रदेशात स्वतःची भाषिक ओळख सांगत जात-धर्मांवर स्वतःच्या अंतःसामर्थ्याने मात करून एकात्म संयुक्त भारतीय संघराज्य निर्माण करण्याच्या प्रक्रियेला हातभार लावू शकतील. याच सुमारास ध. रा. गाडगीळ यांनीही संयुक्त महाराष्ट्राबद्दल सविस्तर लेखन केले होते. संयुक्त महाराष्ट्राची व्याप्ती आणि सामाजिक व आर्थिक बैठक यांची त्यांनी तपशीलवार मांडणी केली होती. एका दृष्टीने असेही म्हणता येईल की, त्यांनी संयुक्त महाराष्ट्राच्या चळवळीला तात्त्विक अधिष्ठान पुरवले होते (ब्रह्मे १९७३:सतरा).

भावना व अभिव्यक्ती यांचे प्रभावी माध्यम असल्यामुळे समान भाषा लोकांना जोडते, समाजात सर्व स्तरांवर सर्व प्रकारचा संवाद व देवाणघेवाण शक्य करते, ज्ञानसंचय व ज्ञानवृद्धी साध्य करते. एकभाषिक जनसमूहाची आंतरिक ऊर्जा, सर्जनशीलता व कर्तृत्वशक्ती सर्वार्थांनी उंचावते, मातृभाषेतून व्यवहार करायला मिळाल्यामुळे लोकांची कार्यक्षमता व आत्मविश्वास दुणावतो, असा सार्वत्रिक अनुभव असल्यामुळे येथेही अशी अपेक्षा होती की, भाषावार प्रांतरचना झाल्यास प्रत्येक राज्याचा कारभार लोकांच्या भाषेत चालेल आणि लोकांना राजकीय घडामोडींचे अधिक चांगले आकलन होईल, त्यांची राजकीय प्रक्रियांमधील रुची व आस्था वृद्धिंगत होईल आणि ते त्या प्रक्रियांमध्ये अधिक चिकित्सकपणे सहभागी होतील. समान भाषा ही प्रत्येक प्रांतात तेथील जनतेच्या भावनिक एकात्मतेचा आधार होईल, आपण एक वेगळे सांस्कृतिक एकक असून आपल्या वैशिष्ट्यपूर्ण परंपरा आहेत ही जाणीव त्यांच्यातील समुदायभावनेला बळकटी आणण्यास साधनीभूत ठरेल, अशी खात्री वाटत होती. समान संवादमाध्यम उपलब्ध झाल्याने तो जनसमूह राजकीयदृष्ट्या अधिक एकजिनसी होऊन त्यातील सामाजिक राजकीय अभिसरणाची गती वाढणे आणि खेड्यापाड्यापर्यंत व समाजाच्या तळागाळापर्यंत राजकीय सत्तेचा शिरकाव होणेही एकभाषिक राज्याच्या निर्मितीतून अपेक्षित होते. मराठी भाषेच्या व साहित्याच्या अभिवृद्धीसाठी संयुक्त महाराष्ट्र व्हावा अशी मागणी साहित्य संमेलनाच्या व्यासपीठावरून द. वा. पोतदार, ग.त्र्यं. माडखोलकर प्रभृतींनी १९३९

पासूनच लावून धरली होती. 'नर्मदेपासून तुंगभद्रेपर्यंत पसरलेल्या महाराष्ट्राचे जोपर्यंत एकीकरण होत नाही तोपर्यंत मराठी भाषा आणि संस्कृती यांचा सर्वांगीण उत्कर्ष होणे अशक्य' आहे असाच त्यांचा निर्वाळा होता. दीर्घकाळ परस्परांपासून दुरावलेले तीन बंधू असे वर्णन विदर्भ, मराठवाडा व पश्चिम महाराष्ट्र या प्रदेशांचे करून ते संयुक्त महाराष्ट्रात प्रथमच एकत्र येत आहेत, त्यांचे मनोमीलन व्हावे आणि सामाजिक, साहित्यिक व राजकीय अशा सर्वत्र क्षेत्रांत एकात्म भावनेचा परिपोष व्हावा अशी अपेक्षा यशवंतराव चव्हाणांनी व्यक्त केली होती. मराठीला राज्यकारभारात स्थान आणि सर्व क्षेत्रात प्रतिष्ठा मिळवून देऊन मराठी माणसाचा भाषिक न्यूनगंड नाहीसा केला जाईल असे आश्वासनही त्यांनी दिले होते. मराठी भाषेच्या विकाससंबंधीची चव्हाणांची कल्पना बरीच स्पष्ट होती. मराठी भाषेचा विकास हा महाराष्ट्र राज्याच्या निर्मितीचा एक स्वाभाविक परिपाक आहे अशा भूमिकेतून बोलताना ते असे म्हणाले होते की, 'भाषेचा विकास हा केवळ त्या भाषेतील ललित साहित्याच्या संदर्भातच होतो ही समजूत चुकीची आहे. निरनिराळ्या वैज्ञानिक शास्त्रांचा आविष्कार जेव्हा भाषा करू लागेल तेव्हाच तिचा खरा विकास झाला असे म्हणता येईल' (चव्हाण १९९२:९९).

**भाषाविकासाचे प्रकल्प**

महाराष्ट्र राज्य झाले आणि वरीलपैकी काही अपेक्षा पूर्ण करण्याचे प्रयत्न सरकारी पुढाकाराने सुरू केले गेले. उदाहरणार्थ, राज्यकारभारात मराठीचा वापर करण्याच्या दृष्टीने आवश्यक ती पूर्वतयारी करण्यासाठी यशवंतरावांच्या कारकीर्दीतच स्वतंत्र भाषा संचालनालय स्थापन करण्यात आले. भाषा सल्लागार मंडळाची निर्मिती करून तज्ज्ञ जाणकारांच्या मदतीने शासनव्यवहार कोश, प्रशासकीय परिभाषा कोश, पदनाम कोश वगैरेंची सिद्धता केली गेली. महाराष्ट्र राज्य साहित्य व संस्कृती मंडळ आणि मराठी विश्वकोश मंडळ स्थापन करून मराठीला समृद्ध ज्ञानभाषा बनवण्याच्या पायाभूत उपक्रमांना चालना देण्यात आली. विद्यापीठ पातळीपर्यंतच्या अध्ययनार्थ उपयुक्त ठरू शकतील असे विविध विषयांचे तीस परिभाषा कोशही परिश्रमपूर्वक तयार करण्यात आले. पदवी व पदव्युत्तर पातळीपर्यंत मराठीतून सर्व विषयांची दर्जेदार क्रमिक पुस्तके लिहवून घेऊन प्रकाशित करण्यासाठी व माफक दरात ती उपलब्ध करून देण्यासाठी महाराष्ट्र विद्यापीठ ग्रंथनिर्मिती मंडळ स्थापन केले गेले. राज्य मराठी विकास संस्थाही १९९२ साली अस्तित्वात आली. त्या संस्थेतर्फे शालेय शब्दकोश, दलित- ग्रामीण शब्दकोश, महाराष्ट्राबाहेरच्या मराठी हस्तलिखितांची सूची इत्यादी उपयुक्त साहित्य प्रकाशित करण्यात आले. फुले, आगरकर, राम गणेश गडकरी, लोकहितवादी, अण्णाभाऊ साठे यांच्या समग्र लेखनांचे संग्रह तसेच पां. बा. काणे-कोसंबी अशा महापंडितांचे ग्रंथही महाराष्ट्र सरकारने वाजवी किमतीत वाचकांना उपलब्ध करून दिले. अनेक उत्तमोत्तम

परभाषेतील ग्रंथांचे अनुवादही प्रकाशित केले. भाषा, साहित्य व संस्कृती यांच्या संवर्धनाचे काम निष्ठेने करत असलेल्या कित्येक दर्जेदार मराठी नियतकालिकांचे संसार तर केवळ शासकीय अनुवादानांवरच सुरू राहिले. १५ ऑगस्ट, १९९५ पासून महाराष्ट्र विधिमंडळाने मंजूर केलेल्या सर्व कायद्यांची मूळ भाषा मराठी राहील आणि इंग्रजी व हिंदी अनुभाषा असतील अशी अधिसूचनाही जारी करण्यात आली आहे. महाराष्ट्रातील सर्व विद्यापीठांच्या कुलगुरूच्या परिषदेत १९६७ साली हे सर्वसंमतीने मान्य करण्यात आले आहे की, सर्व विद्यापीठांत मराठी माध्यमाचा स्वीकार केला जाईल. अशा प्रकारे या सर्व सरकारी उपक्रमांमधून अनेक चांगल्या गोष्टी नक्कीच निष्पन्न झाल्या आहेत हे कोणालाच नाकारता येणार नाही, कदाचित इतर राज्यांच्या तुलनेत महाराष्ट्राची कामगिरी या बाबतीत उजवी असल्याचा दावाही करणे शक्य आहे.

मराठीला ज्ञानभाषा करण्याच्या संदर्भात सर्वांत उल्लेखनीय प्रकल्प म्हणून विश्वकोशाचा निर्देश करता येईल. तर्कतीर्थ लक्ष्मणशास्त्री जोशी यांच्या प्रमुखत्वाखाली हा महत्त्वाकांक्षी प्रकल्प सुरू झाला आणि विसावे शतक उलटण्यापूर्वी विश्वकोशाच्या संकल्पित खंडापैकी सोळा खंड प्रकाशित झाले होते. जगातील सर्व महत्त्वाच्या विषयांवर जाणकारांनी मराठीतून लिहिलेल्या नोंदी आवश्यक त्या पूरक माहितीसह या खंडांमधून माफक किमतीत उपलब्ध आहेत. स्वातंत्र्यपूर्वकाळात मराठीत एकूण २१४ कोश तयार करण्यात आले होते, तर स्वातंत्र्योत्तरकाळात तयार झालेल्या कोशांची संख्या इ. स. २००० अखेर ५४२ वर पोहोचली होती (कुलकर्णी २००७:एकवीस). त्यातही गतशतकाच्या अखेरच्या दशकात मराठीतील कोशनिर्मितीने उच्चांक गाठलेला दिसतो. या एका दशकात १६९ एवढे कोश तयार झाले आहेत (कित्ता:१५२). मराठीतील नुसत्या शब्दकोशांचीच संख्या ३८६ एवढी मोठी आहे. जगात जेवढे म्हणून कोशांचे प्रकार आहेत तेवढे सगळे मराठीत आहेत. ज्ञानकोशांच्या बाबतीत तर अन्य कोणत्याही भाषेपेक्षा मराठीतील कोशांची संख्या सर्वाधिक म्हणजे ५६ एवढी आहे. कला, वाङ्मय, धर्म-तत्त्वज्ञान-संस्कृती, देवदेवता-संत-महंत, सामाजिक शास्त्रे आणि विज्ञान अशा सहा विद्याशाखांमध्ये मराठीत ज्ञानकोशांची निर्मिती झाली आहे (कित्ता: अठ्ठावीस). महाराष्ट्र विद्यापीठ ग्रंथनिर्मिती मंडळानेही ते अस्तित्वात होते तोपर्यंत वैद्यक, अभियांत्रिकीपासून वाणिज्य व सर्व सामाजिक शास्त्रांपर्यंत जवळपास सर्व विषयांवर पदवी व पदव्युत्तर पातळीपर्यंतच्या विद्यार्थ्यांच्या गरजा भागू शकतील अशा दर्जेदार ग्रंथांची त्या त्या विषयांच्या तज्ज्ञांकडून लिहून व तपासून घेतलेली पुस्तके प्रकाशित करून मराठी गद्यवाङ्मयात मोलाची भर घातली होती.

पण काही बाबतीत मात्र परिस्थिती निराशाजनक राहिली असल्याचे दिसते. त्यापैकी गद्यलेखनाशी संबंधित काही गोष्टींची नोंद घ्यायची झाल्यास असे म्हणता येईल की, आधुनिक काळाची आव्हाने पेलण्याची ताकद, उच्च पातळीवरील सर्व विद्याशाखांचे अध्ययन-अध्यापन शक्य करण्याइतपत समृद्धी आणि राजकीय सामाजिक जीवनात सर्वमान्य स्वरूपाची प्रतिष्ठा व मानमान्यता मराठीला काही लाभू शकली नाही. मराठी ही ज्ञानभाषा व्हावी यादृष्टीने सुरू केल्या गेलेल्या प्रकल्पांची प्रगती फारच संथ राहिली, विद्यापीठ, ग्रंथनिर्मिती मंडळासारखे काही प्रकल्प तर अर्ध्यातच बंद पडले. मराठी महामंडळाने तयार केलेल्या शुद्धलेखनाच्या नियमांविषयी समाजात असावी तेवढी एकवाक्यता दिसत नाही. काही विद्वानांना तर असेही वाटते की, दंडसत्तेच्या बळावर मराठीच्या लेखनपद्धतीत घडवून आणलेल्या बदलांचे दूरगामी दुष्परिणामच जास्त झाले असून भाषेचे व्याकरण त्यामुळे निकालात निघाले आहे (सामंत २००७:११).

अव्वल इंग्रजीत बोलीच विविधत्व संपून मराठीला निश्चित व दृढ स्वरूप येताना ज्या विद्वानांचे प्रयत्न कामी आले होते ते संस्कृत भाषेचे पंडित असले तरी मराठी भाषेचे व साहित्याचे ऐतिहासिक व सोपपत्तिक दृष्टीने अध्ययन त्यांनी फारसे केलेले नव्हते, संस्कृतवर त्यांचे फाजील प्रेम असल्यामुळे त्यांनी मराठीला संस्कृत शब्दप्राचुर्या सजवून प्रौढ करण्याचा प्रयत्न केला होता. त्यांच्या या कामगिरीपायी बहुजनसमाजाला तत्काळ समजणाऱ्या, घरगुती, उच्चारसुलभ, आटोपशीर व जिव्हाळयाच्या शब्दांची प्रमाणभाषेतून हकालपट्टी झाली अशी जी तक्रार माधव त्रिंबक पटवर्धनांनी केली होती (पटवर्धन १९४९:१४) तिचे स्मरण महाराष्ट्र राज्याच्या स्थापनेनंतर सरकारी उपक्रमांमधून सुरू करण्यात आलेल्या भाषासुधार व भाषाविकास प्रकल्पांचे मूल्यमापन करताना झाल्यावाचून राहत नाही. भाषा शब्दसमृद्ध होण्यासाठी विविध कोश नक्कीच उपयुक्त ठरतात; पण त्यातून निष्पन्न होणाऱ्या बोजड व पंडिती वळणाच्या भाषेमुळे तिचा वाचकवर्ग कमी होतो हेही तितकेच खरे आहे. भाषेची मूळ निकोप प्रकृती न जपता केलेली शब्दनिर्मितीही भाषेला मारकच ठरत असते. श्री. के. क्षीरसागर म्हणतात त्याप्रमाणे 'भाषेत किती हजार शब्द आहेत याबरोबरच त्यापैकी किती शब्द जास्तीत जास्त लोकांना समजतात, किती शब्द त्या भाषेच्या प्रकृतीशी जुळणारे आहेत किती त्या भाषेच्या कुशीत जन्म घेणाऱ्यांच्या प्रत्यक्ष सामाजिक आणि सांसारिक क्रियांशी व संकेतांशी संबद्ध आहेत याला महत्त्व दिले पाहिजे' (क्षीरसागर २०००:२१). प्रत्येक भाषेला तिचा स्वतंत्र असा नाद असतो, सामान्य भाषक हा नाद टिकवून भाषेचा वापर करतात, पंडित मात्र कोशातील शब्द जतन करण्याचा प्रयत्न करतात. त्यामुळे पंडितांचा शब्दसंग्रह हा सामान्य जनसमूहांचा होणे दुरापास्त ठरते. शब्दांबाबत यांत्रिक दृष्टिकोन बाळगला गेल्यास

विद्रूप शब्दनिर्मिती होते. तसे काही अंशी सरकारी कोशनिर्मितीबाबत झाले असा टीकाकारांचा अभिप्राय आहे; पण त्याला दुसरीही बाजू आहे आणि तीही तितकीच महत्त्वाची आहे. कार्यालयीन कामकाजाची औपचारिक भाषा, शब्दावली व वाक्प्रयोग यांची निर्मिती केल्याखेरीज दैनंदिन व्यवहार मराठीतून सुरू केले जाणे अशक्यच होते. त्याचप्रमाणे उच्चपातळीवरील शिक्षणाचे माध्यम मराठी करायचे तर इंग्रजी संज्ञांना मराठी पर्याय उपलब्ध करून देण्याशिवाय गत्यंतरच नव्हते. प्रयत्न करूनही दुर्बोधता व बोजडपणा टाळणे परिभाषा निर्मितीच्या कामात बऱ्याचदा शक्य होत नाही. त्यामुळे सुरुवातीला सरकारी कोश टीकापात्र ठरले होते; पण आज या कामाकडे वळून पाहिले असता असे दिसते की, आरंभी कृत्रिम व अवघड वाटलेले अनेक शब्द आता थेट ग्रामीण लोकांच्याही जिभेवर उत्तमप्रकारे रुळले आहेत. सावरकर पटवर्धनांच्या शुद्धीकरण मोहिमेतून निष्पन्न झालेले अनेक शब्दही आता सरावाचे झाल्यामुळे तेव्हाइतके विचित्र वाटेनासे झाले आहेत.

## भाषाभान क्षीण झाले आहे काय?

जातिविभक्त समाजात एकजिनसीपणा आणण्याचा महत्त्वपूर्ण दुवा समान भाषा हा होईल अशी महाराष्ट्राच्या स्थापनेच्या वेळी अपेक्षा होती; पण ती विफल ठरली. अनेक समाजधुरीणांनी असे गृहीत धरले होते की संवादाचे समान माध्यम उपलब्ध झाल्यामुळे मराठी जनतेत सर्व स्तरांवर व्यापक संवाद होऊन सामाजिक अभिसरणाला चालना मिळेल आणि जातीय विग्रहाची धार बोथट होईल. भाषेच्या आधारे समाजातील जातीय चिरफळ्या नष्ट होतील, विविध धार्मिक व जातीय समूहांतील तेढ व द्वेषभावना कमी होऊन समाजात एकोपा निर्माण होईल. हे राज्य मराठीचे असेल, मराठ्यांचे नव्हे असे यशवंतरावांनी एका ज्येष्ठ पत्रकाराला सांगितले होते आणि त्यावर समाजात व्यापक सहमती असल्याचे चित्र उभे राहिले होते; पण अल्पावधीतच हे स्पष्ट झाले की भाषिक एकोप्यावर जातीय विग्रहांनी मात केली आणि प्रादेशिकतेचे नाते भाषेपेक्षा जातीयतेशी अधिक असल्याचे निवडणूक राजकारणाने सिद्ध केले. समान भाषेच्या आधारे शतकानुशतके अस्तित्वात राहिलेली भाषिक राष्ट्रे भाषावार प्रांतरचनेने निकालात काढली आणि समाजातील भाषाभानच पूर्वीपेक्षा क्षीण केले अशा निष्कर्षावर अनेक अभ्यासक आले. स्वाभाविकच याचा विपरीत परिणाम भाषेच्या विकासावरही झाला आणि राजवाडे-केतकरांना त्यांच्या काळात मराठी भाषा जेवढी मुमूर्षू वाटली होती त्यापेक्षा अधिकच ती मृत्यूच्या जवळ विसाव्या शतकाच्या अखेरीस गेली असल्याचे निर्वाळेही संशोधक देऊ लागले होते (कित्ता :५).

महाराष्ट्रनिर्मितीच्या मुळाशी मुख्य गृहीतक असेही होते की, एका भाषेच्या सूत्रात गोवलेल्या जनतेचा समूह सामान्यतः एका संस्कृतीचा असतो, त्याचा भूतकाळ एक असतो,

त्याच्या आशा आकांक्षा एक असतात, अर्थातच आपल्या भविष्काळाच्या ऊर्जितावस्थेसाठी प्रयत्न करत असताना तो सहज रीतीने एकत्र येऊ शकतो, त्याची संहती कार्यसाधक होते. अशा जनसमूहाला एकत्रित आणणारे सूत्र भाषा हे असल्यामुळे साहजिकच त्या भाषेच्या उत्कर्षासाठी प्रयत्न करणे हेच त्याचे ध्येय असले पाहिजे असे स्वाभाविकच अपेक्षिले गेले होते (कोलते १९९२:४७). जनतेच्या भाषेतून राज्यकारभार चालवला जाणे ही भाषिक राज्याची पहिली कसोटी होती. मराठी राज्य होणे ही जशी राजकारण्यातील किंवा मराठी जनतेच्या जीवनातील महत्त्वाची गोष्ट होती तशीच ती मराठी भाषेच्याही दृष्टीने महत्त्वपूर्ण घटना होती, किंबहुना मराठी भाषाच सिंहासनाधिष्ठित झाली आहे याची जाणीव मुख्यमंत्र्यांनी त्या काळात दिलेल्या अनेक भाषणांतून व्यक्त केली होती. एका साहित्य संमेलनाचे उद्‌घाटन करताना ते असे म्हणाले होते की, राज्यभाषेचा दर्जा जेव्हा भाषेला प्राप्त होतो तेव्हा लोकजीवन समृद्ध करण्याचे एक महत्त्वाचे साधन म्हणून आपण त्या भाषेकडे पाहत असतो (चव्हाण १९८५). ज्ञानविज्ञानाचे संशोधनकार्य मराठीतून झाले तरच मराठी भाषेचा तुमचा आमचा अभिमान पहिल्या प्रतीचा म्हणता येईल असा इशाराही त्यांनी साहित्यिकांना दिला होता. त्यामुळे स्वाभाविकच मराठीच्या भवितव्यासंबंधी सर्वांच्या अपेक्षा उंचावल्या होत्या.

१९६४ साली महाराष्ट्र राज्यभाषा अधिनियम संमत झाला आणि २६ जानेवारी १९६५ रोजी तो अमलातही आला. मराठीला राजभाषेचा दर्जा लाभला आणि '...जरी आज ती राजभाषा नसे' ही माधव ज्यूलियनांची खंत या निर्णयाने दूर झाली. मराठी राजभाषा झाली याचा अर्थ महाराष्ट्र शासनाचा आणि त्यांच्या नियंत्रणाखाली असलेल्या सार्वजनिक प्रतिष्ठानांचा कारभार मराठीतून चालेल हे निश्चित झाले. १९७९ हे राजभाषा वर्ष म्हणून साजरे झाले. त्या निमित्त लिहिताना वि. भि. कोलते म्हणाले होते की, किंग्ज इंग्लिश म्हटल्यावर त्यातून जो अर्थ सूचित होतो तशी नीटनेटकी, व्यवस्थित, शुद्ध, निर्दोष, चोखंदळ, सुंदर भाषा असे स्वरूप राजभाषेला यायला हवे होते. शासनाबरोबरच साहित्यिकांचीही जबाबदारी या संदर्भात फार मोठी होती; पण त्यांनी ती पार पाडली नाही अशी खंत नोंदवून कोलते पुढे अनेक उदाहरणे देऊन असे निदर्शनास आणून देतात की सरकारी पत्रे, पत्रके, परिपत्रके, आदेश, प्रकाशने इत्यादींमधील मराठी गद्य नुसते अशुद्धच नव्हे तर अव्यवस्थित व बेंगरूळ असते. मराठीच्या बाबतीत अक्षम्य दुर्लक्ष करणारा इतकेच नाही तर मराठीचे सर्वाधिक अवमूल्यन करणारा विभाग म्हणून न्यायविभागाचा उल्लेख करता येईल. विशेषतः याचिकांचे लेखन करणारे 'रायटर' आणि त्यांच्या खालोखाल पोलीस हे दोन वर्ग मराठीचे धिंडवडे काढणारे आहेत. पोलीस अधिकारी हा शासनाचे अंगच असतो, त्याने लिहिलेल्या मजकुराला शासकीय दस्तऐवजाची प्रतिष्ठा असते. आपण जे लिहितो किंवा लिहून घेतो ते 'राजभाषा'

मराठीत लिहितो याची जाणीव त्याने ठेवलीच पाहिजे. कोणत्याही राजपत्राला कायद्याचे प्रामाण्य असल्यामुळे त्याच्या भाषेचा काटेकोरपणाही सांभाळला गेलाच पाहिजे. प्रशासनिक मराठी गद्यलेखनातील शैथिल्य व अव्यवस्थितपणा नाहीसा झालाच पाहिजे आणि शासनाच्या प्रत्येक खात्यात मराठीचा अधिकारी नेमला पाहिजे अशा काही महत्त्वाच्या सूचना कोलत्यांनी केल्या आहेत (कोलते १९९२:१०८-११४). इंग्रजी शब्दांचा मराठी गद्यलेखनात कंसात किंवा कंसाबाहेर अवाजवी प्रमाणात वापर करणाऱ्या लेखकांना त्यांनी असा प्रश्न विचारला आहे की, ते कोणासाठी लिहितात? त्यांच्या मते, अशा लेखनाच्या मुळाशी लेखकांची इंग्रजीतून विचार करण्याची प्रवृत्ती आहे आणि त्यातूनच हे भाषासंकट उद्भवले आहे. कोणताही विषय आत्मसात करून मातृभाषेत जर लेखकाने चिंतन केले तरच त्याचा परिपाक विशुद्ध व सुंदर मराठीतून उतरेल. आपला वाचकवर्ग 'मराठी' आहे याची जाणीव लेखकांनी सदैव बाळगणे आवश्यक आहे. आद्य मराठीचे अर्थवाहक-सामर्थ्य आज आठशे वर्षानंतर अनंत पटीनी वाढले आहे. या सामर्थ्यांचा नीट अभ्यास करून व मराठी वाचकवर्ग सदैव समोर ठेवून लेखन करण्याचा दृढ निश्चय लेखकांनी करावा असे आवाहन त्यांनी केले आहे (कित्ताः १५८-९).

प्राथमिक शालेय पातळीपासून पदव्युत्तर पातळीपर्यंत मराठीचे होणारे अध्यापन समाधानकारक आहे असे म्हणण्याची सोय नाही. कर्नाटक राज्यात कन्नड भाषा शिकण्याची जशी सक्ती आहे तशी महाराष्ट्र शासन मराठीबाबत करू शकलेले नाही (फडके २०००:३०). न्या. रानडे प्रभृतींनी अथक प्रयत्न करून मराठीचे अध्यापन मुंबई विद्यापीठात सुरू केले होते तो इतिहास आपण यापूर्वी पाहिला आहे. दुर्दैवाने त्यांच्या प्रयत्नांना म्हणावे तसे यश कधीच लाभले नाही. मराठीची संपूर्ण आठ उत्तरपत्रिकांची पदव्युत्तर परीक्षा देण्याची सोय या विद्यापीठात होण्यात १९७५ साल उजाडावे लागले. भाषावार प्रांतरचनेच्या सूत्राने प्रत्येक राज्याला स्वतंत्र भाषा बहाल केल्यामुळे त्या त्या राज्यात त्या त्या भाषेचा विकास साधण्याचे प्रयत्न प्रत्येक भाषेच्या अभिमानी व्यक्तींनी जोमाने सुरू केले. त्यामुळे त्या राज्यातील विद्यापीठांनाही राज्यभाषांची प्रमुख केंद्रे असे स्वरूप प्राप्त झाले, मुंबई विद्यापीठाचे तसे होऊ शकले नाही. उलट तेथे राजभाषेला योग्य स्थान मिळावे यासाठी थोडा संघर्षच करावा लागला अशी नोंद या विद्यापीठाचा साक्षेपी इतिहास लिहिणाऱ्या अरुण टिकेकरांना करावी लागली आहे (टिकेकर २००७:२२२). विद्यापीठाचा कारभार मराठीतून व्हावा असा ठराव कार्यकारी मंडळाने १९८५ साली केला तरीही प्रत्यक्षात तसे झाले नाही. दोन वर्षांनी त्या प्रश्नांवर घेराव वगैरे आंदोलने झाली; पण १९९६ साली युनिव्हर्सिटी ऑफ बॉम्बेच्या ऐवजी मुंबई विद्यापीठ असे मराठी नामकरण होण्यापलीकडे फारसा बदल या विद्यापीठात झाला नाही.

मराठी राजभाषा झाल्यावर महाराष्ट्रातील इतर विद्यापीठात तिला थोडीबहुत प्रतिष्ठा मिळाली; पण मुंबई विद्यापीठात इंग्लिशचे महत्त्व कमी झालेच नाही, देशात जागतिकीकरणाचे वारे वाहू लागल्यापासून तर इंग्रजीचे प्रस्थ अधिकच वाढले. महाविद्यालयीन व विद्यापीठीय स्तरावरील मराठीच्या अध्यापनात भाषा व साहित्य यावर जेवढा भर आढळतो तेवढा तो मराठीचे वापरक्षेत्र विविध व्यवहारात कसे वाढवता येईल यावर दिसत नाही. विज्ञान तंत्रज्ञानाच्या तुलनेत एकूणच कोणत्याही भाषाविषयाच्या आणि त्यातही मराठी भाषेच्या अध्ययनाचे मूल्य स्वातंत्र्योतर काळात सतत घसरतच गेलेले दिसून येते. मराठी हा अभ्यासाच्या दृष्टीने एक महत्त्वाचा विषय आहे हेच कोणाला पटत नाही, मराठी वाङ्मयाच्या जिज्ञासेपेक्षा किंवा प्रेमापेक्षा नाइलाज म्हणूनच मराठीकडे वळलेल्यांची संख्या जास्त आढळते.

प्राथमिक शिक्षणापासून पीएच.डी. चा प्रबंध लिहिण्याच्या पातळीपर्यंत इंग्रजीच्या वरचश्मा राहणे मराठी गद्याच्या विकासाला मारक ठरणार हे उघडच होते. मराठीतून विज्ञान-तंत्रज्ञान विषयांचे अध्ययन-अध्यापन संशोधन होऊच शकणार नाही असे म्हणणे अवास्तव असल्याचे सांगून वि. भि. कोलते म्हणतात की, हा कांगावा करणारे विद्वानच खरेतर न्यूनगंडाने पछाडलेले असतात, नवी आव्हाने स्वीकारण्याची त्यांना धमक नसते. कोलत्यांच्या मते इंग्रजी माध्यमांचे वाढते स्तोम हे कांचन संस्कृतीच्या परिपोषाचेच दुश्चिन्ह आहे. सर्व विद्याशाखांमध्ये मराठी माध्यम असणे, त्यासाठी महाराष्ट्रात एका स्वतंत्र मराठी विद्यापीठाची स्थापना केली जाणे आणि विद्यापीठांमधून चालणारे संपूर्ण संशोधन मराठीतून चालणे जितक्या लवकर शक्य होईल तितके बरे अशी त्यांची भूमिका होती. विशेषतः शेतकी व समाजविज्ञान या शाखांतील विविध विषयांच्या अध्यापकांनी व विद्यार्थ्यांनी आपले लेखन समाजासाठी आहे आणि समाज म्हणजे केवळ इंग्रजी जाणणारा तथाकथित उच्चभ्रूचा मूठभर वर्ग नव्हे तर सर्वसामान्य जनता होय याचा कधीच विसर पडू देता कामा नये. त्या जनतेपर्यंत विद्यापीठीय शिक्षणाचे लाभ पोहोचण्यासाठी व त्यांच्या प्रश्नांची उत्तरे मिळण्यासाठी नवे ज्ञान उपयोगी पडण्यासाठी म्हणजेच समाजात परिवर्तनाच्या प्रेरणा निर्माण करण्यासाठी मराठी माध्यमाखेरीज तरणोपायच नाही असे त्यांचे प्रतिपादन होते (कोलते १९९२:७९-८८).

याचा अर्थ असा झाला की ज्ञानकोशकार, केतकरांना अभिप्रेत असलेली भाषावार प्रांतरचना प्रत्यक्षात आली; पण भाषिक प्रांताच्या कारभारासंबंधी त्यांनी जे चित्र रेखाटले होते ते मात्र अद्यापही पूर्ण झालेले दिसत नाही. राज्यकारभार, आर्थिक व्यवहार, न्यायदान, विद्यापीठीय व तंत्रज्ञानविषयक शिक्षण आणि बरेचसे संशोधन हे मराठीतून चालताना दिसत नाही. न्यायनिवाडे लोकांच्या भाषेत चालावेत हे तत्त्वतः सर्व तज्ज्ञ जाणकारांनी सांगितले असले तरी प्रत्यक्षात मात्र न्यायव्यवस्थेत वावरणाऱ्या अनेकांना ती कल्पनाही अयोग्य,

अव्यवहार्य व असमर्थनीय वाटते. जिल्हास्तराहून वरच्या पातळीवरील न्यायदानप्रक्रियेचे मराठीकरण होणे एकंदरीत दुरापास्तच दिसते. काही तुरळक सन्माननीय अपवाद वगळता सरकार, लोकप्रतिनिधी, विचारवंत, भाषाभ्यासक, विधिज्ञ वा पत्रकार यांच्यापैकी कोणीच भाषासंवर्धनाच्या संदर्भातील आपापली जबाबदारी चोखपणे पार पाडली आहे असे म्हणण्याची सोय नाही.

## लेखनद्धतीचे न संपणारे वादंग

शुद्धलेखनाच्या नियमांत सुधारणा करण्याचे प्रयत्न स्वातंत्र्यपूर्वकाळापासूनच सुरू झाले होते. १९०४ पासूनच तत्संबंधीचे वाद सुरू झाले होते हे आपण पाहिले आहे. न. चिं. केळकर व माधवराव पटवर्धन यांनी त्या संदर्भात अनेक प्रयोगही केले होते. नंतरच्या काळात महाराष्ट्र साहित्य परिषद व मुंबई विद्यापीठानेही काही प्रयत्न केले होते. द्विभाषिक मुंबई राज्य अस्तित्वात असताना १९५७ साली औरंगाबादच्या साहित्य संमेलनात मराठी शुद्धलेखन मंडळाने आणि १९५८ मध्ये महाराष्ट्र साहित्य परिषद व विदर्भ साहित्य संघ यांनी शुद्धलेखनाचे नियम तयार केले होते. मराठीला राजभाषेचा दर्जा मिळाल्यावर तिच्या लेखनपद्धतीचा प्रश्न महत्त्वाचा झाला व त्याचे स्वरूपही व्यापक झाले. सर्व मराठी भाषक एका राज्यात येऊन सरकारी व बिनसरकारी, सामाजिक व शैक्षणिक व्यवहार मराठीतून करू लागल्यावर ती भाषा समर्थ, सर्वसमावेशक व समाजाभिमुख करणे क्रमप्राप्त झाले. स्वाभाविकच तिच्या लेखनपद्धतीचे स्वरूप बदलणे आणि त्यातील क्लिष्टता टाळून ते सुगम करणे यासंबंधी विचारविनिमय सुरू झाला. मराठी साहित्य महामंडळाने सुचवलेली चौदा कलमी नियमावली १९६२ साली महाराष्ट्र शासनाने मान्य केली. १९७२ साली आणखी चार नियमांची भर घालून पूर्वीच्या नियमांतील काही त्रुटी महामंडळाने दूर केल्या. वि. भि. कोलते यांचा या कामी पुढाकार होता. त्यांचा असा आक्षेप होता की, शहरी, संस्कृतपंडित व अभिजनवर्गीय मराठी गद्यलेखकांनी ऱ्हस्वदीर्घांचे व अनुस्वारांचे संस्कृत नियम मराठीला लावण्याचा अट्टाहास केल्याने मराठी भाषा बोजड झाली असून जनसामान्य तिच्यापासून दूर गेले आहेत. या भूमिकेतून त्यांनी असा आग्रह धरला होता की, मराठी भाषेच्या लेखनपद्धतीशी संबंधित सर्व गोष्टींचा विचार संस्कृतनिष्ठेपेक्षा मराठीच्या प्रकृतिधर्मानुसार झाला पाहिजे. त्या दृष्टीने सर्वप्रथम अनुच्चारित अनुस्वारांना अर्धचंद्र देणे त्यांना गरजेचे वाटत होते. त्यांचा युक्तिवाद असा होता की भाषा ही प्रामुख्याने बोलण्यासाठी निर्माण झाली आहे आणि बोलताना अनुस्वारांचा उच्चार न करताही उत्तम अर्थबोध होतो तर लेखनात तरी ते ठेवायचे कशाला? अनुस्वारांचा अतिरेक झाल्यामुळे उगाचच मराठीचे व्याकरण क्लिष्ट होते आणि नव्याने लिहू लागलेले जनसामान्यांतील

लेखन त्यांना बुजतात. कोलत्यांच्या मते परंपरा, व्याकरण, भाषाशास्त्र इत्यादींचे तुणतुणे वाजवून या अनुस्वारांचे समर्थन करणारे विद्वान प्रगतीचे विरोधक होते (कित्ताः २०).

भाषेच्या शुद्धाशुद्धतेच्या कल्पनांचा पुनर्विचार करण्याची आवश्यकता प्रतिपादन करताना कोलते म्हणतात की, त्यासाठी खास मराठीचे असे व्याकरण तयार केले पाहिजे. मराठीची व्याकरणे अनेक झाली; पण यथातथ्यदर्शक किंवा वर्णनात्मक व्याकरण अद्याप झाले नाही. सध्याची व्याकरणे अभ्यासू विद्वानांनी लिहिली असली तरी त्यांच्यावर संस्कृतची छाप आहे आणि ती व्याकरणे ऐतिहासिक पद्धतीने लिहिली गेली आहेत, त्याऐवजी ती वर्णनात्मक पद्धतीने लिहिली जाणे पायाशुद्ध होईल. कोणत्याही व्याकरणातून आदर्श विवरणपद्धती घ्यायला त्यांची हरकत नव्हती; पण ती पद्धती स्वीकारताना एका भाषेच्या प्रवृत्ती दुसऱ्या भाषेवर लादल्या जाता कामा नये यावर त्यांच्या कटाक्ष होता. याच अनुषंगाने त्यांनी मराठीच्या लेखनपद्धतीतही परिवर्तन करण्याची गरज प्रतिपादिली होती. त्यांच्या मते या सर्वांचा पाया 'मराठी' असला पाहिजे आणि त्यासाठी संस्कृतच्या दडपणातून मराठी मोकळी झाली पाहिजे. मराठी ही स्वतंत्र भाषा आहे, तिचे व्याकरण, तिची लेखनपद्धती ही मराठीच असली पाहिजे. त्यादृष्टीने संस्कृत शब्द मराठीत आल्यावर त्याचे तत्समत्व कायम राहण्याची मुळीच गरज नाही असे त्यांचे म्हणणे होते (कित्ता :३७,४५).

लेखनपद्धतीतील बदलांना त्यावेळी विरोध झाला होता आणि नंतरही तो सुरूच राहिला आहे. न. वि. गाडगीळ यांनी तेव्हा असा आग्रह धरला होता की, लेखनपद्धतीत बदल करताना व्याकरणशास्त्र व व्युत्पत्तिशास्त्र बाजूला सारता कामा नये, शास्त्रशुद्ध पायावरच भाषेची उभारणी झाली पाहिजे. 'समाजातील सुशिक्षित थराला कायम राखून तेथपर्यंत अशिक्षित थराचा उत्कर्ष केला पाहिजे. वरील थराला खाली आणून समता प्रस्थापित करण्याचा प्रयत्न आत्मघातकी ठरेल. शिक्षणाचा दर्जा पुष्कळ उतरला आहे, शुद्धलेखनाच्या या अशास्त्रीय नियमांमुळे तो रसातळाला जाईल' (गाडगीळ २००७:७). १९६२ साली मराठीच्या लेखनपद्धतीत झालेले स्थित्यंतर स्वाभाविक नव्हते तर दंडसत्तेच्या बळावर कृत्रिमपणे घडवून आणलेले होते. त्यामुळे त्याचे दूरगामी दुष्परिणाम झाले असल्याची टीका अद्यापही केली जाते. प्रमाणभाषा विरुद्ध बोलीभाषा अशी परस्परविरोधी द्वंद्वाची मांडणी करून बहुजनांची दिशाभूल केली जाऊन भाषाव्यवहाराच्या भावनिक व वैचारिक क्षेत्रांची गल्लत केली जाते असा काही अभ्यासकांचा आक्षेप आहे, त्यांच्या मते प्रमाणभाषा व बोलीभाषा हे द्वंद्व परस्परविरोधी नसून परस्परपूरक आहे (सामंत २००७:१०,११,१३).

या दोन्ही भूमिकांमध्ये थोडाफार तथ्यांश नक्कीच आहे; पण त्या संदर्भात असे म्हणावेसे वाटते की, कोणतीही टोकाची भूमिका न घेता मध्यममार्ग स्वीकारणेच सर्वांच्या हिताचे ठरू

शकेल. भाषाशास्त्रीय व व्युत्पत्तिशास्त्रीय विचार जेवढा महत्त्वाचा आहे. तेवढाच समाजशास्त्रीय संदर्भही लक्षात घेणे अगत्याचे आहे. जास्तीत जास्त लोकांच्या भाषिक आविष्काराला भाषेचे कथित व्याकरण जर अडसर ठरत असेल तर त्याचा फेरविचार झालाच पाहिजे. शुद्धलेखनाचा असा पुनर्विचार करण्यासाठी मराठी साहित्य महामंडळाने १९९० साली समिती नेमली होती. द. न. गोखले यांनी १९९३ साली शुद्धलेखन विवेक नामक उपयुक्त पुस्तकही प्रकाशित केले आहे. प्रत्यक्षात मात्र य. दि. फडके म्हणतात त्याप्रमाणे 'लेखक, प्रकाशक, वृत्तपत्रकार, शिक्षक वगैरे मंडळी शुद्धलेखनाचे जुने किंवा नवे नियम पाळत नसल्याचे आढळते. आपल्या लेखनपद्धतीच्या शुद्धाशुद्धतेविषयीच्या कल्पनांचा वारंवार पुनर्विचार करण्याची आवश्यकता असली तरी मराठीला मराठीचे नियम पाहिजेत, संस्कृतचे नकोत, याचे सतत भान ठेवणे जरूर आहे' (फडके २०००:२१).

**मराठी गद्यातील वैचारिक लेखनाचे स्वरूप**

प्राचीन काळातील लेखनात उत्तुंग शिखरांचे दर्शन घेणाऱ्या एका लेखकाला अव्वल इंग्रजीतील रानडे, चिपळूणकर, आगरकर, सावरकर, टिळक, राजवाडे, केतकर ही मंडळी डोंगराप्रमाणे शोभल्यासारखी वाटते. त्यानंतरचे १९३५ पर्यंतचे लेखन थोडेबहुत टेकांडासारखे दिसतात; पण अलीकडील काळात मात्र सर्वच भुईसपाट झाल्याचा भास होतो. असे होण्याचे कारण त्याच्या मते आस्ते आस्ते तीव्र तपस्येचा होत चाललेला लोप हेच आहे. विचारांची झेप तोकडी, जीवनातील क्षणिकतेला लाभलेले महत्त्व, प्रसिद्धी-सुलभता व लोलुपता या कारणांनी अभिजात लेखनाचे प्रमाण क्रमाक्रमाने कमी होत गेल्याचे सांगून तो अशा निष्कर्षावर येते की, 'वाङ्मयातील विचार उथळ होत चालले आणि लेखनातील भाषेची प्रतिष्ठा नष्ट होत चालली आहे' (चापेकर १९६५:३६). पुढे त्याने अशी तक्रार केली आहे की, लोकहितवादी-आगरकरादिकांनी सामाजिक सुधारणेचा स्फुट लेखनातून घोष चालवला; परंतु साग्र नवी स्मृती लिहिण्याची कल्पना मात्र कोणालाच सुचली नाही, चिपळूणकरांनी स्वतःला मराठी भाषेचा शिवाजी म्हणवून घेण्यात धन्यता मानली; परंतु खरे तर त्यांनी मराठीचे पाणिनी व्हायला पाहिजे होते आणि मराठीला व्याकरणाची भक्कम बैठक तयार करून द्यायला पाहिजे होती. केतकर-राजवाड्यांनी मराठीत लिहून मराठीला प्रतिष्ठा अवश्य मिळवून दिली; पण मराठीत सकस लेखनाची परंपरा मात्र ते निर्माण करू शकले नाहीत. वैचारिक लेखनाची प्रतवारी स्वातंत्र्योत्तर काळात क्रमशः उणावतच गेलेली दिसते. वस्तुतः झपाट्याने सामाजिक-आर्थिक-वैज्ञानिक वगैरे क्षेत्रात बदल होण्यातून अनेक नवी आव्हाने गंभीर लेखन करणाऱ्यांसमोर उभी राहिली होती. सामाजिक संबंध, संरचना, मूल्यव्यवस्था इत्यादींवर या बदलांचा व्यापक व सखोल परिणाम पडला होता; पण या सर्व घडामोडींचे

मूलगामी विश्लेषण करणारे लेखन मराठीत फारसे झालेले दिसत नाही. किंबहुना तसे विश्लेषण करण्याऐवजी वरवरची भाष्ये करण्यातच बरीचशी मराठी वैचारिकता या काळात खर्ची पडलेली दिसते.

कधीकाळी देशातील सर्व प्रमुख चळवळीचे वैचारिक नेतृत्व महाराष्ट्राने केले होते. या पार्श्वभूमीवर पाहिल्यास या काळातील हा वैचारिक गारठा कोणालाही आश्चर्यचकित केल्यावाचून राहत नाही. त्यातही साठोत्तर दशकांतील परिस्थिती अधिकच चिंताजनक असल्याचे दिसते. द्वा. भ. कर्णिक, ना. ग. गोरे, पां. वा. गाडगीळ, ह. रा. महाजनी यांच्यासारखे काही अपवाद वगळता मराठी वृत्तपत्रसृष्टीतून निबंध हा लेखनप्रकार या काळात जवळपास हद्दपारच झालेला दिसतो. स्वातंत्र्योत्तरकाळात तुलनेने अधिक स्वातंत्र्य पत्रकारांना लाभले असले तरी दैनंदिन राजकारणाला एवढे आत्यंतिक महत्त्व वृत्तपत्रीय लेखनात आले की वैचारिक लेखन जवळपास थांबलेच. गंभीर स्वरूपाचे लेखन करणाऱ्या दि. के. बेडेकर, वसंत पळशीकर, आ. ह. साळुंखे, गीता माने इत्यादींचे वेचे प्रस्तुत संग्रहात घेतलेले आहेत, यांच्या जोडीला आणखी चारदोन नावे सांगता येतील. तरीही हे सत्य उरतेच की जावडेकरांच्या आधुनिक भारत या ग्रंथाच्या तोडीचा ग्रंथ विसाव्या शतकाच्या उतरार्धात मराठीत लिहिला गेला नाही. राजकीय घडामोडींचा वेग अभूतपूर्व प्रमाणावर वाढलेला असताना वैचारिक लेखनाला राजकीय हस्तक्षेपाचे साधन समजून किती मराठी लेखकांनी लिखाण केले. यासंबंधीचा अभिप्राय देताना राजेंद्र व्होरा असे म्हणतात की, मराठी विचारवंत समकालीन राजकीय परिस्थितीपेक्षा स्वातंत्र्यपूर्वकाळाबद्दलच अधिक लिहितात. समकालाबद्दल लिहिलेच तर फक्त वरच्या स्तरावरील राजकारणाचीच आणि तीही वरवरचीच चर्चा ते करतात. ताज्या घडामोडींवरील भाष्य, प्रासंगिक विषयावरील पुस्तिका, किंवा माहितीवजा अहवाल असेच बहुदा त्यांच्या लेखनाचे स्वरूप असते. राजकारणाचे सामाजिक आधार कोणते? पडद्यामागाचे खरे सूत्रधार कोण? राजकीय घटितांचा अन्वयार्थ काय? अशा प्रश्नांना ते सहसा हात घालत नाहीत. सैद्धांतिक वैचारिक पुस्तकी चौकटीतूनच ते राजकारणाचे आकलन करू पाहतात, प्रत्यक्ष राजकीय वास्तवाकडे व सामाजिक राजकीय परिवर्तनाकडे फारसे लक्ष देत नाहीत, त्यातही विश्लेषणापेक्षा वास्तव समजून घेण्यावरच त्यांचा भर असतो (व्होरा १९९८:२९,३२). लेखकांचे वैचारिक दारिद्र्य, त्यांची संघर्षाची तयारी नसणे, अपराधभावना, बहुजनांच्या राजकारणाविषयीचा पूर्वग्रहदूषित तुच्छताभाव अशी कारणे त्यांच्या वरवरच्या लेखनाची सांगितली जातात. चळवळींशी अविभाज्यतः जोडल्या गेलेल्या जैव बुद्धिवंतांची (ऑरगॅनिक इंटेलेक्च्युअल्स) जी संकल्पना इटालियन विचारवंत अंतोनिओ ग्राम्शी याने मांडली, तिच्या जवळपासही जाणारे बांधिलकीचे

लेखक मराठीत नसल्यामुळे वैचारिक लेखनाची वानवा दिसून येते असेही स्पष्टीकरण दिले गेले आहे.

स्वातंत्र्यपूर्वकाळातही जे वैचारिक किंवा तत्त्ववैचारिक स्वरूपाचे लेखन मराठीतून झाले त्यामागे संबंधित विचारसरणी मराठी वाचकाला त्याच्या मातृभाषेद्वारे समजून घेण्याची संधी मिळावी हाच हेतू प्राधान्येकरून होता. मार्क्सवाद असो की गांधीवाद त्यांची सोपपत्तिक मांडणी करणाऱ्या मराठी लेखकांनी संबंधित विचारव्यूहाच्या संदर्भचौकटीतून समग्र मानवी जीवनाचे, किंवा विशिष्ट भूभागांतील लोकजीवनाचे आकलन करून घेण्याचा किंवा त्याला दिशा देण्याचा विचार फारसा केला नव्हता. त्या त्या विचारसरणींशी बांधीलकी सांगणाऱ्या लेखकांच्या सर्जनशील लेखनात संबंधित विचारसरणीचा विश्वदृष्टिकोन अभावानेच प्रतिबिंबित झालेला दिसतो, याचे कारणही या वैगुण्यातच सापडू शकेल. स्वातंत्र्योत्तरकाळात विविध विचारप्रणालीचा ऊहापोह मराठीत सादर करून त्या भाषेच्या समृद्धतेत भर घालण्याची ईर्षा जसजशी कमी होत गेली तसतसे अशा लेखनाचे प्रमाणही घटत गेले. ऐंशीनंतरच्या दशकांत तर जे चंगळवादाचे पर्व सुरू झाले. त्यातून मध्यमवर्गाला लाभलेली सुबत्ता, नित्यनव्याचा लागलेला सोस आणि अंतर्मुख वृत्तीचा झालेला लोप या कारणांनी माणसे अधिकाधिक बहिर्मुख होत गेली, भौतिकतेवरच भर देणाऱ्या या माणसांच्या आश्चर्यभावही उत्तरोत्तर कमी होत गेला. या परिस्थितीचा त्यांच्या वैचारिकतेवर परिणाम झाल्यावाचून राहिला नाही. म. सु. पाटील यांनी वर्णन केल्याप्रमाणे हा बाह्याभिमुख माणूस भलाबुरा विचार करतो, वांझ चर्चाही करतो, यामुळे वैचारिकतेचा आभास सर्वत्र दिसतो; पण ही वैचारिकता म्हणजे चिंतनशीलता नसते, ते मतप्रदर्शन असते (पाटील २००१:१३४). या काळातील मराठी गद्यातील वैचारिकतेचे स्वरूप काहीसे असेच आढळते.

**मराठीच्या पिछेहाटीची कारणमीमांसा**

विसावे शतक उलटताना चर्चेचा मुख्य रोख मराठी गद्यातील अधिकउणे काय? या प्रश्नावर असण्यापेक्षा मराठीचे अस्तित्वच संकटात आले आहे की काय? आणि असल्यास ते संकट कसे टाळता येईल? या प्रश्नांशी संबंधित होता. महाराष्ट्र राज्याची स्थापना झाल्यावर मराठी भाषा व संस्कृतीच्या विकासाला वेग येईल अशी ज्यांची अपेक्षा होती त्यांच्या पदरी निराशा आली. भाषेचा विकास तर दूरच राहिला उलट एकेका जीवनव्यवहारातून मराठीची हकालपट्टी झाली. तिला ज्ञानभाषा करण्याचे प्रयत्न पुरेशा जोमाने पुढे रेटले गेले नाहीत. ती सार्वजनिक व्यवसाय-व्यवहारांची भाषा उरली नाही, बाजाराचीही भाषा होऊ शकली नाही. 'अशा परिस्थितीत मराठी भाषा रुजवण्याचे, टिकवण्याचे व संवर्धित करण्याचे बुद्धिपुरस्सर प्रयत्न न झाले तर या भाषेचे नाव जगाच्या भाषिक सांस्कृतिक नकाशावरून कायमचे पुसले

जाईल' अशी भीती जाणकार गतशतकाच्या अखेरीस व्यक्त करू लागले होते (रसाळ २००३:२३२). आपल्या भाषेला सात आठशे वर्षांचा इतिहास आहे किंवा ही भाषा खेड्यापाड्यातील कोट्यवधी लोक बोलतात एवढी दोन सत्ये तिच्या भवितव्याची हमी देण्यास पुरेशी होणार नाहीत; कारण कोणत्याही भाषेचे अस्तित्व, भवितव्य व संवर्धन तिच्या गतवैभवापेक्षा तिच्या वर्तमान वापरावर अवलंबून असते आणि मराठीच्या बाबतीत बोलायचे तर तिचे वापरक्षेत्र दिवसेंदिवस संकुचित होत चालले आहे ही गोष्ट वादातीत आहे. मराठी माणसाची सहिष्णुता आणि मराठी भाषा व संस्कृती यांच्या ठिकाणी आंतरिक ताकदीचा अभाव असणे ही त्यांच्या पिछेहाटीची प्रमुख कारणे असल्याचे सांगून अरुण साधू असे म्हणाले होते की, 'या अंतःशक्तीच्या अभावामुळे परभाषा व परसंस्कृतीचे आक्रमण परतून लावण्याचा आत्मविश्वासच मराठी माणूस गमावून बसला आहे' (साधू २००६). ज्या देशी व विदेशी भाषांच्या अंगी ही अंतःशक्ती मराठीच्या तुलनेत जास्त आहे त्याही इंग्रजीचे आक्रमण परतून लावण्यात असमर्थच आहेत तरी त्यांनी मराठीएवढी शरणागती पत्करलेली नाही असे त्यांचे निरीक्षण होते; पण प्रश्न असा पडतो की मराठीची अंतःशक्ती अशी क्षीण होण्याची कारणे नेमकी कशात दडलेली आहेत?

या प्रश्नाला श्री. ना. चापेकरांचे उत्तर असे आहे की, याचा दोष मराठीच्या पिंडातच शोधणे शक्य आहे. मराठी भाषा संस्कृतोद्भव असूनही सर्वच दृष्टींनी 'दुय्यम'च राहिली आहे; कारण प्रत्यक्ष वस्तुस्थितीचे ज्ञान होणे व भावनांचे प्रकटीकरण शक्य होणे, ही कोणतीही भाषा प्रभावी होण्यासाठी लागणारी दोन्ही अंगे मराठीच्या बाबतीत कधी सामर्थ्यशाली होऊ शकलीच नाहीत. संस्कृतात जसे बरेचसे काम समासाने व प्रत्ययांनी भागते तसे मराठीला शक्य होत नाही. याचे एक कारण असे आहे की दीर्घकाळ पारतंत्र्यात खितपत पडल्यामुळे मराठी संस्कृती खुरगटली असून तिच्या प्रतिभेवर विपरीत परिणाम झाला आहे. येथे शतकाशतकाला महापुरुष जन्माला आले असले तरी पाणिनी-पतंजली झाले नाहीत, कारण तेवढे स्वास्थ्यच मराठी लोकांना कधी लाभले नाही. 'दुसरे असे की मराठी लोकांचे जीवन बरेचसे पारतंत्र्यात गेले असल्यामुळे पूर्वीच्या वाङ्मयात भावना व्यक्तविण्याची शैली चांगल्याप्रकारे निदर्शनास आली असली तरी त्या त्या काळच्या परक्या राज्यकर्त्यांमुळे (त्यांच्या) भाषेचा पगडा मराठीवर बसला व जुने वळण मागे पडून नवीन भेसळ झालेली आहे' (चापेकर १९६५:३०-३१). इंग्रजांचा पगडा तर त्यांचे राजकीय आधिपत्य गेल्यावरही कायम राहिल्यामुळे आणि ती भारतीयांच्या मनांवर-बुद्धीवरही पडलेला असल्यामुळे मराठीची अशी स्थिती झाली आहे. चापेकर असे दाखवून देतात की, लोकहितवादी-चिपळूणकरांचे वैचारिक लेखन, आगरकरांची समाजसुधारणेची संकल्पना आणि वाक्यपृथक्करणाची व प्रत्यक्षाप्रत्यक्ष

वाक्यरचनेची पद्धतीही इंग्रजीतूनच इकडे आणलेली होती. ती मराठीला वैयाकरणी सौष्ठव आणूच शकणार नव्हती. सावरकरांनी नवीन शब्दांपासून साधलेली जी नामसाधित क्रियापदे होती ती मराठीला न शोभणारी होती. भाषाशुद्धीचे प्रयोग, शुद्धलेखनातील व लिपीतील सुधारणा आणि कृत्रिम शब्दनिर्मिती मराठीच्या पिंड-प्रकृत्तीला मानवणारी नाही असे सांगून चाफेकर म्हणतात की, नदीप्रमाणे भाषेलाही येऊन मिळणारे शब्दप्रवाह मूळ भाषेची प्रकृती न बिघडवता एकरूप झाले तरच ते भाषेला पोषक ठरतात.

एकोणिसाव्या शतकापासून मराठीच्या विकासाचा जो विचार महाराष्ट्रात झाला तो मुख्यत्वेकरून भाषाकेंद्रीय होता, समाजकेंद्री नव्हता. मराठी भाषेतील ग्रंथसंपदा वाढावी, शब्दसंग्रहात भर पडून भाषेला आधुनिक काळाची आव्हाने पेलता यावीत, विविध प्रकारचे कोश मराठीत निर्माण व्हावेत अशा विविध अंगांनी बरेच प्रयत्न केले गेले. यातून भाषा समृद्ध झाली; पण ती समृद्ध भाषा वापरणाऱ्या व समजणाऱ्या लोकांची संख्या मात्र कमी होत गेली. नव्याने लिहिल्या जाऊ लागलेल्या साहित्याला पोषक वाचनसंस्कृतीचा विकास समाजात होऊ शकला नाही. समाजातील विनिमयाची पोकळी भरून काढण्यासाठी अन्य भाषांमधून शब्द घ्यावे लागतात किंवा नव्याने तयार करावे लागतात हे खरेच आहे; पण पूर्वीपासून रूढ असलेले शब्द हुसकावून त्या जागी नवे शब्द आणणे अनावश्यक, दुर्बोधताकारक व विनिमयव्यवहाराला घातक ठरते असा इशारा देऊन ना. गो. कालेलकर बजावतात की, अशा 'नव्या शब्दांमुळे कोश फुगीर दिसला तरी भाषिक व्यवहाराच्या दृष्टीने तो केवळ आभास आहे. भाषेचे खरे दर्शन ती प्रत्यक्ष व्यवहारात कशी वापरली जाते यावरून होते' (कालेलकर १९८५:१२०६). सामान्यतः असे दिसते की अनेक लेखक शास्त्रीय लेखन करताना जी भाषा वापरतात ती एकरूपच असते; पण मराठीत मात्र तसे दिसत नाही कारण अशा विषयांना लागणारी अभ्यासाची व अभ्यासकांची दीर्घ परंपरा आपल्याकडे नाही आणि परस्परविनिमयाने काम करण्याची प्रवृत्तीही नाही. काही अंशी काव्य, अध्यात्म, व्याकरण इत्यादी विषयांत प्राचीन काळी ती तशी होती; पण पुढे तीही नष्ट झाली आणि परिणामी भाषा विस्कळीत झाली असा निर्वाळा कालेलकरांनी दिला आहे.

भाषेचा व संस्कृतीचा विचार समाजसापेक्ष पद्धतीनेच करणे श्रेयस्कर ठरू शकते. कारण भाषा समाजनिर्मित असते आणि तिचा विकास समाजच करतो. 'भाषेचा विकास आणि समाजाचा विकास या एकाच नाण्याच्या दोन बाजू आहेत. समाज भाषेला समृद्ध करतो आणि समृद्ध भाषा समाजाला समृद्ध करते. त्यामुळे भाषा टिकवायची असेल आणि विकसित करायची असेल तर तिला समाजाच्या व्यापक विकासप्रक्रियेशी जोडणे आवश्यक असते' (परब २००६:५२). इमारतीच्या बांधकामात जे महत्त्व पायाचे असते ते समाजबांधणीच्या

कामी भाषेला असते हे कार्ल मार्क्सचे विधान स्वयंसिद्धच आहे. अशिष्ट वाङ्मयीन परंपरा व शिष्ट परंपरा यांच्यातील दरी कमी करून अशिष्ट वाङ्मयाचे शिष्टीकरण करण्याची प्रक्रिया समाजात सतत सुरू राहिली पाहिजे हे जसे केतकरांनी ओळखले होते तसेच भाषाविकासाचा प्रश्न हा मध्यमवर्गापुरता मर्यादित नसून समाजाच्या सर्वांगीण विकासाचा अविभाज्य भाग आहे हेही त्यांनी आग्रहपूर्वक सांगितले होते; पण भाषिक अभिसरणातून सामाजिक अभिसरण घडून येण्याचे प्रत्यक्ष प्रमाण मात्र येथे अगदीच नगण्य राहिले. ब्राह्मणी व ब्राह्मणेतर अशा दोन परंपरा भाषाविकासाच्या प्रांतातही समांतरपणेच प्रवाहित राहिल्या, त्यांच्यातील दुरावा कधीच कमी होऊ शकला नाही. त्यामुळे क्लॅरेन्स मलोनी यांनी म्हटल्याप्रमाणे भारताचा खरी अडचण ही आहे की येथे सामाजिक वर्गाची खूण म्हणून भाषेचा वापर केला जातो (मलोनी २००७:५१). भाषिक अभिमानाच्या आधारे समाजातील विविध स्तर परस्परांच्या जवळ येणे, त्यांच्यात एकमेकांबद्दल आदर निर्माण होऊन संवाद सुरू होणे आणि कष्टकरी वर्गांना परंपरा व सर्जनशील आधुनिकीकरण यांचा मेळ घालण्याची संधी मिळणे यापैकी काहीही येथे घडून येऊ शकले नाही. त्यामुळे शेतकी विद्यापीठांतील विद्वानही शेतकऱ्यांशी त्यांच्या भाषेत बोलू शकत नाहीत. वरच्या स्तरांनी स्वतःचे वर्गीय वेगळेपण सोडून सर्व स्तरांवर मराठीतून शिक्षणाचा आग्रह धरला असता तर कोणत्याही आधुनिक गरजेसाठी विकसित होण्याची क्षमता मराठीत नक्कीच होती. भारतात हजारो वर्षांपासून कृषिपरंपरा आहे, तर अमेरिकेत शेतकीची सुरुवात होऊन जेमतेम काही शतके उलटली आहेत. पण ट्रॅक्टरचा शोध भारतात न लागता अमेरिकेत लागतो याचे एकमेव कारण हे आहे की, शेतकरी व तंत्रज्ञ यांच्यात भारतात नसलेला संवाद अमेरिकेत भाषिक एकजिनसीपणामुळे सहजसाध्य असतो आणि तेथे कुणबी, लोहार आणि त्या समाजाचे सामूहिक शहाणपण एकत्र येऊ शकते. भारतात मात्र श्रमातून ज्ञानसिद्धी करणारे शिक्षणास अपात्र ठरतात आणि ज्ञानाची अजिबात निर्मिती न करणाऱ्या वर्गाकडे विद्येचा मक्ता असतो.

ग्रांथिक मराठी भाषा संस्कृतप्रचुर झाल्याने सामान्य माणसांपासून दुरावत गेली. मराठीचा पक्ष हा शूद्रातिशूद्रांचा व स्त्रियांचा म्हणजेच सामान्य जनतेचा आहे अशी चक्रधरस्वामीची आणि जोतीराव फुल्यांची धारणा होती. संस्कृत ही देववाणी मानली जात असली तरी ती संख्येने अतिशय थोड्या पंडितांची भाषा आहे याची त्यांना जाणीव होती. विनोबा भावे म्हणतात, त्याप्रमाणे इतिहासाचार्य राजवाडे यांनी मराठीचा कैवार घेण्याचे कारण हेच होते की, ती अज्ञान लोकांची, स्त्री-शूद्रांची भाषा होती आणि तिचे वैभव न वाढवले तर दीनजनांचा उद्धार होण्याची शक्यताच नव्हती (भावे १९५४:१५२). पुढच्या काळात मात्र हा संदर्भ सुटलेला दिसतो आणि पंडिती अंगानेच मराठीच्या विकासाचे प्रयत्न सुरू राहिलेले आढळतात.

महाराष्ट्र राज्याच्या स्थापनेनंतर तरी हे चित्र पालटेल अशी अपेक्षा होती; पण तसे घडून आले नाही. भौतिक विकासप्रक्रियेपासून मराठी भाषा तुटलेलीच राहिली. तिच्या विकासाची जबाबदारी बहुजनसमाजावर सोपवून अभिजन वर्गाने स्वतःचे बौद्धिक कौशल्य इंग्रजीला अर्पण केले, त्यामुळे मराठीचा विकास झाला नाही. विकास नाही म्हणून प्रगत व्यवहारक्षेत्रात तिचा वापर नाही आणि वापर नाही म्हणून विकास नाही या दुष्टचक्रात ती सापडली. लोकभाषेला ज्ञानभाषा करण्याऐवजी ज्ञानभाषेला लोकभाषा करण्याचे उफराटे धोरण मराठीच्या पिछेहाटीस मुख्यत्वे कारणीभूत ठरले (परब २००६:५२). केवळ मराठीच्या आधारे आपल्या सर्व भौतिक व बौद्धिक गरजा भागतील किंवा आपल्याला प्रतिष्ठापूर्ण रोजगाराची हमी मिळेल असा आत्मविश्वास समाजात शिल्लक उरलेला नाही, मातृभाषा ही सुसंस्कृत माणूस या नात्याने आपली चौथी मूलभूत गरज आहे असे मराठीभाषकांना वाटेनासे झाले आहे. आपल्या भाषेला राजकीय व सामाजिक वजन उरलेले नाही त्यामुळे ही भाषा आपले आर्थिक सक्षमीकरण करू शकेल अशी खात्री त्यांना वाटत नाही. भौतिक विकासाची दारे फक्त इंग्रजीनेच उघडू शकतात असा त्यांचा अनुभव आहे. एकंदरीत गद्यलेखनाची निकोप वाढ या परिस्थितीत होणे दुरापास्तच ठरते.

जागतिकीकरणाने भाषिक विविधतेपुढे उभी केलेली आव्हाने निश्चितच गंभीर आहेत. अशा परिस्थितीत मराठी भाषेपुढील समस्यांचे वस्तुनिष्ठ आकलन आणि त्या सोडवण्याचे योजनाबद्ध व सर्वंकष उपाय याकडे लक्ष न देता ही भाषा कधी मरणारच नाही असा भाबडा आशावाद बाळगणे किंवा आता ती मरणारच आहे तेव्हा काहीच हातपाय हालवायची गरज नाही अशा हताशेने ग्रस्त होणे, या दोन्ही टोकाच्या प्रतिक्रिया टाळण्याची गरज आहे. मराठीला स्वतःचा भौगोलिक प्रदेश मिळाला, तिच्या भाषकांची संख्या व आर्थिक स्थितीही बरीच आहे; पण भाषेच्या प्रगतपणाला एवढे पुरेसे नसते. भाषेच्या वापरक्षेत्रांची व्याप्ती वाढणे, भाषिक वापराची गुणवत्ता वरची असणे आणि भाषकांचे सामाजिक, राजकीय विशेषतः आर्थिक सबलीकरण करण्याची लक्षणीय क्षमता भाषेला लाभणे अगत्याचे असते, आणि या तिन्ही दृष्टींनी मराठीची स्थिती उत्साहवर्धक म्हणता येणार नाही. समाजाच्या आर्थिक विकासाशी ज्या व्यवहारक्षेत्रांचा थेट संबंध येतो अशा उद्योग, व्यापार, विज्ञान, तंत्रज्ञान, उच्च शिक्षण, विधी व न्याय इत्यादी क्षेत्रांत मराठीचा वाढता वापरच तिला अस्तित्वाची व संवर्धनाची हमी देऊ शकेल. ज्या भाषा या प्रगत व्यवहारक्षेत्रांमध्ये वापरल्या जात नाहीत त्या भाषा अनौपचारिक बोलव्यवहारापुरत्या सीमित राहतात. अशा भाषांची वाढ खुंटते आणि त्या मरणपंथाला लागतात (कित्ता:५१). कोणतीही भाषा ज्ञानाची आणि उपजीविकेची भाषा होते तेव्हाच तिच्या उपयुक्ततेची हमी दिली जाऊ शकते. त्यासाठी विश्वातले ज्ञान

आपल्या भाषेत यावे अशी ईर्षा बाळगावी लागते, आपल्या भाषेत कोणताही विषय मांडता येणे आणि ज्ञानाचे संकलन व उपायोजन करता येणे शक्य होईल अशी साधने जोडावी लागतात. आत्मभान आणि विश्वभान यांच्यात योग्य ते संतुलन राखणे त्यासाठी अगत्याचे असते (डहाके २००४:एकशे एकोणपन्नास).

गद्यलेखनाचा कस आणि समृद्धता तर वाढावीच; पण भाषा टिकवण्याचे प्रयत्न त्यापेक्षाही अधिक मूलभूत कारणांसाठी केले जायला पाहिजेत. मातृभाषेचे जतन व संवर्धन ही गोष्ट केवळ व्यक्तीच्या आंतरिक विश्वाच्या जडणघडणीसाठीच नव्हे तर संपूर्ण समाजाचा केंद्रबिंदू सुरक्षित ठेवण्याच्या दृष्टीनेही नितांत गरजेची असते. व्यक्तीच्या संवेदना, भावना, विचार व स्मृती यांच्या धाग्यांनी मातृभाषेद्वारे तयार होणारे आंतरविश्व जपणे जेवढे आवश्यक असते तेवढेच समाजजीवनाचा केंद्रबिंदू अबाधित ठेवणेही तो समाज टिकून राहण्यासाठी गरजेचे असते. एकविसाव्या शतकाने मातृभाषेपुढे उभी केलेली आव्हाने समर्थपणे पेलूनच या दोन्ही गोष्टी साध्य केल्या जाऊ शकतात. सामाजिक स्थित्यंतरांकडे स्वभाषेवरचे संकट म्हणून न पाहता संधी म्हणून जर पाहिले तर बरेच काही करता येण्यासारखे आहे. संगणक-संस्कृती ही आपल्या इथून पुढच्या जाण्याची एक अपरिहार्य बाब झाली आहे हे ध्यानात घेतल्यास मराठीची लिपी, मुद्रण, आज्ञावली, संगणक संप्रेषणासाठी सोयीचे भाषिक बदल, ई-भाषेची निर्मिती, महाजालावर मराठीतून संदर्भसाहित्याचा विस्तार व अद्ययावतीकरण, सर्व कोशांचे व व्याकरणविषयक नियमांचे संगणकीकरण, शुद्ध व अशुद्ध शब्दांची यादी, सर्व बोलीभाषांमधील शब्दांचे प्रमाणभाषेतील अर्थ देणारे शब्दकोश, इंग्रजीतल्यासारखी लेखनातील चुका दुरुस्त करणारी प्रणाली, माहिती तंत्रज्ञानाच्या व आर्थिक व्यवहारांच्या क्षेत्रात मराठीचा वाढता वापर व्हावा यासाठी आवश्यक असलेले उपाय अशा अनेक अंगांनी सर्जनशील प्रयत्न केले जाऊ शकतील. मराठीचे परंपरागत सत्त्वही जपायचे आणि वैश्विक होण्याचे आव्हानही पेलायचे अशी दुहेरी जबाबदारी समर्थपणे सांभाळायची तर अत्याधुनिक तंत्रज्ञानाची कास धरण्याखेरीज तरणोपायच नाही.

**खंडातील काही गद्यलेखकासंबंधी**

प्रस्तुत खंडात स्वातंत्र्यपूर्वकाळातील गद्यलेखनाची परंपरा समर्थपणे पुढे चालवत असलेले अच्युतराव कोल्हटकर त्र्यं. शं. शेजवलकर, श्री म. माटे जसे आहेत तसेच राजकीय व सामाजिक आघाडीवर समाजाचे नेतृत्व करणारे वि. दा. सावरकर, ना. ग. गोरे, ध. रा. गाडगीळ, गं. बा. सरदारही आहेत. द्वा. भ. कर्णिक, अनंत भालेराव यांच्यासारखे खंदे पत्रकार आहेत तसेच वसंत पळशीकर, आ. ह. साळुंखे व बाबूराव बागूल असे गंभीर आशयाचे अभ्यासपूर्ण व पल्लेदार लेखन करणारे चिंतकही आहेत. पहिल्या खंडाच्या तुलनेत

या खंडात स्त्री-गद्यलेखिकांची उपस्थिती अधिक ठळक झाली आहे. कारण एकतर शिक्षणाच्या क्षेत्रात अनेक स्त्रियांनी या कालखंडात आघाडी घेतली आणि त्या मोठ्या संख्येने लिहू लागल्या. दुसरे म्हणजे त्यांच्या लेखनविषयांत वैविध्य आले आणि पूर्वीच्या तुलनेत विविध सामाजिक क्षेत्रातही त्यांनी मोठीच झेप घेतली. या संकलनातील वेच्यांमधून कृष्णाबाई मोटे व मालतीबाई बेडेकर यांच्यासारख्या क्रियाशील लेखिका जशा वाचकांना भेटतील तशाच मानवशास्त्र-संस्कृतीच्या अभ्यासक इरावती कर्वे, सामाजिक-राजकीय चिंतक दुर्गा भागवत आणि स्त्रियांच्या चळवळीच्या साक्षेपी अभ्यासक गीता सानेही भेटतील.

साहित्याचार्य अच्युतराव कोल्हटकरांविषयी त्यांच्या लेखांचे संपादक अनंत हरी गद्रे जे म्हणतात ते खरेच आहे की '...त्यांनी लिहिलेल्या प्रत्येक लेखात त्यांचे जे अपूर्व भाषाप्रभुत्व दिसून येते ते तरुण पिढीच्या वाङ्मयविषयक अभ्यासाला हितप्रदच होईल. भाषाशैलीच्या दृष्टीने महाराष्ट्रात जी लोकोत्तर अशी हाताच्या बोटांवर मोजण्यासारखी थोडी माणसे होऊन गेली, त्यात अच्युतरावजींची प्रामुख्याने गणना करावी लागेल यात मुळीच शंका नाही' (गद्रे १९३५:७). त्रं. शं. शेजवलकर हे प्रगति नामक साप्ताहिक चालवत असत, अमेरिकेतील स्पेक्टेटर किंवा नेशन या दर्जेदार नियतकालिकांशी त्याची तुलना केली जाते. सुशिक्षितांसाठी विचारप्रदर्शन हा त्या साप्ताहिकाचा उद्देश होता. त्यांच्या गद्यशैलीबद्दल गं. दे. खानोलकर म्हणतात, 'त्र्यंबकरावांना भपकेदार शैली आणि सैल, भोंगळ विधानपद्धती यांचा मनस्वी तिटकारा असे. जे काही सांगायचे ते सुटसुटीत भाषेत, मुख्य मुद्द्याचे सूत्र अखंड राखून, सत्यापलाप कोठेही होऊ न देता, मोजक्या अर्थगर्भ शब्दांत सांगावयाचे असा त्यांचा लेखनाच्या बाबतीत कटाक्ष असे' (खानोलकर १९७७:पंचवीस). लेखनाला विशेषणांनी नटवण्यापेक्षा विचारांनी वजनदार करणे त्यांना महत्त्वाचे वाटत असल्यामुळे ते प्रदीर्घ व सखोल चिंतन केल्याखेरीज कोणतेच लेखन करत नसत. त्यांच्या गद्यलेखनात सडेतोडपणाबरोबरच एकप्रकारच्या ठसकेबाजपणा व दिमाख दिसतो तो शब्दरचनापद्धतीपेक्षा विचारांचा दिमाख असतो आणि लेखनामागील सूक्ष्म निरीक्षणातून लेखकाला लाभलेल्या समाजशास्त्रीय विचारसरणीमुळे तो आलेला असतो असे खानोलकरांनी सांगितले आहे. 'शेजवलकराची शैली ही त्यांची स्वतःची होती. ते काही अपरिचित, जुन्या मराठी शब्दांचा इतक्या प्रभावीपणाने आपल्या लेखांत वापर करीत की, त्यांचे लेख त्या लेखनशैलीमुळेच खुमासदार होत असत. त्यांची विचारसरणी तर स्वतंत्र असेच,' अशी साक्ष वा. रा. ढवळे यांनी दिली आहे (ढवळे २००७:१६४). विचारसौष्ठवासाठी ज्यांचे लेखन लक्षणीय ठरले आहे ते श्री. म. माटे मराठीचे एक शैलीकार गद्यलेखक होते. त्यांच्या शैलीचे वर्णन करताना श्री. के. क्षीरसागर म्हणतात तसा 'समाजाकडे वस्तुमात्राचा भेद करणाऱ्या शास्त्रज्ञाच्या नजरेनेही पहायचे आणि

वस्तुमात्रात विरघळणाऱ्या साहित्यिकाच्या नजरेनेही पहायचे' हा माट्यांचा विशेष गुण होता. शास्त्रज्ञाप्रमाणे शास्त्रीय लेखन करणारे माटे सुधारकांसारखे त्वेषयुक्त न लिहिता सदैव प्रसन्न व उल्हासयुक्त लेखन करत असत. त्यामुळेच विचारप्रधान लेखन करूनही कादंबरीकाराइतकी लोकप्रियता त्यांना मिळू शकली (क्षीरसागर १९८०:तेरा). लोकहितवादींनी सुरू केलेली मराठी निबंधांची परंपरा निष्ठेने पुढे चालवणाऱ्या गद्यलेखकांत पु. ग. सहस्रबुद्धे हे एक महत्त्वाचे नाव आहे. मराठीतील वैचारिक वाङ्मयात त्यांनी मोलाची भर घातली आहे. विचारांची सखोलता, विषयांचा व्यासंग आणि चिंतनशीलता ही त्यांच्या गद्याची लक्षणीय वैशिष्ट्ये सांगता येतील. लोकशाही, विज्ञाननिष्ठा, बुद्धिप्रामाण्य व व्यक्तिस्वातंत्र्य या मूल्यांचा त्यांनी सतत पुरस्कार केला (डहाके २००४:७१५).

सावरकरांनी भौतिकाची कास, बलोपासना, हिंदुत्वघोष, स्वातंत्र्यनिष्ठा इत्यादी प्रेरणांमधून मराठी निबंधांचे दालन समृद्ध केले आहे. ते कविवृत्तीचे असल्याने त्यांच्या गद्यलेखनालाही वाङ्मयगुणांचा साज सहजसुंदर रीतीने चढल्यामुळे त्यांच्या निबंधांचे स्वरूप देखणे, रेखीव, ठसठशीत व परिणामकारक झाले आहे. प्रचारकी शैली, नाट्यपूर्णता, कल्पकता, काव्यात्मकता, आवेश, आक्रमकता, उपरोध, उपहास व वक्तृत्वगुण याबरोबरच तर्क व विवेकनिष्ठा ही त्यांच्या गद्यलेखनाची ठळक वैशिष्ट्ये आहेत (जोशी १९६७ : तेवीस, सत्तावीस). दादा धर्माधिकारी यांचे मराठी गद्य कमालीचे औघवते व विचारप्रवर्तक होते तसेच सहज सोपे आणि रोजच्या जीवनातील चपखल उदाहरणे देऊन गहन मुद्द्यांचे विशदीकरण करणारे होते. न. वि. गाडगीळ यांनी राजकीय धकाधकीत वावरत असतानाही जे विपुल गद्यलेखन केले आहे ते त्यांच्या मार्मिक लेखनशैलीबरोबरच अनुभव वैविध्यामुळेही रोचक झाले आहे. सामाजिक-आर्थिक परिवर्तनासाठी लोकसहभाग पाहिजे आणि लोकसहभागासाठी लोकभाषेतून लोकशिक्षण होणे असत्याचे आहे, या भूमिकेतून ध. रा. गाडगीळ यांनी विविध सामाजिक प्रश्नांवर पंचेचाळीस वर्षे सातत्याने व आस्थेवाईकपणे मराठीतून सुबोध विवेचन केले होते. सुलभा ब्रह्मे म्हणतात त्याप्रमाणे, 'मराठीतून लिहिताना अगर बोलताना कोणत्याही तऱ्हेचा निष्काळजीपणा त्यांना खपत नसे. विषयाची परिपूर्ण जुळणी व सुसंगत मांडणी यावर त्यांचा विशेष भर असे. शास्त्रीय विचाराच्या मांडणीसाठी आशयपूर्ण शब्द वापरून शुद्ध मराठीत लेखन झाले पाहिजे यावर त्यांचा कटाक्ष असे' (ब्रह्मे १९७३:एकोणीस). यथार्थ अर्थशास्त्रीय परिभाषेच्या निर्मितीत गाडगीळांचे मोलाचे योगदान झाले आहे.

दि. के. बेडेकर यांना एक मार्क्सवादी विचारवंत म्हणून ओळखले जाते. साहित्य समीक्षेइतकाच त्यांचा लौकिक सामाजिक, राजकीय व आर्थिक विषयांवरील लेखनासाठीही आहे. विचारपरिप्लुत, तात्त्विक व चिंतनशील असूनही त्यांच्या गद्यलेखनाचे स्वरूप रूक्ष, बोजड व दुर्बोध झालेले

नाही, तर अत्यंत हृद्य, प्रसन्न व सहजसुंदर आहे. त्यांचे लेखन वाचकांना अंतर्मुख करते आणि वैचारिक प्रगल्भता प्रदान करते. गं. बा. सरदारांच्या निवडक लेखांचे संपादक निर्मलकुमार फडकुले म्हणतात तसे सरदार आपल्या प्रत्येक विधानाच्या मागे स्वतःच्या चिंतनाचा व अनुभवाचा आधार उभा करतात, त्यामुळे त्यांच्या शब्दांना एक दृढ भूमिका लाभते. विचारांच्या बांधणीसाठीच शब्दशक्तीची मदत घ्यायची आहे ही जाणीव असल्यामुळे सरदारांच्या लेखनात कोठेही अनावश्यक शब्द येत नाहीत आणि त्यामुळेच त्यांच्या वाक्यांची वीण पक्की असते. एकाहून अधिक विशेषणे योजताना त्यांचा हेतू विचारांची विविध अंगोपांगे प्रकट करणे हा असतो. त्यांची गद्यशैली आशयाशी पूर्ण इमान राखणारी असल्यामुळे ती मुख्य आशयावर कधी आक्रमण करत नाही किंवा शब्दौघासोबत आशय वाहूनही जात नाही. सरदारांच्या लेखनात आशय व अभिव्यक्ती परस्परांशी सुसंवाद राखून असतात (फडकुले १९७८:२३). ना. ग. गोरे हे मराठीचे एक अग्रगण्य शैलीदार लेखक असून त्यांनी स्वतःची वेगळी अशी गद्यशैली निर्माण केली आहे. त्यांच्या संपूर्ण लेखनातून अभिजात रसिकतेबरोबरच गंभीर चिंतनशीलतेचाही प्रत्यय वाचकांना मिळतो. मराठी पत्रकारितेने मराठी गद्याच्या विकासात फारच मोलाचे योगदान दिले असल्याची नोंद आपण यापूर्वी घेतलेलीच आहे. प्रस्तुत संग्रहासाठी या कालखंडातील संपादकांपैकी द्वा. भ. कर्णिक आणि अनंक भालेराव या दोन भिन्न प्रकृतींच्या गद्यकारांची निवड केली आहे. कर्णिकाचे लेखन गंभीर व अभ्यासपूर्ण असूनही त्याची वाचनीयता सदैव अबाधित राहिली होती, तर केवळ कर्तव्यभावतेतून पत्रकारितेच्या अपरिचित प्रांतात प्रवेश केलेल्या भालेरावांनी संत तुकारामांना आपले या क्षेत्रातील गुरू केले होते. या गुरूंचे थोडेसेही अनुकरण आपल्याला जमले नसले तरी पण आपण त्यांचाच मार्ग जन्मभर झाडत गेलो असे त्यांनी म्हटले आहे. जनतेनेच आपल्याला पत्रकारिता शिकवली अशीही त्यांची भावना होती (भालेराव १९८५:प्रस्तावना).

वसंत पळशीकर यांनी विविध विषयांवर विपुल गद्यलेखन केले आहे. मार्क्सवाद व गांधीवाद या दोन्ही विचारसरणी पक्केपणी आत्मसात करून स्वतंत्र चिंतन करणाऱ्या विरळा विचारवंतांपैकी ते एक आहेत. त्यांची मूळ भूमिका प्रबोधकाची असल्यामुळे प्रत्येक विषयाची सोपपत्तिक मांडणी ते करतात. सामाजिक शास्त्रांपासून पर्यावरण शास्त्रापर्यंत अनेक विषयांतील प्रमेयांचा ऊहापोह करण्याच्या क्रमात असंख्य नव्या पारिभाषिक संज्ञांची भर पळशीकरांनी मराठी भाषेत घातली आहे. किंबहुना गंभीर व काटेकोर मराठी लेखनाची एक स्वतंत्र सुघटित अशी नवी गद्यशैलीच त्यांनी निर्माण केली आहे. आ. ह. साळुंखे यांचे संस्कृत भाषेवरील प्रभुत्व आणि हिंदू परंपरेचा त्यांचा सूक्ष्म अभ्यास यामुळे त्यांच्या लेखनशैलीला वेगळीच खोली व अधिकृतता प्राप्त झाली आहे. चिंतनशीलतेबरोबरच खंडनमंडनाला लागणारे

वादविवादकौशल्यही त्यांच्या लेखनातून पुरेपूर प्रत्ययास येते. दलित साहित्याला आजचे क्रांतिविज्ञान समजणारे बाबूराव बागूल हे दलित चळवळीला स्पष्ट वैचारिक अधिष्ठान मिळवून देण्याचा प्रयत्न त्यांच्या संपूर्ण लेखनातून करताना दिसतात. आपली लढाई तमाम ग्रंथात, भाषेत, शब्दांत, विचारांत व मनामनात दडलेल्या सर्वव्यापी व प्रचंड; पण अदृश्य असलेल्या शत्रूच्या विरोधात असल्यामुळे ती किती विविध आघाड्यांवर लढवण्याची गरज आहे हे बागूल सांगतात. विचाराला ते समाजपरिवर्तनाचे मुख्य साधन मानतात. सामान्य कष्टकरी माणसे हा त्यांच्या लेखनाचा कायम केंद्रबिंदू होता. डोळस विद्रोह, वैचारिक प्रगल्भता आणि मातीशी अतूट नाते ही त्यांच्या गद्यशैलीची वैशिष्ट्ये होती.

या काळातील स्त्रियांचे लेखन कौटुंबिक परिघाच्या बाहेरचे जग बघणारे, समाजाचा जबाबदार घटक म्हणून स्त्री प्रगती करत असताना समाजव्यवस्थेने तिच्यासमोर उभ्या केलेल्या समस्यांचा वेध घेणारे आणि स्त्रियांना व समाजालाही नव्या दिशेने विचार करण्याचे आवाहन करणारे असे आढळते. संसारापलीकडच्या संस्थात्मक जीवनाचे नवे संदर्भ त्यांच्या लेखनाला लाभलेले आहेत. भाषिक क्षमतेची स्थितिगती कशी जीवनसापेक्ष असते याचे हे उत्तम उदाहरण आहे. विसाव्या शतकात स्त्रियांचे अनुभवविश्व जसजसे बदलत गेले तसतसा त्यांच्या भाषेचा पोतही बदललेला स्पष्ट दिसतो. त्या बदलांचा आणि ते पेलणाऱ्या भाषिक तयारीचा एक आलेखच या दोन खंडांतील वेच्यांमधून वाचकांना दिसून शकेल. गेल्या खंडात कौटुंबिक विषय हाताळणारे व घरगुती वळणाचे बोलीभाषेला जवळ करणारे स्वाभाविक मराठी गद्यलेखिका लिहिताना दिसतात, तर या खंडातील लेखिका घरबाहेरच्या जीवनवास्तवाला सामोऱ्या जाताना स्वतःच्या अभिव्यक्तीसाठी सामाजिक विषय निवडतात आणि प्रौढ ग्रांथिक भाषा वापरतात. संशोधनात्मक लेखन करणाऱ्या लेखिकांच्या गद्यलेखनात शास्त्रीय परिभाषाच नव्हे तर आविष्करणाची प्रगल्भताही प्रत्ययास आल्यावाचून राहत नाही. विविध लेखनप्रकार हाताळण्याची गरज स्त्रियांना भासली एवढेच नव्हे तर ते वापरण्यासाठी लागणारी भाषिक तयारीही त्यांची या काळात झालेली दिसते.

कृष्णाबाई मोटे किंवा मालतीबाई बेडेकर या येथे केवळ लेखिका म्हणून आपल्यासमोर येत नाहीत तर अभ्यासू व डोळस कार्यकर्त्या म्हणून येतात. त्यांच्या लेखनाला प्रत्यक्ष समाजकार्याची जोड मिळालेली आहे. स्त्रियांच्या प्रश्नांबाबतची समाजाची उदासीनता दूर व्हावी आणि आपल्यापरीने ते प्रश्न सोडवण्यात सर्वांचा हातभार लागावा ही या लेखनामागची भूमिका आहे. स्वानुभावांवर आधारित उदाहरणे, चर्चाविषय झालेल्या प्रश्नांबद्दल जिव्हाळा आणि निष्कर्षांना संशोधनांचा आधार ही या लेखनाची खास वैशिष्ट्ये दिसतात. गीता साने, इरावती कर्वे आणि दुर्गा भागवत यांचे गद्यवेचे समाजशास्त्रीय, मानवशास्त्रीय संशोधनाच्या

तसेच समकालीन राजकीय प्रश्नांच्या क्षेत्रात स्त्रियांच्या प्रतिभेने घेतलेल्या उत्तुंग भरारीची प्रातिनिधिक उदाहरणे म्हणून या संकलनात अंतर्भूत केले आहेत.

मराठी गद्यसंबंधीच्या आमच्या या आधीच्या लेखनाचे व संपादनाचे वाचकांनी त्यातही मराठीच्या अभ्यासकांनी जसे स्वागत केले तसेच या खंडाचेही करतील अशी आम्हाला खात्री वाटते. या कामात आम्हाला अनेक जणांची अनेक प्रकारे मदत झाली, त्या सर्वांचे आम्ही मनापासून आभार मानतो.

**संदर्भ**


१) कालेलकर ना. गो. (१९८५), 'मराठीभाषा', मराठी विश्वकोश, खंड १२, महाराष्ट्र राज्य मराठी विश्वकोश निर्मिती मंडळ, मुंबई.

२) कुलकर्णी व.वि. (२००७), (संपा.), मराठी कोश व संदर्भसाधने यांची समग्र सूची, राज्य मराठी विकास संस्था, मुंबई.

३) केतकर श्री. व्यं. (१९९४), य. दि. फडके (संपा.), केतकर लेखसंग्रह, दु.आ., साहित्य अकादमी, नवी दिल्ली.

४) कोलते वि. भि. (१९९२), मराठी अस्मितेचा शोध, श्रीविद्या प्रकाशन, पुणे.

५) खानोलकर गं.दे. (१९७७), परिचय, ह.वि. मोटे (संग्राहक), त्र्यंबक शंकर शेजवलकर निवडक लेखसंग्रह, ह.वि. मोटे, मुंबई.

६) गद्र अ.ह. (१९३५), (संपा.), अच्युतराव कोल्हटकर स्मारक-ग्रंथ : भाग तिसरा, गद्रे, मुंबई.

७) गाडगीळ न.वि. (२००७), उद्धृत, ज.बा. कुलकर्णी, 'शुद्ध कसे लिहावे?', मराठी संशोधन पत्रिका, ऑ. नो. डि., मराठी संशोधन मंडळ, मुंबई मराठी ग्रंथसंग्रहालय, मुंबई.

८) चव्हण य.ब. (१९८५), उद्धृत, वि.भि. कोलते, 'मराठी असे आमुची राजभाषा' तरुण भारत-महाराष्ट्र राज्य रौप्यमहोत्सव विशेष पुरवणी, नागपूर.

९) चव्हाण य.ब. (१९९२) उद्धृत, वि.भ. कोलते, मराठीच्या अस्मितेचा शोध, श्रीविद्या प्रकाशन, पुणे.

१०) चाफेकर श्री.ना. (१९६५), साहित्य आणि समाज, लेखक पुणे.

११) जोशी प्र.न. (१९६७), (संपा.), विज्ञान आणि समाज, (वि.दा. सावरकर यांचे निवडक निबंध), व्हीनस प्रकाशन, पुणे.

१२) टिकेकर अरुण (२००७), ऐसा ज्ञानसागरु : बखर मुंबई विद्यापीठाची, पॉप्युलर प्रकाशन, मुंबई.
१३) डहाके व.आ. (२००४), प्रभा गणोरकर आणि इतर (संपा.), संक्षिप्त मराठी वाङ्मयकोश : १९२० पासून २००३ पर्यंतचा कालखंड, जी. आर. भटकळ फाऊंडेशन, मुंबई.
१४) ढवळे वा.रा. (२००७), पु.शि. रेगे आणि इतर (संपा.), एका पिढीचे आत्मकथन, दु.आ., मुंबई मराठी साहित्य संघ प्रकाशन मुंबई.
१५) पटवर्धन मा.त्रिं. (१९४९), उद्धृत, गं.दे. खानोलकर, अर्वाचीन वाङ्मयसेवक, खंड ३, स्वस्तिक प्रकाशन, पुणे.
१६) परब प्रकाश (२००६), 'मराठी भाषा : समस्या व उपाय', मराठी संशोधन पत्रिका, ए मे जू. पूर्वोक्त.
१७) परांजपे प्र.ना. (२००७), 'संपादकीय', भाषा आणि जीवन, वर्ष २५, अंक २, उन्हाळा, पराठी अभ्यास परिषद, पुणे.
१८) पाटील चंद्रकांत (२००८), मराठी साहित्य : हिंदी संदर्भ, साहित्य भंडार इलाहाबाद.
पाटील म.सु. (२००१), साहित्याचे सामाजिक व सांस्कृतिक अनुबंध, शब्दालय प्रकाशन, श्रीरामपूर.
१९) फडकुले निर्मलकुमार (१९७८), गं.बा. सरदार यांचे निवडक लेख, कॉन्टिनेंटल प्रकाशन, पुणे.
२०) फडके य.दि. (२०००), 'अध्यक्षीय भाषण', अखिल भारतीय मराठी साहित्य संमेलन बेळगाव.
२१) ब्रह्मे सुलभा (१९७३), (संपा.), ध.रा. गाडगीळ लेखसंग्रह, खंड १, गोखले अर्थशास्त्र संस्था, पुणे.
२२) भालेराव अनंत (१९८५), आलो याचि कारणासी, श्रीविद्या प्रकाशन, पुणे.
२३) भावे विनोबा (१९५४), मधुकर, चौथी आ., ग्रामसेवा मंडळ, वर्धा.
२४) मलोनी क्लॅरेन्स (१९३५), 'विषमतेच्या समस्येचे खरे मूळ' (मराठी अनु. सुप्रिया सहस्त्रबुद्धे), भाषा आणि जीवन, वर्ष २५, अंक १, हिवाळा, पूर्वोक्त.
२५) रसाळ सुधीर (२००३), उद्धृत, वसंत आबाजी डहाके, 'मराठी भाषेची स्थिती, गती आणि नियती' भास्कर लक्ष्मण भोळे-किशोर बेडकिहाळ (संपा.), बदलता महाराष्ट्र, डॉ. बाबासाहेब आंबेडकर अकादमी सातारा.

२६) व्होरा राजेंद्र (१९९८), 'महाराष्ट्रातील राजकारणाचे वैचारिक साहित्यातील प्रतिबिंब', विलास खोले (संपा.), महाराष्ट्रातील राजकारणाचे साहित्यातील प्रतिबिंब, प्रतिमा प्रकाशन पुणे.

२७) सप्रे अविनाश (२००३), 'साठोत्तर मराठी साहित्य', भोळे-बेडकिहाळ (संपा.), पूर्वोक्त.

२८) साधू अरुण (२००६), बातमी, लोकसत्ता, दिनांक २९ डिसेंबर.

२९) सामंत सत्त्वशीला (२००७), 'मराठीची लेखनपद्धती', मराठी संशोधन पत्रिका, ऑ. नो. डि., पूर्वोक्त.

३०) क्षीरसागर श्री.के. (१९८०), समाजविकास, पुनर्मुद्रण, कॉन्टिनेंटल प्रकाशन पुणे
क्षीरसागर श्री.के. (२०००), मराठी भाषा : वाढ आणि बिघाड, राज्य मराठी विकास संस्था, मुंबई.

♦♦♦

# ४. इंतजार हुसैन यांचे कथाविश्व

उत्तरप्रदेशच्या बुलंदशहर जिल्ह्यातील डिबाई नावाच्या गावी एका प्रतिष्ठित कुटुंबात २१ डिसेंबर, १९२२ रोजी इंतजार हुसैन यांच्या जन्म झाला. त्यांचे आजोबा ऑनररी मॅजिस्ट्रेट होते, काका सरकारी गुप्तचर विभागात बड्या हुद्द्यावर होते आणि परिवारातील अनेक ज़ण नगरपालिकांच्या विविध समित्यांचे सदस्य होते. त्यामुळे सरकारदरबारी त्यांच्या कुटुंबाचे बरेच वजन होते. इंतजारचे वडील मौलवी मंजर अली हे आदर्शवादी व कर्मठ शियापंथीय असून नेकीने व्यापार करणारे आणि नैतिकतेच्या आग्रहासाठी आर्थिक झळ सोसायचीही तयारी ठेवणारे सद्गृहस्थ होते. सौदी सरकारने मझर उद्ध्वस्त केले तेव्हा त्या सरकारच्या विरोधात उभे राहण्याचे धारिष्ट्य त्यांच्या अंगी होते. गावातल्या भगत नामक धर्मनिष्ठ हिंदू किराणा दुकानदाराशी त्यांचे सौहार्दपूर्ण स्नेहसंबंध होते. हिंदू-मुस्लिम वस्त्यांच्या सीमेवर असलेल्या त्यांच्या घराच्या निकटचे शेजारी सगळे हिंदूच होते. एकूणच परिसरात हिंदू-मुस्लिमांत ताणतणाव नव्हता, उलट दोन्ही समाज एकमेकांच्या सणवारांत सहजपणे सहभागी होत असत. इंतजारच्या घरी इस्लामी संस्कृतीची पुस्तके जशी होती तशीच आर्य समाजाची प्रकाशने, आणि बायबलचे उर्दू भाषांतरही होते. इस्लामी कथाकहाण्यांइतकेच हिंदूंच्या पुराणांत व रामकथेतही उभय समाजांतील मुलांचे मन रमत असे. किंबहुना असे म्हणता येईल की, आदर्श समाज कसा असावा याचे जणू एक चित्रच बालपणींच्या अनुभवातून इंतहार हुसैन यांच्यासमोर उभे राहिले होते आणि तेव्हा पदरात पडलेले पाथेय त्यांना जन्मभर पुरले.

डिबाई गावात इंतजार यांची बालपणीची दहाबारा वर्षे गेली. त्या काळात शाळेचे तोंड जरी त्यांनी पाहिले नसले तरी त्यांना खूप काही शिकायला मिळाले. संमिश्र वस्ती, तिथले सणवार, मोहरम- रामलीला, रमझान-होळीदिवाळी, झाडे आणि पशुपक्षी, प्रचलित भय-शंका

आणि भ्रम, आजीने सांगितलेल्या अलिफ लैलाच्या कहाण्या या सर्व गोष्टींमधून त्यांच्या शिक्षणाची प्रक्रिया घडून आली. आठवीपासून हापूरच्या शाळेत ते शिकले. तिथेही त्यांचे बहुतेक मित्र हिंदूच होते. त्या काळातील आपल्या पुस्तकांवर हिंदुत्ववादी ठसा नव्हता आणि इतिहासाचे शिक्षक जरी सनातनी असले तरी त्यांच्यात इस्लामविरोधाचा लवलेशाही नव्हता हे त्यांनी आवर्जून आपल्या अनेक मुलाखतींत नमूद केले आहे. भिन्न धर्मनिष्ठा असलेल्यांची मैत्री आणि परस्परांच्या धर्मांबद्दल केवळ सहिष्णुता नव्हे तर सहर्ष स्वीकाराची भावना त्यांच्या ठायी वसत असल्याचे सांगून खऱ्या अर्थाने सनातनी असणाऱ्या हिंदू-मुस्लिमांचे शांततापूर्ण सहजीवन अगदीच स्वाभाविक असते असे मत इंतजार हुसैन यांनी तेव्हाच्या स्वानुभवांच्या आधारे मांडले आहे. महाविद्यालयीन शिक्षण मेरठ येथे घेत असताना करार हुसैन यांच्या विचारांचा इंतजार यांच्यावर प्रभाव पडला, अल्लामा इकबाल व नून मीम राशीद या दोन महत्त्वाच्या कवींच्या प्रभावाखाली त्यांनी थोडेफार काव्यलेखनही केले. पुढे त्यांनी ते थांबवले असले तरी त्यांच्या गद्यशैलीवर काव्यात्मतेचा अमिट ठसा कायमच राहिला.

मेरठ येथेच काही दिवस रेशनविभागात नोकरी केल्यानंतर इंतजार हुसैन यांच्या जीवनाला आणि निर्मितीविश्वाला नवे वळण देणारा फाळणीचा प्रसंग घडला. आपण हा स्थलांतरित होण्याचा निर्णय आयुष्यातला एका अत्यंत बेसावध क्षणी घेतला असल्याचे मत त्यांनी आलोक भल्लांशी बोलताना दिले आहे. एकंदर दिसते ते असे की, स्थलांतराच्या सर्व परिणामांची त्यांना मुळीच पूर्वकल्पना आलेली नव्हती. फाळणीकडे त्यांनी त्यांच्या संस्कारांनी त्यांना दिलेल्या निकोप दृष्टीनेच पाहिले होते, म्हणजे असे की फाळणी दरी पाडू शकेल असे त्यांना मुळीच वाटले नव्हते. ज्या समाजात सहजीवनाची पाळेमुळे खोल रुजलेली होती तिथे फाळणीपायी जगातील सर्वांत मोठे स्थलांतर घडून येईल आणि सर्वाधिक भीषण नरसंहार होईल असे तर त्यांच्या ध्यानीमनीही नव्हते. त्यांना लाहोर शहराचे जबरदस्त आकर्षण होते, सर्वदेशीय साहित्य - संस्कृतीचे एक रम्य, सुंदर व दमदार केंद्र अशी त्या शहराची प्रतिमा त्यांच्या मनात होती, त्यामुळेच त्यांनी स्थलांतराचा निर्णय घेतला होता, त्यामागे कसलीही राजकीय भूमिका नव्हती; पण लाहोरात पोहोचल्यावर मात्र त्यांचा पूर्ण भ्रमनिरास झाला. तिथे सर्वत्र दंगे व हिंसाचार सुरू होता, सर्वांच्याच मनात असुरक्षिततेची भावना तीव्र झाली होती, निर्वासितांची राहण्याची सोय स्टेशनजवळ तंबूमध्ये केली होती. दंगलीचे कारण समजले नाही तरी त्यांच्या व्याप्ती पाहिल्यावर इंतजार हुसैन मुळासकट हादरले, आपण बेघर झालो असून आपले परतीचे दोर कापले गेले आहेत याची जीवघेणी जाणीव त्यांना झाली. स्थलांतरामुळे जे कायमचे हरवले त्याविषयीची गतकातरता त्यांना त्रस्त करू लागली. ती त्यांच्या त्या काळातील लेखनातून वारंवार व्यक्त होऊ लागली. पाकिस्तानात गेल्यावर पत्रकारितेच्या

क्षेत्रात वावरत असताना त्यांनी अनेक संस्मरणीय कथा लिहिल्या. काही काळ लाहोरच्या निझाम दैनिकाचे संपादन केल्यानंतर १९४९ साली दैनिक इमरोझ, १९५२ साली दैनिक आफाक या वृत्तपत्रांतही त्यांनी काम केले. १९५३ साली खयाल नामक साहित्यिक पत्रिका त्यांनी सुरू केली होती; पण तीन अंकांतच ती बंद पडली. याखेरीज नवा-ए-वक्त, दैनिक मशरीक, अदब-ए-लतीफ या नियतकालिकांच्या संपादकपदांच्या जबाबदाऱ्याही त्यांनी काही काळ पार पाडल्या. आज वयाच्या ८५ व्या वर्षीही त्यांच्या साहित्यप्रांतातील मुशाफिरीत खंड पडलेला नाही.

इंतजार हुसैन यांच्या प्रारंभीच्या कथावस्तूंचे आशयद्रव्य भूतकाळांशी घनिष्ट नाते सांगणारे आढळते. लेखकाची त्यामागे धारणा अशी दिसते की, वर्तमानात वावरणारा माणूस जेवढा दिसतो तेवढाच तो असत नाही, तर ते त्याचे अपूर्ण रूप असते. अवतीभवतीच्या माणसांशी व चराचरविश्वाशी त्याची जी नाती दिसतात त्यापेक्षा कितीतरी पटींनी चिवट व गुंतागुंतीची नाती त्याच्या अंतरंगात लपलेली आणि त्यामुळेच ती अदृश्य असतात. ती सगळी शोधायची म्हणजे त्या माणसांच्या भूतकाळात डोकावणे क्रमप्राप्त होते. भूतकाळात अडकून पडलेला त्यांचा भाग आणि त्यांची पाळेमुळे कल्पनेच्या बळावर उभी करून ती वर्तमानकाळातील माणसांना जोडली की त्यानंतरच संपूर्ण माणसांचे अस्तित्व आपल्या आकलनात येते. लेखक म्हणून त्यांना हे आव्हान सर्वांत जबरदस्त वाटत होते. भूतकाळातील प्रसंगी ते गतकातर होत असले तरी जे गेले त्याबदल अकारण हळवे होणे, त्यांच्यासाठी दुःखी होऊन वर्तमानाकडे पाठ फिरवणे किंवा अतीतगौरवाची जीर्णोद्धरवादी भूमिका घेणे असे काहीही ते करत नाहीत. एका परीने भूतकाळाशी त्यांचे नाते सृजनशील द्वंद्वात्मकतेचे असते; भूतकाळाकडून पोषकरस त्यांना हवा असतो; पण भूतकाळात अडकून पडून राहणे मात्र त्यांना मान्य नसते. किंबहुना भूत व वर्तमान यांच्यात त्यांना द्वैत नव्हे, तर सातत्यच जाणवत असते. माणूस जेव्हा जगत असतो तेव्हा त्यांच्या त्या जगण्यात भूत किती व वर्तमान किती हे ठरवणे दुरापास्तच असते याची जाणीव त्यांच्या लेखनात दिसून येते.

इंतजार हुसैन यांनी डोळसपणे जीवन जगताना जे पाहिले, जे साहिले त्यातूनच त्यांच्या साहित्याचे आशयद्रव्य त्यांनी गोळा केले. फाळणीच्या अनुभवाने त्यांना अंतर्बाह्य ढवळून काढले. या फाळणीनंतर मानवी इतिहासात अभूतपूर्व ठरावे एवढ्या मोठ्या प्रमाणावर पाळेमुळे उस्कटलेली व उद्‌ध्वस्त झालेली माणसे नव्याने निर्धारित झालेली सरहद्द ओलांडून इकडे वा तिकडे स्थलांतरित झाली. भारतातून सुमारे ७४ लाख मुसलमान पाकिस्तानात गेले, तर पाकिस्तानातून सुमारे ८० लाख हिंदू भारतात आले. दीड कोटी माणसांनी स्थलांतर

केल्याचे हे जगाच्या इतिहासातील बहुधा पहिलेच व एकमात्र उदाहरण असावे. फाळणी म्हणजे केवळ भूमीची वाटणी होईल, लोकसंख्येची अदलाबदल होण्याचे काहीच कारण नाही या भ्रमात असणाऱ्या सर्वांनाच फाळणीनंतरच्या विराट स्थलांतराने प्रचंड धक्का बसला. फाळणी नामक त्या अनपेक्षित आघाताच्या वस्तुस्थितीने समाजाच्या विविध स्तरांवर अनेक गुंतागुंतीच्या पेचप्रसंगांना व प्रतिक्रियांना जन्म दिला. जे विमानाने तासाभरात नव्या ठिकाणी पोहोचले त्यांच्यापेक्षा जे गच्च भरलेल्या रेल्वेडब्यांच्या टपांवरून किंवा पायांनी धूळ तुडवत गेले त्यांच्या वाट्याला फारच भीषण अनुभव आले. सांप्रदायिक दंगली, नासधूस, बलात्कार, रक्तपात, जाळपोळ, हिंसक हल्ले, शिरकाण इत्यादी अमानुष प्रकार त्यांच्या डोळयांसमोर त्यांनी पाहिले. जिवानिशी जायचे नसेल तर एकमेव पर्याय म्हणून स्थलांतराचा मार्ग निवडलेल्या त्या निष्पाप माणसांची अतोनात होरपळ झाली. जगण्याची तोपर्यंतची सारी समीकरणेच पुन्हा तपासून पाहण्याची निवड त्यातून निर्माण झाली.

इंतजार हुसैनसारख्या संवेदनशील लेखकाला फाळणीच्या वास्तवाने मुळापासून हादरवले होते. अस्मितेच्या आग्रहातून साकार झालेल्या पाकिस्तानचे सांस्कृतिक वेगळेपण कशात आहे? जिला निखळ पाकी म्हणता येईल अशी वेगळी सांस्कृतिक व वाङ्मयीन परंपरा दाखवणे शक्य होईल काय? स्थलांतराला केवळ भाग्ययोग समजून त्याचा विचार करता येईल काय? पुन्हा मायदेशी जाण्याची खात्री बाळगून केवळ गरजांपोटी होणाऱ्या पक्ष्यांच्या स्वाभाविक स्थलांतरापेक्षा फाळणीने साध्या व निरपराध माणसांवर लादलेल्या ह्या स्थलांतराचे स्वरूप मूलतःच भिन्न नाही काय? असे प्रश्न त्यांना त्या काळात अस्वस्थ करत असलेच पाहिजेत. त्या भीषण प्रसंगांच्या स्मृती माणसांच्या वागण्या-बोलण्यातून कसकशा व्यक्त होत असतील, सरहद्द ओलांडल्यावर सणवार, शिक्षण, व्यवहार, आठवणी वगैरे हजारो गोष्टींशी निगडित असलेले त्यांचे भावविश्व नेमके कसे अभिव्यक्त होत असेल, फाळणीने केवळ ज्यांच्या भूतकाळाचीच नव्हे तर सामुदायिक भविष्यकाळाचीही काही एक रेखाटणी केलेली असताना त्यांच्या कल्पनाशक्तीतूनच त्या उद्याचे संकल्पन कशाप्रकारे केले जात असेल अशा अनेक अंगांनी त्यांनी फाळणीजन्य वास्तवाचा विचार केला होता हे त्यांच्या कथांमधून दिसते. जिवाभावाची माणसे, पिढ्यान्‌पिढ्यांची घरेदारे, वस्त्या आणि आपल्या अनुभवांशी अभिन्नपणे जोडला गेलेला भोवतालचा सजीव-निर्जीव परिसर हे सारे मागे सोडून पाकिस्तानात यावे लागलेल्या हवालदिल माणसांच्या यातनापूर्ण स्थलांतराला काही सखोल व चिरंतन असा नवा उदात्त अर्थ व आशय देण्याचा प्रयत्न इंतजार हुसैन यांच्या सुरुवातीच्या काही कथांमधून स्पष्ट जाणवतो. त्यातूनच ते या स्थलांतराची तुलना महंमद पैगंबराच्या अनुयायांनी केलेल्या हिजरतशी करतात.

पण लवकरच अस्मितांचे राजकारण जेव्हा भलत्याच दिशेला भरकटत असल्याचे त्यांच्या अनुभवास आले तेव्हा त्यांच्या विचारांनी वेगळेच वळण घेतले. सर्वसामान्यांना वाहावत नेणाऱ्या राजकारणाच्या तात्कालिक व सत्तासापेक्ष संदर्भांपेक्षा लेखक म्हणून इंतजार हुसैन यांनी नेहमीच पायाभूत गोष्टींची मातब्बरी मोठी मानल्यामुळे आपला वारसा काय, आपली संस्कृती कोणती, मागे सोडून आलेल्या भूतकाळाशी आपले कोणते नाते आहे, नव्या राष्ट्राची निर्मिती हा सर्वस्वी नव्या इतिहासाचा व संस्कृतीचा प्रारंभबिंदू ठरू शकेल काय? अशा अनेकानेक प्रश्नांचा विचार ते करू लागले आणि त्यांचे उत्तरे शोधण्याच्या प्रयत्नातून त्यांचे कथाविश्व साकार होत गेले. दीर्घकाळपर्यंत ते प्रश्नच त्यांच्या साहित्यसर्जनाच्या केंद्रस्थानी होते. ताजमहाल, अमीर खुसरो, मीर, गालिब, बोधगया हे आणि असे बरेच काही ऐतिहासिक-सांस्कृतिक संचित आपण भारतात मागे सोडून आलो असलो तरी तो आपल्या अस्तित्वाचा अविभाज्य घटक आहे अशी त्यांची दृढ धारणा होत गेली आणि ती त्यांच्या लेखनकृतीतून अभिव्यक्त होत राहिली. नवनिर्मित पाकिस्तानात मुस्लिम अस्मितेचा प्रश्न जसजसा तीव्र होताना त्यांना दिसला तसतसा त्यांचा मानसिक प्रवास अधिकाधिक सुदूरच्या भूतकाळात सुरू झाला. त्यांनीच नमूद केल्याप्रमाणे बालपणीच्या बस्तीतल्या दिवसांची आठवण करता करता ते त्यांच्या जन्माच्या आधींच्या काळाबद्दल आजीने सांगितलेल्या गोष्टीही आठवू लागले. मग त्यांना तो छंदच लागला, आजीने तिच्या आजीकडून ऐकलेल्या काळाला ते स्मरणात घोळवू लागले. व्यतीत झालेला भूतकाळ कल्पनेच्या चोरवाटांनी त्यांच्या मनात प्रवेश करू लागला. मागे जाता जाता मुसलमानांचा चौदाशे वर्षांचा भूतकाळ त्यांच्या मनात घर करून बसला, पुढे या उपखंडातील हजारो वर्षे त्यात जमा झाली.

मग त्यांच्या असे ध्यानात आले की, आपली प्रिय वस्ती सोडायला भाग पाडणारी फाळणी हे काही पहिलेच स्थलांतर नाही. हद्दपारीसदृश हा अनुभव भारतीय उपखंडातील जनतेच्या ऐतिहासिक परंपरेचाच एक भाग आहे. इंतजार हुसैन यांनी रामायण- महाभारताचा त्यादृष्टीने वेध घेतला. त्यांना जन्मभूमी सोडून विजनवासात भटकंती करणाऱ्या पांडवांच्या स्थलांतरात पाकिस्तानातील जनतेच्या हतबलतेचा व तगमगीचा धागा दिसला. फाळणीची संगती लावण्याची नवी दिशाच जणू त्यांना त्यातून गवसली. त्यांच्या हे लक्षात आले की, भारतातील इस्लामचा इतिहास उर्वरित जगातील इस्लामपेक्षा स्वरूपतःच निराळा असणे भाग आहे; कारण येथील इस्लामपूर्व इतिहासाची समृद्ध पार्श्वभूमी त्याला लाभलेली आहे. हिंदू, बौद्ध व इस्लाम अशा तिन्ही परंपरा त्या इतिहासात एकवटलेल्या आहेत. इंतजार हुसैन यांना झालेल्या या साक्षात्काराने त्यांचे संपूर्ण भावविश्वच बदलले. आपल्या अंतरंगात एक हिंदू कायम वस्तीला असल्याचे त्यांना जाणवले. आपला एक पाय कबिल्यात तर दुसरा पाय

अयोध्येत स्थिरावला आहे आणि आपली शिया म्हणून असलेली ओळख अधिक धारदार करण्यास अंतरंगातला हिंदू सहायक-संवादी ठरतो असा प्रत्यय त्यांना आला. या उपखंडाचा सगळा पुरून टाकलेला प्रदीर्घ भूतकाळ कथेच्या मंत्रसामर्थ्याने जागवून इवल्याशा आजशी जोडण्याचा जणू ध्यासच त्यांना लागला. त्यांच्या कथा त्या ध्यासाची साक्ष देतात. भूतकाळचे स्मरण करण्याची त्यांची सवयसुद्धा त्यांनीच सांगितल्याप्रमाणे इतिहासकारासारखी सनावळीला धरून चालणारी नसून खास खेडूत माणसाची असते तशी घटनांच्या अनुषंगाने काळ आठवण्याची अशी आहे. घटनांमधून घटना उलगडत जाव्यात तसे आपल्या कथानकांचे सूत्र खुलवत जाण्याची खुबी लेखकाला बहुदा त्याच्या या स्मरणसारणीतूनच गवसली असावी. खेड्यातील जीवनातील संथ लय आणि गतिमान वाहनांपेक्षा रथ, बैलगाडी व इक्के या वाहनांची सवारी त्यांना अधिक भावते हे त्यांनी आवर्जून सांगितले आहे. रेल्वेची शिट्टीही जिथे कानावर पडत नव्हती ती बालपणीची वस्ती स्वप्नात येते, त्या वस्तीतल्या वास्तव्यात ऐकलेली भजने मनात घुमतात आणि आपल्याला लिहिणे सुचते असे ते म्हणतात. ग्रामीण जीवनाची सांस्कृतिक पार्श्वभूमी, वातावरण, रूढीपरंपरा यातूनच त्यांची विचारप्रक्रिया घडत असल्यामुळे जीवनाचे अनुभवसिद्ध अर्थ व संदर्भच नव्हेत तर श्रेयस व प्रेयसही त्यांना त्यातूनच लाभले होते. बहुदा खेडे व खेडूत यांच्या मानसिकतेत त्यांच्या प्रतिभेची पाळेमुळे अशी खोल गेलेली असल्यामुळेच त्यांच्या कथात्म साहित्याला अस्सलपणाची डूब मिळाली असावी असे दिसते.

माणसांच्या भूतकाळाची पुनःप्राप्ती आणि संस्कृतीच्या पाळामुळांचा शोध हा जरी इंतजार हुसैन यांच्या लेखनाचा एक मौलिक पैलू असला तरी त्यांची प्रतिभा केवळ भूतकाळात अडकून मात्र पडलेली दिसत नाही. त्यांच्या कथावस्तूंच्या प्रवासात साठोत्तर काळात ते ज्या टप्प्यावर पोहोचतात तो सद्यःकालीन माणसाच्या अस्तित्वाच्या प्रश्नांशी भिडणारा असल्याचे दिसून येते. तसा तर फाळणीनंतरच्या एकूणच उर्दू कथेने अस्तित्ववादी वळण घेत असंगततावाद (ॲब्सर्डिटी) जवळ केलेलाच होता. दुसऱ्या महायुद्धानंतरच्या काळात हिटलरने ज्यूंचा जो अमानुष छळ व कत्तल केली तिची प्रतिक्रिया म्हणून युरोपात असंगततावादाची लाट उसळली होती, थोड्याफार प्रमाणात तसेच आपल्याकडेही झाले. भारत व पाकिस्तान या दोन नवनिर्मित राष्ट्रांच्या सरहद्दींवर जे रक्ताचे पाट वाहिले त्यांनी त्यांची झळ लागलेल्या माणसाची परंपरागत गृहीतके प्रश्नांकित केली. आधुनिकतेच्या क्रमात इतर भाषांबाबत झाले तसेच उर्दू भाषेच्या लेखकांनीही नवसमाजनिर्मितीच्या प्रेरणेने सामाजिकतेकडून व्यक्तिकेंद्रिततेकडे वळण घेतले. व्यक्तींच्या अंतरंगातील खळबळ जशी त्यांनी व्यक्त केली. त्याचप्रमाणे सभोवतालच्या वास्तवाबाबतचे कोणतेच एक स्पष्टीकरण किंवा अमुक एकच अभिव्यक्तीकरण रास्त असू

शकेल यावरचा त्यांचा विश्वास पार उडाला आहे हेही त्या लेखकांनी आपल्या साहित्यातून स्पष्ट केले. इंतजार हुसैन यांच्या काही कथांमधून हे असंगततावादी वळण ठळकपणे आपल्याला दिसते. तिथे त्यांची कथा मानवी अस्तित्वाला भेडसावणारे यक्षप्रश्न, मानवजातीच्या नैतिक-आध्यात्मिक स्खलनातून उद्भवलेल्या समस्या, आधुनिकतेमुळे होत चाललेला मानवी सद्गुणांचा लोप, अमानुष स्पर्धा, नफेखोरी, अमर्याद स्वार्थ, दंभ, लोभ, हिंसा व आक्रमकता यासारख्या अनेकानेक अरिष्टांनी घेरल्यामुळे मानवीपणापुढेच उभे राहिलेले पेचप्रसंग आणि अशा परिस्थितीतही आपले माणूसपण व आपली वेगळी असलेली ओळख टिकवून ठेवण्यासाठी माणसाला करावी लागणारी प्रयत्नांची शिकस्त असे विषय इंतजार हुसैन यांच्या लेखनात प्रकर्षाने आलेले आढळतात. या काळातील त्यांच्या कथा माणसाच्या हरवलेल्या आत्मविश्वासाबद्दल, त्याच्या होणाऱ्या घालमेलीबद्दल आणि सामाजिक नैतिक मूल्यांच्या पतनाबद्दल विस्ताराने मांडणी करताना दिसतात. उपहास, विडंबन व उपरोध ही त्यांच्या लेखनशैलीची वैशिष्ट्ये या कथांमध्ये अधिकच धारदार झालेला पहायला मिळतात. अशाप्रकारे सुदूरचा भूतकाळ आणि थेट डोळयांसमोरचे युगवर्तमान या दोन्ही बिंदूंना सांधण्याचे महत्कार्य इंतजार हुसैन यांची कथा करत असल्यामुळे ती अधिकच लक्षणीय ठरते.

इंतजार हुसैन यांची कथा भूतकाळाचा वेध घेते तेव्हा ती आपल्या तमाम गतजन्मांची स्मृती अभंग राखणाऱ्या बुद्धांचा वारसा हाती घेते, तर ती जेव्हा वर्तमानसन्मुख होते तेव्हा आजचा स्मृतिभ्रष्ट झालेला माणूस हा तिचा वर्ण्य विषय होतो. एका बाजूने जन्मोजन्मीची दीर्घस्मृती तर दुसऱ्या बाजूने स्वत्वाचेही विस्मरण या मानवी अस्तित्वाच्या दोन टोकांमध्ये झालेला हा संवेदनशील प्रवास वाचकाचे भावविश्व कमालीचे समृद्ध करून सोडतो. या प्रवासात लेखकाने ज्या सुखदुःखांच्या अनुभवांचा व संघर्षांचा ऊहापोह केला ते त्यामुळे केवळ हिंदुस्थानातून पाकिस्तानात स्थलांतरित झालेल्या निर्वासितांचे किंवा केवळ उपखंडातील रहिवाशांचेही न राहता संपूर्ण दक्षिण आशियायी देशांतील आणि खरेतर जगभराच्या मानवजातीचे होतात. समर्थपणे त्या संघर्षांना शब्दबद्ध करता येण्यातच इंतजार हुसैन यांची लेखक म्हणून असलेली थोरवी सामावलेली आहे.

इंतजार हुसैन यांची कयूमाकी दुकान ही पहिली कथा अदब-ए-लतीफच्या डिसेंबर १९४८ च्या अंकात प्रकाशित झाली होती. त्यानंतर त्यांचे कथासंग्रह पुढील क्रमाने प्रसिद्ध झाले : गलीकूचे (१९५२), ककरी (१९५३), आखरी आदमी (१९६७), शहर-ए-अफसोस (१९७२), कछुए (१९८१; देवनागरी लिप्यंतरणः चेतनक्रांती २०००), खेमेसे दूर (१९८६), खाली पिंजरा (१९९३; हिंदी अनुवादः खुर्शीद आलम १९९७), इंतजार हुसैन और उनकी श्रेष्ठ कहानियाँ (१९९९), संपादक : नंदकिशोर विक्रम), मेरी चर्चित

बीस कहानियाँ (२०००, संपादक: गोपीचंद नारंग), शहरजाद के नाम (२००२). याखेरीज चांदग्रहण (१९५३), दिन और दास्तान (१९५९), बस्ती (१९८०), तजकरा (१९९५) आणि आगे समुंदर है (१९९५) या त्यांच्या कादंबऱ्याही प्रकाशित झाल्या आहेत. त्यांनी ख्वाबों का सफर (१९६८), नफरत के पर्दे में (१९७०) आणि पानी के कैदी (१९७३) या नाटकांचे तसेच जमीन और फलक और (१९८७) या प्रवासवर्णनाचेही लेखन केले आहे. अनेक उत्तम साहित्यकृतींचे उर्दूत अनुवाद करून सांस्कृतिक आदानप्रदानाचे महत्त्वाचे कार्यही इंतजार हुसैन यांनी पार पाडले आहे. त्यापैकी पुढील अनुवाद विशेष उल्लेखनीय आहेत : नई पौध (१९५२; मूळ लेखक : ईवान तुर्गनेव), सुर्ख तमगा (१९६०; मूळ लेखक - स्टीफन क्रेन), फलसफे की नई तश्कील (१९६१; मूळ लेखक : जॉन डेवी), हमारी बस्ती (१९६७; मूळ लेखक : थॉर्स्टर्न वाइल्डर) इत्यादी. त्यांच्या बस्ती नामक कादंबरीसाठी त्यांना रायटर्स गिल्डचे आदिम जी ॲवार्ड जाहीर झाले होते; पण त्यांनी ते स्वीकारण्यास नकार दिला. साहित्यासाठी पाकिस्तान सरकारतर्फे दिल्या जाणाऱ्या प्राइड ऑफ परफॉर्मन्स या सर्वश्रेष्ठ पुरस्काराचे इंतजार हुसैन हे मानकरी ठरले असून दिल्लीच्या हार्पर कोलिंग्ज पब्लिशर्सतर्फे दिल्या जाणाऱ्या यात्रा पुरस्कारानेही त्यांना गौरवान्वित केले गेले आहे.

स्वात्मशोधाच्या क्रमात मध्ययुगीन आणि प्राचीन इतिहासाचा मागोवा घेत असताना वेद, उपनिषदे, रामायण, महाभारत इत्यादींचा व्यासंग इंतजार हुसैन यांनी केला. त्यांच्या हे ध्यानात आले की, प्राचीनकालीन ग्रीकांना जसे भूमितीचे महत्त्व वाटत होते आणि त्यामुळे त्यांना यूक्लिडची थोरवी पटली होती, त्याप्रमाणे प्राचीन भारतीयांना भाषाशास्त्राने मोहिनी घातलेली होती आणि पाणिनी हाच त्यांना सर्वांत महनीय वाटत होता. दक्षिण-आशियायी आणि त्यातही भारतीय लोक हे मुख्यत्वे पिंडाने वैयाकरणिकच होते. या महाद्वीपाच्या भाषिक पूर्वपरंपरांचा वेध घेत असताना इतर गोष्टींसोबतच येथील अफलातून कथनपरंपरेचाही शोध इंतजार हुसैन यांना लागत गेला आणि ती समृद्ध परंपरा आत्मसात करण्याचा त्यांनी कसून प्रयत्न केला. नानी अम्माकडून त्यांचा परिचय दास्तान अलिफ लैलाच्या कथनशैलीशी आधीपासून होताच, तिच्या जोडीला प्राचीन भारतातील पंचतंत्र, वेताळ पंचविशी, कथासरित्सागर, थेरीगाथा आणि सर्व कथांचा मूलस्रोत असलेल्या जातक कथा या सर्व शैलींशी त्यांची नव्याने ओळख झाली. मार्कंडेय ऋषीचे जग जसे त्यांना माहीत झाले त्याचप्रमाणे तोतामैनाच्या कहाण्याही ओळखीच्या झाल्या. प्राचीन परंपरागत अंजीलच्या कथनसृष्टीपासून देवमाला कहाण्यांपर्यंत एक मोठाच पट त्यांच्या पुढे उलगडला. हिंदू-बौद्ध-इस्लामी कथात्म परंपरांचा आधार घेत त्यातून त्यांनी आपल्या व्यक्तिगत अनुभवांचा आविष्कार

करायला सुरुवात केली. कथासरित्सागरच्या एका कथेतून दुसरी कथा, तिच्यातून तिसऱ्या कथेची सुरुवात ही वाचकांना खिळवून ठेवणारी आणि गुंतागुंतीच्या कथारूप जाळ्याद्वारे एकात्म परिणाम साधणारी निवेदनशैली त्यांना विशेष अनुकरणीय वाटली. आपल्याकडच्या मौखिक परंपरेत न जाणे कधीपासून प्रचलित असलेली मधमाश्यांच्या पोळ्यातील इवलाल्या घरांप्रमाणे स्वतंत्र; पण परस्परसंलग्न आणि तरीही एकात्म असलेली कथात्म निवेदनाची धाटणी तर त्यांना भावलीच; पण त्यापेक्षाही त्यामागील जीवनविषयक तत्त्वज्ञानाने त्यांना अधिकच भुरळ घातली. सृष्टीतील प्रत्येक गोष्ट वरकरणी जरी पृथक वाटत असली तरी प्रत्यक्षात ती तशी नसते, विराट-व्यापक अस्तित्वाची घटक असल्यामुळे ती अन्य गोष्टींशी संबद्धच असते हे त्या तत्त्वज्ञानाचे मध्यवर्ती सूत्र होते. कथांच्या साखळीवजा रचनेतून ते सूत्रच प्रकट होत असल्याचे इंतजार हुसैन यांना जाणवले. मुख्यतः मौखिक संप्रेषणातून पिढ्यान्पिढ्या संक्रमित होत आलेल्या या साहित्यसंचिताद्वारे जणू भारतीय जीवनधारेचा प्रवाहच अखंडपणे वाहत आला होता. विविध भावछटांचा नाट्यपूर्ण आविष्कार करणाऱ्या या साहित्याची परंपरा जपण्याचे सांस्कृतिक कार्य विशेष करून समाजातील स्त्रियांनी पार पाडलेले होते. त्या मौखिक परंपरेचे मोल इंतजार हुसैन यांनी अचूक ओळखले.

इंतजार हुसैन यांच्यासाठी ही मौखिक परंपरा केवळ एखाद्या कोठारासारखी नव्हती, तर तिला जणू व्यक्तिरुप प्राप्त होऊन सतत होत राहिलेल्या तिच्या पुनर्जन्मांच्याद्वारे ती चिरंजीव झाली होती! ती जणू त्यांच्याशी प्रत्यक्ष संवाद करत होती, कुठे ते चुकतमाकत असले तर दुरुस्त करत होती आणि त्यांचे अंतरंग अगदी अचूकपणे व्यक्त करण्याच्या कामी त्यांना साहाय्यभूत होत होती. त्यांच्या प्रारंभिक कथांमध्येही कहाणीतत्त्व परिस्थितीचा केवळ एक भाग म्हणून येत असे, नंतरच्या त्यांच्या कथांमध्ये मात्र संपूर्ण परिस्थितीच कहाणीमय झाल्याचे दिसते असे निरीक्षण नोंदवून सुहैल यांनी विचारलेल्या एका प्रश्नाला इंतजार हुसैन यांनी दिलेले उत्तर या संदर्भात नमूद करण्याजोगे आहे. ते म्हणतात की त्यांच्या प्रारंभिक कथांमध्ये कहाणीतत्त्व येते ते वर्ण्य सांस्कृतिक वातावरणाचा केवळ भाग म्हणून; पण नंतरच्या सामूहिक जगण्याच्या क्रमात त्यांना असे जाणवले की, त्या कहाण्यांना सांस्कृतिक वातावरणापासून वेगळेही काही अर्थ आहेत. त्यांनी स्थलांतर केले तेव्हा त्यांच्यासोबत त्या कहाण्यांनीही स्थलांतर केले, त्या सदैव त्यांच्याभोवती राहिल्या. जलाली वजिफा पढणाऱ्या व्यक्तीभोवती जिन्न जमा व्हावेत आणि जरा इकडेतिकडे झाले की तिची गच्छंती व्हावी तसे कथा लिहिताना सांस्कृतिक वातावरणाचे व पूर्वेतिहासाचे घटक आपल्याभोवती जमतात अशी अर्थपूर्ण तुलनाही लेखकाने केली आहे. याचा अर्थ असा की एका बाजूने पूर्वजांचा भूतकाळ प्राचीन कथापरंपरेच्या रूपाने त्यांची सोबत करत होता तर दुसऱ्या बाजूने वर्तमानातील बदलांशी ती लवचीकपणे

लेखकाला जोडत होती. या कहाण्यांची सुरुवात देवदेवता, राक्षस, पऱ्या, साधू, त्यांच्या तपश्चर्या, माणसांची भाषा बोलणारे पक्षी आणि पक्ष्यांची बोली समजणारी माणसे, अतिमानवी शक्ती वगैरे भावभावनांशी, समस्यांशी व जीवनव्यवहारांशी निगडित असलेल्या मुद्द्यांवरच झालेला असे. त्यात माणसांच्या यशापयशांचे जे चित्रण असायचे ते एकाच वेळी विशिष्ट काळातील आणि कालातीतही असायचे. शतकांच्या मौखिक परंपरेवर आधारित गोष्टीवेल्हाळपणाचा हा संपन्न वारसा आपण गमावल्याबद्दल इंतजार हुसैन यांनी त्यांच्या स्तंभलेखनातून अनेकदा खंत व्यक्त केली आहे.

स्वतः त्यांनी आपल्या कथांमधून रूपकांचा किंवा अन्योक्तीचा भरपूर वापरही केलेला आहे. त्यांनी त्यांच्या रूपक शैलीद्वारे उर्दू कथेला नव्या कलात्मक व अर्थात्मक शक्यतांशी परिचित केले असल्याचे श्रेय समीक्षकांनी त्यांना दिलेच आहे. भारतीय उपखंडातील व्यापक साहित्यपरंपरेचा वारसदार असा त्यांचा समर्पक गौरवही केला आहे. कहाणी, नीतिकथा, प्राचीन गाथा, देवमाला, जुनी प्रतिज्ञापत्रे, अंजील, जातककथा पुराणे, सूफी संतांचे उपदेश अशा अनेक पारंपरिक शैली एकवटून त्यांनी स्वतःची वेगळी अशी निवेदनशैली विकस्ति केली होती हे  खरेच आहे; पण असे असले तरी त्यांच्या कथांना दास्तानगोई म्हणणे योग्य होणार नाही हा शमीम हन्फी यांनी दिलेला अभिप्राय रास्तच म्हणावा लागेल. त्यांच्या मते, विवेकनिष्ठा आणि नवजागरणपर्वाचा उदय झाला तेव्हाच दास्तानगोईचा अंत झाला. इंतजार हुसैन यांची कथा या दोन कालखंडांना एकत्रित करते आणि दोहोंनाही ओलांडून काळाच्या पलीकडे निघून जाते. दास्ताने अलिफ लैलाची फार्सी परंपरा, कथासरित्सागराने व जातककथांनी खुले केलेले कथनशैलीचे नवेच दालन आणि युरोपीय अस्तित्ववादी कथासाहित्याची कथनपरंपरा या तिन्ही प्रेरक प्रवाहांचा मेळ घालून कथानिवेदनाचा एक अभिनव प्रकारच त्यांनी जन्माला घातला आहे. अर्थात त्यांच्या शैलीचे स्वरूप कथन किंवा निवेदन यापेक्षा वाचकांशी केलेल्या आंतरिक संवादाचे असते. त्यामुळेच वरकरणी त्यांच्या कथा ऐसपैस वाटतात, तरीपण त्यातील प्रत्येक तुकडा इतका अपरिहार्य व अविभाज्य असतो की तो कथेच्या जिव्हारी नख लागल्यावाचून वगळताच येत नाही. शमीम हन्फी म्हणतात त्याप्रमाणे इंतजार हुसैन यांच्या कथेतील जग सिंफनीसारखे एकजिनसी असते.

स्वतःच्या कथांच्या निर्मितीप्रक्रियेसंबंधी इंतजार हुसैन यांनी लिहिलेले जे काही वाचनात आले तेवढ्यावरूनही लेखक म्हणून असलेली त्यांची गंभीर भूमिका लक्षात आली. आपल्या कथांतील पात्रांविषयी त्यांनी एक टिपण लिहिले आहे. त्यावरून असे दिसते की, आत्मशोधाच्या ओढीतून सुरू झालेला त्यांच्या कथानिर्मितीचा प्रवास आत्माविष्काराच्या मार्गे आत्मलोपापर्यंत जातो. ते म्हणतात त्याप्रमाणे हा प्रवास म्हणजे जिवावरची जोखीम असते; पण लेखणीच्या

आड बेमालूमपणे बसून तो केल्यामुळेच तो सफल होतो. आपले कथालेखक हे आपल्यासाठी कर्बला असते, आपले हजारो तुकडे होऊन ते लेखनात इतके सर्वत्र विखुरतात की त्यांना एकत्र आणणेच अवघड होते - अशा आशयाचे एक विधान त्यांनी केले आहे. सोनी - महिवालच्या गोष्टीत सोनीसाठी ज्या दिवशी मासा हाती लागत नव्हता त्या दिवशी महिवाल जसा त्याच्या मांडीचा तुकडा तोडून तिला भाजून द्यायचा तसे आपणही खूपदा केले असल्याचे इंतजार हुसैन यांनी सांगितले आहे. कथेच्या पात्रात पूर्ण केले असल्याचे सांगून ते म्हणतात की, आपल्या कोणत्याच एका पात्रात आपण पूर्णतः नसलो तरी अनेक पात्रांत अंशतः विखुरलेले आहोत. स्वतःच्या गोष्टींत प्रकट होण्यापेक्षा लुप्त होणेच त्यांना अधिक आवडते. वस्तीत मागे राहिलेली जिवाभावाची माणसे, बदलत जाणारी नातीगोती, निरीक्षणांतून व स्वप्नांतूनही पाहिलेल्या घटना हे सारे आत्मसात करून व त्याचे आंतरिकीकरण करून त्याला कथात्मरूप ते देतात. एका बाजूने त्या सगळयातून स्वतःलाच शोधण्याचा जसा हा खटाटोप असतो त्याचप्रमाणे दुसऱ्या बाजूने स्वतःच्या हाडामासातून पात्रांची निर्मिती करण्याचा अत्यंत क्लेशकारी असा हा अनुभवही असतो. सामूहिक अनुभवांपेक्षा भौतिक-नैतिक दुरवस्थेची आणि मूल्यात्मक व सांस्कृतिक विस्कळीतपणाची विशेष तीव्रतेने जाणवलेली बोच इंतजार हुसैन यांच्या सर्व कथांमधून आढळते अर्थात, दुःखाचा एक अखंड पदर त्यांच्या कथांमधून दिसत असला तरी त्यात नाटकीपणाचा किंवा आक्रस्ताळेपणाचा मात्र लवलेशही नसतो. आपली पात्रे प्रसन्नचित नसतील; पण ती मोठ्या आवाजात रडणारीही नाहीत यासाठी ते खुदाचे आभार मानतात!

प्रस्तुत संकलनात इंतजार हुसैन यांच्या एकूण एकवीस कथांचा अंतर्भाव करण्यात आला आहे. स्थूलमानाने यातील कथांचे वर्गीकरण चार गटांत करता येईल. पहिला गट स्वाभाविकच फाळणी व स्थलांतराशी संबंधित कथांचा आहे. हिंदुस्थानातून एक पत्र, ते जे हरवून गेले, अयोध्या, बंद गल्ली, झोप आणि पश्चात्तापाचे शहर अशा सहा कथा यात अंतर्भूत आहेत. पहिल्या कथेत हिंदुस्थानात मागे राहिलेला एक काका आपल्या पुतण्याला पत्र लिहून धर्मनिंदकांच्या देशात, गैरइस्लामी वातावरणात राहताना होणाऱ्या कुचंबणेबरोबरच पाकिस्तानात गेलेल्यांना लागलेल्या आधुनिकतेच्या वाऱ्यामुळे पारंपरिक घरंदाजपणा व पितृसत्ता तुटून बोकाळलेल्या चवचालपणाबद्दलचा रोषही व्यक्त करतो. कधी काळी पदे, प्रतिष्ठा व पैसा भोगलेल्या एका प्रातिनिधिक कुटुंबाची फाळणीने केलेली वाताहत अनेक संदर्भांसह या कथेत लेखकाने वर्णन केली आहे. आपदग्रस्त होऊन निर्वासित म्हणून बाहेर पडलेल्या चौघांची ओळख कशी त्यांना सोडून जाते हे ते जे हरवून गेले या कथेत सांगितले आहे. अयोध्या ही कथा हिंदुस्थानातून पाकिस्तानात जाण्याचे माहीत नसलेले अर्थ हळूहळू लक्षात

येऊन जे गमावले त्यासाठी कासावीस होणाऱ्या एका संवेदनशील व गतकातर व्यक्तीच्या मानसिक घालमेलीची आहे. बंद गल्ली या कथेत विलक्षण कोंडीत सापडलेला अर्शद नामक एक बिहारी मुसलमान माणूस आपल्याला भेटतो. स्वतःच्याच गावी तो चोरासारखा लपून-छपून आलेला असतो. कोणी आपल्याला ओळखू नये असे एकीकडे वाटत असतानाच कोणीच ओळखत नसल्याची वेदनाही त्याला अस्वस्थ करते. हिंदूंची त्याला मनोमन भीती वाटते; पण मुसलमानांवरचा त्याचा विश्वासही उडून गेलेला असतो. हिंदुस्थानातून सुखरूप परत आलेल्या सलमानभोवती आश्चर्यचकित मित्रांचे जमा झालेले कोंडाळे जी चर्चा करते ती झोप या कथेत आहे. फाळणीनंतर उद्भवलेल्या तरुणांच्या मानसिकतेवर ती प्रकाश टाकते. पश्चात्तापाचे शहर ही स्वतःच ज्यांची हत्या केली त्यांचे मुडदे पुरून मोकळे होऊ पाहणाऱ्या माणसांची गोष्ट आहे. त्यांना गाडल्यावरच आपण यातनामुक्त होऊन काही नवे घडवू शकू असा भाबडा विश्वास बाळगणारी ही माणसे त्यांच्या हत्येतील आपला सहभाग मात्र मान्य करायला तयार होत नाहीत आणि दोषाचे खापर दुसऱ्याच्या माथ्यावर फोडू पाहतात.

दुसरा गट माणसांच्या स्खलनशीलतेच्या कहाण्या बोधकथा, नीतिकथा व तात्पर्यकथांच्या स्वरूपात सांगणाऱ्या कथांचा करता येईल. वेदान्त, सूफीवाद, भक्तिमार्ग वगैरे आध्यात्मिक परंपरांमधील कथनांचा जसा आधार या कथांमध्ये घेतलेला आहे त्याचप्रमाणे कुराण, बायबल, जातककथा व इतर कहाण्यांचाही संदर्भ घेतलेला दिसून येतो. कासव, माकड कहाणी, पानगळ आणि पिवळा कुत्रा या कथा या संदर्भात लक्षणीय ठरतात. त्यातील माकड कहाणी वगळता इतर तिन्ही कथांचे आशयसूत्र एकच आहे, ते असे की संमोहापासून माणसाने स्वतःला वाचवण्याचा कितीही प्रयत्न केला तरी त्यात त्याला यश मिळण्याची शक्यता जवळपास नसतेच. कासव कथेत भिक्षू सुंदर समुद्र व गोपाळ भिक्षू विद्यासागरकडे अशी तक्रार घेऊन येतात की तथागताच्या पश्चात भिक्षूंमध्ये सुखोपभोगाच्या प्रवृत्ती वाढत आहेत, त्यावर विद्यासागर त्यांना बोधिसत्त्वाच्या पूर्वायुष्यांतील प्रसंगांच्या जातककथा सांगून वासनांपासून परावृत्त होण्याचे उपाय सुचवतो. तरीही ते दोघे मोहांना बळी पडतातच आणि अखेरीस इंद्रियांच्या जाळयात न अडकण्याचा विद्यासागरचाही सर्व आटापिटा व्यर्थ ठरतो. पानगळ ही कथा संजय नामक भिक्षूची असून तोही पंचेंद्रियांना दुःखाचे पाच दरवाजे समजून त्यांना घट्ट बंद ठेवण्याचा कसून प्रयत्न करतो; पण शेवटी असफल होतो. वाइटाची वासना जितकी पायाखाली तुडवली तितकी अधिक उफाळते, या मध्यवर्ती निष्कर्षाची मांडणी करणारी पिवळा कुत्रा ही कथा शेख उस्मान कबूतर नामक अवलियाच्या पाच शिष्यांच्या पतनाच्या हकीकतींभोवती गुंफलेली आहे. शेखसाहेबांना उडण्याची शक्ती प्राप्त झालेली असते, ते दृष्टांतवजा किस्से सांगून करत असतात. त्यांच्या प्रभावाखाली त्यांच्या विद्वान शिष्यांनी

फकिरी बाणा पत्करलेला असतो; पण शेख निवर्तात्च त्यांचे पाचही शिष्य सूक्तासूक्त मार्गांनी भौतिक चैनचंगळ व पदे प्रतिष्ठा मिळवण्याच्या मागे लागतात. प्रापंचिक मोहाचा हा पिवळाजर्द कुत्रा निवेदकासह शेखांच्या सर्व चेल्यांना स्खलनाच्या गर्तेत खेचतो. माकड कहाणी ही कथा काहीशी निराळी असली तरी तिच्यात माणूसपणाचे समीकरण विकृत व अनैतिक वर्तनाशी जोडून माणसांचे अनुकरण करण्यावरून माकडांच्या छोट्याशा जगात उठलेल्या वादळांचे चित्रण लेखकाने केले आहे. समकालीन माणसाला जडलेल्या भ्रमिष्टपणा, संशयी स्वभाव, खोटारडेपणा, हिंसा, फसवणूक इत्यादी विकृतींवर ही कथा प्रकाश टाकते. त्याचबरोबर एकूणच अंधानुकरणातील धोक्यांकडे गंभीर संकेतही करते.

रूढिप्रिय मुलगी, राघू-मैनेची कहाणी, नरनारी आणि कपाळकरंटे या कथा मानवी स्वभावाच्या वैचित्र्यपूर्ण वैशिष्ट्यांचे विवरण अद्‌भुतरंजक व कल्पनारम्य पात्र-प्रसंगांमधून करतात. मानवी संबंधांची स्वाभाविकता नाकारून स्वतःला रूढिप्रिय आणि बुद्धाची अनुयायी म्हणवणारी साजिदा नियाज त्यापैकी पहिल्या कथेत आपल्याला भेटते. तर माणसाने आपल्या अमर्याद स्वार्थापायी स्वतःचा शहाणपणा गमावून इतर जीवसृष्टीला व पर्यावरणाला कसे वेठीला धरले आहे. एवढेच नव्हे तर तो स्वतःचाही कसा शत्रू झाला आहे हे राघू-मैनेची कहाणी सांगून लेखकाने अधोरेखित केले आहे. आपल्या निसर्गदत्त भूमिकांकडे कानाडोळा करून भ्रममूलक शंकाकुशंकांच्या जंजाळात वावरणाऱ्या दांपत्याची गमतीची कहाणी नरनारी कथेत आपल्यासमोर येते. तर दरोडेखोर म्हणून एका घरात शिरलेल्या माणसांचा करडेपणा क्रमशः कमी होत होत अखेरीस त्यांच्यातला एकजण किती अगतिक होतो हे सांगून एकापरीने मानवी दुबळेपणाच कपाळ करंटेमधून लेखक सूचित करतो.

संग्रहातील अखेरच्या सात कथा-ढग कथेचा अपवाद सोडल्यास-आजच्या माणसांना भेडसावणारी भयस्वप्ने किंवा भीषण वस्तुस्थिती रेखाटणाऱ्या आहेत. रात्र, अखेरचा माणूस आणि नौका या तीन कथा जे कुठेही वास्तवात अस्तित्वात नाहीत अशा कल्पित पात्र-प्रसंगांची गुंफन करून समकालीन सामाजिक जीवनवास्तवावर भाष्य करणाऱ्या आहेत. काही अंशी युरोपीय परंपरेतील युटोपिया नॉव्हेलशी साधर्म्य सांगणाऱ्या अशा त्या कथा म्हणता येतील. जिभेने भिंत चाटून चाटून तिला नष्ट करण्याच्या कामगिरीवर असलेले याजूज व माजूज आपल्याला रात्र कथेत भेटतात. त्यांनी रात्रभर चाटल्यानी भिंतीची जी काही झीज झालेली असते ती सूर्योदय होताच भरून निघते आणि भिंत पूर्ववत होते. गॉग आणि मेगॉग या दोन मिथकीय पात्रांशी या कथेच्या पात्रांचे याबाबतीत साधर्म्य आहे. एका अर्थाने निरर्थक, कंटाळवाणे, निरुत्पादक व पुनरुक्तीकारक काम सतत करावे लागल्यामुळे ज्यांची सर्जनशीलता लयास गेली आहे आणि बेकारीपेक्षा वेठबिगारी बरी अशी ज्यांची अगतिक

मानसिकता बनलेली आहे त्या समकालीन माणसांची ही शोकांतिका आहे. जग कुठे चालले आणि किती बदलले याची या दुर्दैवी जिवांना गंधवार्ताही नसते. दुसऱ्या बाजूने या कथेचा विचार उगाच वैर उगाळत बसलेल्या आणि पुन्हा लढण्यासाठीच शांततातह करणाऱ्या भारत व पाकिस्तान या देशांच्या संबंधांची प्रतीकरूप मांडणी अशा दृष्टीनेही काही समीक्षकांनी केला आहे. राजकीय मतभेदांना कायम ठेवूनही हे दोन्ही देश गुण्यागोविंदाने राहू शकतात आणि त्यातच त्या दोहोंचे हित सामावलेले आहे, असा या कथेचा संदेश त्यांनी काढला आहे. अखेरचा माणूस ही एक एक करून माणसांचे रूपांतर माकडांत होताना पाहिल्यावर जो विलक्षण हादरला व ज्याने स्वतःचा माणूसपणा टिकवण्यासाठी प्रयत्नांची शिकस्त केली; पण अखेरीस अयशस्वीय ठरला, त्या माणसाची गोष्ट आहे. लोकांचे स्वरूपांतर माकडांत होण्याची कुराणातील गोष्ट काफ्काची तशीच एक कथा आणि बालपणापासून लेखकाच्या मनात माकड या प्राण्याविषयी बसलेली दहशत यात प्रस्तुत कथेची मुळे असल्याचे इंतजार हुसैन यांनी सुहैल यांना दिलेल्या मुलाखतीत सांगितले आहे. माणूसपणा टिकायचा तर त्यासाठी माणसात राहण्यावाचून गत्यंतर नसते, माणूस आपल्या जागी अपूर्णच असतो हे या कथेचे गाभातत्त्व आहे. नौका ही महाप्रतापी ईश्वराच्या कोपाचा दिवस आल्यावर समुद्र खवळतो, धरती बुढते अशा निकराच्या प्रसंगी घरे मोडून नौका तयार करणाऱ्या व त्या नौकेत प्रत्येक पशुप्राण्यांची एकेक जोडी बसवून सुखरूप नेऊ पाहणाऱ्या नूह हजरतची कहाणी आहे. मनू, बायबल, हातिमताई वगैरे अनेक स्रोतांतून चालत आलेल्या कहाण्यांचे पडसाद या कथेत उमटले आहेत.

सहप्रवासी ही शहरबसमधल्या एका प्रवासाचे वर्णन करणारी साधी कथा असली तरी ती देशवास्तवाच्या व समकालीन मानसिकतेच्या अनेक पैलूंवर प्रकाश टाकते. सर्वांगीण वाटभूल, अतोनात गर्दी, गलिच्छता. असंबद्ध माणसे, देशांतराची वाढती प्रवृत्ती, अंधश्रद्धा, असुरक्षितता, दमछाक इत्यादी गोष्टी कथेतील प्रसंगांमधून प्रत्ययकारी होतात. शहरजादचा मृत्यू ही गोष्ट सृजनशीलता म्हणजे जीवन आणि ती सोडून जाणे हाच मृत्यू हे सत्य प्रभावीपणे सांगते. जिवावरचे संकट टाळण्यासाठी रोज नवी गोष्ट राजाला ऐकवणारी शहरजाद पुढे राजाची राणी होऊन निर्धास्त सुखासीन जीवन जगू लागते; पण जीवदान मिळताक्षणी तिच्या प्राणभूत कहाण्या मात्र तिला सोडून जातात. परिणामी जिवंतपणीच वैराण-वांझोट्या रात्रीचे मरणभोग तिच्या वाट्याला येतात. ढग ही एक निरागस मुलाच्या बालमनातील तरल स्पंदने टिपणारी एक वेगळ्याच प्रकारची कथा आहे. इंतजार हुसैन अशाही प्रकारचे लेखन करू शकतात याचा मासला म्हणून ती प्रस्तुत संकलनात समाविष्ट केली आहे.

प्रस्तुत संग्रहाच्या शीर्षकात जिचा उल्लेख आहे त्या मोरनामा कथेबद्दल थोडे विस्तारानेच लिहावे लागेल. अणुस्फोटाने हवालदिल झालेले मोर राजस्थानातून परागंदा झाले, ही एक छोटीशी बातमी; पण ती प्रसरणशील होत होत निवेदकाचे संपूर्ण भावविश्व व्यापून उरते. त्याला तिन्ही लोकांत आणि इतिहास-भूगोलाच्या विस्तृत पटावर फिरवून आणते व वाढत्या प्रमाणावर अस्वस्थ करत जाते असे त्या कथेचे संक्षिप्त कथानक आहे. समुद्रकिनाऱ्याजवळच्या पाण्यात कारखान्यांनी सोडलेल्या काळपट विषारी तेलाच्या तवंगाने जिचे पंख जड करून जिला उडणे अशक्य करून टाकले ती पानकोंबडी येथे स्वार्थी व अहंकारी माणसाने इतर माणसांशी व निसर्गाशी केलेल्या दुर्वर्तनाची कहाणी सांगते. युद्धाची भयानकता, साम्राज्यवादी व हुकूमशाही राज्यकर्त्यांनी जनतेला दिलेल्या यातना जणू त्या बिचाऱ्या पाणकोंबडीने स्वतःच्या जिवावर ओढवून घेतलेल्या असतात! मोर हा पक्षी भूतकाळाला वर्तमानाशी जोडणारा पूल आहे असे या कथेच्या निवेदकाला वाटते, एका मोराच्या आवाजाने शतकांपूर्वीच्या मोरांच्या केका त्याच्या कानात घुमू लागतात. कुरुक्षेत्राच्या जवळून जाताना तिथे भटकत असलेला अश्वत्थामा त्याच्या मागे लागतो. द्रोणचार्यांनी दिलेले ब्रह्मास्त्र पांडवस्त्रियांच्या गर्भावर सोडून त्याने केलेल्या बालहत्येच्या पातकासाठी चिरंजीवित्वाचा शाप भोगणारा अश्वत्थामा हा लेखकाला युद्ध हे माणसाचे रूपांतर कसे पशूत करून टाकते याचा मूर्तिमंत आविष्कार वाटतो. केवळ धाक दाखवण्यासाठी तयार केलेली अस्त्रे संभाव्य परिणामांची तमा न बाळगता युद्धाच्या अखेरच्या क्षणी वापरण्याचा मोह जेते व पराभूत दोघांपैकी कोणालाही होऊ शकतो. त्यादृष्टीने कोणत्याही युद्धाचे अखेरचे क्षण नेहमीच फार भयंकर असतात. या त्रिकालाबाधित सत्याचा प्रत्ययच जणू अश्वत्थामा त्याला देत असतो. 'युद्धात भल्याभल्यांची बुद्धी का भ्रष्ट होते?' हा अर्जुनपुत्र परीक्षिताने विचारलेला; पण आजतागायत अनुत्तरित राहिलेला प्रश्नही निवेदकाचा पिच्छा पुरवत असतो. भारत-पाक युद्धाच्या पार्श्वभूमीवर त्याला ते प्रश्न अधिकच जीवघेणे वाटू लागतात. इंतजार हुसैन यांची ही कथा अनेक दिशांनी बव्हर्थक झाली आहे.

उर्दू कथाविश्वात प्रतीकात्मक कहाणीचा आद्य उद्‌गाता, आधुनिक युगातील श्रेष्ठ कथाकारांचा अग्रणी आणि स्वातंत्र्योत्तर पाकिस्तानातील सर्वाधिक प्रतिष्ठित कथालेखक असे ज्यांचे सार्थ वर्णन समीक्षकांनी केले आहे त्या इंतजार हुसैन यांचे  देशी व विदेशी कथाकारांशी तुलना करून मूल्यमापन करणे हे प्रस्तुत संपादकाच्या आवाक्याबाहेरचे काम आहे. इतर भाष्यकारांच्या मदतीने या महान लेखकाचा मराठी वाचकांना शक्य तेवढा साक्षेपी परिचय करून द्यावा इतपतच त्याचा हेतू सीमित होता. जन्माने शिया, संगोपनाने भारतीय, वास्तव्याने पाकिस्तानी आणि दृष्टिकोनाने दक्षिण आशियायी असलेल्या इंतजार हुसैनच्या वैचारिक भूमिकेनेही प्रस्तुत संपादकाला बरेच प्रभावित केले आहे. जातीयवादी पक्षांना ते धर्मविरोधी मानतात आणि मूलतत्त्ववादी कोणत्याही धर्माचे स्वतःला म्हणवत असले तरी ते त्यांच्या मते खऱ्या

धर्माचे शत्रूच असतात; याउलट खरोखर धार्मिक असणारी माणसे सहिष्णूच असतात. ही लेखकाची भूमिका आज वारंवार लोकांसमोर मांडण्याची गरज आहे आणि हे कार्य त्यांच्या कथा अत्यंत प्रभावीपणे करतात असे वाटते.

पाकिस्तानातील एका उर्दू कथाकाराच्या कथांचा अनुवाद करण्याचे काम हाती घेतल्याचे कळल्यावर अनेक मराठी वाचकांची जिज्ञासा व कुतूहल कमालीचे चाळवले जात होते हा अनुभव प्रस्तुत अनुवादकाला वारंवार आला. विशेषतः इंतजार हुसैन यांच्या काही कथांच्या निवेदनशैलीची आणि आशयद्रव्याविषयीची चर्चा जेव्हा निघत असे तेव्हा तर ऐकणाऱ्यांच्या अपेक्षा व उत्सुकता अधिकच उत्कट झालेल्या स्पष्ट जाणवत असत. असे होण्याचे कारण काय असावे? त्यामागे केवळ शेजारी राष्ट्रातील साहित्य व संस्कृतीविषयी समजून घेण्याची ओढ असेल की दुरावलेल्या आप्तस्वकीयांचे अनुभवविश्व जाणून घेण्याची व्याकूळता असेल? असे काही प्रश्न त्या प्रतिसादांतून उभे राहत असत. त्या प्रश्नांची उत्तरे शोधत असताना चंद्रकांत पाटील यांच्या एका विधानाची आठवण झाली. ते त्यांच्या ट्रान्सलेटिंग इंडिया : ऑन इन्सायडर्स व्ह्यू नामक लेखात म्हणतात की, स्वतःच्या ठिकाणी असलेली उणीव भरून काढणाऱ्या साहित्याबद्दल स्वागतशील असणे ही अनुवादसंस्कृतीची स्वाभाविक प्रवृत्तीच असते. हे विधान आठवल्यानंतर असे लक्षात आले की, एका परीने जे मराठी साहित्यात नाही तेच प्रस्तुत अनुवादाच्या स्वरूपात नव्याने उपलब्ध होणार आहे. केवळ फाळणीवरचे सर्जनशील लेखन आणि तेसुद्धा सरहद्दीच्या पलीकडच्या माणसांबद्दलचे लेखन मराठीत अत्यल्प आहे एवढ्यापुरताच हा मुद्दा मर्यादित नाही; तर मराठीत उत्तम कथा-कल्पिततेची (फिक्शनॅलिटीची) क्षमता असलेल्या लेखकांचीही एकंदरीत वानवाच आहे. ही क्षमता असते तेव्हाच लेखक विशिष्टतेच्या मर्यादा उल्लंघून आपल्या पात्राना व प्रसंगांना स्थलकालातीततेचे परिमाण देऊ शकतो. अशा लेखकाच्याच लेखनकृती विशिष्ट वास्तवाच्या पलीकडे जाऊन अशाश्वतातील शाश्वततेला गवसणी घालू शकतात. इंतजार हुसैन यांच्या प्रतिभेत ही कथा-कल्पिततेची क्षमता विलक्षण प्रमाणात आढळते. मराठीतील जी. ए. कुलकर्णी हा लेखक ही क्षमता बाळगून होता; पण इंतजार हुसैन यांच्या कथांच्या अंगभूत प्रसरणशीलतेमुळे त्यांचा अन्वय जसा आजच्या आणि उद्याच्याही वास्तवाशी जोडला जाऊ शकतो तशी शक्यता जी. एं. च्या कथांबद्दल दिसत नाही. इंतजार हुसैनच्या फिक्शनॅलिटीची तुलना काही अंशी श्याम मनोहरांशी केली जाऊ शकेल; पण तो वेगळा विषय आहे. प्रस्तुत मुद्दा एवढाच आहे की मराठी साहित्यप्रांतातील काही महत्त्वाच्या उणिव अनुवादाद्वारे भरून निघू शकतील ही नम्र भावना हे कार्य अंगीकारण्यामागे होती.

पण त्यापेक्षा संकलन-अनुवादाचे हे काम तातडीने हाती घ्यावेसे वाटले याचे सर्वांत महत्त्वाचे कारण असे आहे की, भारत व पाकिस्तान या दोन शेजारी राष्ट्रांमध्ये केवळ

राज्यकर्त्यांच्या स्वल्पदृष्टीपायी निर्माण झालेला विसंवाद व दुरावा काही अंशांनी का होईना कमी करण्याच्या दृष्टीने इंतजार हुसैन यांच्या कथा मोठाच हातभार लावू शकतील असा भरवसा अनुवादकाला वाटतो. आधी फाळणीमुळे आणि नंतरच्या काळात राजकीय व लष्करी तणावांमुळे दुरावलेल्या या दोन्ही देशातील लोकांना परस्परांच्या सहवासाची ओढ आहे, त्यांच्यातील सांस्कृतिक बंध पूर्वीइतकेच भक्कम आहेत आणि कला-साहित्य क्षेत्रांतील आदर्शांची तर मुळात कधी वाटणी झालीच नव्हती. मानव समुदायांच्या भावजीवनात राजकीय-आर्थिक संबंधांपेक्षा सांस्कृतिक घटकांची मातब्बरी नेहमीच मोठी असते. अशा परिस्थितीत व्यापाराच्या वाढत्या शक्यतांबरोबरच माहितीच्या व मनोरंजनाच्या साधनांचे आदानप्रदान, बहुस्तरीय संवादाला प्रोत्साहन, आणि सहकार्याची नवी क्षितिजे धुंडाळण्याचे प्रामाणिक प्रयत्न या गोष्टी जर साध्य झाल्या तर त्यांचा या दोन देशांतील राजकीय संबंधांवर प्रभाव पडल्यावाचून राहणार नाही. फाळणीच्या जखमा चिघळत ठेवण्यावरूच ज्यांच्या सत्ताकारणाची भिस्त असते त्यांना एकाकी पाडण्याच्या दृष्टीने उर्वरित हिंदू-मुस्लिमांनी अंतर्मुख होऊन काही गोष्टींचा गंभीरपणे विचार करणे अगत्याचे आहे. इंतजार हुसैन यांच्या काही कथांमधून मिळणारे संकेत या संदर्भात उपयुक्त ठरू शकतात. ते स्वतः फाळणीच्या विदारक अनुभवांमधून गेले असले तरी त्यामुळे इतरांप्रमाणे हताश-हतबल झाले नाहीत. स्वतःची प्रज्ञा, प्रतिभा व सर्जनशीलता यांच्या बळावर ते आपले संतुलित व्यक्तिमत्त्व आणि समत्वबुद्धी शाबूत ठेवू शकले. तपशिलांत हरवून न जाता मौलिक तत्त्वांचा वेध समर्थपणे घेऊ शकले. फाळणी व तदनंतरची हिंसा-दहशत यासाठी कोणी एक व्यक्ती वा जमात जबाबदार ठरवून स्वतःला नामानिराळे करण्याऐवजी त्या दुःस्वप्नाला आपण प्रत्येकच जण जबाबदार आहोत अशी मनोमन कबुली दिली तरच तो असह्य भूतकाळ विसरून सहजीवन जगणे आपल्याला शक्य होणार आहे हा संदेश त्यांची पश्चात्तापाचे शहर ही कथा उत्तमप्रकारे देते. आपल्यापैकी कोणालाही भूतकाळ गाडून टाकता येत नाही कारण फाळणीनंतरच्या नरसंहारातील आपापली जबाबदारी स्वीकारायची दोन्ही देशांची अजूनही तयारी नाही हे ती कथा प्रतीकात्मकरीत्या सुचवते. प्रत्येक अनुवाद हा एका अर्थाने मूळ साहित्यकृतीचा नवा अन्वयार्थच असतो असे म्हणतात. भारत-पाक संबंधांच्या संदर्भात वाचकांना जर या अनुवादातून इंतजार हुसैन यांच्या कथांचा असा नवा अन्वय लागू शकला तर श्रम सार्थकी लागले असे मानता येईल. दक्षिण आशियायी देशांतून पुढे कधीतरी मीरा-कबीर यांच्या जोडीनेच इंतजार हुसैन, फैज अहमद फैज, मुन्शी प्रेमचंद, नझरूल इस्लाम प्रभृतींचेही साहित्य शाळकरी विद्यार्थी अभ्यासातील अशी फक्त आशाच तूर्तास आपण बाळगू शकतो.

◆◆◆

# ८. लेवा गणबोली कोश

प्रस्तुत कोशासंबंधी अभिप्राय देण्याचा कोणताही अधिकार माझ्या ठिकाणी नसूनही केवळ स्नेहापोटीच पाटील दांपत्याने मला अभिप्राय लिहिण्याची गळ घातली आणि मीसुद्धा त्यामुळेच ती जबाबदारी पत्करली; पण तरीही सुरुवातीलाच मला हे नमूद करायला पाहिजे की, या कोशाची मुद्रणप्रत वाचणे हा माझ्यासाठी एक अत्यंत आल्हाददायी अनुभव ठरला. लेवा गणप्रदेशापासून आणि त्यामुळेच लेवा बोलीपासून उणीपुरी चाळीस वर्षे दूर राहिल्यामुळे मी ज्या माझ्या सांस्कृतिक संचिताला पारखा झालो होतो ते या कोशाच्या स्वरूपात पुन्हा सापडल्यामुळे मी अंतर्बाह्य हरखून गेलो. माझ्या मायबोलीचं हे समृद्ध शब्दवैभव हारीने मांडून ठेवलेले पाहिल्यावर माझ्या डोळ्याचे तर पारणे फिटलेच; पण ही अर्थवाही, लयबद्ध, वैविध्यपूर्ण आणि मृदुमुलायम शब्दकळा एकत्रित स्वरूपात हाती आल्यावर अशा संपन्न बोलीच्या कुशीत आपला जन्म झाला याची मला धन्यता आणि अभिमानही वाटून गेला.

कोशातील शब्दनूशब्द मनाशी उच्चारताना त्या शब्दांना माझ्या संस्कारश्रम वयात लगडलेले अनेकानेक अनुभव विस्मृतीच्या कोशातून बाहेर आले. माय-माऊल्यांशी, बालमित्रांशी, शेजाऱ्यापाजाऱ्यांशी, स्नेही-सोबत्यांशी त्या भाषेतून केलेले कित्येक संवाद मनाच्या अवकाशात पडसादांसारखे घुमत राहिले. भिन्नभिन्न प्रदेशांतील बोलीभाषांचे संस्कार आणि लेखनवाचनाच्या प्रमाणभाषेची दहशत यांच्या पुटांखाली पार हरवून गेलेली माझी अस्सल शब्दसंपदा मला या कोशाने परत मिळवून दिली. कत्वार, उपादी, कनकन, गंडोऱ्या, चिनकाबरा, झिकुला, थायना, दांगडी, निस्सूर, लाहाळ वाहीवर येणे असे कधीकाळी सहजपणे जिभेवर येणारे; पण मधल्या काळात माझ्याकडून उच्चारात न आलेले कित्येक लेवा गणबोलीतील शब्द वाचताना मी स्वाभाविकच स्मरणकातर झालो. मला माझ्या बालपणीच्या मौखिक संस्कृतीचा पुनःप्रत्यय प्रभावीपणे दिल्याबद्दल मी कोशकर्त्यांविषयी आंतरिक कृतज्ञता व्यक्त करतो. त्यांनी केलेल्या या महान सांस्कृतिक उपक्रमाबद्दल त्यांचे मनःपूर्वक अभिनंदन करतो.

आपल्याकडे भाषांचे अभ्यास होत असले तरी विशिष्ट जातींच्या वा समूहांच्या बोलीभाषांचे संशोधन संकलनकार्य फारसे झालेले दिसत नाही. प्रस्तुत कोश हा महाराष्ट्राच्या दोन जिल्ह्यांच्या काही तालुक्यांत वस्ती करून असलेल्या लेवा पाटीदार समाजाच्या गणबोलीचा तर पहिलाच कोश आहे; पण एकूणच बोलीभाषांच्या क्षेत्रातही हा बहुदा असा पहिलाच पद्धतशीर प्रयत्न असावा. वस्तुतः एक संपूर्ण सामाजिक वास्तव असलेल्या भाषांच्या संदर्भात बोलीभाषांना अत्यंत महत्त्वाचे स्थान असते. किंबहुना बोलीभाषांच्या सकस पोषणाहारावरच कोणत्याही भाषेचे सौष्ठव अवलंबून असते. भाषेच्या परिस्थितिकी (इकॉलॉजी) मधील बोलीभाषांचे वैविध्य जोपासणे हे सृष्टीतील जैववैविध्य जाणण्याइतकेच महत्त्वाचे मानले जाणे गरजेचे आहे. निसर्गाप्रमाणेच येथेही एकात्मतेचा दुराग्रह धरून वैविध्याची जर हेळसांड केली तर भाषेवर मोठेच गंडांतर संभवते. हे गंडांतर केवळ ती भाषा नष्ट होण्याचे नसते तर त्या भाषेला अर्थदृष्ट्या रितेपणा येण्याचे, तिची अंतर्गत लय लोप पावून ती ओबडधोबड आणि कुरूप होण्याचे असते. बोलीभाषांमधून चपखल आणि अन्वर्थक शब्दांचा निरंतर ओघ जर भाषेत शिरत राहिला तर कोणतीही भाषा अधिक अर्थवाही आणि जिवंत राहते; पण त्याऐवजी भाषा व बोलीभाषा यांच्यातील संबंध जर दुरावा, दुस्वास किंवा उच्चनीचता अशा स्वरूपाचे असले तर भाषा म्हणजे बंदूकधारी बोली हा वाक्प्रयोग खरा ठरतो. प्रमाण मराठी भाषा आणि तिच्या बोलीभाषा यांच्यात असा विपरीत संबंध बहुंशी प्रस्थापित झाला आहे असे जाणवते.

कोणत्याही बोलीभाषेला विशिष्ट सामाजिक व ऐतिहासिक परिमाण असते. विशिष्ट जनसमूहाच्या सामाजिक अस्तित्वाचा आयाम तिला लाभलेला असतो. व्यक्तींच्या समाजव्यवहारांचे स्वाभाविक माध्यम म्हणून उत्क्रांत झालेली बोलीभाषा त्या व्यक्तींच्या व्यक्तिमत्त्वाची जडण-घडण करण्याचे एक प्रभावी साधन ठरते. त्या व्यक्ती आपल्या जीवनानुभवांचा अर्थ, विचार आणि बोध त्यांना आयत्या मिळालेल्या मायभाषेतूनच करू लागतात. त्यामुळे त्या भाषेच्या अध्ययनातून त्या त्या समूहाची वैशिष्ट्ये आपल्याला कळू शकतात. आपण कोण? कोठून आलो? आपल्या समाजजीवनात कोणकोणती स्थित्यंतरे आली? आजूबाजूच्या अन्य भाषांकडून आपण काय काय घेतले? हे सारेकाही बोलीभाषेच्या अभ्यासातून आपल्याला कळू शकते. युंग नावाचा मानसशास्त्रज्ञ जेव्हा भाषेला कांझिक स्मरणशक्तीचे साधन असे संबोधतो तेव्हा त्याला हाच अर्थ अभिप्रेत असतो.

बोलीभाषा केवळ विशिष्ट जातीच्या किंवा समुदायाच्या इतिहास-संस्कृतीवर प्रकाश टाकत नाहीत, तर तौलनिक अध्ययनांच्याद्वारे बृहत्त समाजाच्या सांस्कृतिक वाटचालीचा आलेख काढण्याच्या दृष्टीनेही त्या अत्यंत उपयुक्त ठरतात. आत्मवासी समूहांचा भौगोलिक प्रवास

जसा त्यांच्या बोलीभाषेत प्रतिबिंबित झालेला असतो त्याचप्रमाणे ती भाषा बोलणाऱ्यांच्या मनोभावांचेही स्वच्छ चित्र त्यांच्या भाषेच्या नाम, सर्वनाम, क्रियापदे वगैरेंमधून प्रकट झालेले असते. ती भाषा त्यांचा सहजोद्गार असल्यामुळे तर यादृष्टीने तिचे महत्त्व अनन्यसाधारणच म्हणावे लागते. प्रमाणीकरण होताना भाषेचे हे सहजस्वाभाविक स्वरूप काही अंशी कमी होते. त्यामुळेच राष्ट्रीय किंवा आंतरराष्ट्रीय कीर्तीला भाषाकोविदांपेक्षा बोलीभाषेशी जैवरीत्या जोडले गेलेले अभ्यासक्रम तिच्या सामाजिक संचिताचा अधिक अचूकपणे वेध घेऊ शकतात.

श्री. नि. रा. पाटील आणि सौ. ऊर्मिला पाटील यांनी प्रस्तुत कोशात अशाच एका अधिकदृष्ट्या उपेक्षित गणसमूहाच्या बोलीभाषेतील शब्दकळा परिश्रमपूर्वक संपादित केली आहे. त्यांनी हे कार्य कोशनिर्मितीशास्त्राचे सर्व नियम आणि संकेत सांभाळून केले आहे, एवढेच नव्हे तर संबंधित भाषासमूहाचा थोडक्यात इतिहास -भूगोलही सांगितला आहे. लेवा गणबोलीची भाषिक व व्याकरणविषयक वैशिष्ट्येही त्यांनी अभ्यासपूर्वक नमूद केली आहेत. श्री. पाटील यांनी लिहिलेले लेवासमाजाचा सर्वांगीण इतिहास आधीच प्रसिद्ध झाला असून त्यावरून त्यांनी किती बारकाईने या समाजाचा अभ्यास केला आहे हे अभ्यासकांना लक्षात आलेलेच आहे. कोशनिर्मितीच्या कार्यात त्यांना त्यांच्या सहचारिणीचे सहकार्य झाले आहे. ग्रामीण संस्कृतीत घट्ट पाळेमुळे रोवलेल्या स्त्रियांइतका बोलीभाषेशी जिवंत संपर्क क्वचितत्त कोणाचा असू शकेल! सौ. ऊर्मिला पाटील यांनी मुंबईच्या महानगरीत संस्कृतीत इतकी वर्षे काढल्यानंतरही बोलीभाषेचे स्त्रीधन सांभाळून ठेवल्यामुळेच हा कोश एवढ्या समावेशक स्वरूपात साकार होऊ शकला आहे.

लेवासमाज हा आकाराने अगदी लहान समाज आहे. घाटोळी-वऱ्हाडी ही त्यांची मायबोली आहे. तिच्यावर अहिराणीचा संस्कार झाला आहे. बहिणाबाई चौधरी यांची अस्सल जीवनानुभूती देणारी सहजसुंदर कविता हे लेवा मायबोलीचे अलौकिक लेणे आहे. ती कविता मराठी वाचकासमोर आली आणि तो तिच्या भाषिक लडिवाळपणामुळे नादावला. कष्टकरी, साध्यासरळ स्वभावाच्या व ग्रामीण जनसमूहाचे जे जीवन ती कविता समोर उभे करते त्याकडे तमाम महाराष्ट्राचे लक्ष वेधले गेले. पाटील दांपत्याच्या प्रस्तुत कोशामुळे अनेकांची एतद्विषयक जिज्ञासा पूर्ण होणार आहे. कोशाच्या निमित्ताने संपादकांनी लेवा समाजाचे त्यांच्या भाषेतून अभिव्यक्त होणारे जे व्यक्तिमत्त्व टिपले आहे ते अंगभूत परिवर्तनशीलता हा गुणधर्म म्हणून जपलेल्या एका आम्रवासी जनसमूहाचे आहे. गुजरातेतून असिरखिंड मार्गे बऱ्हाणपूर भागातून येऊन जळगाव आणि बुलडाणा जिल्ह्यांच्या सात-आठ तालुक्यांत स्थिरावलेल्या या समाजाची बोली बहुविध भाषांच्या संस्कारांमुळे कशी सर्वसमावेशक झाली आहे. इतरांचे संस्कार स्वीकारत असतानाही लेवा गणबोलीने आपले मूळ स्वरूप, संस्कृती आणि चालीरीती कशा सांभाळल्या

आहेत, त्याचप्रमाणे गुजराती शब्द आणि प्रत्यय यांचा या बोलीतील विपुल आढळ लेवा समाजाच्या मूळ इतिहासावर तर घाटोळी, वऱ्हाडी व अहिराणी बोलींचा प्रभाव त्याच्या भौगोलिक स्थलांतरावर कसा प्रकाश टाकतो असे काही महत्त्वाचे निवेचन संपादकद्वयाने केले आहेत.

शैक्षणिक, भौतिक, सांस्कृतिक वगैरे कालौघात पडद्याआड जाणारे शब्द, म्हणी व वाक्प्रचार पुढील पिढ्यांसाठी सांभाळून ठेवण्याचे संस्कृतीजतनकार्य करण्याचीच प्रेरणा मुख्यत्वे संपादकांनी केलेल्या या खटाटोपामागे असली तरी त्यांच्या कार्याचे महत्त्व त्यापेक्षा पुष्कळच मोठे आहे. केवळ वारसा म्हणून ही संपदा विस्मृतीपासून सुरक्षित ठेवण्यापुरते नव्हे तर या समाजाचा अधिक सखोल समाजशास्त्रीय अध्ययनाचे साधन म्हणूनही या कोशाचे मोठेच मोल आहे. बोलीभाषांचा भाषाशास्त्रीय तौलनिक अभ्यास करू इच्छिणाऱ्या कोणालाही या कोशाला डावलून पुढे जाता येणार नाही. अगदीच एका सुखद आघाताने मराठी रसिकांसमोर आलेली बहिणाबाईची कविता वगळता या बोलीची साहित्याची सृजनशील परंपरा का बरे निर्माण झाली नसावी? कोकणी भाषक लेखकांनी जसा तो प्रदेश सर्वांगानी साहित्यात आणला तसे लेवा गणबोलीबाबात का झाले नसावे? साने गुरुजींसारखा लोकसाहित्याचा आस्थेवाईक संग्राहक या भागात होऊन गेल्यानंतरही लेवा गणबोलीतील लोकसाहित्याचे दालन अधाम ओकेबोके का असावे? लेवासमाजाचे काही गुणदोष याला कारणीभूत आहेत काय? या आणि अशा अनेक प्रश्नांचे मोहोळ प्रस्तुत शब्दकोशाने उठवली आहे ही त्याची फलश्रृती नगण्य आहे असे कोण म्हणेल?

◆◆◆

# ६. कोणती पुण्ये अशी...

पळसखेडे हे कधीकाळी टपाल खात्याच्या दृष्टीने बे'पत्ता' असलेले एक लहानसे गाव. औरंगाबादकडून गेल्यास अजिंठामार्गे आणि जळगावकडून गेल्यास फर्दापूरमार्गे वाकोदला जाऊन पुढे पायवाटेने चालत जाऊनच तिथे पोहोचता येत असे. त्या गावात एका गरीब कास्तकाराच्या घरी नाम्या जन्माला आला आणि पाहता पाहता तो महाराष्ट्राचा एक मोठा कवी झाला. शेतीच्या क्षेत्रात प्रयोगशील असलेला नामांकित शेतकरी झाला आणि त्याची कीर्ती दशदिशांना पसरली. त्यांच्यावर चहूंकडून पत्रांचा वर्षाव या काळात होत राहिला. पळसखेड्यातून बाहेरगावी जाणारी व बाहेरून पळसखेड्यात येणारी पत्रे अक्षरशः हजारोंच्या घरात गेली. ही पत्रे जशी नामदेवला घडवत होती तशीच ती नामदेवच्या वाढत्या प्रभावक्षेत्राची साक्षीदारही होती. आज लिखित पत्रांची संस्कृती जवळपास लोप पावण्याच्या अवस्थेत आलेली असताना आडबाजूच्या गावी राहणाऱ्या एका कवीला आलेली ही पत्रे पत्रांच्या केवळ संख्येच्याच दृष्टीने नव्हे तर ती धाडणाऱ्या व्यक्तींचे व विषयांचे वैविध्य याही दृष्टीने अगदी विस्मयजनक म्हणावीत अशीच आहेत.

या पत्रसंग्रहाला **'रानगंधाचे गारूड'** हे शीर्षक अनेक अर्थांनी अन्वर्थक वाटते. शहरी सभ्यतेत वाढलेल्यांना अपरिचित असलेला रानगंधाचा दरवळ, त्याची अनवट उन्मादकता, अनोखा व अस्वस्थ करणारा, भुरळ पाडणारा व सर्वव्यापी असलेला परिमल या सगळ्या गोष्टी ध्यानात घेता रानगंध ही प्रतिमा ना. धों. महानोरांच्या व्यक्तिमत्त्वाशी एकदम सुसंवादीच ठरते. त्यांच्या गुणांची गंधवार्ता महाराष्ट्रात जसजशी पसरत गेली तसतशी माणसे जणू त्याच्या मायाजालात गुंतत गेली, भरभरून त्याला भेटू लागली, पत्रे धाडू लागली, त्याच्याशी स्वतःला जोडून घेऊ लागली. महानोरनामक रानगंधाचे हे गारूड किती जबरदस्त होते याची प्रकर्षाने जाणीव या संग्रहातली पत्रे वरवर वाचतानाही झाल्यावाचून राहत नाही. हे गारूड

बहुपदरी होते. ते पळसखेड्याच्या परिसराचे, तेथील शेतीवाडीचे आणि शेतातील पीकपाण्याचे होते. किती जणांनी त्याबद्दल किती उत्कटपणे लिहावे याला काही सुमारच नाही. ते गारुड नामदेवच्या कवितेचे होते. आपल्या कवितांमधून सूक्ष्म व तरल निसर्गभान निसर्गाशी एकरूप होऊन देणाऱ्या, कुणाचेही अनुकरण न करणाऱ्या आणि मराठीतील निसर्गकवितेची परंपरा चांगल्या अर्थाने मोडणाऱ्या व कवितेवर जिवापाड प्रेम करणाऱ्या रसिकांची संख्या महाराष्ट्रात फार मोठी आहे. नामदेवच्या कवितेइतकीच मोहिनी त्याच्या काव्यवाचनाच्या खास स्वतःच्या शैलीचीही होती, आपल्या रूक्ष जीवनात आनंदाचे काही क्षण या कवीने काव्यवाचनातून फुलवले अशी साक्ष या संग्रहातील अनेक पत्रलेखकांनी दिली आहे. मराठी माणसांच्या मनाला भुरळ पाडण्यात नामदेवच्या ग्रामीण हेल जपणाऱ्या भाषेतून श्रोत्यांशी हृदयसंवाद साधणाऱ्या, सहजस्फूर्त, सरळ साध्या, अनलंकारिक व अनौपचारिक वक्तृत्वाचा वाटाही बराच मोठा आहे. त्या वक्तृत्वामागे ग्रामीण कार्यकर्त्याचा सुसंस्कृत आत्मविश्वास, प्रतिपाद्य विषयाशी तादात्म्य पावलेले प्रामाणिक मन आणि अस्सल आस्थेवाईकपणा प्रत्ययास आल्यामुळे भारावून गेलेले काही जाणकार श्रोते येथे आपल्याला भेटतात. सर्वांत महत्त्वाची गोष्ट म्हणजे हे गारूड एका मनमोकळ्या व पारदर्शी व्यक्तिमत्त्वाचे आहे. आपल्या परिसराचा कायापालट करण्यासाठी जिवाचे रान करणारे हे व्यक्तिमत्त्व त्याच्या कवितेइतकेच मनमोकळे व मनभावन असल्याचा अभिप्राय विविध वयोगटांतील अनेक पत्रप्रेषकांनी दिला आहे.

एका अनोळखी कवीच्या व्यक्तिमत्त्वाचे व कार्याचे क्रमशः झालेले विकसन-विस्तारण या पत्रांतून दिसतेच; पण त्यांचे महत्त्व तेवढ्यापुरतेच मर्यादित आहे असे म्हणता येणार नाही, तर मराठी समाज, साहित्य व राजकारण या क्षेत्रांचा एक साक्षेपी मागोवाही या सहजसंवादातून या पत्रांतील ओळी व ओळींमधला रिक्त अवकाश वाचू शकणाऱ्या संवेदनशील वाचकाला घेता येणार आहे. ही पत्रे लिहिणाऱ्यांत कुसुमाग्रज- बोरकरांपासून काजे-डहाके यांच्यापर्यंत मराठीचे अनेक अग्रगण्य कवी आहेत, गाडगीळ-व्यंकटेश माडगूळकर-पुंडलिक असे बरेच श्रेष्ठ कथाकार आहेत, पु. ल. व सुनीताबाई आहेत, माधवी देसाई व दुर्गा भागवत आहेत, श्री. पु. यदुनाथ थत्ते, द्वा. भ. कर्णिक यांच्यासारखे सव्यसाची संपादक आहेत. यशवंतराव, शंकरराव, वसंतदादा, शरदराव, एसेम, नवलकर, मनोहर जोशी इत्यादी राजकारणधुरंधर आहेत. निळू फुले, भालजी पेंढारकर, सतीश आळेकर, अमोल पालेकर प्रभृती संगीत-नाट्यचित्रपट क्षेत्रातील मंडळी आहेत. मेधा पाटकर व विकास आमटेही आहेत. याशिवाय परस्परांना याकारान्त नावांनी संबोधणाऱ्या मित्रमंडळीचा नामदेवचा जो गोतावळा महाराष्ट्रात सर्वत्र विखुरलेला आहे त्याच्याकडून आलेल्या पत्रांची संख्या स्वाभाविकच फार मोठी आहे. त्यात भालचंद्र नेमाडे, अशोक शहाणे, रायभान जाधव, चंद्रशेखर जहागीरदार, रवींद्र किंबहुने,

मुकुंद गायकवाड, निशिकांत ठकार हे उल्लेखनीय आहेत. याखेरीज एक ठळक नाव चंद्रकांत पाटील याचे आहे, त्याची निवडक पत्रे तर येथे आहेतच शिवाय महानोरला आलेल्या इतरांच्याही बहुतेक पत्रांत वारंवार या नावाचा उल्लेख आढळतो. याचे कारण स्पष्टच आहे की, कौटुंबिक, सामाजिक, वाङ्मयीन, राजकीय वगैरे सर्वच क्षेत्रांत नामदेवने जे काही केले त्यात या त्याच्या मित्रांची भूमिका सतत कळीची राहत आली आहे. त्याला नामदेवचा मित्र, तत्त्वज्ञ व मार्गदर्शक म्हटल्यास जराही अतिशयोक्ती होणार नाही. लक्ष्मणशास्त्री जोशी, स्मिता पाटील, तेंडुलकर, प्रताप बोराडे प्रभृतींची पत्रे या ना त्या कारणाने कालगत झाली याची खंत नामदेवने व्यक्त केली आहे, ती नामदेवइतकीच कोणत्याही सुजाण मराठी वाचकालाही वाटेल. कारण त्या पत्रांत जे काही हरवले ते नामदेवइतकेच सर्व मराठी माणसांच्याही दृष्टीने मोलाचे असेल. काही पत्रे भेटीगाठींची आखणी करणारी, अजिंठ्याला येताजाता पळसखेड्याला येण्यासंबंधीची किंवा येऊन गेल्यानंतरच्या भारावलेपणाची आहेत, काही कौटुंबिक जिव्हाळ्याची व विस्तारलेल्या नात्यागोत्यांची तर काही सुख दुःखाच्या क्षणांना वाटून घेणारी, अडीअडचणींच्या वेळी आधार देणारी आहेत, काहींचे स्वरूप व्यावसायिक व्यवहारांचे - प्रकाशन, चित्रीकरण, गीतलेखन, अंकांसाठी लेखनसाहाय्य वगैरेशी संबंधित आहे, काही पत्रे स्वतःविषयीच जास्त बोलणारी आणि कृतक आपुलकीच्या आडून आपली कामे नामदेववर थोपणारी अशीही आहेत, काही सविस्तर; पण बिनमुद्द्याची, काही संक्षिप्त तरी मुद्देसूद, तर काही गंभीर मुद्द्यांची उथळ चर्चा करणारी अशीही पत्रे आहेत. काही पत्रकर्ते स्वतःच्या आधीच्या विधानांना उभा छेद नंतरच्या आपल्याच पत्रांमधून देताना दिसतात, तर काही एखाद्या अपयशाचे खापर इतर सर्व सहकाऱ्यांच्या डोक्यांवर फोडून स्वतःला दोषमुक्त करण्याच्या खटाटोपांत पत्रांचे माध्यम राबवताना दिसतात. काही पत्रे पूर्वग्रहांची जळमटे घेऊन आलेली तर काही असूयेला आत्मीयतेचा मुलामा देणारी आहेत. या पत्रांचे आशय आणि निमित्ते अशी वेगळाली असली तरी एक गोष्ट मात्र त्या सर्वांसाठी समान आहे ती म्हणजे त्यांची वाचनीयता. त्या वाचनीयतेचे एकच कारण दिसते ते असे की, ही सगळी पत्रे व्यक्तिगत स्वरूपाची व प्रासंगिक असली तरी ती व्यक्तिगततेच्या व तात्कालिकतेच्या पलीकडे जाऊन प्रत्येक वाचकाला पृथक प्रत्यय देणारीही आहेत.

अर्थात ही पत्रे मूलतः नामदेव हा कवी आणि माणूस म्हणून घडत जाण्याच्या वाटचालीतील टप्पे शब्दांकित करणारी असल्यामुळे त्याच्या जडणघडणीचा हृद्य आलेख त्या पत्रांच्या ओळीओळींमधून साकार झालेला असणे स्वाभाविकच आहे. जळगावच्या महाविद्यालयीन जीवनातील अल्पकालीन सहवासाने ज्यांच्याशी नामदेवचे स्नेहसंबंध जुळले त्या म. ना. अदवंतांची पत्रे यासंदर्भात उल्लेखनीय आहेत. त्यांनी पुस्तके पुरवून नामदेवची वाचनाची

भूक भागवली, व्यवसाय सांभाळून वाङ्मयाभ्यास कसा करावा, काय वाचावे याचे मार्गदर्शन केले आणि हळूहळू त्याचे विश्व त्याला सापडेल असा विश्वासही दिला. ग्रामीण जीवनातील अनुभवांना साकार करण्याचे, ग्रामीणांचे भावविश्व काव्यमय करण्याचे काम नामदेवने करायला हवे. 'त्यासाठीच तुझी योजना पळसखेडा या गावी झालेली असण्याचा योगायोग असेल' असे ते त्यांच्या एका पत्रात म्हणतात. ग्रामीण जीवनावरील काव्य अनुभूतीतून निर्माण होत नसल्याची खंत व्यक्त करून त्यांनी अशी अपेक्षा बोलून दाखवली आहे की, नामदेवसारखा खेड्यातील जीवनाशी समरस व एकरूप होणारा कवीच ही उणीव भरून काढू शकेल. कविश्रेष्ठ कुसुमाग्रजांनी त्याला त्याच्यावर आणि त्याच्या कवितेवर आपले मनःपूर्वक प्रेम असल्याचे आवर्जून कळवले असून त्याची कविता चांगला आकार घेत असल्याचा अभिप्रायही दिला आहे. ***'रानातल्या कविता'*** प्रकाशित झाल्यावर 'हातात आलेल्या कोणत्याही नव्या काव्यसंग्रहाने इतके समाधान अलीकडच्या काळात माझ्या मनाला दिले नाही' असे लिहिणाऱ्या कुसुमाग्रजांनी नामदेवच्या कवितेला वनकन्या संबोधले आहे. निसर्गाचे रंग आणि गंध आपल्यासोबत मिरवीत आणणारी ती कविता असल्याचे ते सांगतात. कोणत्याच प्रभावाच्या आहारी न जाता नामदेवची कविता त्याच्या परिसराशी व व्यक्तिमत्त्वाशी एकनिष्ठ राहिल्याबद्दल ते तिचे अभिनंदन करतात. ती कविता वाचताना यशवंतराव चव्हाणांना बालकवीची आठवण आली असली तरी बालकवीच्या कवितेपेक्षा काही अधिक तिच्यात आहे, असे त्यांनी पत्र लिहून नोंदवले आहे. उमेदवारीच्या काळात या पत्रांनी या कवीला किती मोठा हुरूप आला असेल याची कल्पना वाचक सहज करू शकतील.

काळ्या मातीशी इमान राखणाऱ्या या कवीच्या लेखनाला दाद देणारी अनेक पत्रे प्रस्तुत संग्रहात नसती तरच ते आश्चर्य ठरले असते. यशवंतरावांनी नामदेवच्या कवितेचे केलेले कोडकौतुक सर्वश्रुतच आहे. "शेतात राबता राबता बालकवीची कविता गुणगुणणारा कवी" असे उद्याच्या कवीचे चित्र मनात बाळगणाऱ्या पु. ल. देशपांडे यांना ना. धों. महानोर या कवीच्या स्वरूपात ते चित्र प्रत्यक्षात झाले असे वाटते. ***'रानातली कविता'*** ने आपली केवळ दिवाळीच नाही तर अख्खे वर्षच साजरे झाले असे ते म्हणतात. नामदेवची अजिंठ्यावरची कविता सुनीताबाईंना अजिंठ्याच्या अलौकिक लेण्यांसारखीच मराठी काव्यसृष्टीचे अद्भुत शब्दशिल्प वाटते. कवीचे काळीज कोरणारे दुःख त्याच्या बालकवीवरच्या कवितेतून तीव्रतेने जाणवल्याची साक्ष द्वा. भ. कर्णिकांनी दिली आहे. महानोरी कविता स्वतःच 'रूपवती' असल्याचे सांगून मराठवाड्याच्या नव्या पिढीतील सर्वात मान्यवर कवी असा कवीचा गौरव कुरुंदकरांनी केला आहे. 'तुमच्या जवळपास येईल असा कवी आमच्या भूमीत नाही' अशी स्पष्ट कबुलीच ते देतात. शहरी संस्कृती सोडून सौंदर्याचा शोध घेत निसर्गाकडे 'बाहेरून'

जाणारी इतर कवींची कविता आणि निसर्गाच्या सहवासातच निर्माण होणारी, स्वतःचे वर्णन करणारी, स्वतःच्या सौंदर्याचे भान नसणारी; पण वाचकांना सुंदर वाटणारी अशी निसर्गाच्या 'आतून' जन्मणारी नामदेवची कविता यांच्यातील फरक ते अधोरेखित करतात. आजपर्यंत अशी अंतःकरणाला भिडणारी कविता ऐकायला मिळाली नव्हती अशी साक्ष बाबा कदमांनीही दिली आहे.

कवी म्हणून जे या पत्रांनी नामदेवला दिले त्यापेक्षाही माणूस म्हणून प्रपंचात व समाजात उभे राहताना या पत्रांचा त्याला खूपच मोठा आधार मिळाला असेल असे दिसते. शेतीवाडी, गावपरिवार, शेजारपाजार आणि परिसर यांच्यावर मनापासून प्रेम करणाऱ्या, त्यांच्यासाठी समर्पित भावनेने कष्ट उपसणाऱ्या आणि अहर्निश झिजणाऱ्या नामदेवच्या आयुष्यात अनेक खडतर प्रसंग आले, ज्यांच्या हितासाठी त्याने हाडाची काडे केली तेच त्याचे दुश्मन झाले आणि त्यांची मजल त्याच्या जिवावर उठण्यापर्यंतही गेली. अशा प्रत्येक वेळी त्याला अपरिहार्यतः आलेल्या विषण्ण मनःस्थितीतून बाहेर काढण्याचे फारच मौलिक कार्य या संग्रहातील काही पत्रांनी नक्कीच पार पाडले असावे. 'खळांच्या व्यंकटीने तुम्हाला खूप छळले; पण त्याने तुम्हाला छळ सहन करण्याचे बळ दिले आहे, यापुढेही देत राहील' असा दिलासा कविवर्य कुसुमाग्रजांनी त्याला दिला आहे. आपल्या भोवतालच्या प्रतिकूल परिस्थितीवर रागावून भागणार नाही. ज्यांना तुमची वागणूक कळत नाही त्यांची चूक नाही, त्यांना व आपल्या भोवतालच्या परिस्थितीला आपण अनुकूल करून घेतले पाहिजे असा सल्ला वा.ल. कुलकर्णी एका पत्रातून देतात. यशाने मत्सरग्रस्त झालेले लोक असे करणारच हे गृहीत धरून अशा वेळी कसे वागावे याचा व्यावहारिक उपदेश नेमाडे करतात. निळू फुले यांच्यासह इतर अनेकांचीही पत्रे या संदर्भात लक्षणीय आहेत. *'पानगळ'*ला साहित्य अकादमीचा उत्कृष्ट साहित्याचा पुरस्कार मिळाला तेव्हा हर्षभरित पत्रांचा वर्षाव करणारे जसे चहूकडून पुढे आलेले दिसतात तसेच नामदेवच्या शिरावरचे पितृछायेचे छत्र हिरावले गेले तेव्हा त्याच्या सांत्वनासाठीही अनेकजण धावून आलेले आढळतात. त्यात यशवंतरावांचे पत्र विशेष उल्लेखनीय वाटते.

नामदेवच्या साध्या, सरळ व सुबोध गद्यलेखनालाही रसिकांकडून अशीच मनमोकळी दाद मिळालेली दिसून येते. 'रवींद्रनाथ ठाकूर यांची कविता आणि त्यांची चित्रकला यांच्यामध्ये जे नाते आहे, तेच तुमची कविता आणि *'गांधारी'* यांच्यामध्ये जाणवले' अशा शब्दांत अशोक केळकरांनी कौतुक केले आहे. स्वातंत्र्योत्तरकाळातील झपाट्याने बदलत गेलेल्या सामाजिक जीवनाची आणि उलटापालट झालेल्या मूल्यांची दखल घेऊन खेड्यातील राजकारणाचे थैमान या कादंबरीने यथातथ्य उभे केले असल्याची नोंद वि.स. खांडेकरांसह अनेक मान्यवरांनी

आपल्या पत्रांमधून केली आहे. नामदेवने पु.लं.वर लिहिलेल्या मृत्युलेखावर मार्मिक अभिप्राय देणारे पत्र दत्ता ताम्हणे यांनी पाठविले आहे, तर यशवंतरावांवरचा मृत्युलेख वाचून नेमाडे एवढे भारावले आहेत की त्यांनी नामदेवला कविता सोडून गद्यच लिहायला लागण्याचा सल्ला दिला आहे. नामदेवचे एकूणच वाङ्मयीन मोठेपण सांगताना सदाशिव कुल्ली असा रास्त अभिप्राय देऊन जातात की, 'आजच्या चेहरा हरवलेल्या व छोट्या मराठी साहित्यसृष्टीत स्वतःचे खरेखुरे स्वरूप जपणाऱ्या थोड्या लोकांपैकी आपण एक आहात.'

अनेकांनी एका व्यक्तीशी केलेला संवाद असे या पत्रव्यवहाराचे स्वरूप असल्यामुळे त्यातील बहुतेक संदर्भ व्यक्तिकेंद्री असणे अगदीच स्वाभाविक असले तरीही अनुषंगाने त्यातून महाराष्ट्राच्या समकालीन परिस्थितीवरही प्रकाशझोत पडल्यावाचून राहत नाही. साहित्यकारण, प्रकाशनव्यवसाय, राजकारण, शेती व शेतकरी अशा बऱ्याच विषयांवरचे प्रत्यक्ष-अप्रत्यक्ष उल्लेख अनेक पत्रांमधून झालेले दिसून येतात. व्यक्तिगत अनुभवांच्या माध्यमातून साकार झालेली ही भाष्ये असल्यामुळे त्यांचे स्वरूप विस्कळीत असले तरी ती वाचकांना विचारप्रवृत नक्कीच करतील. मराठी साहित्याच्या प्रांतात नामदेवने त्याच्या मित्रांच्या सहकार्याने जे काही खटाटोप केले ते करताना त्या सर्वांची झालेली दमछाक, साहित्य आणि अर्थबळ यांची जुळवाजुळव करताना लागलेली पुरेवाट, मिळालेले अनुकूल-प्रतिकूल प्रतिसाद आणि अखेरीस वाट्याला आलेले हेत्वारोप व अपयश हे सारेच चित्र मराठी साहित्यकारणाबाबत अस्वस्थ करणारेच म्हणावे लागेल. लघुअनियतकालिकांची चळवळ असो, साहित्योत्सवासारखा उपक्रम असो, पुन्हा कवितासारखी संपादने असोत की नव्या कवींच्या उत्तम कवितांचे संग्रह प्रकाशित करण्याचा 'हस्तक' सारखा महत्त्वाकांक्षी प्रकल्प असो, त्यांच्यामागे संबंधितांना किती विलक्षण अडथळयांच्या वाटा तुडवाव्या लागतात याची कल्पना या पत्रांवरून पुरेपूर येते.

मराठी प्रकाशन व्यवसायाबद्दलच्या उल्लेखांमधून, त्यातील पत्रलेखकांचे सर्व पूर्वग्रह बाजूला ठेवले तरीही, जे वस्तुस्थितीचे चित्र समोर येते ते महाराष्ट्राचा लौकिक वाढविणारे आहे असे निश्चितच म्हणता यायचे नाही. ***'कोसला'***च्या संदर्भात देशमुख प्रकाशनाचे जे अनुभव नेमाड्यांना आले त्यामुळे 'एकूण मराठी लेखक होण्याची आमची हौस पुरी होत आहे,' असे वैतागाचे उद्गार ते एका पत्रातून काढतात. त्या कादंबरीच्या सुरुवातीला जे काही छापले आहे ते सारे बंडल असून आपल्याला न विचारताच ते प्रकाशकाने छापून टाकले अशी त्यांची तक्रार आहे. नेमाड्यांच्या पत्रातून एकूणच मराठी प्रकाशकांबद्दल संताप व्यक्त झालेला दिसून येतो. इंग्लंडकडचे प्रकाशक लेखकांना फसवत नसल्याची माहिती नेमाड्यांनी तिकडून पाठवलेल्या पत्रात दिली होती. आपल्याकडचे प्रकाशक कवितेवरच्या

प्रेमांमुळे नव्हे तर केवळ बक्षिसांसाठी पुस्तके छापतात, तेसुद्धा उपकार केल्यासारखे असे सांगून नेमाडे लिहितात की, या भंपक प्रकाशकांची जिरवलीच पाहिजे. त्यासाठी एकतर लेखकांनी मनमोहनांप्रमाणे प्रकाशक गेले उडत असे म्हणण्याची तयारी ठेवली पाहिजे किंवा लेखकांची सहकारी प्रकाशन संस्था काढण्याच्या उद्योगाला लागले पाहिजे असे त्यांचे मत होते. तसा कच्चा कार्यक्रम तयार करून काही सहकाऱ्यांच्या मदतीने एक प्रयत्नही त्यांनी करून पाहिलेला दिसतो; पण त्यांनी पत्रात सुचवलेले हे दोन्ही मार्ग पुढे त्यांना सोडावे लागले असे त्यांच्या नंतरच्या काळात प्रकाशित झालेल्या पुस्तकांवरून दिसते.

ज्या देशमुख प्रकाशकांबद्दल नेमाडे नाराजी नोंदवतात त्यांचीच कड घेऊन कुरुंदकर मौज व पॉप्युलर या प्रकाशकांची निर्भर्त्सना करतात. श्री पुं.ना कवींचे काव्यसंग्रह वर्षानुवर्षे स्वतःकडे खितपत ठेवण्याची सवय आहे, एवढे सांगून ते थांबत नाहीत तर 'अत्यंत गुंड रा.ज. देशमुखांपेक्षा ही मितभाषी, सौजन्यशील मंडळी लेखक- कवींना अधिक अपमानास्पद वागणूक पद्धतशीर' देत असल्याचे ते आवर्जून नमूद करतात. पॉप्युलर प्रकाशनाची स्कीम संग्रह प्रकाशित करण्याची आहे की नुसता गवगवा करण्याची, असा खोचक प्रश्न ते प्रकाशनास विलंब झाल्यावर कवीला विचारतात. या संग्रहातील काही पत्रे मौज पॉप्युलर यांच्यातील सौहार्दावर प्रकाश टाकणारी असली तरी, ***'रानातल्या कविता'*** संग्रह वा.लं.च्या सल्ल्याने 'वाटमारी केल्यासारखा माझ्या टेबलावरून उचलला गेला, ही खंत व्यक्त करायला श्री. पु. चुकत नाहीत.

साहित्याइतकेच किंबहुना काकणभर अधिकच प्रेम नामदेवने शेती व शेतकरी या विषयांवर केले आहे. त्याने जे काही राजकारण आयुष्यात केले ते साहित्यक्षेत्राबरोबरच शेतकीतील परिस्थिती सुधारण्याच्या आंतरिक ओढीतून केले. कधी कधी तर त्यांची कविता या दोन्ही विश्वांना कवेत घेऊन उभी राहिलेली आपल्याला दिसून येते. मोहन गुंजाळांच्या पत्रात त्यांनी याची नोंद घेतली आहे. राजकारणात नामदेवने पाय ठेवला तेव्हा कुरुंदकरांनी त्यांना असा इशारा दिला होता की, राजकारण खूपच चंचल असते, तुम्ही कवी असता तोवर सर्वांचे असता, राजकारणाच्या क्षेत्रात नियम निराळे असतात, तिथे आजचे स्नेही उद्याचे शत्रू होतात; पण नामदेवबाबत असे झाले नाही, याचे कारण तो आपल्या भूमिकांबद्दल स्पष्ट होता आणि राजकारणाच्या चंचलवृत्तीपासून फटकूनच राहिला होता. त्यामुळे नवोदित कार्यकर्त्यांना राजकारणात पहिली काही वर्षे तरी स्तुतिपाठक व्हावेच लागते, आपली मते आवरून नेत्यांच्या तालावर वागावे-बोलावे लागते हे कुरुंदकरांचे भाकीतही नामदेवबाबत खोटे ठरले होते. साहित्याच्या संदर्भात नामदेवने विधान परिषदेत राहून जे कार्य केले ते महत्त्वाचे असले तरी त्या संबंधीचे पत्रे या संग्रहात फारशी येऊ शकली नाहीत. तीही बहुधा

गहाळ झालेल्या पत्रांचा भाग झाली असावीत असे दिसते. शेतीविश्वाशी संबंधित जे प्रश्न नामदेवने हाताळले त्यांचे पडसाद मात्र अनेक पत्रांमधून उमटलेले आढळतात. शेतकऱ्यांच्या आत्महत्या चिंताजनक प्रमाणावर होऊ लागल्यावर, व्याधीच्या केवळ लक्षणांवर इलाज करणाऱ्या कर्जमाफीसारख्या उपाययोजनांच्या जोडीला ज्या पायाभूत व दीर्घकालीन स्वरूपाच्या धोरणांची नेटाने राबवणूक केली पाहिजे त्यांचा पाठपुरावा महानोरने केला हे अनेक पत्रांतील ओझरत्या उल्लेखांमधून ध्यानात येते. 'काळोखाचा रस्ता आपला नाही' ही त्याची दै. सकाळमधील लेखमाला अनेक शेतकऱ्यांना उपयुक्त व मार्गदर्शक वाटल्याचे त्यांनी अगत्यपूर्वक कळविले आहे. शरद पवारांनी लिहिलेली संक्षिप्त पत्रेही प्रत्यक्ष सांगण्यापेक्षा बरेच अधिक सुचवून जातात. अमुक विषयावरच्या आपल्या भावना समजल्या, आपले विचार समजले, आपल्या सूचना लक्षात घेतल्या इत्यादी आशयाच्या ज्या संक्षिप्त ओळी पवारांच्या पत्रात येतात, त्या नक्कीच खूप संदर्भसंपृक्त आहेत, ज्यांना त्या त्या वेळच्या राजकीय घडामोडी आठवत असतील त्यांना त्या पत्रातील रिक्त अवकाशांत लपलेले हे संदर्भ समजल्यावाचून राहणार नाहीत. पवारांच्या एका पत्रातील दोन ओळी मात्र तुलनेने अधिक बोलक्या आहेत. त्यात ते नामदेवने पत्र लिहून बहुधा शेतकऱ्यांच्या दुःस्थितीबाबत उपस्थित केलेल्या अनेक मुद्द्यांचा संदर्भ देऊन असे सांगतात की, कृषिमंत्रालयात काम करताना शेतकरी वर्गास केंद्र सरकारकडून अधिकाधिक साहाय्य मिळून त्यांचे प्रश्न दूर करण्यास ते प्रयत्नशील आहेतच. शेतकऱ्यांचे प्रश्न अनेक व जटिल आहेत. तरीही विलंबाने का होईना ते सोडविण्यात आपल्याला यश मिळेल, अशी खात्रीही त्यांनी व्यक्त केली आहे.

पत्रे हा ज्याचा त्याचा व्यक्तिगत ठेवा असतो, ती प्रत्येकाची मर्मबंधातली ठेव असते. त्यापैकी काही पत्रांची तर कित्येक पारायणेही झालेली असतात. ना. धों. महानोर आज त्याची ही वर्षानुवर्षे जिवापाड जपलेली धनसंपदा तमाम मराठी वाचकांसाठी खुली करत आहेत. वाचक कृतज्ञतापूर्वक तिचा स्वीकार व स्वागत करतील असा भरवसा मला वाटतो. माझा अनुभव मला असे सांगतो की, ही पत्रे सलगपणे वाचताना तासन्तास एका जागी खिळून बसलो होतो. एक फरक अर्थातच पडणार आहे, मला ती पत्रे हस्तलिखित स्वरूपात वाचायला मिळाली, वाचकांना मात्र ती मुद्रित अक्षरांत वाचावी लागतील. हस्ताक्षरांची प्रसंगानुरूप व मूडनुसार बदलणारी वळणे, पत्र लिहून संपल्यानंतर त्यात आडव्या उभ्या ओळी लिहून घुसडलेली वा वगळलेली वाक्ये, काही शब्दांच्या वळणांना आपोआपच चिकटलेला कातर हळवेपणाचा वर्ख आणि अस्फुट अव्यक्तता, काही ओळींमधील धावती गतिमानता, तर इतर काही ओळींची संथ लय, रिकाम्या राहिलेल्या वा सोडलेल्या जागा आणि मूळ शब्दांच्या जागी खोडून टाकलेले पर्यायी शब्द, किंवा खोडलेल्या ओळीच्या ओळी, मजकुरांच्या

मांडणीचे विविध आकृतिबंध, स्वाक्षऱ्यांची निरनिराळी लपेट आणि धाटणी हे सारे आणि आणखीही बरेच काही पाहिल्यावर मला ती पत्रे अधिकच अर्थसघन होत असल्याचा अनुभव आला. मुद्रित प्रतीत हे अपरिहार्यतः हरवणार हे उघडच आहे. यशवंतराव चव्हाणांची पत्रे वाचताना मला हे विशेष जाणवले. त्यांची सुरुवातीची पत्रे संगणकयंत्रावर मुद्रित केलेली आहेत, नंतरच्या पत्रांतून जेव्हा त्यांना अधिक आत्मीय स्वरूपाचा व भावनिक आशय व्यक्त करायचा होता, तेव्हा त्यांनी स्वदस्तुरास पत्रे लिहून पाठवलेली दिसतात. अर्थात हा फरक पडणार असला तरी मी हे खात्रीने सांगू शकतो की मुद्रिततेच्या औपचारिक कोरडेपणाच्या मर्यादेतही ही पत्रे वाचकांना भरभरून बरेच काही देतील. या पत्रसंग्रहाच्या संपादनाचे अत्यंत जिकिरीचे काम करणारे संपादक आणि आमचे तरुण कविमित्र प्रकाश होळकर व प्रकाशक साकेत बाबा भांड या उभयतांचे मी मनःपूर्वक अभिनंदन करतो आणि आभार मानतो.

◆◆◆

# ७. प्रस्तावनेऐवजी, प्रेरणास्त्रोत

प्रेरणास्रोत नामक प्रस्तुत पुस्तकाला मी प्रस्तावना लिहावी अशी आज्ञा आदरणीय डॉ. भाऊसाहेब कोलते यांनी मला केल्यावर मी क्षणभर स्तंभित झालो. भाऊसाहेबांच्या पुस्तकाला मी प्रस्तावना लिहिण्यातील औद्धत्य लपवून लपणारे नव्हते; पण त्याचवेळी भाऊसाहेबांची अवज्ञा करण्याचीही माझी प्राज्ञा नव्हती. या शृंगापत्तीतून अंशतः सोडवणूक करून घेण्यासाठी, मी हे जे काही लिहीत आहे त्यास 'प्रस्तावना' असे न म्हणता प्रस्तावनेऐवजी असे शीर्षक योजले आहे. वाचकांनी समजून घ्यावे.

बुद्ध, राममोहन रॉय, जोतीराव फुले, शाहूमहाराज, बाबासाहेब आंबेडकर, विठ्ठल रामजी शिंदे, पंजाबराव देशमुख आणि भाऊसाहेब पाटील या व्यक्तिविशिष्टांचा विचार आणि कार्यासंबंधीचे भाऊसाहेबांचे लेख प्रस्तुत छोटेखानी पुस्तकात संकलित करण्यात आले आहेत. यातील बुद्ध आणि राममोहन वगळता इतर सर्व थोर व्यक्ती मराठी मातीतून उपजलेल्या आहेत. दुसरे असे की या सर्वांची कीर्ती राष्ट्रभर आणि राष्ट्राबाहेरही कमीअधिक प्रमाणात पसरली असली तरी या सर्वच महापुरुषांना आपल्या समाजाने पुरतेपणी न्याय दिला आहे असे म्हणण्याची सोय नाही. तसे पाहू जाता ही माणसे समाजाच्या भिन्न स्तरातून आलेली होती. त्यापैकी काही राजवंशातील होती, काही श्रीमंत घरातली तर काही समाजाने कनिष्ट, अस्पृश्य, पशुतुल्य व निर्बुद्ध ठरवलेल्या वर्गातून मोठी झालेली होती; पण त्या सर्वांना जोडणारा एक समान दुवा म्हणजे सामाजिक उतरंडीतील तळपातळीवर दलितशोषित जीवन जगणाऱ्या स्त्रीशूद्रातिशूद्रांचा कैवार त्यांनी घेतला. समाजाने मनुष्यत्वाचाही दर्जा नाकारलेल्यांची आयुष्ये उजळण्याचा त्यांनी परोपरीने प्रयत्न केला. किंबहुना त्यामुळेच त्यांनी राष्ट्राच्या इतिहासात पार पाडलेल्या भूमिकांचे यथार्थ आकलनही उच्चवर्णीय भाष्यकार-पत्रकार-इतिहासकार-संशोधकांना कालपरवापर्यंत करवून घ्यावेसे वाटले नव्हते. पाखंडी, जातीयवादी,

अज्ञानी, मूर्तिभंजक, शिवराळ, गावठी अशी शेलकी विशेषणे लावून त्यांची बोळवण करण्याकडेच या मंडळींचा कल होता. अजूनही परिस्थिती फारशी पालटलेली नसली तरी त्या परिवर्तनवादी महर्षीच्या विचारकार्याचे गंभीर आणि आस्थेवाईक परिशीलन अलीकडच्या काळात सुरू झाले ही गोष्ट स्वागतार्ह म्हणावी लागेल.

डॉ. भाऊसाहेब कोलते यांनी अगदी सुरुवातीपासून समाजाला पुढे घेऊन जाणाऱ्या या परंपरेचे महत्त्व ओळखले आणि जमेल त्या माध्यमातून ते समाजमानसावर बिंबवण्याचा सतत प्रयत्न केला. त्यांच्या स्पष्टोक्तीमुळे केवळ या पुरोगामी परंपरेच्या विरोधकांचाच नव्हे तर महात्म्यांना मखरात बसवून त्यांची फक्त पूजा करणाऱ्या अंधानुयायांचाही रोष भाऊसाहेबांनी अनेकदा ओढवून घेतला; पण त्याची तमा मात्र त्यांनी कधीच बाळगली नाही. नवसमाजनिर्मितीचे संकल्पन करून ती प्रत्यक्षात उतरणाऱ्या परिवर्तनाग्रही परंपरेला भाऊसाहेबांनी आपले प्रेरणास्रोत मानले आणि या आपल्या प्रेरणांशी त्यांनी कधीच प्रतारणा केली नाही; पण त्याचबरोबर आपल्या या प्रेरणास्रोतांचे दैवतीकरणही त्यांनी कधी केले नाही.

त्यादृष्टीनेच सिद्धार्थांच्या 'भगवान' पणापेक्षा 'सामाजिक क्रांतिकारका' च्या भूमिकेने भाऊसाहेबांना अधिक प्रभावित केले. त्यांच्या मते बहुजन समाज आणि स्त्रिया यांना गुलामगिरीत ठेवणारे उच्चवर्णीय हिंदू धर्माचे एक नंबरचे शत्रू आहेत. त्यांनीच हिंदू धर्म पोखरला आणि दलित-शोषितांना धमांतरे करण्यास भाग पाडले, अन्यवर्णियांचे व्यवसाय आत्मसात करूनही आपला वर्ण-श्रेष्ठत्वाचा अहंकार त्यांनी सोडला नाही. त्यामुळेच सामाजिक विषमतेच्या विरोधात बंड पुकारणाऱ्या बुद्धांचा आदर्श समाजासमोर ठेवणे भाऊसाहेबांना गरजेचे वाटते. शाक्त तांत्रिकादी मिथ्यादिकारांची थोतांडे आणि बळी-सती -व्यसनाधीनता वगैरेंची अनिष्ट जळमटे यांचा नायनाट करणारे राममोहन रॉय आणि त्यांचा ब्राह्मो समाज त्यांना स्वागतार्ह वाटतो.

महात्मा जोतीराव फुले यांचा युगपुरुष म्हणून गौरव करून भाऊसाहेब असे सांगतात की, जोतीराव केवळ महाराष्ट्राचेच नव्हे तर संपूर्ण महाभारताचे महागुरू ठरतात. बहुजनसमाजाचा कायापालट करण्यासाठी ज्या शैक्षणिक, सांस्कृतिक आणि आर्थिक उपाययोजना जोतीरावांनी सांगितल्या त्या त्यांच्या कोणत्याही समकालीन समाजचिंतकांच्या ध्यानीमनीही नव्हत्या. जोतीरावांचे श्रेष्ठत्व असे की, केवळ उपाययोजना सांगून ते थांबले नाहीत तर प्रत्यक्ष त्यांनी त्या अमलातही आणल्या. जोतीरावांच्या सत्यशोधकी शिकवणुकीचा गाभा कसा विशुद्ध व व्यापक राष्ट्रीयतेचा होता आणि संकुचित जात्याभिमान वा जातिद्वेष याचा त्याला कसा लवलेशही नव्हता हे भाऊसाहेबांनी आवर्जून सांगितले आहे.

फुले-शाहू-आंबेडकर या त्रयींबद्दल ते परसत्ताधार्जिणे होते असा एक प्रवाद प्रचलित आहे. तो भ्रममूलक आहे. राजकीय कर्तृत्वालाच राष्ट्रीय कर्तृत्वाचे क्षेत्र समजण्याच्या गफलतीतून तो त्याकाळी निर्माण झाला होता आणि आजही काही अंशी टिकून आहे. भाऊसाहेबांनी या प्रवादाचा प्रतिवाद प्रस्तुत पुस्तकातील लेखांतून समर्थपणे केला आहे. त्यांच्या मते पारतंत्र्य, स्वातंत्र्य व राष्ट्रभक्ती या शब्दांची नव्याने व्याख्या केली जाण्याची खरी गरज आहे. देशावर परकीयांची राजवट असणे म्हणजे केवळ पारतंत्र्य असे मानले तर मग त्यापासून सुटका हाच स्वातंत्र्याचा अर्थ होतो; पण हे दोन्ही अर्थ फारच संकुचित आहेत. सामाजिक-आर्थिक दास्याच्या शृंखलांनी ज्यांना घट्ट आवळले आहे त्यांचे पारतंत्र्य कितीतरी पटींनी सूक्ष्म, बहुपदरी आणि जाचक असले आणि त्यातून त्यांची सुटका झाली नाही तर राजकीय स्वातंत्र्याचा लाभ त्यांना कधीच मिळू शकत नाही. ते स्वतंत्र होऊनही गुलामच राहतात. या विदारक वस्तुस्थितीचे भान ठेवून जे कार्य करतात तेच खरे देशभक्त असतात. राजकीय स्वातंत्र्यासाठी जे लढतात त्यांना तात्काळ लोकप्रियता मिळते, लोकाग्रणी म्हणून ते समाजात मान्यता पावतात; पण ग्रामीण, श्रमिक, निम्न जातीय समाजघटकांच्या सामाजिक-सांस्कृतिक स्वातंत्र्यासाठी लढणाऱ्यांच्या पदरी मात्र सतत अवहेलना, उपेक्षा आणि बहिष्कार-मारपीट-खुनाच्या धमक्या असे प्रसंग वारंवार येतात. इतिहासही त्यांना न्याय देण्यास कचरतो. अशा 'खऱ्या' राष्ट्रपुरुषांचे ऋण स्मरून त्यांच्याबद्दल कृतज्ञता भाऊसाहेबांनी आपल्या लेखांतून व्यक्त केली आहे.

राजपद वाट्याला आल्यामुळे सुखासीन जीवन जगणे ज्यांना सहज शक्य होते ते शाहू महाराज पूर्वास्पृश्यांच्या उद्धारासाठी नाना परींनी प्रयत्न करतात. सामाजिक विषमता दूर करण्याच्या उपायांचा अहोरात्र विचार करतात आणि आपल्या पदाचे सर्व अधिकार नवसमाजनिर्मितीच्या कार्यासाठी कटाक्षपूर्वक वापरतात असे सांगून, शाहू महाराजांच्या ठिकाणी राष्ट्रपुरुषाची दृष्टी कशी होती हे भाऊसाहेबांनी स्पष्ट केले आहे. या दृष्टीची वैशिष्ट्ये सांगताना ते म्हणतात, राष्ट्रपुरुषाची दृष्टी राष्ट्रजीवनाच्या सर्वांगांना स्पर्श करणारी असते. शाहू महाराजांनी सामाजिक, धार्मिक, शैक्षणिक, शेतकी, उद्योगधंदे, व्यापार, मल्लविद्या, शिल्प, संगीत, नाटक, चित्र इत्यादी कला अशी सर्वच क्षेत्रे आपल्या कर्तृत्वाने उजळून काढली होती.

छत्रपती शाहू महाराज सत्यशोधक होते की नव्हते असा एक प्रश्न अभ्यासकांच्या चर्चेचा विषय ठरला आहे. ते सत्यशोधकच होते पण राजेपणामुळे त्यांना सर्वांना सोबत घेऊन चालावे लागत होते असे भाऊसाहेबांनी म्हटले आहे, तर "आपण सत्याशोधक नसून आर्यसमाजाचे अनुयायी आहोत" असे महाराजांनीच सांगितले असल्याचे पुरावे समोर आले

आहेत. एवढे खरे की महाराज धार्मिक वृत्तीचे होते. बुद्ध-कबीरही आध्यात्मिक वृत्तीचेच होते. एका वेगळ्या अर्थाने जोतीराव फुले हेही सश्रद्धच होते. त्यामुळे आपल्या आजच्या निकषांवर त्यांच्यापैकी कोणालाही नास्तिक, निरीश्वरवादी, धर्मसंस्थाविरोधी, मूर्तिभंजक अशा चौकटीत बसवण्याचा प्रयत्न करण्यात हशील नाही. महाराज स्वतः सत्यशोधक होते की नव्हते हे महत्त्वाचे नाही. त्यांनी जोतीरावांचे कार्य नेटाने पुढे केले हे महत्त्वाचे आहे. डॉ. बाबासाहेबांनी तेच कार्य आणखी पुढे नेले. पुरोगामी परंपरेतील हे सातत्य अधोरेखित होणे आज अत्यंत निकडीचे ठरले आहे.

प्रस्तुत संग्रहातील विठ्ठल रामजी शिंदे यांच्यासंबंधीचा लेख यादृष्टीने विशेष उल्लेखनीय आहे. बहुजनसमाजाने राष्ट्रसभेत यावे, अस्पृश्यतेचा कलंक मिटून संपूर्ण समाज एकजिनसी व्हावा, सर्व धर्मांमधील मौलिक सत्यांशांचा समन्वित विचार व्हावा, अन्याय्य रूढीपरंपरांचा नायनाट व्हावा अशा रचनात्मक ध्येयासाठी हयातभर धडपडलेल्या महर्षी शिंदे यांना 'महाराष्ट्रातील उपेक्षितांचे मेरुमणी' असेच म्हणावे लागेल. ज्यांच्या ज्यांच्यासाठी ते झिजले त्यांच्यापैकी कोणीच त्यांच्या कार्यचे चीज केले नाही. त्यामुळे महर्षींच्या कार्याकडे 'ऐतिहासिक दृष्टीने पाहिले पाहिजे' हे भाऊसाहेबांचे आवाहन अत्यंत औचित्यपूर्ण वाटते. 'भारतीय निराश्रित साह्यकारी मंडळी'च्या कार्याचा इतिहास आज अस्पृश्यतानिवारणाच्या क्षेत्रात क्रियाशील असलेल्या नव्या पिढीने समजून घेणे किती गरजेचे आहे हे भाऊसाहेबांनी सांगितले आहे. आज पूर्वास्पृश्यांना त्यांचे स्वतःचे पुढारीपण लाभले असले तरी कधीकाळी इतर सुधारकांनी त्यांच्यासाठी खाल्लेल्या खस्तांकडे त्यांनी कानाडोळा करू नये. त्या सुधारकांचे कार्य शैक्षणिक-सामाजिक सुधारणांपुरते सीमित असले तरी पुढील काळातील राजकीय-आर्थिक चळवळीच्या पायाभरणीच्या दृष्टीने निःसंशय मौलिक-महत्त्वाचे होते हे त्यांनी ध्यानात घ्यायला हवे. "आपण आणि आपले पुढारी कुणाच्या खांद्यावर उभे आहोत याची कल्पना या क्षेत्रातील आजच्या कार्यकर्त्यांना घ्यायची झाल्यास त्यांनी अधिक मोकळ्या मनाने पूर्वसुरींच्या कार्याचा विचार केला पाहिजे" असा भाऊसाहेबांचा रास्त अभिप्राय आहे.

डॉ. पंजाबराव देशमुख आणि कर्मवीर भाऊसाहेब पाटील यांनी शिक्षण आणि शेती या नवसमाजनिर्मितीच्या दोन मूलगामी क्षेत्रांमध्ये जी भरीव कामगिरी केली तिची तोंडओळख करून देणारे दोन लेखही प्रस्तुत संग्रहात आहेत. या दोन क्षेत्रांमध्ये अन्योन्याश्रयी स्वरूपाचे सुधारणाप्रयत्न झाले तरच ते फलद्रूप होऊ शकतात, याचे भान बहुजन समाजाच्या या दोन्ही अध्वर्यूंना होते. त्यांच्या वारसदारांपाशी मात्र ते अभावानेच आढळते. त्यामुळेच संख्यात्मक बाजूने विस्तारलेले या दोन्ही महापुरुषांचे कार्य गुणात्मक-मूल्यात्मक समाजपरिवर्तनाच्या दृष्टीने मात्र अत्यल्प प्रमाणात परिणामकारक झाले असे खेदाने नमूद करावे लागते.

भाऊसाहेबांच्या या पुस्तकातील सर्व लेखांमध्ये एक समान सूत्र निश्चितच असले तरी मुळात हे लेख वेळोवेळी व वेगवेगळ्या निमित्तांनी लिहिले गेलेले असल्यामुळे त्यांच्या मांडणीत एकसंधपणा स्वाभाविकच राहू शकलेला नाही. यापैकी एक लेख मुळात महर्षी शिंदे यांच्या पुस्तकाची प्रस्तावना आहे, तर एक शाहू महाराज गौरवग्रंथातील लेख आहे. सामान्यतः प्रस्तावनेत संबंधित व्यक्तीच्या हयातभराच्या कर्तत्वापेक्षा ग्रंथविशिष्ट तपशिलांनाच प्राधान्य येते. तेच येथेही झाले आहे. शाहू महाराजांवरचा लेख मुळात गौरवग्रंथासाठी लिहिलेला असल्यामुळे तो समावेशक उतरला आहे. इतर लेख भाऊसाहेबांनी प्रसंगोपात्त लिहिलेले आहेत. सर्व लेखांचा लेखनकाल नोंदवणेही आवश्यक होते. त्या अभावी लेखात काही ठिकाणी येणाऱ्या गेल्या वर्षी....' अशा स्वरूपाच्या कालनिर्देशांचा वाचकांना बोध होत नाही. शिंद्यांच्या पुस्तकातून मूळ प्रस्तावनेत संबंधित ग्रंथातील विशिष्ट प्रकरणाचा दिलेला संदर्भ संग्रहात तो लेखरूपाने समाविष्ट करताना वगळायला हवा होता. त्याचप्रमाणे काँग्रेस अधिवेशनासमोर शेतकऱ्याचा पुतळा उभा करण्याची कल्पना जोतीरावांची नसून कृष्णराव भालेकरांची होती ही दुरुस्तीही व्हायला हवी होती.

अर्थात या वैगुण्यांमुळे प्रस्तुत पुस्तकाच्या उपयुक्ततेत मुळीच बाधा येत नाही. भिन्न वेळी व भिन्न संदर्भात जरी हे लेखन झाले असले तरी भाऊसाहेबांच्या सुसंगत जीवनदृष्टीची डूब त्यास मिळाल्यामुळे ते वाचताना त्यातील सातत्य वाचकाला नक्कीच धरून ठेवील. लेखातील असंख्य तपशील पूर्वज्ञात आणि प्राथमिक स्वरूपाचे आहेत हे खरे आहे; पण त्याचबरोबर हेही खरे आहे की समाजाने ज्यांना दीर्घकाळ उपेक्षेच्या अंधारकोठडीत डांबून ठेवले ते हे विचार समाजासमोर कोणत्याही रूपाने वारंवार येत राहणे हे अंतिमतः समाजहिताचेच होणार आहे. मी या छोटेखानी पुस्तकाचे हार्दिक स्वागत करतो.

◆◆◆

# ८. समंजस पुरोगामित्वाचा ओनामा

**रा**जकारणाच्या धकाधकीत सतत वावरत असूनही ज्यांनी आपली अभ्यासूवृत्ती कायम ठेवली आहे अशा विरळा व्यक्तींपैकी कॉ. गोविंदराव पानसरे हे एक आहेत. विशिष्ट पक्षाचे ते पदाधिकारी असले तरी त्यांच्या मित्रपरिवारात पक्षवर्तुळाबाहेरची मंडळीही मोठ्या संख्येने आहेत. कोणत्याही प्रश्नाचे सम्यक आकलन करून घ्यायचे तर त्याचे सर्व पैलू तपासणे अगत्याचे असते, या धारणेतून ते नेहमीच आपल्या गोतावळ्यातील पुरोगामी विचारांच्या भिन्न प्रवाहांतील सुहृदांशी खुल्या मनाने चर्चा करत असतात. पुरोगाम्यांनी आपापसातील मतभेदांचे कंगोरे घासून सहमतीची क्षेत्रे विस्तारत न्यावीत आणि संघटितपणे आपले लढे लढवावेत अशीच त्यांची भूमिका सदैव असते. पुरोगाम्यांमधील फाटाफुटींमुळे आरोपप्रत्यारोपांतच त्यांचा शक्तिपात आणि बुद्धिनाश होतो, समाजविघातक शक्तींच्या ते पथ्यावर पडते व त्या फोफावतात आणि मुख्य म्हणजे जनसामान्यांचे जीवनमरणाचे प्रश्न बाजूला पडून बिनमहत्त्वाच्या भावनिक व तात्कालिक प्रश्नांना अवाजवी महत्त्व प्राप्त होते. हे समाजवास्तव जर बदलायचे असेल तर पुरोगामी प्रवाहातील कार्यकर्त्यांनी कोणती दक्षता घ्यायला पाहिजे याची दिशा दाखवणारे कॉ. गोविंदरावांचे काही लेख प्रस्तुत पुस्तिकेत एकत्र केले आहेत. हे संकलन छोटेखानी असले आणि त्यातील लेखन प्रसंगोपात्त घडलेले असले तरी त्याची एकसूत्रता अबाधित असून कार्यकर्त्यांच्या दृष्टीने असलेले महत्त्वही वादातीत आहे.

डाव्या चळवळींच्या कार्यकर्त्यांनी कोणत्याही प्रश्नावरची आपली भूमिका निश्चित करताना सर्वप्रथम आपल्या उद्दिष्टांचे स्पष्ट भान ठेवणे गरजेचे आहे. त्यानंतर त्या प्रश्नांशी संबंधित असलेल्या भिन्न पातळ्या आणि टप्पे लक्षात ठेवून आपली व्यूहरचना ठरवणे उपयुक्त ठरू शकते, असे एक सूत्र समोर ठेवून चर्चेसाठी काही तातडीचे विषय लेखकाने येथे निवडले आहेत. जमातवादाचे आव्हान, जात्यंताचा प्रश्न, नवब्राह्मण्याचे स्वरूप, बहुजनवादाच्या शक्यता

व मर्यादा आणि भूमिहीनांचा लढा असे हे विषय आहेत. सामाजिक परिवर्तनाच्या चळवळींच्या दृष्टीने महत्त्वाचे व आस्थेचे असे हे सर्व विषय असून त्यासंबंधी आपल्या भूमिका कोणत्या निकषांवरून निर्धारित कराव्यात, आपल्या संघर्षांच्या रणनीती कशा आखाव्यात आणि त्या कामी आपले शत्रू व मित्र कोण आहेत हे कसे ओळखावे असे प्रश्न त्या सर्वच चळवळीतील कार्यकर्त्यांना स्वाभाविकच पडत असतात. त्या प्रश्नांची उत्तरे शोधण्याच्या दृष्टीने प्रस्तुत पुस्तिकेतील प्रतिपादन निश्चितपणे उपयुक्त ठरणार आहे.

जमातवादाचे आव्हान आणि हिंदुत्वाच्या राजकारणातून संभवणारा फॅसिझमचा धोका हे नव्वदोत्तर भारतीय लोकशाहीसमोरचे नक्कीच सर्वांत गंभीर गंडांतर आहे. लोकांच्या धर्मभावनांचा सत्तास्वार्थासाठी वापर करणाऱ्या भारतीय जनता पक्षाची राजकीय सरशी राममंदिराच्या अयोध्याकांडानंतर झपाट्याने झाली. राष्ट्रासमोरच्या सर्व जटिल प्रश्नांचे अतिसुलभीकरण करून जमातवादी अंगाने त्यांची मांडणी व उकल या पक्षाने केली. सर्व प्रश्नांसाठी अल्पसंख्याक जमातीच कारणीभूत असल्याचे त्याने प्रचाराद्वारे जनमानसावर ठसवले. मुस्लिम समाजाची विकृत व भयानक अशी शत्रुप्रतिमा हिंदूंच्या मनात निर्माण करून त्याच्याबद्दल द्वेष, तुच्छताभाव, संशय आणि दुरावा वाढविण्यात त्या पक्षाला यश मिळाले. कथित उज्ज्वल भूतकाळाचे स्मरण, परंपरांचा अभिमान, स्वधर्माचा अहंकार, धार्मिक प्रतीके व सणवार यांचे स्तोम इत्यादींचा कौशल्यपूर्वक वापर करूनही जे हिंदू संघटन साधले नाही ते साधण्यासाठी परधर्मीयांचा द्वेष हे साधन उपयुक्त ठरले. स्वभावतः जमातवादी नसलेले कोट्यवधी हिंदू हिकमती राजकारण्यांच्या या जमातवादी क्लृप्त्यांना बळी पडले. या पक्षाचे तात्कालिक निवडणूक यश हा जमातवादाच्या संकटाच्या हिमनगाचा दृष्टीत भरणारा एक छोटासा भाग होता. खरे संकट त्याहून फार मोठे व भयंकर आहे. संपूर्ण समाजजीवन सांप्रदायिक तेढींनी विषाक्त होणे, सामाजिक संबंधातील सहिष्णुतेला ग्रहण लागणे, धार्मिक कार्यासाठी प्रसंगी हिंसाही समर्थनीय समजली जाणे, कृतिप्रवण प्रक्षोभातून सर्वच सामाजिक व्यवहार तणावपूर्ण होत जाणे, लोकशाही मूल्ये पायाखाली तुडवण्याच्या प्रवृत्ती वाढीस लागणे, धर्मांध व बेजबाबदार शक्तींना धर्मरक्षकांची प्रतिष्ठा प्राप्त होणे अशी एकापेक्षा एक वरचढ खतरनाक अरिष्टांची मालिका जमातवादी राजकारणाने आज आपल्या समाजात निर्माण केली आहे. नव्या आर्थिक धोरणांमुळे त्या अरिष्टांना पोषक वातावरण आयतेच तयार झाले आहे.

पुरोगाम्यांनी धर्माविषयी व तत्संबंधित घडामोडींविषयी एकूणच जी अनास्थेची किंवा कुत्सितपणाची भूमिका घेतली तिच्यामुळे एकतर सश्रद्ध समाज त्यांच्यापासून दुरावला आणि दुसरे असे की ते क्षेत्र सर्वस्वी जमातवाद्यांना बहाल झाले. अयोध्या प्रकरणी जे घडले त्यामुळे पुरोगाम्यांच्या लक्षात आपली चूक आली. त्यांनी आपली धर्मविषयक भूमिका फेरतपासणीला

लावली. मूठभर जमातवादी सत्तास्वार्थासाठी धर्माचा वापर करतात आणि तेवढेच बोके संन्यासी आक्रमक पवित्रे घेऊन मुसंडी मारतात याची कारणमीमांसा करता येत असली तरी लाखो प्रामाणिक धर्मश्रद्ध माणसे त्यांच्या प्रचाराला बळी का पडतात आणि धर्मनिरपेक्षतेच्या त्यांच्या हिताच्या भूमिकेपासून का दूर जातात याचे कोडे मात्र पुरोगाम्यांना सोडवता येत नव्हते. जमातवादी पक्षांना शह देण्यासाठी केवळ सर्व धर्मनिरपेक्ष पक्षांची मोळी बांधणे पुरेसे होणार नाही, तर आपल्या धर्मनिरपेक्ष धारणांचीही खोलात जाऊन चिकित्सा करावी लागेल याची जाणीव त्यांना झाली. मार्क्स यांनी धर्माला अफूची गोळी म्हटले एवढेच ध्यानात घेऊन जे धर्माशी संबंधित प्रत्येक गोष्टीवर टीकेची कुऱ्हाड चालवत सुटले होते, त्यांनाही मार्क्स कोणत्या संदर्भात तसे म्हणाले होते हे तपासून पाहण्याची सद्बुद्धी या निमित्ताने झाली. त्यांच्यासाठी प्रस्तुत पुस्तिकेत मार्क्स यांच्या धर्मविषयक भूमिकेचे संक्षिप्त; पण मार्मिक विवरण कॉ. पानसरे यांनी केले आहे. धर्माची स्थलकालपरिस्थितीसापेक्षता जशी ते त्यातून अधोरेखित करतात त्याचप्रमाणे केवळ टीका करून धर्मभावना नष्ट होत नसते तर तिला जन्म देणाऱ्या परिस्थितीत त्यासाठी बदल घडवून आणणे गरजेचे असते, हे ते विशद करून सांगतात. माणसाला हवे असलेले सुख लाभत नाही म्हणून तो धर्माचा आधार शोधतो, आपल्या दुःखांचे कारण न समजल्यामुळे त्यांच्या निराकरणाचा उपाय त्याला दिसत नाही, अशा वेळी धर्मातून मिळणारा दिलासा त्याला हवासा वाटतो हे लक्षात घेतल्यास धर्मश्रद्ध माणसांबद्दल दुरावा न वाटता जवळीकच वाटली पाहिजे, हा मार्क्सप्रणीत प्रतिपादनाचा इत्यर्थ लेखकाने सांगितला आहे. जमातवाद्यांविरुद्ध लढताना प्रामाणिक धर्मश्रद्धांचा व धर्मभावनांचा अधिक्षेप करून चालणार नाही हा त्यांचा इशारा महत्त्वाचा आहे.

जे सामान्य जनतेच्या धर्मविषयक भावनांचा स्वार्थासाठी गैरवापर करतात तेच या लढ्यात पुरोगाम्यांच्या हल्ल्यांचे मुख्य लक्ष्य असले पाहिजेत. धर्मावर किंवा श्रद्धांवर प्रहार करण्याऐवजी धर्माचा वापर साधन म्हणून करणाऱ्यांच्या जनविरोधी आर्थिक धोरणांचा, भ्रष्ट व अनैतिक व्यवहारांचा तसेच इतिहासातील दुष्कृत्यांचा व नाकर्तेपणाचा पर्दाफाश केला पाहिजे. त्यांच्या संघटनांचे बदलते स्वरूप व डावपेच तसेच लाभान्वित होणारे मर्यादित स्तर यावर प्रकाश टाकला पाहिजे आणि सर्वांतच महत्त्वाची गोष्ट म्हणजे लढाईचे मैदान त्यांनी नव्हे तर आपण निश्चित केले पाहिजे. आज ते रामजन्मभूमीचा मुद्दा उकरून काढतात आणि ती रामजन्माची जागा कशी नाही यावर आपण पुरावे शोधत बसतो असे न होता सामाजिक-आर्थिक विषमतेत नवभांडवलशाहीने घातलेली भर, कारखाने बंद होण्यातून कोसळलेली बेकारीची कुऱ्हाड, मूलभूत सुविधांची वानवा, विकासाचे विकृत अग्रक्रम आणि भीषण दुष्परिणाम, कुपोषणमृत्यू अशा जनतेच्या खऱ्याखुऱ्या प्रश्नांवर आंदोलने करून जर आपण मैदानात

उतरलो तर जमातवादी शक्ती आपल्या पासंगालाही पुरणार नाहीत. तसेच त्यांना या प्रश्नांचे जमातवादीकरण करण्याची संधीही मिळणार नाही.

पण मानवी जीवनातील धर्माचे स्थान कोणते आणि ते कोणकोणत्या कारणांनी असते याची अगदी सोपपत्तिक ऊहापोह करून जरी आपण आपली धर्मनिरपेक्षतेची व्याख्या तयार केली, तरीही तिच्याद्वारे अन्यद्वेषमूलक जमातवादाला शह देणे कितपत साध्य होईल हे तपासावे लागेल. धर्मनिरपेक्ष शक्तींची व्यापक एकजूट करून धर्मांधतेचा मुकाबला यशस्वी करता येईल काय हाही प्रश्नच आहे. खरा मुद्दा धर्म व धार्मिकता हा नसून धर्माचा राजकीय वापर करण्याचा आहे याकडे आपले दुर्लक्ष होता कामा नये. मार्क्सप्रणीत पाया-इमला सिद्धान्ताचाही जो विपर्यास डाव्यांकडून झाला आहे तो या संदर्भात दुरुस्त करून घेण्याची नक्कीच गरज आहे. सार्वजनिक जीवनाचे संगठन केवळ आर्थिक आधारांवर व्हावे; कारण तेच फक्त पायाभूत असतात, बाकीच्या धार्मिक, राजकीय, तात्त्विक वगैरे बाबी आनुषंगिक असतात किंवा दुय्यम असतात ही भूमिका तपासून पाहिल्यास तिचे वैयर्थ्य स्पष्ट होऊ शकेल. आर्थिक बदलांपाठोपाठ इतर सर्व क्षेत्रांत आपसूक बदल घडून येतील ही अपेक्षा पाया-इमला सिद्धान्ताच्या अनाकलनातूनच बळावलेली आहे. कॉ. पानसरे यांचे या संदर्भातील विवेचन मूलगामी आहे.

जातवादाचे हत्यार जमातवादाचा पाडाव करण्यास उपयोगी पडू शकेल असा समज अनेक पुरोगामी वर्तुळात काही काळ पसरला होता. अडवाणींची रथयात्रा बिहारात लालूप्रसाद यादवांनी अडवली किंवा मुलायमसिंह यादवांनी उत्तर प्रदेशात भाजपाला वेसण घातली अशा प्रसंगांमधून तो समज बळावला होता; पण पुरोगाम्यांनी हे लक्षात घ्यायला हवे की जातीय राजकारणाचे स्वरूप मूलतः व निरपवादपणे जमातवादविरोधी नसते. प्रत्येक जातीतील सत्ताकांक्षी अभिजन वाटाघाटींचे राजकारण करताना जमातवादी पक्षांशीही खुशाल शय्यासोबत करतात. जाती-आधारित राजकारण कधीच त्या संपूर्ण जातिसमूहाच्या हिताचे नसते, तर ते त्या जातीच्या वरचढ स्तराच्या व मूठभर व्यक्तींच्या स्वार्थाचेच असते. सत्तेखातर कोणाशीही तडजोड करण्याची त्यांची तयारी असते. त्यातही जे जातिसमूह जातीय उतरंडीत कनिष्ठ मानलेले असतात त्यांना तर हिंदुत्वाची पताका खांद्यावर मिरवणेही आपला कनिष्ठपणा घालवण्याची सुवर्णसंधी वाटते. त्यामुळे जातवादी शक्तींशी हातमिळवणी करताना पुरोगामी चळवळींनी काही गोष्टींची स्पष्टता आधी करून घेणे आवश्यक होऊन बसते. मागासलेल्या जातींचे राजकारण निखालसपणे पुरोगामीच असेल असे गृहीत धरून चालू नये. मागास जातींपैकी आर्थिकदृष्ट्या लाभान्वित झालेल्या जातींचा व स्तरांचा तर कल जमातवादी राजकारण करणाऱ्या भाजपाकडे असतो हे उत्तर प्रदेश, मध्यप्रदेश व महाराष्ट्रातही दिसून

आलेले आहे. पुरोगाम्यांनी यावरून धडा घेतला पाहिजे. जातीय उतरंडीच्या नियमाला आणि जात्यंतर्गत आर्थिक स्तरीकरणाला मागास म्हणवल्या जाणाऱ्या जातींचाही अपवाद नसतो, हे लक्षात घेऊन जातवर्गीय राजकारणाचा पाठपुरावा त्यांनी केला पाहिजे.

जमातवादाचा मुकाबला करत असताना जमातवादी शक्तींच्या तात्कालिक यशाने किंवा विविध क्षेत्रांत वेगाने घडून आलेल्या विस्तारामुळे पुरोगामी चळवळींनी हवालदिल होण्याचे कारण नाही. परिस्थिती अजूनही फार हाताबाहेर गेलेली नाही हे त्यांनी लक्षात ठेवावे. तथाकथित हिंदुत्वाची उभारणी अन्यधर्मीयद्वेषाच्या नकारात्मक आधारावर झालेली आहे, तिला अंतर्गत समुदायभावनेचा व ऐक्याचा सकारात्मक आधार सपशेल मिळालेला नाही. हिंदूंची प्रादेशिक खंडितता, जातीय उच्चनीचता, विविध संप्रदाय, पंथ व दर्शने, परस्परविरोधी प्रथा, रूढी व दैवते वगैरेंबाबतची भिन्नता ध्यानता घेतल्यास हिंदुत्वाला सकारात्मक अधिष्ठान मिळवून देणे तसे दुरापास्तच म्हणावे लागेल. आणि नकारात्मक अधिष्ठानांवर आधारित असलेले कोणतेही आत्मभान दीर्घायुषी ठरणे केवळ असंभवनीय असते. अस्तित्वाच्या प्रश्नांना जमातवाद्यांनी अस्मितेच्या आवाहनांमधून दिलेल्या भ्रामक उत्तरांनी जनतेची काही काळ दिशाभूल होऊ शकते; पण त्याचबरोबर जनतेला नीट सावध केल्यास जनता तिच्या हितशत्रूंपासून परावृत्त झाल्यावाचून राहत नाही. मुळातच जनतेचा जमातवाद्यांना दिसतो तेवढा पाठिंबा प्रत्यक्षात नसतो हे मतदानांच्या आकड्यांवरून स्पष्ट झाले आहे. महाराष्ट्रातील एक नामवंत निवडणूक अभ्यासक सुहास पळशीकर यांचा अभ्यासांती निष्कर्ष असा आहे की, हिंदुहिताची भाषा करणाऱ्या भाजपाला हिंदूंचा म्हणावा तेवढा पाठिंबा मिळवता आलेला नाही. द्वेषाचे व भावनोद्रेकाचे राजकारण करूनही हिंदू मतांना निर्णायक कलाटणी देण्यात भाजपाला अपयशच आले आहे. बहुसंख्य हिंदू मतदार अजूनही हिंदुत्वाच्या मायाजालाला वश झालेले नाहीत. उच्च जाती, शहरी व सुशिक्षित या घटकांनाच काही प्रमाणात हा पक्ष जवळचा वाटतो. आर्थिक सुधारणांच्या आकर्षक पाठपुराव्यामुळे मध्यम व उच्च मध्यमवर्गीयांना हा पक्ष भावतो. ज्या विविध संघटनांच्याद्वारे संघपरिवाराने समाजाच्या नवनव्या घटकांत पाय पसरले आहेत त्यांच्या कार्याचे राजकीय यशात रूपांतर करणे भाजपाला जमलेले नाही. (समकालीन भारतीय राजकारण, पृ. २३७-९). भाजपाच्या या सर्व मर्यादा म्हणजे आपल्या जमेच्या बाजू समजून पुरोगामी चळवळींनी जमातवादाविरुद्धची आपली व्यूहरचना राबवली पाहिजे.

आपली भूमिका जात्यंताची असावी की जात्युद्धारापुरती मर्यादित असावी? जन्मजात ब्राह्मण्याखेरीज ब्राह्मण्याचे आणखी काही आविष्कार अस्तित्वात असू शकतात की नाही? मागास जातींनी जातीच्या आधारे केलेले राजकारण स्वभावतःच पुरोगामी आणि परिवर्तनाग्रही असते काय? मागासलेपणाच्या आधारावर अखिल भारतीय ओबीसी आत्मभानाची उभारणी

करणे शक्य होईल काय? राज्याराज्यात सुरू असलेले एकजातीय राजकारण आणि तमाम ओबीसींना सामावून घेऊ पाहणारा बहुजनवादाचा तत्त्वविचार, यात अंगभूत अंतर्विरोध नाही काय? बहुजनसंज्ञेची कोणती व्याख्या ग्राह्य ठरवता येईल? बहुजनवादाच्या शक्यता आणि मर्यादा कोणत्या आहेत? असे जातिप्रश्नाच्या अनुषंगाने जे अनेक प्रश्न परिवर्तनवादी चळवळीच्या कार्यकर्त्यांना प्रत्यही पडत असतात त्यांची उत्तरे शोधण्याच्या कामी त्यांना उपयुक्त ठरू शकेल असे महत्त्वपूर्ण विवेचन कॉ. पानसरे यांनी प्रस्तुत पुस्तिकेत केले आहे.

विषमता व उच्चनीचता हाच जिचा पाया आहे ती जातिव्यवस्था लोकशाहीच्या तत्त्वव्यवहारांशी मूलतः विसंगत आहे. जे स्तर तिच्यामुळे लाभान्वित होतात ते तर तिचे स्वाभाविकच समर्थक असतात; पण तिचा असह्य जाच पिढ्यानूपिढ्या ज्यांना सोसावा लागला तेही तिच्या मायावी स्वरूपाला भुलून तिचे गुण गात राहतात. त्यामुळे जात्यंताचा लढा अधिक बिकट होऊन बसतो; पण त्याला पर्याय नाही. मागास जातींना प्रगत जातींच्या बरोबरीने येता यावे म्हणून सवलती व आरक्षणे गरजेची आहेत हे मान्य करूनही आमूलाग्र सामाजिक-आर्थिक परिवर्तनाच्या दृष्टीने त्यांचा एक मर्यादेबाहेर उपयोग होणार नाही याचे भानही पुरोगामी चळवळींच्या कार्यकर्त्यांनी ठेवलेच पाहिजे. जात्यंताऐवजी जात्युद्धाराचीच जर कास धरली गेली तर त्यातून जातवार संघटना व जातजाणिवाच बळकट होणे अपरिहार्य होते. दुसरे असे की संपूर्ण जातिसमूहाचे हित त्यातून असाध्यच राहते. जातीतील तुलनेने साधनसमृद्ध असलेल्या स्तरांतील व्यक्तीच सवलतीचे व विकाससंधीचे लाभ उपटतात आणि स्वतःची सत्ता, प्रतिष्ठा व मालमत्ता वाढवतात. जातिसमूह होता तसाच राहतो. वरिष्ठ जातींपुढे लाचार होणारे जातिसमूह त्यांच्यापेक्षा कनिष्ठ असलेल्या जातींवर श्रेष्ठत्व मिरवण्यातच धन्यता मानत राहतात. ही परिस्थिती बदलायची तर 'मी स्वतः गुलाम असणार नाही, आणि कोणालाही गुलाम करणार नाही आणि सर्वच विषमतांच्या विरोधात लढेन' अशा संकल्पानिशी संघर्षात उतरण्याची तयारी परिवर्तनवादी कार्यकर्त्यांची असली पाहिजे.

ब्राह्मण आणि ब्राह्मण्य यांच्यावर टीकास्त्र सोडणे फुले-आंबेडकरी चळवळीत नवीन नाही. आजही जन्माधिष्ठित ब्राह्मण्याला धारेवर धरून आणि तमाम ब्राह्मणांना आपल्या चळवळीच्या वेशीबाहेर ठेवण्याची जाहीर भूमिका घेऊन काही ब्राह्मणेतर मराठा चळवळी महाराष्ट्रात गाजत आहेत. या संदर्भात कॉ. पानसरे डॉ. आंबेडकरांचा हवाला देऊन अशी रास्त भूमिका घेतात की जन्मसिद्ध जातीवरून चळवळींनी आपले शत्रू व मित्र कधीच निर्धारित करू नयेत. ब्राह्मण्यग्रस्त ब्राह्मणेतरांपेक्षा ब्राह्मण्यमुक्त ब्राह्मणच आपले मानावेत ही महाडच्या रणसंग्रामप्रसंगी डॉ. आंबेडकरांनी स्वीकारलेली भूमिका त्यांना तर्कसंगत वाटते. स्वातंत्र्योत्तर सोयी-सुविधा-सवलतींनी लाभान्वित झालेला जो सुशिक्षित-सुस्थित स्तर सर्वच

मागास जातींमध्ये निर्माण झाला आहे, त्याच्या ठिकाणी ब्राह्मण्याच्या अनेक दोषांची लागण मोठ्या प्रमाणावर झाली आहे असा सार्वत्रिक अनुभव आहे. त्याचप्रमाणे क्षात्राभिमान सांभाळून शूद्रातिशूद्रांना व स्त्रियांना हीन लेखणारे जे कोणी असतात ते वर्णविध्वंसक जोतीरावांचे खरे वारसदार नसून प्रत्यक्षाप्रत्यक्षपणे वर्णव्यवस्थेचे कैवारीच असतात. ब्राह्मण्याविरुद्धचा लढा अशांना सोबत घेऊन लढताच येणार नाही. सर्वच जातींतील आत्मकेंद्री अभिजनांचा प्रयत्न बहुधा 'स्वतःची दुय्यम दर्जाचे ब्राह्मण' ही प्रतिष्ठा जपण्याचाच असल्यामुळे ते ब्राह्मण्याचाच मुकाबला कसा करू शकणार?

स्वतंत्र भारताचे राजकारण लोकशाही मार्गाने वाटचाल करू लागल्यानंतर प्रत्येक राज्यांत संख्येने लक्षणीय व तुलनेने प्रगत असलेल्या एक वा दोन वरचढ जातींच्या वरिष्ठवर्गीय श्रेष्ठींच्या हाती सत्तासूत्रे आली होती. नव्वदीच्या दशकात प्रथमच वरचढ जातींच्या या वर्चस्वाला अन्य मागास जातींनी राज्याराज्यांत आव्हानित केले. मंडल आयोगाच्या शिफारशी या नव्या लाटेला कारणीभूत ठरल्यामुळे 'मंडलीकरणाचे राजकारण' असे नवे संबोधन भारतीय राजकारणात प्रचलित झाले. मागास जातींची देशभरातील लोकसंख्या सर्वात मोठी असल्यामुळे त्यांच्यात निर्माण झालेले राजकीय चैतन्य भारतीय लोकशाहीला पोषक ठरेल अशा विचाराने या मंडलीकरणाचे स्वागतही झाले. प्रत्येक राज्यात तेथील ओबीसींचा राजकीय पक्ष इतरांवर मात करून सत्तेवर येईल आणि त्याचे अन्य राज्यांतील मागासांच्या पक्षांशी सख्य होऊन मागासवर्गीयांची राष्ट्रव्यापी शक्ती निर्माण होईल असा आशावादही व्यक्त करण्यात आला; पण तो बराचसा भाबडा होता हे नंतरच्या घडामोडींनी स्पष्ट केले. एकतर फक्त मागासलेपणाचे सूत्र अठरापगड जातींना एकत्र आणण्याच्या दृष्टीने फार कच्चे होते, शिवाय प्रत्येक जातीची मागासलेपणाची पातळी, जातीय उतरंडीतील स्थान आणि अन्य जातीयांबद्दलच्या धारणा पराकोटीच्या भिन्न होत्या. एवढेच नव्हे तर प्रत्येक जातीच्या आतल्याआत आर्थिक पातळ्या वेगवेगळ्या होत्या. त्यातच प्रादेशिक विभिन्नता व शहरी ग्रामीण तफावतीही प्रचंड होत्या. आकाराने मोठ्या असलेल्या जातीय समूहांतर्गत तर हे अंतर्विरोध अधिकच तीव्र होते. दलित समाजाबद्दलच्या मागास जातींच्या धारणाही सर्वत्र सारख्या नव्हत्या. परिणामी ओबीसींची राजकीय जूट बांधली जाण्यापूर्वीच मोडून पडली. बिहार, उत्तर प्रदेश वगैरे ज्या राज्यांत ती थोडीफार यशस्वी झाली, तिचाही लाभ मागासलेल्यांमधील वरच्या स्तरांनाच झाला. सत्तास्पर्धेने त्यांच्यातही फाटाफूट निर्माण झाली. मागासलेल्या जनतेच्या दृष्टीने मुक्तिदायी म्हणता येईल असे राजकारण मात्र त्यातून पुढे आले नाही. आरोपप्रत्यारोपांच्या पलीकडे जाऊन अभ्यासू कार्यकर्त्यांनी या अपयशाची वस्तुनिष्ठ कारणमीमांसा केलीच पाहिजे.

मग त्यांच्या लक्षात येईल की केवळ जातींची मोट बांधून नव्हे तर जातींना छेद देऊनच आजच्या राजकारणाची कोंडी फोडणाऱ्या शक्ती उभ्या केल्या जाऊ शकतील. आहे त्या व्यवस्थेत सत्तास्थाने पदरात पाडून घेणे ज्यांना पुरेसे वाटत नाही, त्यांना परिवर्तनाचे तत्त्वज्ञान आणि हेतुसापेक्ष रणनीती या दोन गोष्टी टाळून पुढे जाताच येणार नाही. चौकट न मोडता तडजोडींचे राजकारण करून फक्त काही व्यक्तींचा स्वार्थ साधतो. नव्या निकोप व न्यायपूर्ण समाजाची निर्मिती करता येत नसते. या संदर्भात बहुजनवादाची तत्त्वप्रणाली आपल्या कितपत कामाची ठरू शकेल? महात्मा फुल्यांपासून यशवंतराव चव्हाणांपर्यंत आणि थेट कांशीराम प्रकाश आंबेडकर -कांचा इलय्यापर्यंत बहुजनवादाच्या अनेक मांडण्या आजवर केल्या गेल्या आहेत; पण आजही वाद (ईझम्) या प्रकारात त्या विचाराला समाविष्ट करता येईल काय हा प्रश्नच आहे. कॉ. पानसरे म्हणतात त्याप्रमाणे बहुजनवाद ही अद्याप तरी केवळ एक रणनीती किंवा व्यूहरचनाच आहे. त्या आधारे सुरू असलेल्या राजकारणाला सर्वंकष जीवनव्यापी तत्त्वविचार या अर्थाने वाद म्हणता येणार नाही; कारण या राजकारणाचे तत्त्वज्ञान, ध्येयधोरण, कार्यक्रम किंवा अंतिम साध्य यापैकी कशाचीच अजून तरी स्पष्टता दिसून येत नाही. एवढेच नव्हते तर बहुजन या संज्ञेखाली कोणाचा समावेश करायचा आणि कोणाला वगळायचे यावरही एकमत आढळत नाही. त्यामुळे जातिविशिष्ट अस्मितांचे भान ओलांडून बहुजनवादी भान निर्माण होण्याची तर शक्यताही दृष्टिक्षेपात आलेली नाही. उलटपक्षी बहुजन बॅनरखाली एकत्र येण्याची घोषणा करणाऱ्या गटांचे एकजातीय राजकारण मात्र सर्रास सुरू असल्याचे दिसते.

फुले- आंबेडकरांना अभिप्रेत असलेल्या बहुजन संकल्पनेचा आशय जातीय नव्हता. शेटजी-भटजी किंवा भांडवलशाही व ब्राह्मणशाही यांच्या विरोधात ज्यांनी लढा पुकारायचा त्यांचा मनसुबा होता, ते जातींच्या नव्हे तर हितसंबंधांच्या आधारे एकत्र येणेच त्यांना अपेक्षित होते. ब्राह्मण परभू व शेणवी सोडून इतर सर्वांना बहुजन मानणारे शाहूमहाराज त्यांच्या काळानुरूप जातीय परिभाषेत मांडणी करत असले तरी तिचाही आशय वर्गीयच होता. विठ्ठल रामजी शिंदे यांनी तर बहुजनवादाची स्पष्टच जातवर्गीय संकल्पना मांडली असून सर्व जातींमधील बलविद्यासत्तावंचित समस्तांचा समावेश बहुजन व संज्ञेखाली केला आहे. या पूर्वसुरींनी आपापल्या काळानुरूप वापरलेल्या संज्ञांचा आशय आज स्वीकारताना, आपण त्यांच्यासाठी अलीकडील भाषेतील सामानार्थी शब्द वापरून विचार करायला हवा असे कॉ. पानसरे कार्यकर्त्यांना सांगतात. त्यातल्या त्यात पूर्वसूरीपैकी महर्षी शिंद्यांची बहुजनसंकल्पना त्यांना बहुजनवादाची आज मांडणी करण्याच्या कामी सर्वात उपयुक्त वाटते.

जातीच्या पोकळ भावनेपेक्षा भरीव हितसंबंधावर आधारित जातींना छेदून जाणारा बहुजनवादच त्यांच्या मते आज मार्गदर्शक ठरू शकतो. आजच्या तमाम बहुजनवादी म्हणवणाऱ्यांकडून शिंद्यांच्या या मांडणीची होणारी उपेक्षा त्यांना आत्मघातक ठरू शकते, हा कॉ. गोविंदरावांचा इशारा योग्यच आहे. वस्तुस्थिती ही आहे की शिंद्यांच्या जातवर्गीय भूमिकेचा संदर्भ सुटल्यामुळेच बहुजन संज्ञेच्या आजच्या सर्व व्याख्या अपुऱ्या, सोयिस्कर आणि तकलादू ठरत आहेत. दलित, ओबीसी, सर्व ब्राह्मणेतर, दलित-बहुजन, ब्राह्मण-बनिया-ठाकूर वगळता बाकीचे सगळे, यांचा बहुजनांत सोयीनुसार जोडण्या करून अंतर्भाव केला जातो. ज्या जातींना त्यातून वगळले जाते त्यांच्यातील शोषितांना जसे बहुजन म्हटले जात नाही, त्याचप्रमाणे ज्या जातींचा समावेश होतो त्यांच्यातील शोषकांनाही बहुजनांतून वगळले जात नाही. आदिवासी, भटक्या-विमुक्तांचा तर विचारही कथित बहुजनवाद्यांना करावासा वाटत नाही. तात्पर्य असे की शोषित-वंचित बहुजनांच्या नावाने केल्या जाणाऱ्या सत्तेच्या राजकारणाचा मलिदा बहुजन समाजाचे स्वयंघोषित तारणहारच गिळंकृत करतात. बहुजनवादाच्या सामाजिक फलश्रुतीशी त्यांना मुळीसुद्धा घेणेदेणे नसते.

समाजाच्या तळपातळीवर नवी जागृती प्रत्ययास येत असून परंपरेने सत्तेच्या परिघाबाहेर ठेवलेले नवनवे सामाजिक स्तर राजकारणात क्रियाशील होत आहेत, ही घटना तशी आश्वासक असून स्वागतार्हही आहेच. त्या स्तरांच्या नवजागृत जाणिवा आज जातीय परिभाषेत वंचिततेची व मागासलेपणाची गाऱ्हाणी घेऊन व्यक्त होत असतील तर तेही समजून घेता येईल; पण त्याच वेळी शोषितांचे हे जात्यधिष्ठित एकत्र येणे जर टिकाऊ आणि परिणामकारक व्हायचे असेल तर त्यांच्या संघर्षाची स्पष्ट रणनीती आखावीच लागेल. फुल्यांच्या भाषेत आपला हा लढा समस्त शोषित स्त्रीशूद्रादी-अतिशूद्रांचा व शेतकरीवर्गाचा व्हावा लागेल. तो जगण्यामरण्याच्या ठोस प्रश्नांवर उभारावा लागेल आणि त्यात आपले हितशत्रू कोण हे नीट पारखून घ्यावे लागेल. तसेच हितमित्र अप्रस्तुत कारणांनी दुरावणार नाहीत याचीही दक्षता घ्यावी लागेल. वर्ग-वर्ण-जात-लिंग अशा कोणत्या आधारावर विषमता माजवणाऱ्यांची मुळीच गय करून चालणार नाही.

वंचितांच्या लढ्याचे एक प्रतिमान म्हणता येईल त्या दादासाहेब गायकवाडांच्या भूमिहीनांच्या आंदोलनावर या पुस्तिकेत एक स्वतंत्र लेख आहे. एका परीने पुस्तिकेतील तात्त्विक मांडणीचे प्रात्यक्षिक रूप वाचकांपुढे ठेवण्याचा विचार त्यामागे लेखकाचा असावा. 'दादासाहेब नसते तर डॉ. आंबेडकरांचे अनेक विचार ग्रंथांतच अडकून पडले असते,' ही वि. द. घाटे यांची प्रतिक्रिया उद्‌धृत करून भूमिहीनांचा लढा हे दलित चळवळीचे नैसर्गिक क्रमाने उचलले गेलेले पुढचे पाऊल कसे होते यावर लेखकाने प्रकाश टाकला आहे. उच्चशिक्षित दलितांच्या

नोकऱ्यांमधून नव्हे तर जमिनीच्या फेरवितरणाचा प्रश्न सोडवण्यातूनच मोठ्या प्रमाणावर भूमिहीन शेतमजूर असलेल्या दलितांचे हित साधणार आहे, हे तर कॉ. पानसरे सांगतातच; पण या लढ्यात दलितांच्या खांद्यावर खांदा भिडवून कम्युनिस्टही उतरले होते हे ऐतिहासिक तथ्यही ते आवर्जून नमूद करतात. त्या निमित्ताने डॉ. आंबेडकरांची साम्यवादासंबंधीची भूमिका, बुद्ध आणि मार्क्स यांच्या तत्त्वज्ञानांमधील सहमतीचे मुद्दे आणि आजच्या परिस्थितीत आंबेडकरवादी व मार्क्सवादी यांनी परस्परांना समजून घेऊन एकजूट करण्याची गरज या गोष्टीही कॉ. पानसरे यांनी अधोरेखित केल्या आहेत.

तातडीच्या प्रश्नांवर, सद्हेतुमूलक भूमिकेतून आणि अगदी योग्य वेळी प्रकाशित होत असलेल्या या पुस्तिकेचे मी स्वागत करतो आणि कार्यकर्त्यांनी त्यातील प्रतिपादनावर गंभीर चिंतन, मनन करावे असे आवाहन करतो.

('धर्म, जात, वर्ग आणि परिवर्तनाच्या दिशा' या ग्रंथाची प्रस्तावना)

❖❖❖

# ९. भारतीय प्रबोधनाचा आद्य उद्गाता

**आ**मचे ज्येष्ठ मित्र प्रा. ल. भा. कुरकुरे यांनी राजा राममोहन रॉय यांच्यासंबंधी लिहिलेल्या या छोटेखानी पुस्तिकेचे स्वागत करताना आम्हाला मनापासून आनंद होत आहे. आकाराने जरी हे लेखन लहान असले तरी त्याची मौलिकता मोठी असून राममोहनांच्या विचारांचे नवनीतच जणू वाचकांना त्यातून उपलब्ध होत आहे. रॉय यांच्यासारख्या क्रियाशील विचारवंतांचा आजही मार्गदर्शक ठरू शकणारा आदर्श आणि त्यांच्या विचारांची आजच्या काळातील प्रस्तुतता या दोन्ही दृष्टींनी हे लेखन करणे लेखकाला गरजेचे वाटले आणि वय, तब्येत, हाताची थरथर, क्षीण झालेली नजर आणि प्रपंचातील ओढाताणी यापैकी कशाचीही पर्वा न करता त्यांनी हे लेखन पूर्ण केले. ही गोष्ट त्यांच्या चिवट इच्छाशक्तीची जशी द्योतक आहे तशीच ती समाजात परिवर्तनविचाराचा प्रसार करण्याच्या त्यांच्या अदम्य आंतरिक ऊर्मीचीही निदर्शक आहे. त्यांना राममोहन रॉय यांच्या व्यक्तिमत्त्वाच्या व विचाराच्या स्वरूपात जणू आपला एक थोर समानधर्मच भेटला आहे. समाजसुधारक, धार्मिक चळवळीचे आद्यप्रवर्तक आणि राजकारण धुरंधर या तिन्ही भूमिका रॉय यांच्या विचार व कार्यात एकवटलेल्या असल्या तरी त्यात अग्रक्रम धर्मसुधारणेला होता हे लेखकाचे निरीक्षण अचूक असून त्यांनी रॉय यांच्या धर्मविषयक मतांकडे अधिक सखोल, व्यापक व मूलगामी दृष्टीने पाहणे कसे शक्य आणि आवश्यकही आहे हे आपल्या प्रतिपादनात स्पष्ट केले आहे. राममोहनांच्या सामाजिक व राजकीय सुधारणांच्या मुळाशी त्यांच्या प्रगल्भ धार्मिक चिंतनाचा आधार होता हे लक्षात घेऊन लेखकाने रॉय यांच्या धर्मचर्चेपासून विवेचनाला प्रारंभ केला आहे.

धर्मचर्चा करण्याची रॉय यांची खास शैली होती. शास्त्रवचनांचा आधार घेत असतानाच सर्वसाधारण व्यवहार आणि विवेकनिष्ठा यांची कास ते मुळीच सोडायला तयार नसत. हिंदुधर्म व तत्त्वज्ञान यांचा त्यांनी सखोल अभ्यास केला होताच; पण त्याचबरोबर सर्व

धर्मांच्या शिकवणुकींचे तौलनिक अध्ययनही केले होते. पैतृक परंपरेने लाभलेला वैष्णव पंथाचा वारसा आणि मातुल घराण्याकडून त्यास मिळालेली शाक्त पंथाच्या संस्कारांची जोड यामुळे आधीच सहिष्णुतेचा पिंड तयार झालेला असताना त्यावर पाश्चात्त्य आधुनिकतेचा प्रभाव झाल्यामुळे राममोहनांच्या धार्मिक चिंतनात खुलेपणा आला होता. हिंदू समाजातील मध्ययुगीन प्रवृत्तीशी दोन हात करावे लागल्यामुळे वेदोपनिषदादी हिंदुधर्मग्रंथांचा धांडोळा घेण्यात व लोकांना ती आकलनसुलभ व्हावीत यादृष्टीने त्यांची बंगाली भाषेत भाषांतरे करण्यात रॉय यांच्या शक्ती आणि वेळ बव्हंशी खर्ची पडला असला तरी समस्त मानवमात्रांबद्दल त्यांना कळवळा वाटत असल्यामुळे त्यांचा दृष्टिकोन विशिष्ट धर्मापुरता संकुचित कधीच नव्हता, त्यांच्या दृष्टीने विश्वधर्म हाच आदर्श धर्म होता. ते त्याच धर्माचे प्रवर्तक, प्रचारक आणि निस्सीम उपासक होते. अंधश्रद्धांचे मूळ कार्यकारणांच्या अज्ञानात सामावलेले असते हे लक्षात घेऊन धर्मचर्चेइतकेच महत्त्व त्यांनी लोकशिक्षणाच्या कार्याला दिले होते. वेदांताबरोबरच भौतिक विद्यांचे ज्ञान भारतीयांना मिळायला पाहिजे, त्यासाठी संस्कृत पाठशाळांऐवजी इंग्रजी शाळा सरकारने काढाव्यात अशी विनवणी त्यांनी ब्रिटिश राज्यकर्त्यांना केली होती. आधुनिक राष्ट्रनिर्मितीच्या आड येणाऱ्या धार्मिक विधिनिषेधांना व भ्रामक कर्मकांडांना जसा त्यांनी विरोध केला तसाच लोकांची एकजूट भंग करणाऱ्या जातिभेदांना मूठमाती देण्यावरही भर दिला. त्याच दृष्टिकोणातून स्त्रियांना पुरुषांच्या बरोबरीचे स्थान मिळाले पाहिजे असा आग्रह त्यांनी धरला होता.

कुरकुरे यांनी राममोहनांच्या स्त्रीविषयक विचार-कार्याला पुस्तिकेत मध्यवर्ती स्थान दिले आहे ते योग्यच म्हणावे लागेल, कारण आज इतक्या वर्षानंतर परिस्थिती एवढी बदललेली असूनही स्त्रियांना जे हक्क मिळवून देण्यासाठी रॉय यांनी हाडांची काडे केली होती ते हक्क पुरतेपणी मिळाले आहेत असे म्हणण्याची सोय नाही. सतीच्या प्रथेला शास्त्राधार नाही हे जनतेच्या कानीकपाळी ओरडून सांगणारे व कायद्याद्वारे या अमानुष प्रथेला आला घालण्यासाठी सरकारला भाग पाडणारे राजा राममोहन रॉय यांचे ते श्रम पुन्हा करावे लागणार नाहीत कारण सतिप्रथा आता इतिहासजमा झाली आहे असे आपण समजत असतानाच राजस्थानात कुणी रूपकँवर सती जाते, तिथली राजपूत सभा त्या प्रसंगाचे समर्थनच नव्हे तर गौरवीकरण करते ही वस्तुस्थिती आपल्यासमोर येते आणि रॉय यांचे विचार व कार्य नीट समजावून घेण्याची गरज प्रकर्षाने जाणवते. या देशात कधीकाळी राममोहन रॉय होऊन गेले आणि त्यांनी सतीच्या प्रश्नावर आकाशपाताळ एक केले होते यावर कोणाचा विश्वास बसू नये अशीच परिस्थिती आज निर्माण झाली आहे. देशात सतीनियंत्रण कायदा अस्तित्वात आहे, तरीही रूपकँवरला सती जाण्यास भाग पाडल्याचा ज्यांच्यावर आरोप होता ते सोळाही जण पुराव्याअभावी निर्दोष सुटतात. सतीच्या समाधीच्या ठिकाणी मोठाल्या यात्रा भरतात आणि

सती जाणे हा स्त्रीगुणांचा परमोच्च बिंदू असल्याचे संदेश राजरोसपणे समाजात प्रसृत होतात ही सुन्न करणारी वस्तुस्थिती आहे. अशीच कहाणी भँवरी देवीची आहे, तिने एका मुखंडाच्या एक वर्षाच्या पोरीचा विवाह होऊ नये म्हणून आंदोलन करण्याचा गुन्हा केला होता आणि बालविवाह प्रतिबंधक कायदा अमलात असूनही तो तिला त्या कथित गुन्ह्याच्या शिक्षेपासून वाचवू शकला नाही, कारण तिला शिक्षा करणाऱ्यांना कोणत्याच कायद्याचे सोयरसुतक नव्हते. त्यानी भँवरी देवीवर सामूहिक बलात्काराची भीषण बेकायदेशीर शिक्षा लादली, बलात्कार करणारे उच्चवर्णीय असल्याने ते असे काही करूच शकत नाहीत असा अभिप्राय आपल्या न्यायव्यवस्थेने त्यावर दिला. ही उदाहरणे टोकाची ठरवून बाजूला ठेवायची झाली तरी एकंदरच स्त्रियांची स्थिती आपल्याला, जगात सर्वांत मोठ्या असलेल्या लोकशाहीला साजेशी नाही हे सिद्ध करायला पुरावे देण्याची मुळीच गरज पडणार नाही. त्यामुळे स्त्रीला व्यक्ती म्हणून अस्तित्व असते हे आग्रहाने मांडणाऱ्या राममोहनांना लेखकाने दिलेले अर्घ्यदान प्रसंगोचितच ठरते.

रॉय यांच्या विचार व कार्याच्या मुळाशी मानवतेविषयीचे प्रेम आणि असीम सहिष्णुतेची प्रेरणा होती, त्यामुळेच त्यांच्या दृष्टिकोनात कमालीची सुसंगतता आणि निश्चित तत्त्वज्ञानाची बैठक स्पष्ट जाणवते. त्यांच्या एका चरित्रकर्तीने रॉय यांची तुलना एका प्रचंड बळकट सेतूशी केली असून ती अनेक दृष्टींनी अन्वर्थक ठरणारी आहे. या सेतूच्या एका बाजूला पौर्वात्य तर दुसऱ्या टोकाला पाश्चात्त्य आधुनिकता आहे, अंधश्रद्धा व गतार्थ रूढींना हा सेतू विज्ञानाशी व प्रवाही प्रगतीशी जोडतो. सर्व धर्मांमधील मानवी जीवनोपयोगी तत्त्वांचा; तसेच जीवनातील आध्यात्मिक आणि आधिभौतिक यांचाही मेळ घालण्याचा प्रयत्न रॉय यांनी कसोशीने केला होता; पण त्यापेक्षा महत्त्वाची गोष्ट त्यांचे दुसरे चरित्रकार सौम्येन्द्रनाथ ठाकूर यांनी सांगितले आहे. ते म्हणतात, रॉय यांनी 'पौर्वात्य भूतकाळापासून सुरू केलेली वाटचाल केवळ पाश्चिमात्य संस्कृतीपर्यंत येऊनच थांबली नाही तर तिलाही ओलांडून पौर्वात्य व पाश्चिमात्यही नसलेल्या; पण त्या दोहोंपेक्षाही भव्यदिव्य अशा सभ्यतेकडे ती निघाली होती.' रॉय यांनी भारतात आधुनिक युगाचा आरंभ केला, स्वत्व विसरून परिस्थितीचा गुलाम बनलेल्या व धार्मिक-सामाजिक क्षेत्रात अनिष्ट रूढी-परंपरांनी जखडलेल्या या देशात त्यांनी नवे चैतन्य आणले, मातृभाषेची उदंड सेवा केली आणि स्वातंत्र्याचे व सर्जनशीलतेचे महत्त्व जनमानसावर बिंबवले.

प्रस्तुत पुस्तिकेच्या सीमित अवकाशात या विराट कर्तृत्वाचे सर्व पैलू सामावणे शक्यच नव्हते. तरीपण प्रा. कुरकुरे यांनी त्यापैकी अनेक पैलूंना स्पर्श केला आहे. हे लेखन वाचल्यावर राममोहनांविषयी अधिक विस्ताराने वाचण्याची जिज्ञासा जर काही वाचकांच्या ठिकाणी निर्माण झाली तर तेवढ्यानेही लेखकाचे परिश्रम सार्थकी लागतील.

◆◆◆

# १०. अनामिकांच्या प्रेरणादायी संघर्षगाथा

ॲड. रंगनाथ डोळस यांच्या प्रस्तुत पुस्तकात एकूण तीस कर्तबगार स्त्रियांच्या संक्षिप्त कहाण्या समाविष्ट केलेल्या आहेत. एखाददुसरी नामांकित पुढारी किंवा शेतकरी संघटनेचे बळ पाठीशी असलेली एखादी कार्यकर्ती, किंवा कामगार क्षेत्रात कार्य करून नगराध्यक्षाच्या पदापर्यंत पोहोचलेली कोणी एक किंवा एखादी सीता जेसीजची अध्यक्षा किंवा आत्मचरित्र प्रसिद्ध झालेली एक लेखिका असे एका हाताच्या बोटावर मोजण्याइतपतचे काही अपवाद सोडले तर या संग्रहातील बाकीच्या सगळ्या कथानायिका बिनचेहऱ्याच्या आहेत. लेखकाने प्रास्ताविकात म्हटल्याप्रमाणे "ज्या महिलांना कोणतीही प्रसिद्धी नसते तशी सदरच्या महिलांची अपेक्षाही नसते", तथापि त्यांचे कार्य खूप प्रेरणादायी असते. अशा महिलांचा व त्यांच्या संघर्षाचा इतिहास लेखकाने शब्दबद्ध केला आहे. १९९८ पासून नाशिकच्या युगांतर प्रतिष्ठानने ज्या पन्नासेक महिला कार्यकर्त्यांचा पुरस्कार देऊन गौरव केला आहे त्यांच्यापैकी काही जणींचा परिचय येथे करून देण्यात आला आहे. प्रसिद्धीच्या प्रखर वलयात न वावरणाऱ्या आणि गाजावाजा न करता आपले सामाजिक कार्य सुरू ठेवणाऱ्या महिलांच्या मौलिक महत्त्वाच्या धडपडीच्या हकीगतींचा हा संग्रह लेखकाने सर्वसामान्य समाजाच्या उत्थानासाठी निरपेक्षपणे लढून आयुष्य वेचणाऱ्या कर्तृत्ववतींना अर्पण केला आहे.

स्त्रियांचे कर्तृत्व हा एकूणच आपल्याकडे उपेक्षेचा किंवा कुचेष्टेचा विषय आहे. देशाच्या स्वातंत्र्यलढ्यात सहभागी झालेल्या स्त्रियांचेही कार्य अद्याप पुरतेपणी प्रसिद्धी पावलेले नाही. ़नाही चिरा नाही पणती' या शीर्षकाने डॉ. य. दि. फडके यांनी प्रथमच अशा देशभरातील एकोणपन्नास झुंजार महिलांचे स्वातंत्र्यआंदोलनातील कार्य ग्रंथरूपात उपलब्ध करून दिले आहे. त्या पुस्तकाच्या प्रस्तावनेत डॉ. फडक्यांनी स्वातंत्र्यलढ्याचे विस्तृत इतिहास लिहिणाऱ्या काही नामवंत इतिहासकारांनी त्या लढ्यात स्त्रियांनी घेतलेल्या भागाची दखलही घेतली

नसल्याची सखेद नोंद केली आहे. त्यातही एखादा नामवंत इतिहासकार जेव्हा मोजक्याच स्त्रियांची दखल घेतो तेव्हा तीसुद्धा अगदीच नगण्य आणि ओझरती असते. अशाच एका नामवंत इतिहासकाराने स्त्रियांविषयी लिहिताना केलेल्या ढळढळीत चुकांचा वानगीदाखल उल्लेख डॉ. फडक्यांनी केला आहे. समाजानेच नव्हे, तर खुद्द इतिहासकारांनीही महिलांवर असा अन्याय करावा याचे दुःख त्यांनी व्यक्त केले आहे.

राष्ट्रीय स्वातंत्र्याच्या आंदोलनात क्रियाशीलपणे सहभागी झालेल्या लक्षणीय स्त्रियांना जिथे त्यांचे श्रेय असे नाकारले जाते. तिथे खेडोपाडी किंवा झोपडपट्ट्यांमध्ये सामाजिक कार्य करणाऱ्या किंवा शेतकरी शेतमजूर म्हणून राबतानाच आपले सामाजिक दायित्व निभावणाऱ्या सामान्य स्त्री कार्यकर्त्यांची दखल घेतली जाणे तर दुरापास्तच म्हणावे लागेल. राजस्थानातील साथिन, हरियाणातील संजीवनी, गुजरातेतील सेवा, समाख्या, वामा, मानुषी, नारी समता मंच अशा काही स्त्री अत्याचाराविरोधी किंवा स्त्रियांच्या रास्त हक्कांसाठी लढणाऱ्या स्त्री संस्थांची नावे अधूनमधून कानावर येतात. हुंडाविरोधी किंवा दारूविरोधी मोहिमांमध्ये अशा कष्टकरी स्त्रियांना किंवा वेश्या देवदासी अशा समाजाच्या विकृत मानसिकतेच्या बळी ठरणाऱ्या महिलांना संघटित प्रयत्नांतून काही संरक्षणे, सोयी व सुविधा उपलब्ध करून देणाऱ्या चळवळी आपल्या आजूबाजूला आढळतात. सहकारी बँका, पतसंस्था, बचतगट अशा आर्थिक स्वावलंबनाच्या वाटा स्त्रियांसाठी खुल्या करण्याच्या काही रचनात्मक उपक्रमांच्या वार्ताही अधूनमधून ऐकायला मिळतात. परित्यक्ता, तलाकपीडित, अत्याचारग्रस्त, भयग्रस्त, निराधार अशा स्त्रियांवरही सरकारी बिनसरकारी पातळीवर आधार देण्याचेही प्रयत्न होताना दिसतात; पण या सर्व खटाटोपांच्या जाचक मर्यादा आणि एकंदर गरजांच्या तुलनेत असणारा त्यांचा अपुरेपणाही जाणवल्यावाचून राहत नाही.

संविधानाने स्त्रियांना पुरुषांच्या बरोबरीचे हक्क दिले, त्यांचे शतकांचे मागासलेपण संपावे, त्यांना उत्कर्षाच्या संधी हस्तगत करता याव्यात आणि अन्याय-अत्याचारांपासून त्यांचा बचाव व्हावा म्हणून विशेष तरतुदीही केल्या. स्वातंत्र्योत्तर काळात केंद्रात व राज्यात सत्तेवर आलेल्या सरकारांनी स्त्रियांसाठी संरक्षक कायदे केले. त्यांच्यावरच्या अत्याचारासंबंधीच्या कायद्यांमध्ये अनेक स्त्रीधार्जिणे बदल करून अत्याचार करणाऱ्यांना उत्तरोत्तर कडक शिक्षा देण्याची तरतूद केली. स्त्रीसुधारणेची खास धोरणे आखून अमलात आणले तसेच स्थानिक स्वराज्य संस्थामध्ये त्यांच्यासाठी राखीव जागाची सोय केली. राष्ट्रीय महिला आयोग आणि त्यांच्याच धर्तीवर राज्याचे महिला आयोग स्थापन करण्यात आले असून त्यांच्याकरवी स्त्रियांच्या समस्यांवर दरवर्षी अहवाल मागविले जातात. याखेरीज थोरामोठ्यांच्या नावाने घोषित झालेल्या अनेक नवनवीन विकास योजना सरकारतर्फे अमलात येतच असतात. हे

आणि आणखीही बरेच काही स्त्रियांखातर होत असूनही तसेच विधिमंडळे प्रशासन यंत्रणा व न्याय व्यवस्था स्त्री हक्क संरक्षणार्थ राबत असूनही तळपातळीचे वास्तव मात्र स्वातंत्र्याचे अर्धशतक उलटून गेले तरी समाधानकारक आहे असे म्हणण्याची मुळीच सोय नाही. स्त्रियांच्या दर्जासंबंधीचे मानव संसाधन विकास अहवाल निराशाकारक आहे. देशातील निम्म्या स्त्रिया आज निरक्षर आहेत. अर्धपोटी, कुपोषित, शोषित, अत्याचारपीडित, हुंडाबळी स्त्रियांची संख्या चिंताजनक वाटावी इतकी प्रचंड आहे. कायदा, शिक्षण, नोकऱ्या, रोजगार, व्यवसाय व उदीम, क्रीडा, साहित्य व संस्कृती, राजकारण व अर्थकारण यापैकी एकाही क्षेत्रात स्त्रियांना त्यांचा रास्त वाटा मिळणे दुष्प्राप्यच राहिले आहे.

या परिस्थितीच्या मुळाशी येथील पुरुषसत्ताक समाजव्यवस्थेत अंगभूत असलेला लिंगाधारित पक्षपात आणि स्त्रीविषयक पूर्वग्रह आहे ही गोष्ट सूर्यप्रकाशाइतकी स्पष्ट आहे. येथील सर्व स्तरांतील व क्षेत्रातील पुरुष स्वतःला स्त्रियांपेक्षा श्रेष्ठच समजतात असे नाही, तर स्त्रियांना ते दुय्यम आणि अक्षम मानतात. धार्मिक, सामाजिक, आर्थिक व राजकीय यापैकी कोणतीही चौकट लिंगभावी चिकित्सेला निवडली तरी स्त्रियांची पिळवणूक सर्वत्र सारखीच होताना आढळते, एवढेच नव्हे तर ती परस्परपोषक असल्याचे अनुभवास येते. बुद्ध, फुले, आगरकर, गांधी, आंबेडकर, शिंदे, कर्वे इत्यादिकांनी स्त्रीसुधारणेची तात्त्विक आणि व्यावहारिक पायाभरणी जिथे केली त्या समाजातील आजची ही दुरवस्था अधिकच अस्वस्थ करणारी ठरते. अर्थातच हा समाज जीर्ण आहे, अथांग आहे आणि येथील स्त्रीशोषणाच्या परंपरा नको तेवढ्या प्रदीर्घ आहेत ही वस्तुस्थिती पाहता असे होणे अगदीच अनपेक्षित म्हणता येणार नाही. ज्या समाजात स्त्री असण्याचा अर्थ लिंगाच्या आधारे निश्चित केला जातो तिथे कोणत्याही स्त्रीची त्या अर्थापासून सुटका होणे केवळ अशक्यच असते. असे म्हणतात की, स्त्री जन्माला येत नसते, तर ती घडवली जात असते. म्हणजेच स्त्रीची स्वतः विषयीची प्रतिमा बाहेरच्या सामाजिक शक्ती तयार करतात. स्त्रीदास्याच्या चिवट परंपरांचे समूळ उच्चाटन त्यामुळे एक आव्हानात्मक कार्य होऊन बसते.

पण तरीही अगदीच निराश होण्याचे कारण नाही. विशेषतः ॲड. डोळसांच्या प्रस्तुत पुस्तकातल्यासारखे काही वर्तमानाचे दस्तऐवज पाहिल्यानंतर तर परिस्थिती अगदीच हाताबाहेर गेलेली नाही असेच मनोमन वाटू लागते. कोणत्याही स्त्रीला जर विचारले की तिची स्थिती तिच्या आईच्या-आजीच्या वगैरे तुलनेत कशी आहे? तर ती सर्वार्थांनी निराळी आणि सापेक्षतः अधिक चांगली आहे असेच उत्तर मिळेल. परंपरेने जो मुकेपणाचा आणि निमूट सोशिकतेचा शाप स्त्रियांना दिला होता त्यावर स्वतःच्या कार्यकर्तृत्वाचा आत्मविश्वास उःशाप देऊन अनेक माताभगिनी समाजपरिवर्तनाच्या प्रक्रियेत आपापला खारींचा वाटा आज

उचलू लागल्या आहेत आणि हे चित्र नक्कीच दिलासा देणारे आहे असेच कोणीही म्हणेल. समताधिष्ठित व न्यायपूर्ण समाजाच्या दिशेने जाण्याचे विविध मार्ग आपापल्या समजुतीप्रमाणे व मगदुराप्रमाणे आक्रमत असलेल्या तीस भगिनी आपल्याला या पुस्तकात भेटतात. अंतःकरणाला पीळ पाडणाऱ्या व्यथा त्यांच्यापैकी अनेकींच्या वाट्याला आल्या असल्या तरी दुःख गोंजारात रडत कुढत न बसता त्यांनी प्राप्त परिस्थितीशी दोन हात करून तिच्यावर मात केली असल्याचीच साक्ष या पुस्तकाच्या पानापानांतून मिळते. आकस्मिकपणे आभाळ कोसळल्यावर मोडून पडण्याऐवजी खंबीरपणे व जिद्दीने स्वतःचे सीमित संसार तर त्यांनी सावरलेच आहेत पण समाजातील अन्य गरजवंतांना मदतीचा हात देण्याचा सहानुभावही जोपासला आहे. बौद्ध-फुले आंबेडकरांदिकांच्या विचारांच्या तळपातळीपर्यंत पोहोचलेल्या संदेशांचे पडसादच जणू या त्यांच्या कार्यातून कानावर पडतात. बाबासाहेब आंबेडकर, दादासाहेब गायकवाडांच्या काळातच मंदिरप्रवेशाच्या आणि भूमिहीन शेतमजुरांच्या आंदोलनात प्रत्यक्ष सहभागी झालेल्या काही भगिनी येथे आहेत; पण ज्यांना त्या आंदोलनातून अप्रत्यक्ष प्रेरणा मिळाल्या अशांची संख्या स्वाभाविकच मोठी आहे. आंबेडकरी चळवळीत, शेतकरी संघटनेच्या कांदा आंदोलनात किंवा लक्ष्मीमुक्ती मोहिमेत, साम्यवादी प्रवाहातील साक्षरता आंदोलनात किंवा सर्वांसाठी आरोग्य अभियानात, राष्ट्रसेवा दलाच्या विविध उपक्रमांत किंवा जनता युवा दलात, धर्मांतराच्या गर्दीत किंवा नामांतराच्या लाँग मार्चमध्ये, चैत्यभूमीकडे किंवा दीक्षाभूमीकडे निघालेल्या जथ्यात अशा अनेक प्रवाहात मिसळून वावरणाऱ्या काही बिनचेहऱ्यांच्या व्यक्तिमत्त्वांना वेगळे काढून ॲड. डोळसांनी छोट्या चौकटीत बसवल्यामुळे त्यांना प्रथमच येथे स्वतंत्र चेहरे लाभत आहेत. चेहरामोहरा नसलेल्या स्त्रियांच्या ऐतिहासिक कामगिरीचा हा आलेख त्यामुळेच मोलाचा ठरतो. समाज ज्यांना अज्ञ, अडाणी आणि निष्क्रिय समजतो अशा स्त्रीवर्गातील कितीतरी ज्ञातअज्ञात कार्यकर्त्या समाजाची जडणघडण निरंतर करत असतात हे तथ्य अशा पुस्तकातील हकीगतींमधून पुढे येते.

एखाद्या समाजाला लोकशाही समाज म्हणवून घेण्याच्या दृष्टीने सांविधानिक प्रातिनिधिक राज्यव्यवस्था, निवडणुका आणि स्वातंत्र्याची व हक्कांची औपचारिक हमी एवढ्या बाबीच पुरेशा नसतात, किंबहुना जर तेथे स्त्रियांचा पुरुषांच्या बरोबरीने सामाजिक, राजकीय जीवनात सहभाग नसेल तर त्या सगळ्या बाबी निरर्थकच ठरतात. खरे पाहू जाता कोणत्याही समाजात स्त्रियाच राष्ट्राचे जीवशास्त्रीय, सांस्कृतिक आणि प्रतीकात्मक पातळीवर प्रतिनिधित्व करतात. सामुदायिक जीवनाच्या त्याच वाहक असतात, त्याच राष्ट्रीय संस्कृतीची निर्मिती करतात आणि संक्रमण घडवून आणतात आणि त्या संस्कृतीच्या आधारभूत मूल्याच्या पायावर कुटुंबसंस्थेची उभारणीही त्याच करतात. त्यामुळेच स्त्रियांच्या कर्तेपणाचे इतिहास लिहिले

जाण्याची गरज स्त्रीवादी अभ्यासक जगात सर्वत्र अधोरेखित करू लागले आहेत. ॲड. डोळसांचे प्रस्तुत पुस्तक कितीही अल्पस्वल्प प्रमाणावर का असेना; पण ती गरज भागवण्याचा एक स्वागतार्ह प्रयत्न आहे.

लिंगाधारित पक्षपातामुळे कनिष्ठत्व प्राप्त झालेल्या स्त्रीवर्गाच्या इतिहास घडवणाऱ्या कामगिरीचे स्वरूप भव्यदिव्य किंवा नेत्रदीपक नसेलही; पण ते हवे त्या पातळीवर मुंगीच्या नेटाने निरंतर सुरू राहण्यातूनच समग्र सामाजिक परिवर्तनाचा इसारा मिळतो अशी लेखकाची या लेखनामागची भूमिका आहे. समग्र संघर्षातून समग्र सामाजिक परिवर्तन घडवून आणण्याचे ध्येय उराशी बाळगणारे युगांतर प्रतिष्ठान असे मानते की, रस्त्यावर आणि मैदानात प्रसंगोपात्त झडणाऱ्या आंदोलनाइतकेच महत्त्व समाजाच्या तळागाळात शांतपणे; पण सातत्याने चाललेल्या छोट्यामोठ्या संघर्षांनाही असते. किंबहुना अशा अनेकानेक आघाड्यांवरच्या संघर्षाचा मिळूनच समग्र संघर्ष होत असतो आणि समग्र परिवर्तनाच्या शक्यता अशा चौफेर चिवटपणे चालवल्या जाणाऱ्या चळवळीमधूनच उंचावत असतात. लढणाऱ्या या महिला आपल्यापैकी आणि आपल्यासारख्याच आहेत, त्यांच्या व्यथावेदनाही चारचौघी भोगतात तशाच आहेत, त्यांच्या अंगी आपल्यापेक्षा ज्ञानाचे, पैशाचे वा पाठिंब्याचे कोणतेही फार मोठे बळ नसूनही त्या लढतात ही वस्तुस्थिती त्यांच्यासारख्या अनेकींना कार्यप्रवृत्त करू शकते. सामान्य स्त्रियांच्या संघर्षाच्या ठिकाणची ही प्रेरणा देण्याची शक्ती अनन्यसाधारण असते. म्हणूनच अशा संघर्षाची दखल घेऊन त्यांना प्रोत्साहन देण्यासाठी क्रियाशील महिलांना पुरस्कार देऊन गौरवित करणे युगांतर प्रतिष्ठानाने आपले कार्य मानले आहे.

अनुकूल परिस्थितीत स्वतःचे जीवन जगत असताना सामाजिक जाणिवेपोटी शोषित वंचिताना आधारभूत ठरावे असे कार्य करणाऱ्या काही चार दोन स्त्री कार्यकर्त्यांच्याही कहाण्या या संग्रहात असल्या तरी त्यातील बहुसंख्य कहाण्यांच्या नायिका गरीब, कष्टकरी, निराधार, अस्मानी सुलतानी संकटांनी पोळलेल्या, सैरभैर झालेल्या अशाच आहेत. त्यांच्यातली कोणी एक एकटीच्या बळावर पन्नासपंचावन्न मुलींसाठी वसतिगृह चालवते. तर कुणी झुणका भाकरी केंद्र चालवून प्रतिकूल परिस्थितीवर कुरघोडी करते. कोणी एक आई धुणीभांडी करून मुलांना पदवीपर्यंत शिकवते, तर कोणी आक्का घोड्यावर बसून बंदूक चालवायला शिकते आणि दरोडेखोरांचा मुकाबला करते. नाटकवाल्यांना रात्रीबेरात्री जेवण देणारी एक अन्नपूर्णा जशी येथे भेटते तशीच नवऱ्याला अपंगत्व आल्यावर हातपाय न गाळता स्वतः ट्रॅक्टर रिपेरिंगचे गॅरेज चालवणारी धाडसी गृहिणीही भेटते. एकीकडे कुटुंबाच्या निर्वाहासाठी असे झुंजत असतानाच या भगिनीचे सहानुभाव त्यांना समदुःखी व्यक्तींच्या मदतीला धावून जाण्याची सतत प्रेरणा देतच असतात. आपल्या नोकरीलाच सामाजिक सेवेचे माध्यम मानून

समर्पित भावाने आदिवासी बालकांचे संगोपन करणे, आदिवासी स्त्रियांना आरोग्यासंबंधी माहिती देऊन वारंवार होणाऱ्या आजारांबद्दल सावध करणे, वसतिगृहातल्या मुलींची मोफत आरोग्यतपासणी करणे अशी कामे करणाऱ्या अनेक समाजसेविकाही येथे वाचकाला आढळतात.

प्रत्येकीची कहाणी निराळी असली तरी व्यक्तिगत दुःखाचे जीवघेणे संदर्भ संग्रहातल्या सगळ्याच कहाण्यांना आहेत. बहुतेकींची लग्ने बालपणी झाली आहेत, पतिनिधनाचे संकट अनेक जणींवर अकाली कोसळले आहे. पोराबाळांचे लटांबर मागे लागल्यामुळे त्यांना वाढवण्याची, शिकवण्याची जबाबदारी शिरावर पडलेल्या आणि अंगमेहनतीखेरीज दुसरी कोणतीही अर्थार्जन क्षमता नसलेल्या कित्येक जणी यात आहेत. घरादारांच्या जबाबदाऱ्यांचे ओझे मानगुटीवर घेऊन चालणाऱ्या अशा अनेकींना सासरच्या मंडळींचा जाचही सहन करावा लागतो. एकत्र कुटुंबात २०-२५ माणसांच्या योगक्षेमाबरोबरच दिरांचे व नणदांचे संसारही सुरळीत लावून देण्याची जबाबदारी पार पाडणाऱ्या कारभारणी कौतुकास्पद कार्यक्षमतेने वावरताना इथे आपल्याला दिसतात. शेतमजुरी करणे, मासळी विकणे, बत्त्या डोक्यावर घेऊन वरातीत सावकाश चालणे, बाजारपेठा झाडणे, धुणीभांडी करणे असे कष्ट पोटासाठी उपसतानाही ज्या भगिनींनी आपले सामाजिक भान जागते ठेवले त्यांची थोरवी सांगायला शब्द केव्हाही थिटेच पडणार!

तसे पाहता आजचे समाजचित्र अनेक कारणांनी अस्वस्थ करणारे आहे. वाढते गुन्हेगारीकरण, प्रसारमाध्यमांतून समाजात मोठ्या प्रमाणावर रुजवले जाणारे चंगळवादी जीवनसरणीचे आकर्षण, लैंगिक वखवख आणि अमानुष हिंसा, कायद्यांची होणारी अर्धीअपुरी अंमलबजावणी, सर्वत्र बोकाळलेला बाजारू ग्राहकवाद आणि भ्रष्टाचार अशा असंख्य अपप्रवृत्तींचा हैदोस समाजात सुरू आहे. जागतिकीकरण, उदारीकरण, खासगीकरण अशा गोंडस नावाखाली वेगाने होत असलेले समाजजीवनाचे विघटन, मानवी संबंधांचे अमानुषीकरण आणि नैतिक मूल्यांची घसरण आपण रोज अनुभवत असतो. विशेषतः स्त्रियांच्या दृष्टीने तर अनेक गंभीर प्रश्न आजच्या परिस्थितीने निर्माण केले आहेत. मुंगीच्या पावलाने स्वातंत्र्य, समता, न्यायाच्या दिशेने निघालेल्या भारतीय स्त्रियांना मनुवादी गुलामीच्या सापळ्यात अडकवू पाहणाऱ्या राष्ट्रसेविका समिती, दुर्गावाहिनी, महिला मोर्चा यासारख्या संघटना कधी नव्हत्या इतक्या आज सक्रिय झाल्या आहेत. अयोध्येची बाबरी मशीद उद्ध्वस्त करण्याचा उपद्व्याप असो किंवा जमातवादी हिंसाचार असो किंवा जयपूर उच्च न्यायालयाच्या आवारात मनूचा पुतळा उभारण्याचा उपक्रम असो, अशा प्रसंगी मोठ्या संख्येने स्त्रिया भाग घेताना पाहिल्या म्हणजे त्या घड्याळाचे काटे उलट्या दिशेने फिरवू लागल्या आहेत असेच म्हणावे लागते. त्यांना प्रतिगामित्वाच्या मायाजालात गुंतवणाऱ्या साधुसाध्वींचे तर असदृश अमाप पीक देशभरातून

निघाले आहे. जागतिक बँक आणि आंतरराष्ट्रीय नाणेनिधीच्या दडपणाखाली सामाजिक कल्याणावरचा खर्च कमी करणे इथल्या राज्यसत्तेला भाग पडत असून, त्याची सर्वाधिक झळ स्त्रियांनाच लागत आहे. आर्थिक दुरवस्थेतून येणारी असुरक्षितता मग स्त्रियांना मॉडेलिंग, जाहिरातधंदा, लैंगिक पर्यटन, देहविक्रय किंवा अश्लील चाळयांचे चलचित्रण अशा व्यवसायात अनिच्छेने ढकलू लागली आहे. अनेकींना त्यांचीच चटक लागली असून, त्यातील शोषणाचा आशय त्या सोयीस्करपणे नजरेआड करू लागल्या आहेत. तरी स्त्रियांच्या या प्रकट-अप्रकट शोषणाला नव्या आर्थिक धोरणांनी अभूतपूर्व चालना नक्कीच मिळाली आहे हे सत्य लपवणे अशक्य आहे. अशा परिस्थितीत लढणाऱ्या महिला यासारखे पुस्तक सुखदाश्चर्य आणि स्पृहणीय भवितव्याचा हवाला देते असेच म्हणायला पाहिजे.

स्त्रियांनी सामाजिक कार्य करणे आपल्या समाजात पुरुषांच्या तुलनेत अनेक दृष्टींनी अवघड असते. स्वागतापेक्षा नाके मुरडणे, समजापेक्षा गैरसमज आणि लौकिकापेक्षा बदनामी स्त्रीकार्यकर्त्यांच्या वाट्याला बहुधा येते. चारित्र्यावर शिंतोडे हे तर त्यांच्यापैकी अनेकींचे प्राक्तन असते. अशाही परिस्थितीत स्तुतिनिंदेची तमा न बाळगता आणि जराही न डगमगता आपले कार्य एखाद्या व्रतासारखे ज्या स्त्रिया सुरू ठेवतात त्यांच्या समर्पित सेवाभावाला नम्र कुर्निसातच करावासा वाटतो; त्यांचे हार्दिक अभिनंदन करावेसे वाटते.

त्यांचे कार्य प्रकाशात आणले याबद्दल लेखक ॲड. रंगनाथ डोळस यांचेही मी मनःपूर्वक अभिनंदन करतो. उद्याचा सुसंवादी, चिरंजीवी आणि समताधिष्ठित समाज घडवण्यात आपापल्या परीने वाटा उचलणाऱ्या युगांतर प्रतिष्ठानाच्या सर्व कार्यकर्त्यांना शुभेच्छा देणे माझे कर्तव्यच आहे.

◆◆◆

# ११. समग्र राजवाडे साहित्य खंड - ७

इतिहासाचार्य या विशेषणाशी ज्यांचे नाव समानार्थी ठरले आहे ते कै. विश्वनाथ काशीनाथ राजवाडे (जन्मः २४ जून १८८३ - मृत्यू : डिसेंबर १९२६) यांचे संशोधनक्षेत्र मुख्यत्वे इतिहास हे असले तरी अनेक सामाजिक व राजकीय विषयांचा त्यांनी मूलगामी परामर्श घेतला आहे. संकुचित विशिष्टीकरणाची बाधा न लागलेल्या एकोणिसाव्या शतकाच्या संशोधक परंपरेचे ते एक अध्वर्यू असल्यामुळे भाषा-व्याकरण-शास्त्रापासून राज्यशास्त्र-समाजशास्त्र-मानववंशशास्त्रापर्यंतचे कोणतेच अध्ययनक्षेत्र त्यांनी वर्ज्य मानले नाही. उलट त्या सर्व क्षेत्रांचा अन्योन्याश्रयीपणाच त्यांनी सतत अधोरेखित केलेला दिसून येतो. कोणाला त्यांचे लेखन पाश्चिमात्य समाजशास्त्रज्ञांच्या संशोधनाशी तुलनाच वाटते, कोणाला ते मार्क्सवादी इतिहासमीमांसेसाठी अत्यंत उपयुक्त वाटते, तर इतर काही अभ्यासकांच्या मते राजवाडे हे अनेक दृष्टींनी नीत्शेचे समविचारी ठरतात. काहीजणांना ते जीर्णोद्धारवादी वाटतात, तर काहींना त्यांच्या विचारात क्रांतिगर्भ पुरोगामित्वाचा प्रत्यय येतो. राजवाड्यांच्या वैचारिक भूमिकेविषयी अशी मतमतांतरे पुष्कळ सांगता येतील. किंबहुना असे म्हणता येईल की, त्यांच्याइतका विवाद्य ठरलेला दुसरा विचारवंत सहसा शोधूनही सापडणार नाही. अर्थात, त्यांच्या भूमिकांविषयी अशी मतभिन्नता असली तरी त्यांच्या संशोधनामागचा समर्पितभाव, त्यांच्या प्रतिभेची उत्तुंगता, नवनवी क्षेत्रे धुंडाळण्यासाठी लागणारी चिकाटी व परिश्रमवृत्ती, मूलगामी दृष्टी, व्युत्पन्नता याबद्दल मात्र त्यांच्या सर्वच अभ्यासकांमध्ये एकवाक्यता आढळते.

राजवाड्यांच्या या विषयवैविध्याचे फारच मार्मिक स्पष्टीकरण श्री. व्यं. केतकरांनी केले आहे. त्यांच्या मते केवळ एका विषयाचा कंटाळा आला म्हणून, किंवा केवळ अदम्य कुतूहलबुद्धीपायी राजवाड्यांनी हा वैचारिक संचार केलेला नाही. तर अभ्यासक्षेत्राच्या अतिविस्तीर्णतेची आणि त्याचबरोबर आपल्या राष्ट्रात आढळणाऱ्या त्यांच्याविषयीच्या

अनभिज्ञतेची जाणीव झाल्यामुळे आपण स्वतःच विविध क्षेत्रात प्राथमिक पदार्पण करून इतरांसाठी ती खुली करून देण्याची प्रेरणा राजवाड्यांना झाली होती. "आपणच पहिले राष्ट्रविकासाच्या भावनेने कामात पडलेले संशोधक आहोत" ही जाणीव त्यांच्याशी बोलताना सतत जाणवल्याचे नमूद करून ज्ञानकोशकार पुढे लिहितात, "या प्रकारच्या जाणिवेमुळे महाराष्ट्राच्या बुद्धीस सर्वप्रकारे चालना देण्यासाठी त्यांनी अनेक क्षेत्रातले संशोधन स्वतः आपल्या अंगावर घेतले असावे. आणि ज्या विषयांमध्ये किंवा ज्या प्रकारच्या संशोधनामध्ये पारंगतता मिळविली त्या क्षेत्रातच कार्य न करता त्या क्षेत्राचाही त्याग करावयास त्यांचे मन तयार झाले असावे... राजवाडे हे आपल्याकडे इतिहाससंशोधक या नात्याने पाहत नसून संस्कृतिविकासप्रवर्तक नात्याने पाहत होते."[१]

**संदर्भचौकट**

राजकीय-सामाजिक विचारांचे यथार्थ आकलन त्यांची स्थल-काल चौकट ध्यानात घेतल्यावाचून होऊ शकत नाही. राजवाड्यांना त्यांच्या या संदर्भचौकटीतून काढूनच बहुदा त्यांची निर्भर्त्सना केली जाते किंवा त्यांना डोक्यावर घेतले जाते. स्थलकालसंदर्भ लक्षात घेतल्यावर कदाचित त्यांच्यावर केल्या जाणाऱ्या दोषारोपणांची तीक्ष्णता कमी होऊ शकेल आणि स्तुतिसुमनांचा अनाठायीपणाही स्पष्ट होऊ शकेल.

राजवाडे यांचे लेखन ज्या काळात झाले तो भारतीय राजकारणात जहाल राजकारणाच्या सरशीचा काळ होता. मवाळांचे सनदशीर मार्ग निष्प्रभ ठरले होते. लढ्याची व्याप्ती वाढवण्याच्या दृष्टीने त्यांच्या मागण्या कुचकामी होत्या. गुलामगिरीबद्दल जनमानसात चीड निर्माण करून आणि साम्राज्यशाहीचे अंतरंग उलगडून तिच्याविषयी जनमानसात पक्के बसलेले अनुकूल अपसमज दूर करून तिला लढाऊ करू पाहणारे जहालमतवाद्यांचे आत्मगौरवी राजकारण प्रभावी ठरू लागले होते. युरोपीय इतिहासकारांनी लिहिलेल्या विकृत, पूर्वग्रहदूषित आणि अपुऱ्या माहितीवर आधारलेल्या इतिहासामुळे येथील समाजात ज्या अपप्रवृत्ती बळावल्या त्यांचे निर्मूलन करायचे तर या देशाचा खराखुरा, साधार आणि स्वाभिमान जागवणारा इतिहास लिहिला पाहिजे, या जाणिवेतून इतिहासकारांची एक उज्ज्वल परंपरा भारतात पुढे आली होती. त्यांच्या मते, आपले इतिहाससंशोधन हे राष्ट्रकार्य असून साम्राज्यशाहीविरोधी लढ्यातील ते एक मौलिक शस्त्रास्त्र होते. गुलामीत असलेल्या समाजाला सर्वच आघाड्यांवर सतत संघर्ष करीत राहण्यावाचून तरणोपायच नसतो. साहित्यसर्जन, इतिहाससंशोधन, वृत्तपत्रीय लेखन, समीक्षा वा समाजशास्त्रीय विश्लेषण अशी कोणतीही बौद्धिक कृती करण्यामागे या समाजाच्या धुरिणांची भूमिका साम्राज्यसत्तेला सर्वशक्तीनिशी विरोध करण्याचीच असते. या

लक्ष्यावरची नजर जशी त्यांना ढळू द्यायची नसते तद्वतच शक्तिविघटन ज्या कशातून संभवते ती प्रत्येक गोष्ट त्यांना कटाक्षाने त्याज्य ठरवावी लागते. टिळकप्रभृती जहालमतवादी नेते सामाजिक प्रश्नांवर प्रतिगामी भूमिका घेतात त्यामागे ही लौकिक संगती असते हे ध्यानात घ्यायला हवे. राजवाडे हे या साम्राज्यवादविरोधी राष्ट्रवादाच्या विचाराने भारलेले व्यक्तिमत्त्व होते. तरीही त्या राष्ट्रवादाच्या मर्यादा ओलांडून त्यांनी सामाजिक प्रक्रियांच्या स्थितिगतीची कारणमीमांसा इहलौकिक भौतिक आधारांवर केली ही गोष्ट महत्त्वाची आहे.

विचारवंताच्या चिंतनाला सामाजिक -राजकीय पर्यावरणाची जशी संदर्भचौकट असते तशीच वैचारिक क्षेत्रातील समकालीन प्रवाहांचीही असते. या दृष्टीने राजवाड्यांच्या सामाजिक-राजकीय लेखनाचा विचार केल्यास असे दिसते की, त्यांच्या काळी जातिमीमांसेने समाजशास्त्रीय संशोधनाच्या दिशेने झेप घेतली होती. केवळ वितंडेच्या पातळीवर ती आता राहिली नसून समाजशास्त्रीय, भाषाशास्त्रीय व इतिहास शास्त्रीय संशोधनाचे व्यापक अधिष्ठान जातीविषयक चर्चेला लाभले होते. पाश्चात्त्यांनी केलेल्या जातिचिकित्सेत त्यांचे पूर्वग्रह, वांशिकगंड आणि अपुऱ्या माहितीवर निष्कर्ष काढण्याचा उतावीळपणा होता; पण त्याचबरोबर पोकळ वादविवादांच्या पलीकडे जाऊन मुळांना हात घालू पाहणारी शास्त्रीय संशोधनाची ठाम बैठकही होती. पाश्चिमात्यांच्या अभ्यासपद्धतींचाच अवलंब करून त्यांचे निष्कर्ष खोटे ठरवण्याचा खटाटोप करणाऱ्या विद्वान हिंदी संशोधकांची एक फळी या काळात पुढे आली होती. या संशोधकांच्या ठायी विद्वता, व्यासंग, परिश्रमवृत्ती हे गुणतर होतेच; पण त्याचबरोबर प्रचंड आत्मविश्वास आणि विजिगीषू वृत्ती होती. प्रबोधनकाळातील विचारवंतांना छळणारा न्यूनगंड व अपराधभावना आता पार नष्ट झाली होती. तिच्या जागी आत्यंतिक स्वरूपाचा आग्रहीपणा व अभिनिवेश स्पष्ट जाणवू लागला. थोडाफार एककल्लीपणाही त्यांच्या प्रतिपादनात शिरला होता; पण त्यांनी आपल्या अथक परिश्रमातून, अखंड ज्ञानसाधनेतून आणि उत्कट आत्मभानातून विविध विषयांच्या संशोधनाची पायाभरणी केली ही गोष्ट कोणालाच नाकारता येणार नाही. इतिहासाचार्य राजवाडे हे या व्यासंगी संशोधकपरंपरेचे एक अग्रणी होते.

टिळक - अरविंदांचा हिंदुत्ववादी राष्ट्रवाद ही राजवाड्यांच्या संशोधनामागील मुख्य प्रेरणा होती. इतर अनेक विषयांप्रमाणेच जातिसंस्था व संबंधित सर्व प्रश्नांचा विचार त्यांनी हिंदू राष्ट्रवादाच्या अनुषंगानेच मांडला आहे. वंशशुद्धी, बीजक्षेत्रशुद्धी या कल्पनांनी त्यांना पछाडले होते. त्यांची जातिमीमांसा उच्चवर्णीय अहंतेच्या विळख्यातूनही सुटू शकली नाही. मराठे, बौद्ध, जैन, लिंगायत इत्यादी लोकांबद्दल तसेच शुद्रातिशूद्रांबद्दलची त्यांची विधाने नक्कीच पूर्वग्रहदूषित व तुच्छताभाव व्यक्त करणारी आहेत. यावरून "राजवाड्यांसारख्या प्रत्यक्षतवादी निर्भीड इतिहाससंशोधकासही ब्राह्मणी जातीयतेच्या मर्यादा ओलांडता आल्या नाहीत" असा

रास्त निर्वाळा अभ्यासकांनी दिला आहे;[२] परंतु राजवाड्यांच्या जातिमीमांसेवर ही ब्राह्मणी मर्यादा दिसत असली तरी तेवढ्यावरून त्यांना ब्राह्मण्यवादी व प्रतिक्रियावादी ठरवून त्यांच्या विचारातील आधुनिकतेचा आशय उपेक्षिला जाता कामा नये. राजवाडे "साम्राज्यवादविरोधी झगड्याच्या मुशीत घडले आणि नेमक्या याच कारणामुळे बौद्धिक दृष्टिकोनातून ते आधुनिकतावादी होते... भारतीय विवाहसंस्थेचा इतिहास हे त्यांचे पुस्तक नव्या वाटा शोधणारे होते. रूढिप्रियतेचा शिक्का बसलेला, निःसंशय पारंपरिक असा हा बुद्धिमंत येथे प्राचीन भारतीय इतिहासातून काही न रुचणारी सत्ये खणून काढताना दिसतो. कुठल्याही पुनरुज्जीवनवादी व्यक्तीला असे पुस्तक लिहिणे जमले नसते."[३] या गो. पु. देशपांडे यांच्या विधानातील तथ्यांश लक्षात घ्यायालाच हवा. राजवाड्यांच्या विचारातील दोघांचे आज समर्थन करण्याचे कारण नाही, त्याचबरोबर त्या दोषांवरच बोट ठेवून त्या विचारातील जमेच्या बाजूही उपेक्षिल्या जाऊ नयेत असे तारतम्य राखणे अगत्याचे आहे. काळाचा संदर्भ घेऊन त्यांच्या प्रतिपादनांचा अन्वय लावल्यास ते राखले जाऊ शकते.

## सामाजिक लेखनाचे स्वरूप आणि व्याप्ती

राजवाड्यांच्या सामाजिक विषयांवरील लेखनाचा मध्यवर्ती गाभा जातिसंस्थेच्या उपपत्ती व उपयुक्ततेशी संबंधित प्रतिपादन हा असला तरी इतरही अनेक आनुषंगिक प्रश्नांनाही त्यांनी हात घातला आहे. त्यापैकी काही विषय ते सविस्तर हाताळू शकले तर इतर अनेक विषयांची फक्त यांनी काढलेली संक्षिप्त टिपणे व आराखडेच आज उपलब्ध आहेत. चातुर्वर्ण्यापासून विविध जाती कशा निर्माण झाल्या, 'बाह्य' लोकांचे समावेशन येथे कोणत्या प्रक्रियेतून होत असे, चातुर्वर्ण्यात शूद्रांचा प्रवेश होण्याचे कोणते सामाजिक-आर्थिक परिणाम झाले. विविध जातींची मूळस्थाने कोणती व स्थलांतरे कसकशी झाली, जातिजातींची गुणवैशिष्ट्ये व आपापसातील संबंध कसे होते, जातीपोटजातींची आडनावे, ग्रामनामे व त्यांची भाषाशास्त्रीय व्युत्पत्ती अशा अनेक समाजशास्त्रीय विषयांवर राजवाडे यांनी वेळोवेळी लिहून सादर केलेल्या व छापलेल्या निबंधांची संख्या बरीच मोठी आहे. पश्चिमेत नव्याने उदयास आलेल्या समाजशास्त्र या विषयाबद्दल राजवाड्यांना प्रचंड आस्था होती. त्या शास्त्राचे पारिभाषिक शब्द आणि त्यांच्यासाठी चपखल मराठी पर्याय व प्रतिशब्द यांची सूची त्यांनी तयार केली होती. महाराष्ट्रातील जातीविषयी तिकडच्या संशोधकांनी केलेल्या अभ्यासांची त्यांनी आवर्जून दखल घेतली होती.

सामाजिक विकासासाठी आणि स्वराज्यासाठी लागणारी पात्रता लोकांमध्ये निर्माण होण्यासाठी "नाना प्रकारच्या मंडळ्या स्थापन करून त्यांच्याद्वारे राष्ट्रोपयोगी नाना कार्ये करायाची

अत्यंत आवश्यकता आहे" असा सिद्धान्त राजवाड्यांनी वसंत व्याख्यानमालेतील आपल्या भाषणात मांडल्याची नोंद संशोधक मासिकाच्या संपादकांनी केली आहे. त्या दृष्टीने कोणकोणत्या मंडळ्या स्थापण्याची निकड आहे याचा विचार तर राजवाडे वारंवार मांडताना दिसतात. स्वतः अशा काही मंडळयांच्या स्थापनेशी व कामकाजाशी त्यांचा प्रत्यक्ष संबंधही होता. भौतिकशास्त्रीय विकासाला उत्तेजन मिळून समाजात शोधकवर्ग निर्माण व्हावा, विविध शास्त्रांची अध्ययन मंडळे असावीत, आरोग्यसेवा, रस्ते, अभियांत्रिकी व पाणीनियोजन यासारखे विषय हाताळण्यासाठी खास संस्था असाव्यात, एवढेच नव्हे तर भूतकालीन व वर्तमानकालीन राजकारण व राजकीय संस्था यांचा अभ्यास करणारे तसेच मुलामुलींना चारित्र्यसंपन्न करणारे असेही मंडळ अस्तित्वात असणे राजवाड्यांना आवश्यक वाटत होते.

समाजाचा विकास आणि ऱ्हास पाहण्यासाठी ज्या साधनसामग्रीचा उपयोग राजवाड्यांनी करून घेतला तो त्यांच्या काळात तरी अभिनवच म्हणावा लागेल. प्राचीन इतिहासाचा शोध घेण्याचा दस्तऐवज व कागदपत्रे यापेक्षा अधिक विश्वसनीय व मजबूत साधने राजवाड्यांच्या मते लोकाचार, लोकभाषा, ग्रामनामे, गोत्रावली, आडनावे, गुरुपरंपरा, थळनामे, लोककथा ही असतात. कारण दस्तऐवज व कागदपत्रे फारतर दहापाच माणसांच्या साक्षीने तयार झालेली असून खोट्या हकीकतींनी भरलेली असू शकतात. हा धोका उपरोक्त साधनांबद्दल मुळीच संभवत नाही. राजवाडे म्हणतात, "भाषेसारखा बिनतोड पुरावा तर त्रिभुवनात सापडणे दुर्लभ. वर्तमान संबंध भाषा म्हणजे ती पिढी ज्या वंशापासून निपजली त्या वंशाच्या अथपासून आजपर्यंतच्या देवधार्मिक, धार्मिक, राजकीय, आर्थिक, राजकीय इतिहासाचा केवळ निष्कलंक आरसा होय. शब्दशास्त्राचा अभ्यास अत्यंत प्राचीन इतिहासाचा केवळ प्राण समजण्यास हरकत नाही. ("महाराष्ट्राचा इतिहासकालीन शोध", पृ. ४२७).

गावे, नद्या, वृक्ष माणसांची नावे यांच्या आधारावर विशिष्ट लोकसमूहाची स्थलकालनिश्चितीच नव्हे, तर सामाजिक-राजकीय संरचनांविषयीचे तर्कसंगत अंदाजआडाखेही राजवाड्यांनी बांधले आहेत. ग्रामनामांच्या यादीत कोणती नावे अधिक आहेत, कोणती मुळीच नाहीत, त्या नावांचे भाषिक मूळ कोणते यावरून प्रांतांचे प्राचीनत्व, जनसमूहांचे स्थलांतरण, लोकांचे भाषिक-वांशिक लागेबांधे याविषयी स्तंभित करणारे निष्कर्ष राजवाड्यांनी काढले आहेत. राजवाड्यांनी सुरू केलेली ही शोधपरंपरा त्यांच्या पश्चात फार पुढे गेलेली दिसत नाही. मराठी आडनावे यासारख्या विषयावर पीएच.डी. चे काही प्रबंध अवश्य झाले आहेत; पण मानवशास्त्रीय, लोकसंख्याशास्त्रीय व इतिहासशास्त्रीय परिमाणे त्यांना लाभलेली नाहीत. गावांची नावे बदलण्याचा वावदूकपणा करणाऱ्या आजच्या सत्ताधाऱ्यांना आपण सामाजिक-राजकीय इतिहासाचे किती महत्त्वाचे साधन नष्ट करीत आहोत याची जाणीवही फारशी आढळत नाही. जुन्या गावांना

नवी नावे देण्याची खोड असल्याबद्दल मुस्लिम राज्यकर्त्यांना राजवाड्यांनी दोष दिला आहे. आज राज्यकर्ते बदलले असले तरी ती खोड कायम आहे आणि कमी होण्याऐवजी ती बळावत चालली आहे!

व्याकरणाची फोड करताना समाजशास्त्राचा वापर राजवाडे शास्त्रशुद्ध रीतीने कसा करीत असत आणि त्यामुळे पाणिनीला न उलगडलेली रहस्ये त्यांनी कशी अचूक पकडली याबद्दल भारतीय विवाहसंस्थेचा इतिहास या राजवाड्यांच्या पुस्तकात लिहिलेल्या प्रस्तावनेत कॉ. श्रीपाद अमृत डांगे यांनी मार्मिक विवेचन केले आहे.[४] शब्द किंवा वाक्य-प्रक्रियेतून राजवाडे विशिष्ट समाजाचा इतिहास उकलून दाखवतात. अभिवादन प्रत्याभिवादनाच्या पद्धतींचे पाणिनीकालीन, कात्यायनकालीन व पतंजलाकालीन असे तीन टप्पे पाडून आणि त्यांची तुलना करून स्त्रियांचा सामाजिक दर्जा कसकसा उतरत गेला, काही वैश्य व ब्राह्मणसुद्धा कसे शूद्रत्वास पावले याची फोड राजवाडे करतात.

समाजशास्त्राची मूलतत्त्वे आणि देशस्थितीवरून त्याचे प्रत्ययन सांगणारा समाजशास्त्रविषयक मोठा ग्रंथ लिहिण्याचा राजवाडे यांचा मनोदय त्यांच्या टिपणांवरून दिसतो. प्रास्ताविक, राजकीय गती, राजकीय संस्था, सामाजिक संस्था, धार्मिक संस्था, वाङ्मय, व्यापार-उदीम, शेती, कला व स्थापत्य अशी त्या ग्रंथाची अष्टाध्यायी रूपरेषाही त्यांनी आखून ठेवलेली आढळते; पण तो त्यांचा संकल्प त्यांच्या इतर अनेक संकल्पांप्रमाणेच प्रत्यक्षात येऊ शकला नाही. तो ग्रंथ पूर्ण झाला असता तर एका समग्र दृष्टिकोनातून भारतीय समाजशास्त्राची मांडणी होऊ शकली असती असे वाटते.

## चातुर्वर्ण्य व जातिसंस्था

राजवाडे यांच्या सामाजिक लेखनातील सर्वात विवाद्य ठरलेली मते चातुर्वर्ण्य व जातिसंस्था या विषयावरची आहेत. त्यांची ब्राह्मणवर्चस्ववादी व शूद्रातिशूद्रद्वेष्टे ही प्रतिमा जनमानसात पक्की होऊन त्यांच्या एकूणच पुरोगामी विचारांना अज्ञातवास घडण्यालाही त्यांचे एतद्विषयक प्रतिपादनच बव्हंशी कारणीभूत झाले आहे. चातुर्वर्ण्यांची उपपत्ती, त्यातील ब्राह्मण (क्षत्रिय) वर्चस्वाचे अभिजनवादी स्वरूप, शूद्रप्रवेशाचे परिणाम, जातिसंस्थेचा विकास आणि उपयुक्तता त्याचप्रमाणे एकराष्ट्रीयत्वाच्या संदर्भात चातुर्वर्ण्य यांचा फेरविचार करण्याची गरज अशा अनेक संदर्भात राजवाडे यांनी या विषयाची मांडणी वारंवार केली आहे.

चातुर्वर्ण्य हे आर्यांच्या समाजव्यवस्थेचे सर्वात मोलाचे वैशिष्ट्य आहे असे राजवाड्यांचे मत होते. गणसमाजातून आर्यांच्या समाजरचनेत चातुर्वर्ण्य कसे उदयास आले याची चर्चा त्यांनी पुरुषसूक्ताचा अन्वयार्थ लावून आणि पाणिनीच्या अष्टाध्यायीच्या आधाराने केली

आहे. वैदिक ऐतिहास्य परंपरेतील वेगवेगळे सिद्धान्त वापरून ते वर्णव्यवस्थेची उपपत्ती सांगतात. सुरुवातीला सर्व आर्य हे ब्राह्मणच होते आणि नंतर क्षत्रिय-वैश्य यांची त्यात भर पडून त्रैवर्णिक समाजरचना अस्तित्वात आली, पुढे शूद्रांचा त्यात अंतर्भाव झाला आणि चातुर्वर्ण्य निर्माण झाले. शूद्रांच्या समावेशामुळे चातुर्वर्ण्याचे स्वरूप क्रांतिकारकपणे बदलले असे वर्णन राजवाड्यांनी केले आहे. त्यांच्या मते, शूद्र पूर्वी वनचर होते. ते त्रैवर्णिक रचनेत प्रविष्ट झाल्यामुळे त्यांना ग्रामचरत्व प्राप्त झाले. शूद्रांनी काबाडकष्टाची कामे स्वतःकडे घेतल्यामुळे त्रैवर्णिकांना मुबलक फावला वेळ मिळू लागला. त्याचा उपयोग त्यांनी विद्या, कला, तत्त्वज्ञान व विविध शास्त्रे यांचा विकास करण्यासाठी करून घेतला. शेतीउत्पन्न व द्रव्योत्पादन यात लक्षणीय भर पडली. अशा प्रकारे चातुर्वर्ण्यव्यवस्था ही सर्वांसाठीच उपयुक्त-उपकारक होती. चारही वर्णांच्या व्यक्तींचे वेगळेपण कातडीच्या रंगाच्या आधारे करणाऱ्या मनुवचनाचे उद्धरण स्वमान्यतेसह राजवाड्यांनी एका लेखात केले आहे. ("हिंदुस्थानातील आर्य लोकांचा वर्ण"). हिंदुस्थानातील आर्यांचा वर्ण मुळात काळासावळा होता, त्यांचा पूज्य प्राचीनैतिहासिक पौराणिक रामकृष्णादी व्यक्तिमत्त्वेही एकजात काळीसावळीच रंगवलेली आढळतात. इतर मानवांहून गुणांनी भिन्न असलेल्या या वंशाला सावळा वंश असे नाव राजवाडे देतात. त्यातही त्यांच्या मते ब्राह्मण वर्ण आपला मूळचा लखलखीत शुचिर्भूत श्यामवर्ण टिकवून आहे, क्षत्रियांचा मूळ श्याम वर्ण धंद्याच्या साहसाने व श्रमाने ताम्रवर्ण झाला आहे. वैश्यांचा मूळ श्याम वर्ण बैठ्या निरुपद्रवी धंद्यामुळे पिवळट पडला आहे. यावरून ब्राह्मण शुक्लभास्कर रंगाचे, क्षत्रिय तांबड्या, वैश्य पिवळया, तर शूद्र काळया रंगाचे आणि इतर संकर जाती त्या त्या संकीर्ण रंगांच्या हे मनुवचन यथार्थ असल्याचे राजवाडे अप्रत्यक्षतः सिद्ध करतात. ब्राह्मणांच्या शुक्ल-भास्कर रंगासाठी त्यांनी पतंजलीचाही हवाला दिला आहे.

पण इतरत्र राजवाड्यांनी ही रंगावरून वर्णाची ओळख त्याज्यही ठरवली आहे. शिवपूर्वकालीन समाजरचनेचे वर्णन ते अतिप्राचीन नमुनेदार भारतीय आर्य समाजरचनेपासून सुरू करतात. गुणकर्मानुरूप पडलेल्या गटांना कायम स्वरूप लाभल्यावर शौनकाने कायदा करून चातुर्वर्ण्य निर्माण केले असे ते सांगतात. येथे ते लिहितात, "चारी वर्ण एकाच मानववंशातील होते. कित्येक अर्वाच्य पंडित म्हणतात त्याप्रमाणे श्वेत, रक्त, पीत, कृष्ण अशा चार भिन्न वंशांतील नव्हते. पाश्चात्त्य ऐतिहासिक पंडित ऐतिहासिक आधारांच्या जोरावर हे विधान करीत नाहीत. निव्वळ कल्पनेच्या जोरावर करतात. आणि या काल्पनिक आधाराला ते काल्पनिक व्याकरणाची जोड देतात" (पृ ४८९). वर्णाचा अर्थ रंग असा नसून गुणक्रिया असाच असल्याचे त्यांनी म्हटले आहे. गुणकर्मदृष्ट्या अपात्र असलेली व्यक्ती वर्णभ्रष्ट केली जाई हा त्याचा पुरावा म्हणून त्यांनी नमूद केला आहे.

गुणकर्माधिष्ठित चातुवर्ण्य हे मानवविश्वात सार्वत्रिक, स्वाभाविक व उपयुक्त ठरले असून ज्या समाजांनी ते सोडले त्यांचे अतोनात नुकसान झाले आहे हे राजवाड्यांच्या प्रतिपादनातील गृहीतकृत्य आहे. ते म्हणतात, चार पाच हजार वर्षांपूर्वी मिसर देशापासून चीन देशापर्यंत जेवढे म्हणून देश होते त्यात चातुर्वर्ण्य संस्था व जातिधर्म होते. ("आमची पुराणे व असीरियातील नवे शोध", "मग' ब्राह्मण कोण?"). शक लोक आर्यांप्रमाणेच उत्तम सुधारलेले व सुसंस्कृत होते; पण चातुर्वर्ण्यात्मक समाजव्यवस्था त्यांनी सोडली तेव्हा ते अर्ध्यासुर्ध्या रानटी स्थितीस पोहोचले. असूर्यादि देशातील असुर लोकांतही वर्णभेद होता; पण त्यांचा कल एक वर्णाकडे व आचारभ्रष्टतेकडे पडल्यामुळे चातुर्वर्ण्यसंस्था तेथून नष्ट झाली. याच लोकांचे विशेष प्राबल्य भारतवर्षाखेरीज इतर देशात पुढेपुढे झाल्यामुळे त्या त्या देशांतूनही चातुर्वर्ण्य संपले आणि आज राजवाड्यांच्या मते फक्त भारतवर्षातच चातुर्वर्ण्य टिकून आहे; पण त्यांना भीती अशी वाटते की, आचारभ्रंश असाच चालू राहिला तर सगळेच येथेही कालांतराने एकवर्णी होतील आणि ते एक महाभयंकर सामाजिक अरिष्ट ठरेल!

वंशशुद्धी हे राजवाड्यांच्या मते चातुर्वर्ण्याचे सर्वश्रेष्ठ वैशिष्ट्य होते. चारही वर्ण प्रारंभी एकमेकांस अप्रवेश्य ठेवून आर्यांनी वंशशुद्धी अबाधित ठेवली होती असे ते सांगतात. चातुर्वर्ण्याचे स्वयंसिद्ध माहात्म्य राजवाडे त्याच्या टिकाऊपणात शोधतात. त्यांच्या मते, चातुर्वर्ण्यातील प्रत्येक वर्ण जोवर स्वधर्माचरण करतो तोवर समाजाला मृत्यूची वा क्षयाचीही भीती बाळगण्याचे कारण नसते. भारताच्या इतिहासात अधूनमधून चातुर्वर्ण्यासमोर काही आव्हाने उभी राहिली; पण त्या सर्वांना येथील चातुर्वर्ण्य पुरून उरले आहे. दैत्यासुरराक्षसादी अनार्यांचे हल्ले, अंतर्गत कलह, ब्राह्मण-क्षत्रियांचा स्वधर्माचरणत्याग, चार्वाक-बुद्ध-जैन-महानुभावादी पाखंडे, म्लेंछकाळात चातुर्वर्ण्य समाजरचनेलाच सामाजिक दुरवस्थेचे व दैन्याचे कारण समजून ती मोडण्याचे प्रयत्न करणारे बंडखोर, हुद्दा-नोकऱ्या-चरितार्थासारख्या व्यावहारिक अपेक्षा बाळगून मुस्लिम राज्यकर्त्यांचे अनुकरण करणारे संधिसाधू लोक किंवा हिंदूंच्या अवनतीची कारणे, त्यांच्या आहार-वेशभूषा-स्त्रीस्वातंत्र्य-संस्कृतभाषाप्रेम यात शोधून त्या सर्व बाबतींत मुस्लिम राज्यकर्त्यांचे अंधानुकरण करणारे आचरट सुधारक- या सर्व संकटांचा यशस्वी मुकाबला करून चातुर्वर्ण्य व्यवस्था टिकून राहिली. बहुसंख्य लोकांनी आपापले पुत्रधर्म, कुलधर्म, जातिधर्म, देशधर्म, वर्णधर्म व आश्रमधर्म कधीच सोडले नव्हते. त्यामुळे चातुर्वर्ण्याची विस्कटलेली घडी प्रत्येक वेळी मूठभर धर्माभिमानी व धर्मनिष्ठ ब्राह्मण-क्षत्रियांच्या पुढाकाराने पुन्हा नीट बसवली गेली. चातुर्वर्ण्यसंस्कृतीचे श्रेष्ठत्व इतर सर्व संस्कृतीच्या तुलनेत वारंवार सिद्ध होत राहिले. चातुर्वर्ण्य पुनःप्रस्थापनेचे सर्वांत अलीकडचे उदाहरण म्हणून शिवाजी महाराजांचे व रामदास स्वामींचे कर्तृत्व राजवाड्यांनी नमूद केले आहे; पण त्यांच्या

मते या कर्तृत्वाला काही मर्यादा पडल्या. ते भारतभर पोहोचू शकले नाही आणि अल्पावधीतच ब्राह्मण पेशव्यांनी क्षात्रधर्म पत्करला. शूद्र संस्थानिक झाले व सर्वत्र पुन्हा बजबजपुरी माजली. चातुर्वर्ण्य हे समष्टिरूप असते, ती मोडताच व्यक्ती सुट्या एकेकट्या होतात हा धोका ओळखून एकवर्णीय समाजरचना करू पाहणाऱ्यांनी वागावे असा इशारा राजवाड्यांनी केला आहे.

चातुर्वर्ण्यातील चारही वर्ण जोपर्यंत परस्परांसाठी अप्रवेश्य होते तोपर्यंत वंशशुद्धी टिकून होती आणि आदर्शवत समाजरचना अस्तित्वात होती; पण जेव्हा ते परस्परप्रवेश्य झाले तेव्हा अनुलोम-प्रतिलोम संस्कारातून संकरज प्रजा निर्माण होणे अटळ झाले. अनुलोम-प्रतिलोम संकरजांना वर्णोन्नतीची संधी वर्णव्यवस्थेत होती. तरीपण वर्णोन्नतीचे सायास न करता संकरांनी आपापल्या स्थिरजाती निर्माण केल्या. कारण जात्युत्कर्ष साधला नाही तरी किमान जात्यपकर्ष न व्हावा, आहे ते स्थान स्थिर व्हावे ही सोय जातीने साध्य झाली. "स्थिर जाती म्हणजे जिच्यात किंवा जिच्यातून जातिबाह्यबीजापासून धर्म्य प्रजा होऊ दिली जात नाही आणि रक्त व वर्ण शुद्ध राखला जातो अशी रचना" अशी व्याख्या राजवाड्यांनी केली आहे. ही जातिसंस्था निर्माण करण्याची क्लृप्ती एतद्देशीय अनार्यांची स्थापना ग्रामसंस्थेत करताना आर्यांनी अमलात आणली. त्यांनी प्रत्येक अनार्य समाजाची एक जात केली. प्रत्येक समूह आपापल्या जातीत खूश राहिला. प्रत्येक जातीला ग्रामव्यवस्थेत विशिष्ट कामे, हक्क व प्रतिष्ठित स्थान मिळाले. प्रत्येक जात स्वतःला श्रेष्ठ व इतरांना तुच्छ मानू लागली. प्रत्येक जात आपापल्यापुरती एक ॲरिस्टॉक्रसी झाली. जातिसंस्था झाल्यापासून अनुलोम-प्रतिलोम संकर बंद पडले. हिंदू समाज सुट्या व्यक्तींना नव्हे तर जातींना ओळखत असल्यामुळे बाह्य अनार्यांचे हिंदू समाजात जे समावेशन झाले ते जातिशः झाले. व्यक्ती म्हणून ते होणे शक्यच नव्हते. व्यक्ती जेव्हा जाती बनत असत आणि त्यांच्या त्या जातींना ग्रामसंस्थेकरवी जेव्हा स्वतंत्र वृत्ती नेमून दिली जात असे तेव्हा तिचे समावेशन होत असे. ती जात दीर्घकाळ तेथे राहून हिंदू समाजाचे सामान्यधर्म पाळू लागली म्हणजे तिचा देव हिंदूंच्या देवमंडळात स्थापित होऊन तिला हिंदू हे अभिधान मिळत असे, असे राजवाडे म्हणतात. त्यांच्या मते युरोपातील व्यक्तिशः समावेशनापेक्षा किंवा मुस्लिमांच्या मुत्तद्वारी समावेशनापेक्षा हिंदूंची समावेशनपद्धती अधिक सभ्य, सहिष्णू, सुरक्षित, न्यायपूर्ण, अहिंसक आणि हितकर आहे.

जातिसंस्था हिंदू समाजातील सर्वच घटकांना अत्यंत उपयुक्त व उपकारक ठरली असे प्रतिपादन राजवाड्यांनी अनेक संदर्भात केलेले आढळते. जातिसंस्थेमुळे आर्यांना आपला धर्म इतरांवर लादून स्वसमाज दुर्बल करून घेण्याचे टाळणे शक्य झाले, स्वेतरांशी क्रूर व रानटी वर्तन करण्याची गरज भासली नाही, इतरांना आपापले देवधर्म, भाषा, आचारविचार,

गणगोत व बीजक्षेत्रशुद्धी सर्वच सांभाळता आले आणि बाह्य शेजारी असूनही आर्यांच्या सर्वांगीण प्रगतीला बाधा पोहोचली नाही (४८०-८१).

जातिसंस्था नसलेल्या समाजात सुटी कुटुंबे एकत्र राहून दंपतिसंस्थेला फक्त प्रजोत्पादन एवढेच प्रयोजन असते. कोणीही कोणताही व्यवसायधंदा करतो. अशा समाजावर एखादी आपत्ती ओढवून तेथील राज्यसंस्था, व्यापार किंवा देवधर्मसंस्था यापैकी एकाचाही नाश झाल्यास सबंध समाज कोसळून पडतो. अशी दुर्दशा जातिसंस्था समाजाची मुळीच संभवत नाही याबद्दल राजवाडे ठाम होते. त्यांच्या मते जातिसंस्था-समाज अधिक सौख्यसमाधानदायक, सुसंघटित, स्थिर व दीर्घायुषी असतो. तेथील वृत्ती आनुवंशिक असल्यामुळे प्रत्येक कामात शिताफी, कौशल्य व साफल्य अधिक असते. जातीय अहंकार आणि जातीय द्वेष वाईट असले तरी जातिसंस्था मोडणे हा त्यावरचा उपाय नसून जातिजातीत सात्त्विक चढाओढ करून जातिसंस्थेला युरोपीय शास्त्रसंशोधनाची दिशा देऊन आणि कालदेशवर्तमानानुसार योग्य ते बदल स्वीकारून जातिसंस्था टिकवणेच श्रेयस्कर ठरेल अशी त्यांची भूमिका होती. हिंदू समाजाच्या मागासलेपणाचे मूळ जातिसंस्थेत आहे किंवा प्रातिनिधिक राज्यपद्धतीला जातिव्यवस्था मारक आहे अशा गैरसमजुतीतून जातिसंस्थेच्या निर्मूलनाचे प्रयत्न करणारांना अप्रबुद्ध व अदूरदृष्टीचे ठरवून त्यांच्यावर राजवाड्यांनी आपल्या लेखनातून बरीच आगपाखड केली आहे. उलटपक्षी प्रातिनिधिक राज्यव्यवस्थेसाठीही सुट्या व्यक्तीपेक्षा जातीच्या आयत्या मतदारसंघात विभागलेला समाज अधिक योग्य असतो असे प्रतिपादन त्यांनी केले आहे (४७६-४८३).

राजवाड्यांचे चातुर्वर्ण्यविषयक विचार अनेक अंगांनी टीकास्पद ठरले आहेत. "राजवाड्यांच्या चातुर्वर्ण्यविषयक कल्पना फारच गावंढळपणाच्या व अनैतिहासिक आहेत"[५] अशा स्पष्ट शब्दात महर्षी विठ्ठल रामजी शिंदे यांनी ते विचार निकालात काढले आहेत. इतिहासकाराला आवश्यक असलेला ताटस्थ्ययोग सांभाळण्याऐवजी राजवाड्यांनी फक्त वैदिक ऐतिहास्यावर व संस्कृत भाषेतील साधनसाहित्यावर भिस्त ठेवून वर्णव्यवस्थेविषयी पक्षपाती, एकांगी व विपर्यस्त मांडणी केली आहे आणि जैनबौद्धादी साधने त्यांनी विचारातही घेतलेली नाहीत असा शिंदे यांचा आरोप आहे. त्यांच्या मते राजवाड्यांचे बौद्ध, जैन, लिंगायत व मराठे यांच्याबद्दलचे लेखन अत्यंत एकांगी, अनैतिहासिक व पूर्वग्रहदूषित आहे. उदाहरणार्थ एका जागी राजवाडे असे लिहितात की "शाक्यव्रात्यक्षत्रियांत गौतमबुद्धाचा जन्म झाला. महावीर जसा नटव्रात्यक्षत्रिय होता तसा बुद्ध शाक्यव्रात्यक्षत्रिय होता. व्रात्यत्वामुळे गौणता आली. तच्छमनार्थ शुद्ध क्षत्रियांच्या व शुद्ध ब्राह्मणांच्या विरुद्ध त्या दोघांनी जैन व बौद्ध धर्म काढले. ते शकादी व्रात्य जातींत अर्थातच फार प्रिय झाले. शुद्ध चातुर्वार्णिकांत या वर्णसंकरकारक

धर्माचा शिरकाव झाला नाही" (पृ. १२९). मात्र अन्यत्र ते असेही सांगतात की, या धर्माच्या मोहक मतांचा अनेक विचारी लोकांच्या मनावर पगडा बसल्याने वेद, यज्ञकर्म व ब्राह्मण यांचा तेजोभंग झाला. ब्राह्मणांचा दाब गेल्यामुळे कित्येक क्षत्रिय स्वैराचारी व शूद्र उन्मत्त झाले. सनातनधर्म व चातुर्वर्ण्य यांचे फार हाल झाले. शूद्र पुरुषाचा ब्राह्मण स्त्रीशी समागम होऊन पितृसावर्ण्यामुळे जी काळी ब्राह्मण प्रजा जन्माला येई तिची लोक थट्टा करीत, त्यामुळे ती बौद्धजैनादी पाखंडाच्या मागे गेली असा शोधही राजवाड्यांनी लावला आहे तो तौलनिक धर्माभ्यासी शिंद्यांना मान्य होणे शक्यच नव्हते.

गुणकर्मद्वारे वर्ण करण्यास आर्यांनी फार पूर्वीपासून प्रारंभ केल्याचे राजवाडे सांगत असले तरी हे गुण वर्णशः कोणते याची नोंद त्यांनी केलेली नाही. व्यावसायिक कौशल्याचा तुरळक उल्लेख त्यांनी सुरुवातीला केला असला तरी तो मुद्दा त्यांनी पुढे नेलेला आढळत नाही. गुणांचा त्यांच्या मांडणीतील संदर्भ स्वभावगुण हाच होता आणि वर्णविशेषांविषयीचे त्यांचे पूर्वग्रह भौतिक कसबांपेक्षा मनोवृत्तीशी निगडित होते असेच एकंदरीत दिसते. ब्राह्मणवर्चस्व व वंशश्रेष्ठत्व या गंडातूनच त्यांच्या शूद्रांविषयीच्या तिरस्कारपूर्ण धारणा निष्पन्न झाल्या आहेत. बहिःस्थ अनार्यांना चातुर्वर्ण्यात समाविष्ट केल्याने आर्यांमधील संकराला आळा बसला एवढे म्हणून राजवाडे थांबत नाहीत तर यात अनार्यांचाही फायदा झाला, कारण त्यांचा उच्च संस्कृतीत प्रवेश झाला असे ते सांगतात. आर्यांनी "अर्धरानटी" वन्य लोकांना "माणसाळवून" ग्राम्य केले आणि आपले दास्यकर्म करावयास लावले. हे दास्यकर्म शूद्रांनाही उच्च सुखाचे वाटत असे असा नाझीसदृश विचार राजवाड्यांनी या संदर्भात मांडला आहे. आर्यांच्या शुद्ध रक्ताचे अभिसरण शूद्रांच्या अशुद्ध रक्तात होणे यात राजवाड्यांना शूद्रांचा फायदाच दिसतो. ब्राह्मणांकडून उपाध्येपण करून घेण्याची संधी शूद्रांना मिळाली हा त्यांच्या मते शूद्रांना केवढा मोठा फायदा झाला! हे सर्व वाचल्यावर डॉ. अरविंद देशपांडे यांच्याशी सहमत होण्यावाचून पर्याय उरत नाही. ते म्हणतात, "वर्णशुद्धी, शरीरसंबंध व त्वचेचा रंग याविषयीची राजवाड्यांच्या मनातील आसक्ती विकृत होण्याइतकी मनस्वी होती... जैन व बौद्ध धर्माची उत्पत्ती त्यांनी याच विकृतीच्या अनुषंगाने मांडली आहे."[६]

सामाजिक इतिहासाच्या परिशीलनासाठी व्यापक चिकित्सकदृष्टीची व शास्त्रीय दृष्टिकोनाची नितांत गरज असते असे जे राजवाडे सांगतात ते स्वतः मात्र अशास्त्रीय व दुय्यम पुराव्यांच्या आधारे तर्कदुष्ट विधाने करून त्यांना ऐतिहासिक तथ्यांची प्रतिष्ठा देताना येथे दिसतात. प्रतिपाद्य विषयाशी संबंध नसतानाही राजवाड्यांनी आपल्या वर्णजातीविषयक विचारांची वारंवार सविस्तर पुनरुक्ती केली आहे. समाजस्थिती म्हणजे जातिव्यवस्था असे जणू समीकरणच त्यांच्या मनात पक्के बसले होते. भूतकालीन संदर्भात लिहिताना ते जातिप्रश्नाच्या वर्तमान

संदर्भांना जेव्हा स्पर्श करतात किंवा जातिसंस्थेच्या भवितव्याबद्दल विवेचन करतात तेव्हा त्यांचे उच्चवर्णीय व पक्षपाती अंतरंग स्पष्टपणे पुढे येते. कर्त्यां पुरुषांची जी नोंद राजवाड्यांनी केली आहे त्यातूनही त्यांचा चित्पावनी पीळ स्पष्ट दिसतो. यातील बव्हंश नावे ब्राह्मणांचीच आहेत. त्यातही चित्पावनांची संख्या लक्षणीय आहे. ज्यांची कीर्ती त्या काळातही पुण्याच्या बाहेर फारशी नव्हती आणि आजतर पुण्यातही त्यांची नावे त्यांच्या वारसदारांनाही धड माहीत नाहीत अशा अनेक नावांचा अंतर्भाव या यादीत आढळतो. चिरस्थायी विचारवंत, बुद्धिमान किंवा कर्तृत्ववान असे ज्यांना दुरान्वयानेही म्हणता येणार नाही अशी अनेक नावे राजवाड्यांनी नोंदवली आहे. मात्र छत्रपती शाहू महाराज आणि जोतीराव फुले यांचा या याद्यांमध्ये कोठेही निर्देश नाही. यावरून व्यक्तींना वगळण्याचे राजवाड्यांचे निकष कोणते होते याचा अंदाज बांधता येतो.

स्वाभाविकच कोल्हापुरातली वेदोक्त चळवळ राजवाड्यांना एक "अप्रस्तुत खटपट" वाटते. ज्या ज्या कारणांनी या चळवळीचे ज्या कोणी स्वागत केले ती सर्व कारणे प्रत्यक्षात विफल ठरली असून नेमके उलटे परिणाम दिसू लागले आहेत अशी सहर्ष नोंद राजवाडे करतात (पृ. ५१-५२). ब्राह्मणांचा नक्षा उतरवण्यासाठी हे उत्तम साधन म्हणून वेदोक्ताचे समर्थन करणारे सुधारक, कडूचे गोड होण्याच्या आशेवर हुरळलेल्या संकरजाती, ब्राह्मण्य लयाला चालले अशा भयाने हवालदिल झालेले ब्राह्मण आणि वेदोक्तवादंगाने हिंदू समाज विस्कळीत होणार म्हणून खूश झालेले परकीय राज्यकर्ते या सर्वांचा प्रत्यक्षात कसा अपेक्षाभंग होत आहे हे सविस्तर सांगतात. या चळवळीमुळे ब्राह्मण व जातिवर्णव्यवस्था मोडण्याऐवजी बळकट होत आहे हे सांगतानाच ती चळवळ आपापसातील तेढ वाढवणारी, तट पाडणारी व विस्कळीतपणा माजवणारी असल्यामुळे तिला वेळीच हटवले पाहिजे असे आपले मत राजवाडे देतात. यावरून कनिष्ठ जातींतील आत्मसन्मानाच्या व आत्मोद्धाराच्या चळवळीचे रहस्य राजवाड्यांना कळले नाही, उलट ब्राह्मणी दुरभिमानाने त्यांनी ह्या चळवळीची टिंगल केली"[७] हा अभ्यासकांचा निर्वाळा योग्यच म्हणावा लागतो.

अनार्य समाज, कनिष्ठ जाती आणि शूद्रातिशूद्र यांच्याबद्दल राजवाड्यांच्या मनात अढी आणि तिरस्कारही होता हे नाकारताच येणार नाही. येथील पारंपरिक चातुर्वर्ण्यरचनेत जाचक व सर्वांगीण विषमता अंगभूत आहे आणि तिचे निराकरण करायचे तर विद्यमान समाजरचना आमूलाग्र बदलण्याखेराज दुसरा मार्ग नाही हे राजवाड्यांनी कधी ध्यानातच घेतले नाही. किंबहुना सामाजिक-आर्थिक समतेवर अधिष्ठित नवसमाजरचनेचे त्यांना मुळीच आकर्षण नव्हते. जिच्या शिरोभागी ब्राह्मण जातीसारखी जात आहे अशी श्रेणीबद्ध समाजरचना हीच नैसर्गिक, सार्वत्रिक व सार्वकालिक आहे अशी त्यांची ठाम धारणा होती. त्यामुळे हिंदू

समाजरचनेतील विषमतेवर ते प्रहार करीत नाहीत आणि शूद्रातिशूद्रांवर व्यवस्थेने लादलेले काबाडकष्ट, अन्याय्य निर्बंध व अप्रतिष्ठा त्यांना समर्थनीय वाटते. त्यांच्या हालअपेष्टांबद्दल राजवाडे चकार शब्दही कोठे लिहीत नाहीत. उलट त्यांची कड घेणाऱ्या समाजसुधारकांवर मात्र ते तुटून पडतात.

मिशनरी, मुसलमान, प्रार्थना समाजिस्ट, आर्य समाज आणि अन्य सुधारक या "झाडून साऱ्या आर्यानार्यांना" अन्त्यजोद्धाराची महती वाटू लागली, किंवा इतर सर्व बाबतीत मतभेद असणारे हे सगळे या एका प्रश्नावर एकवाक्यता बाळगतात, किंवा साऱ्यांना अन्त्यजांबद्दल प्रेमाचा पाझर फुटतो "हे काय बरे अरिष्ट आहे?", "ह्या चमत्कारास काय बरे कारण असावे?" असे उपहासगर्भ प्रश्न राजवाड्यांनी उपस्थित केले आहेत. ख्रिस्ती बाटग्यांची देशात संख्या वाढावी हाच या सर्वांचा हेतू त्यांना दिसतो. "धर्माधिकाऱ्यांना न विचारता, केवळ सुधारकांनी अन्त्यजोद्धाराचे हे काम हाती घेतल्यास, सुधारकांच्या इतर कृत्यांप्रमाणे हेही कृत्य पराभव पावेल" (पृ. ७६) असे भाकीतही त्यांनी वर्तवले आहे. 'अन्त्यजोद्धार' या शब्दातील उद्धाराचा अर्थ फक्त अस्पृश्यत्वापासून मुक्त होणे इतपतच सीमित राहतो असा राजवाड्यांचा आक्षेप होता. त्यांच्या मते, खरा प्रश्न अस्पृश्य मानलेल्यांचा वरच्या वर्णात समावेश कसा होईल हा आहे. अस्पृश्यनिवारण सापेक्षतः सहजसाध्य आहे, कठीण काम जात्युत्कर्षाचे आहे. अन्त्यज जाती "गलिच्छ मानलेली कर्मे करतात म्हणून शुचिर्भूत ब्राह्मणादींनी त्यांचा स्पर्श गर्ह्य मानला आहे", ते लोक जसजसे स्वच्छ होतील तसतशी ही गर्हणीयता निःसंशय कमी होईल असे राजवाडे म्हणतात. त्यांच्या मते महार ही आर्यांची संकरज जात असून "धंदा गलिच्छ असल्यामुळे ही जात चातुर्वर्णिकांत अस्पृश्य सांगितलेली आहे. हे लोक जर जास्त स्वच्छ राहिले व लिहिणे वाचणे शिकून स्वधर्म जाणू लागले, तर.... स्पृश्यास्पृश्यत्वाचा प्रश्न सर्वांना सुखकर अशा पद्धतीने खास सोडवता येईल." (पृ. ६६-६७).

जात्युत्कर्षातून अस्पृश्यतेचा प्रश्न सोडवण्यासाठी जो मार्ग राजवाडे सांगतात तो मनुप्रणीत समावेशनाचा आहे. त्यानुसार ज्या निकटच्या वरच्या जातीत प्रवेश मिळवायचा तिच्यातील बीजाचा संयोग "प्रविविक्षुजातीतील क्षेत्राचे ठायी सतत तीन, पाच, किंवा सात पिढ्या झाला पाहिजे". त्यासाठी एकतर अन्त्यज जातींना प्रविविक्षा (उत्कर्षाची कांक्षा) पाहिजे, दुसरे म्हणजे श्रेष्ठ जातीने बीज देऊन त्यांना स्वजातीत प्रवेश दिला पाहिजे, आणि जी जात ते देणार नाही तिला दंड करणारा सनातनधर्मी राजा पाहिजे. अशा प्रकारे राजवाड्यांच्या मते स्पृश्यास्पृश्यतेचा प्रश्न मिटवण्यासाठी या तिन्ही गोष्टी साधणे अत्यावश्यक आहे. त्यासाठी शंकराचार्यादींची पीठे भिक्षुकांकडून काढून विद्वानांच्या हवाली केली पाहिजेत आणि सर्व सनातनधर्मी राजांनी एकत्र विचार केला पाहिजे असे ते म्हणतात. अनाचार्यांचे चातुर्वर्ण्यात

समावेशन करण्याच्या प्रक्रियेचे मुस्लिम व युरोपीय समावेशनपद्धतीच्या तुलनेत असलेले श्रेष्ठत्व गृहीत धरणारे राजवाडे अन्त्यजोद्धारासाठी त्याच मार्गाची भलावण करतात हे स्वाभाविक असले तरी पिढ्यान्‌पिढ्या एका जातीने दुसरीला बीज देण्याची राज्यनियंत्रित प्रक्रिया ही ऐतिहासिक वस्तुस्थिती असण्यापेक्षा राजवाड्यांच्या कल्पनाशक्तीची भरारी होती असे म्हणणेच अधिक योग्य ठरेल. असे समावेशन इतिहासात कधी कोठे झाले हे ते सांगत नाहीत. तसेच कोणत्याही समावेशनाच्या प्रक्रियेत बळाचा वापर अनिवार्यतः होतो हेही ते अजिबात लक्षात घेत नाहीत. त्यामुळे जात्युन्नतीचे त्यांनी सांगितलेले मार्ग हास्यास्पद ठरतात. अन्त्यजोद्धाराच्या संदर्भात तर ते अगदीच अप्रस्तुत आणि शोषित जातींवर अन्याय करणारे आहेत.

बडोदा संस्थानात करावयाच्या राजकीय सुधारणा सांगताना राजवाड्यांनी कनिष्ठ जातींबद्दल जी विधाने केली आहेत ती त्यांच्या पूर्वग्रहदूषित दृष्टिकोन स्पष्ट करणारी आहेत. 'रानटी' हे विशेषण अनार्य जातींसाठी त्यांनी जवळपास सर्वत्र लावले आहे. प्रातिनिधिक सरकारात भिल्लठाकूर वगैरे अनार्य जाती व मांग, वैदू, वगैरे 'चौर्यकर्मप्रवीण' जाती यांचा समावेश करण्यास अजून बराच काळ जावा लागेल, रानटी आर्य बखेडेखोर आहेत, त्यांना राजकीय भावना नाहीत. शूद्रातिशूद्रांना व शेतकरी-मजूरदारांना शिक्षण देण्याचा काळ अजून दूर आहे, ब्राह्मण-क्षत्रिय यांना सर्वप्रकारे समर्थ केल्यावरच अतिशूद्रांचा विचार करावा अशा आशयाची अनेक विधाने राजवाड्यांच्या लेखनात आली आहेत. शेतकरी-मजूरदारांना शिक्षण दिले तर त्यांना सही करता येईल एवढाच एक फायदा नोंदवून त्याचे तोटे मात्र अनेक होतील असे ते म्हणतात. तोट्यांची त्यांनी दिलेली उदाहरणे अत्यंत मासलेवाईक आहेत. ते म्हणतात, "सवंग थोतांडी वर्तमानपत्रे त्यांची मती भ्रष्ट करतील", जे आज ऐकूनच फसतात, ते उद्या वाचून फसतील. प्राथमिक शिक्षणाने त्यांच्या सामाजिक, राजकीय व औद्योगिक स्थितीत मोठासा फरक पडणार नाही. मात्र "अल्पज्ञानाने त्यांच्या ठायी काही काल किंचित उर्मटपणा येईल" (पृ. ६२३) उच्चवर्णीयांच्या आधी निम्नवर्णियांना समर्थ करण्याचा प्रयत्न केल्यास "राजकीयदृष्ट्या संस्थानस्थ समाजाचे खाली डोके वर पाय होऊन सर्वत्र नाश व उपहास होण्याचा संभव आहे." अशी कडक इशारत राजवाड्यांनी बडोदा संस्थानिकांना दिली आहे. त्यांच्या मते, तळागाळाच्या लोकांना शिक्षण दिल्यास त्याचे अनेक अघोरी परिणाम होतील, उदाहरणार्थ सर्व समाजात एकच गोंधळ व वखेडा माजेल, सामाजिक सुधारणेचे प्रवाह गतिमान होतील, तणाव माजतील, "स्वातंत्र्याऐवजी स्वैरतेचा फैलाव होईल आणि बडोदे संस्थान सामाजिक-धार्मिक व अर्थात राजकीय बखेड्याचे माहेरघर बनेल..... व ह्यातच संस्थानाचा कदाचित नाश होईल." (पृ. ६२४).

राजवाड्यांना ब्राह्मणश्रेष्ठत्वगंडाने पछाडले होते ही टीका तर त्यांच्या जवळपास सर्वच अभ्यासकांनी केली आहे. राजवाडे सांगतात की, चातुर्वर्ण्यात तंटाबखेडा झाल्यास त्याचा निवाडा ब्राह्मणाकरवी केला जाई, कारण ब्राह्मण हे "स्वतः शांत, दांत, निर्मत्सर, निरहंकार व निर्धन पडल्यामुळे त्यांच्या मनात पक्षपाताचा लवलेशाही शिरण्याचा संभव नसे. त्यामुळे सर्व वर्णात त्यांना 'भूदेव' अशी संज्ञा मिळालेली होती". ब्राह्मणांनी चातुर्वर्ण्यरचनेत प्रारंभापासून बीजक्षेत्रशुद्धी अबाधित ठेवल्याचे सांगून "बेटीव्यवहारापासून अलिप्त राहण्याचा ब्राह्मणांचा कटाक्ष तेव्हाही सध्याप्रमाणेच जाज्वल्य होता" असाही निर्वाळा राजवाडे देतात तेव्हा या टीकेतील तथ्यांश मान्यच करावा लागतो. ब्राह्मण, क्षत्रिय आणि वैश्य हेही रक्ताने भिन्न असून फक्त ब्राह्मणच मूळ आर्य आहेत असेही राजवाडे काही वेळा गृहीत धरताना आढळतात. किंबहुना शेजवलकरांनी म्हटल्याप्रमाणे राजवाड्यांसारख्या प्रतिभावान पंडिताच्या हातून मराठेशाहीची सरणी लावण्यात चुका झाल्या याचे एकमेव कारण त्यांचा ब्राह्मणत्वाचा अभिमान हेच होते. ब्राह्मणवर्णाला महत्त्व दिल्यामुळे उर्वरित समाजाबद्दल एक तुटकवृत्ती त्यांच्या ठिकाणी निर्माण झालेली आढळते.[८] प्रागैतिहासिक काळापासून हिंदू समाजाच्या सर्वांगीण वाटचालीत जे जे काही राजवाड्यांच्या दृष्टीने इष्ट, स्तुत्य व स्वागतार्ह घडले असेल ते सारे ब्राह्मणवर्णानेच केले असे ते आवर्जून व वारंवार सांगतात. अधूनमधून ब्राह्मणांच्या जोडीला क्षत्रियांनाही ते श्रेय देतात किंवा त्रैवर्णिकांना आर्यत्वाचा दर्जा देतात; परंतु बहुतेक वेळा "शुक्लभास्वर" वर्ण ब्राह्मण हेच खरे आर्य होते असे म्हणण्याकडे राजवाड्यांचा रोख असतो. क्षत्रियांना रक्तवर्ण आर्य व पीतवर्ण आर्य ठरवणे म्हणजे एकपरीने ते आर्य नव्हते असेच म्हणणे ठरते. कारण आर्यांच्या वंशशास्त्रीय वर्णनात कोठेही त्यास पुष्टी मिळत नाही. एकंदरीत त्यांचा दृष्टिकोन अभिजनवादीच आहे याबाबत दुमत संभवत नाही.

समाजपरिवर्तनाचा एक अबाध्य व सनातन कायदा असून तोच हिंदू समाजासाठी सदैव प्रेरक, पोषक व संरक्षक ठरला आहे. आणि तो पुढेही तसाच राहावा व राहील अशी राजवाड्यांची ठाम समजूत असल्याचे सांगून कॉ. डांगे असे निरीक्षण नोंदवतात की, नव्या उत्पादनतंत्रात व तज्जन्य समाजात जातिकर्मे व जाती यांना स्थान नाही. उलट त्या प्रगतीला मारक होतात हे राजवाड्यांनी ध्यानात घेतले नाही. त्यांच्या मते समाजवादात वर्णजाती वगैरेंचे संपूर्ण विसर्जन होणार हे राजवाड्यांच्या लक्षात न आल्यामुळे त्यांची कर्मठ, ब्राह्मणवादी व जातिद्वेषी ही प्रतिमा जनमानसात निर्माण झाली.[९] ब्राह्मणांची कर्तबगारी त्यांनी फुगवून सांगितली याचा सर्वाधिक विपरीत परिणाम ब्राह्मणांवरच झाल्याचे सांगताना शेजवलकर लिहितात, "राजवाड्यांच्या या खोट्या इतिहासामुळे ज्यांचे डोके फिरले अशी महाराष्ट्रातील

ब्राह्मणांची पिढी चुकीची वाटचाल करून आपली ढोपरे मोडून बसली आहे. रा. स्व. संघ, हिंदू महासभा यांच्या बौद्धिकांनी हा अनर्थ फारच फैलावला आहे."[१०]

राजवाडे व त्यांचे बव्हंश वाचक ब्राह्मणच असल्यामुळे त्यांना जातिसंस्थेचे लाभ तेवढे दिसत होते. पण जातिसंस्थेने शूद्रातिशूद्रांना दिलेली हलाखी आणि एकंदरीत देशाचे केलेले नुकसान त्यांना जाणवत नव्हते, त्यामुळे त्यांचा ब्राह्मणी अहंकार व दुरभिमान वाढत गेला. इतर जातीयांच्या चळवळीची त्यांनी टिंगल टवाळी केली. ब्राह्मणांतही चित्पावनांच्या पराक्रमाच्या पूर्वेतिहासाचे अनाठायी गौरवीकरण आणि अन्यशाखांबद्दल अनुदार्य असेही प्रमाद राजवाड्यांच्या हातून झाले आहेत. जातीच्या उगमांविषयी ठाम शब्दांत बोलणे मानवंशशास्त्राने जवळपास अशक्य केले असूनही राजवाड्यांनी मात्र या संदर्भात स्वतःचे पूर्वग्रह व्यक्त करणारी विधाने छातीठोकपणे केली आहेत. कायस्थांवरच्या त्यांच्या अशा दूषणात्मक लेखनामुळे केशव त्र्यंबक गुप्ते ("राजवाड्यांची गागाभट्टी") किंवा प्रबोधनकार ठाकरे ("कोंदडाचा टणत्कार") यांचा रोष राजवाड्यांनी ओढवून घेतला होता. मराठ्यांवरच्या त्यांच्या विपर्यस्त विधानांचा सडेतोड समाचार कर्मवीर शिंदे यांनी घेतला होता.

**वंशतत्त्वाचे माहात्म्य**

राजवाडे यांच्या वर्णजातीविषयक चर्चेत वंशतत्त्वाला मध्यवर्ती स्थान लाभले आहे. बीजक्षेत्रशुद्धी हा त्यांच्या मते प्रगत सुसंस्कृत समाजाचा पाया असून आर्यांनी तो पूर्वापार चातुर्वर्ण्यव्यवस्थेद्वारे जपला आहे. आनुवंशिक गुणांच्या बळावर चारही वर्षाच्या व्यक्तींनी आपापली कामे बिनतक्रार करावी त्यातच त्यांच्या कार्यक्षमतेचे आणि संपूर्ण समाजाच्या सुविहितपणाचे रहस्य दडले आहे असे त्यांचे म्हणणे होते. बीजक्षेत्रशुद्धी व वांशिक वेगळपणा या अशास्त्रीय कल्पनांना अवास्तव महत्त्व देऊन त्यांनी संकर किंवा वंशक्षय यांना प्रतिबंध घालण्याची शिफारस केली आहे. कर्त्या माणसांची मोजदाद करून इंग्लंडमध्ये लाखात सव्वा माणूस, तर आपल्याकडे वीस लाखांत एक कर्ता माणूस आढळतो आणि व्यवसाय बाहुल्याच्या बाबतीत तर असंख्य क्षेत्रे येथे केवळ ओसाड आढळतात असा निष्कर्ष राजवाड्यांनी काढला आहे. या बौद्धिक दिवाळखोरीमुळे आपल्या समाजावर कोणत्याही क्षणी प्राणांतिक संकट कोसळू शकते अशी भीती त्यांनी व्यक्त केली आहे. शंभर वर्षांपूर्वी सगळ्या भारतखंडावर साम्राज्य करण्याची महत्त्वाकांक्षा बाळगणारे आपण १८३५ मध्ये केवळ निर्माल्य ठरलो याची त्यांना खंत वाटते. महाराष्ट्रातील बुद्धी व प्रतिभा यांच्या या ऱ्हासाचे वंशक्षय हे कारण सांगून राजवाडे असे म्हणतात की, शास्त्रीय पद्धतीने कामाला लागून तो थोपवण्याऐवजी विधवापुनर्विवाहादी क्षुल्लक बाबींवर पुढारी उगाच वेळ आणि शक्ती घालवीत आहेत. (पृ. १५३-५४). त्यांना

हा ऱ्हास थोपवण्याचे उपायही सांगायचे होते; पण त्यांचा संबंधित निबंध अपूर्ण राहिल्यामुळे ते नोंदवले गेले नाहीत. अर्थात त्यांचे रूप काय असेल याची कल्पना त्यांच्या लेखनातील अन्य संदर्भावरून येते.

प्रतिपादनाच्या गरजेनुसार कधी वंशशुद्धीचे तर कधी संकरज प्रजा निर्माण करण्याचे समर्थन राजवाड्यांनी केलेले आढळते. हिंदु-समावेशनपद्धतीचे गोडवे गाताना राजवाडे जेव्हा इस्लामी व युरोपीय पद्धतींच्या मुक्तद्धार पद्धतींवर टीका करतात तेव्हा कोणालाही मुक्त प्रवेश दिल्यावर भिन्न संस्कृतींची, रंगांची व आचारांची खिचडी समाजात निर्माण होते अशी त्यांची तक्रार असते. ते सांगतात की, या पद्धतीमुळे नीच संस्कृतींच्या व्यक्तींची संख्या उच्च संस्कृतीच्या लोकांपेक्षा बेसुमार वाढून "त्या समाजात आरोग्याला उपकारक असे शौचकर्म रसातळाला जातात. संसर्गजनक रोगांचा प्रादुर्भाव होतो, उपदंशादी व्याधींनी ग्रस्त झालेली दुर्गुणी प्रजा माजते. कायद्याच्या ऐवजी बेबंदशाहीचे प्राबल्य होते आणि सदाचारसंपन्नतेचा व विद्येचा लोप होतो. एकाच वाक्यात सांगायचे म्हणजे उच्च संस्कृतीचा अशा समाजात विध्वंस होतो" (पृ. २१०). त्यामुळे राजवाड्यांच्या मते, "कमी संस्कृतीच्या, निराळ्या स्वभावाच्या व भिन्न परिस्थितीतील व्यक्तींशी शरीरसंबंध करून अवगुणी प्रजा निर्माण करणे म्हणजे समाजाचा अपराध व नुकसान करणे होय" (पृ. २१४). पण त्याचबरोबर जेव्हा नामर्द, प्रजाजनांचे रूपांतरण कणखर व लढाऊ समाजात करायचे असेल तर ते नियंत्रित शरीरसंबंधाद्धारे घडवले जावे अशी शिफारससुद्धा राजवाडे बिनदिक्कत करतात.

बडोदा संस्थानची प्रजा मुख्यत्वे गुजराथी असून ती बव्हंशी निर्वीर्य व बिनलढाऊ आहे, राज्यसत्तेविषयी ती उदासीन व परसत्तेखाली सुरक्षित राहू पाहणारी आहे. तेथे जे काही मराठे आहेत ते झुंजार आहेत; पण अनुपयोगामुळे त्यांची लढाऊवृत्ती व मुत्सद्देगिरी गंजत पडली आहे. असेच राहिल्यास तेही कालांतराने "गुजराथी" होऊन जातील. असे सांगून या परिस्थितीतून मार्ग काढण्याचा फार नामी उपाय राजवाडे सांगतात. ते म्हणतात, "राजपुत्र, जहागीरदार, इनामदार, कारकून वगैरे पदांवरील महाराष्ट्रीय लोकांनी जात्यनुरूप गुजराथी स्त्रियांशी शरीरसंबंध करावेत. पुढील शंभरदीडशे वर्षात जित व जेते (गुजराथी व मराठे) सजातीय होतील. "ह्या सुधारणेपासून एक मोठा फायदा होईल तो हा की गुजराथ्यांची व्यापारवृद्धी मराठ्यात येईल व मराठ्यांचा झुंजारपणा गुजराथी मिश्रप्रजेत उद्‌भवेल" (पृ. ६१५).

राजवाडे यांचे वरील विचार वाचताना प्राचीन ग्रीक विचारवंत प्लेटो यांच्या रिपब्लिक नामक ग्रंथातील प्रतिपादनाची कोणालाही आठवण व्हावी. प्रजेची मनोभूमिका आणि वृत्तिप्रवृत्ती घडवण्यासाठी अनुवंश व शिक्षण यांचा कसा उपयोग करून घेता येईल याबाबतची त्या

दोघांची मते बरीच जुळणारी आहेत. राजपुत्रविद्यालयाची कल्पना तेथील शिस्तनियम व अभ्यासक्रमांदी तपशिलांसह प्लेटोप्रमाणेच राजवाड्यांनीही मांडले आहे.

## राजकीय लेखन

राजवाड्यांच्या राजकीय विषयांवरील लेखनाचा विचार दोन गट पाडून करता येईल. पहिल्या गटात त्यांनी राज्यसत्तेविषयी केलेले तात्त्विक-सैद्धान्तिक चिंतन, आणि दुसऱ्या गटात समकालीन भारतीय राजकारणासंबंधी त्यांनी व्यक्त केलेले विचार ठेवता येतील. राजकीय सत्ता किंवा राज्यसंस्था यासंबंधी राजवाडे यांनी जे विचार मांडले ते आनुषंगिक स्वरूपाचे आहेत. प्लेटो-हेगेल-नीत्शे प्रभृतींच्या विचारांनी राजवाड्यांचे राजकीय चिंतन प्रभावित झालेले आढळते.

रामदासावरील आपल्या अतिविवाद्य ठरलेल्या निबंधात राजवाड्यांनी राज्यस्थापनेचा ऊहापोह केला आहे. नीती व धर्माची स्थापना केल्याने अंशतः मुक्ती व स्वतंत्रता माणसाला लाभू शकते; पण ती प्राप्ती पूर्ण, विनाव्यत्यय व अप्रतिबद्ध होण्यास राज्यसंस्थेची गरज असते. कोणीही शास्ता नसलेल्या समाजात नीतिमानांपेक्षा अनीतिमानांची आणि आर्यांचा परमश्रेष्ठ धर्म मानणाऱ्यांपेक्षा पाखंडी-नास्तिकांची किंवा भिन्न धर्ममते बाळगणाऱ्यांची संख्या मोठी असते. तेव्हा नीतीचे संरक्षण आणि अनीतीचे उच्चाटन करणारी तसेच दुष्ट व अक्षम लोकांपासून  धर्मरक्षण करणारी संस्था आवश्यक ठरते. ती राज्यसंस्था होय. राजा व राज्यसत्ता यांचे परमेश्वरी अधिष्ठान अधोरेखित करून समर्थांनी राज्यसत्तेचा मुख्य हेतू समाजाला परमार्थाकडे नेणे हा सांगितला आहे. एवढेच नव्हे तर राज्यसंस्था स्थापन करण्याची पद्धतीही सांगितली आहे. त्यांच्या मते, "बळकट ताण देऊन जय्यत तयार" ठेवलेला मोठा समुदाय राष्ट्रभावनेने प्रेरित होऊन जेव्हा "सडकून कष्ट" करतो तेव्हा राज्यसंस्था प्रस्थापित करू शकतो. राज्यस्थापनेपासूनच जीवात्म्याला परमार्थ, मोक्ष, मुक्ती व पूर्ण स्वातंत्र्य यांचा लाभ होतो. राजवाड्यांनी रामदासांच्या या मतांना स्वसंमतीसह उद्धृत करून त्यांची तुलना हेगेलच्या एतद्विषयक विचारांशी केली आहे.

स्वतंत्रता हे आत्म्याची तत्त्व असून त्या तत्त्वाला जाऊन मिळण्यासाठी मुमुक्षू आत्मा धर्म, नीती आणि राज्य ही तीन रूपे धारण करतो. आत्मा जेव्हा राज्यरूपाने मूर्त होऊन अवतीर्ण होतो तेव्हा त्याचा स्वतंत्र स्थिती प्राप्त करून घेण्याचा मार्ग सिद्ध होतो. "राज्य म्हणजे ज्या अर्थी परमात्म्याचे किंवा जीवात्म्याच्या सत्तेचे अधिष्ठान अथवा मूर्त रूप आहे; त्या अर्थी तेच राज्य उत्तमोत्तम होय की ज्यात राज्याच्या हिताची दिशा तद्‌घटक सर्व मनुष्यांच्या हिताच्या दिशेशी सर्वतोपरी जमते" अशा शब्दांत हेगेलचे प्रतिपादन उद्‌धृत करून ते आपल्या देशातील

तत्कालीन परिस्थितीशी कसे गैरलागू आहे हे राजवाड्यांनी सांगितले.[११] त्यांच्या मते, जेव्हा राजा आणि प्रजा या दोहोंच्या नीतिधर्म व राज्यविषयक कल्पना एकच असतात तेव्हाच हा सिद्धान्त पूर्णपणे लागू पडतो. राजा व प्रजा यांच्यात आहार, धर्म, स्वातंत्र्यविषयक धारणा याबाबत एकवाक्यता नसेल तेव्हा त्यांच्या परमार्थाची दिशा एक असूच शकणार नाही. राजवाड्यांचे म्हणणे असेही होते की, हेगेलपेक्षा रामदासांच्या दासबोधात काही गोष्टी अधिक आहेत. शिक्षणादी ज्या अनेक संस्था प्रत्येक माणसाला परमार्थाची ओळख करून देतात, व्यक्तींच्या ठायी अध्यात्मज्ञानाकडे नेणाऱ्या सात्त्विक व राजस गुणांचा प्रादुर्भाव करतात त्यांच्याविषयी दासबोधात विचार केला आहे. हेगेलच्या लेखनात मात्र त्याकडे दुर्लक्ष झाले. राजवाडे म्हणतात, "सतराव्या शतकात आत्म्याच्या सत्तेचा शोध करण्याकरिता मराठ्यांनी जी अवाढव्य उलाढाल केली ती हेगेलला माहीत नव्हती. उपनिषदांप्रमाणे रामदासांचे ग्रंथ जर हेगेलच्या अवलोकनात येते, तर आत्म्याच्या सत्तेचा जसा हिंदू लोकांनी शोध चालविला त्याप्रमाणे ही सत्ता मूर्त स्वरूपाने अस्तित्वात आणण्याचेही काम रामदासाने व शिवछत्रपतीने चालवले हे त्याच्या लक्षात आले असते."[१२]

धर्म म्हणजे सर्वजनहितैषी वर्तन कर्तव्य म्हणून करायला लावणारा कायदा अशी व्याख्या करून धर्मराज्य किंवा सौराज्य ते हेच असे राजवाडे सांगतात (पृ. ७१). अशा राज्यात क्षत्रियकुलोत्पन्न राजा त्रैवार्णिकांतील श्रेष्ठांच्या सल्ल्याने प्रजेचे नियमन, रक्षण व पोषण करतो असे त्यांचे मत होते. विशेषतः ब्राह्मण व क्षत्रिय यांच्या तर हाडीमासी राजा व राष्ट्र हे अर्थ खिळले होते असे निष्कर्ष हिंदूंच्या सर्व प्राचीन साहित्यातील राजकीय शब्दांची रेलचेल आणि राज्यविषयक प्रार्थनांचे वैपुल्य पाहून राजवाड्यांनी काढला आहे. ब्राह्मण-क्षत्रिय अभिजनवर्गाचे संरक्षण लाभल्यामुळेच येथे अन्त्यजादी अनार्योत्पन्न समाजाचा सामाजिक मृत्यू टळला, ते नसते तर त्यांचा चुराडा झाला असता असा निर्वाळाही राजवाड्यांनी एका ठिकाणी दिला आहे (पृ. २०७-२०८).

जातिसंस्था व राज्यसंस्था यांचे अन्योन्याश्रयी स्वरूप राजवाडे यांनी स्पष्ट केले आहे. हिंदू समाजात राज्यसंस्था प्रबळ असते तेव्हा जातिसंस्थेचे महत्त्व ध्यानात येत नाही. वंश, विद्या, संस्कृती कोणामुळे - राज्यसंस्थेमुळे की जातिसंस्थेमुळे असा प्रश्न पडतो. मात्र जेव्हा राज्यसंस्था विच्छिन्न होते तेव्हा जातिसंस्थेच्या उपयुक्ततेची साक्ष पटते असे ते सांगतात. त्यांच्या मते जातिसंस्था नसलेला समाज जेव्हा येथे स्थिरपद झाला आणि जात न उनवता मुस्लिम धर्म स्वीकारलेले लोक हिंदू समाजात कायमचे राहिले व सर्व सत्ता त्यांच्या हाती गेली तेव्हा येथे बेमुर्वत राज्ययंत्र निर्माण झाले. हिंदूंच्या कला, धर्म, शास्त्रे, शिल्पे, स्तब्ध मलिन व छिन्नभिन्न झाली. पाखंड जाती किंवा पोटजातींना मूळ वर्णात जाण्याची इच्छा झाली तरी तिला कायदा

म्हणून धर्मग्रंथात नमूद करण्यासाठी धर्मशास्त्रकारांनी जे नूतन शासन निर्माण केले पाहिजे तो परिपाठ बंद झाला, धर्मसभा शिथिल झाल्या असे वर्णन राजवाड्यांनी केले आहे. जातिसंस्था अत्यावश्यक असून तिला चिरंतनत्व प्राप्त व्हायचे तर ती सतत संवर्धित होत राहणे गरजेचे आहे आणि कार्यक्रम राज्ययंत्राद्वारेच ते कार्य होऊ शकते असे राजवाड्यांनी सांगितले आहे. ब्राह्मण व क्षत्रिय जेथे जात तेथे तेथे ते राज्ययंत्र स्थापन करण्याचा खटाटोप करीत असत असेही त्यांनी म्हटले आहे; पण अशोक चौसाळकर म्हणतात त्याप्रमाणे "राज्यसंस्थेबाबत राजवाड्यांचे विचार बरेचसे अस्पष्ट राहिलेले आहेत,"[१३] तसेच "रामदासाला राजवाड्यांनी जो हेगेली पेहराव चढविला आहे तो बराच अप्रस्तुत आहे. कारण भारतात रामदाससकट सर्वांनाच राज्यसंस्था हा त्रिगुणात्मक प्रकृतीचा एक आविष्कार वाटत होता आणि तो मुक्तीच्या मार्गातील आधार नसून अडथळा आहे असेच त्यांचे मत होते. हेगेल मात्र तसे समजत नव्हता. त्याचा राज्यसंस्थेकडे पाहण्याचा दृष्टिकोन सकारात्मक होता."[१४] हेगेलच्या तत्त्वज्ञानातील एक राज्यविषयक विचार उचलून राजवाड्यांनी तो स्वमतप्रतिपादनार्थ राबवून घेतला एवढे मात्र म्हणता येईल.

सरकार ही संस्था भारतीयांना पूर्वीपासून अनावश्यक अडगळ वाटे आणि त्यांच्या लेखी तिचे माहात्म्य नगण्य असे हे सांगून त्याची अनेक सामाजिक, आर्थिक व भौगोलिक कारणे राजवाड्यांनी सांगितली आहेत. राजवाडे म्हणतात कोणताही अंमल शांतपणे कबूल करणे हा येथील वैश्यशूद्रादी बहुसंख्य लोकांचा स्वभाव पडला. "त्याचे कारण हिंदुस्थानातील समाजव्यवस्था होय. आज हजारो वर्षे राज्ययंत्राची प्रकृती दुरुस्त ठेवण्याचा मक्ता धर्माने म्हणजे अनादिसिद्ध समाजव्यवस्थेने हिंदुस्थानात क्षत्रिय व ब्राह्मण या वर्णांनी आपल्याकडे घेतला आहे. तेव्हा अर्थात श्रमविभागाच्या तत्त्वाप्रमाणे ब्राह्मण व क्षत्रिय यांच्याव्यतिरिक्त बाकीचे लोक राज्ययंत्राच्या प्रकृतीकडे सहजच लक्ष देत नाहीत." आर्थिकदृष्ट्या पाहता अन्नाचे वैपुल्य आणि सौलभ्य याचा परिणाम हिंदी माणसाचा स्वभाव मुक्तद्वारी व तुटक होण्यात झाला आहे. आगंतुक परकीयांना तो प्रतिबंध करीत नाही की दुसऱ्याची विशेष पर्वा करीत नाही. पोलिसी कार्य करणारी सरकार ही संस्था त्याला अडगळ वाटते. फारफार तर आपल्या गावापुरता तो विचार करतो. समाज, देश, लोक, राष्ट्र किंवा धर्म यासाठी आपले उपजीविकेचे साधन सोडण्यास कोणीही तयार नसतो. पूर्वापार येथे 'श्वापदे व चोरचिलटे यापासून अन्नाचे संरक्षण करण्याला महार व कुत्रा असला म्हणजे हिंदू गावाचे काम भागे. पंचायत, महार व कुत्रा याहून जास्त भानगडीचे, भव्य किंवा भयंकर सरकार हिंदू ग्रामसंस्थेला नको असे". गेल्या तीन हजार वर्षात जी काही देशी परदेशी सरकारे येथे होऊन गेली ती सर्व एका प्रकारच्या पोटबाबू चोरांची झाली अशीच येथील लोकांची धारणा असल्यामुळे जुने सरकार गेले आणि नवे आले

याचे गावकऱ्यांना सुखदुःख नसे. "सरकार म्हणजे उपटसुंभ चोरांची टोळी आहे अशी हिंदू गावकऱ्यांची अंतःस्थ प्रामाणिक समजूत असे... अपरिहार्य आपत्ती म्हणून सरकार नावाच्या चोराचे देणे एकदा कसे तरी देऊन टाकले म्हणजे वर्षभर पीडा चुकली"१५ अशी त्यांची भावना असे.

राजवाड्यांच्या मते मराठे, मुसलमान व पोर्तुगीज यांच्यासारख्या ज्यांनी बाहेरून येथे येऊन स्वार्थार्थ राज्यस्थापना केली त्यांनाही येथील अन्नवैपुल्याने व अन्नसौलभ्याने राजकारणाविन्मुख बनवले. एवढेच नव्हे तर हिंदूंमधील ज्या ब्राह्मणमित्रांनी वेदकाळापासून राजा, राज्य व राष्ट्र या तीन शब्दांचा निरंतर घोष केला आणि जेथे जातील तेथे राष्ट्र उत्पन्न करण्याचा हव्यास बाळगला तेसुद्धा उत्तर कोकणातील विपुलान्न हवेत इतर लोकांप्रमाणेच राज्यसंस्थेबाबत उदासीन बनले होते असे राजवाडे सांगतात. ग्रामसंस्थेवरच हिंदी लोक संतुष्ट राहिल्यामुळे त्यापेक्षा मोठे राज्ययंत्र निर्माण करण्याचा त्यांना कंटाळा केला. ज्या कोणी तसे प्रयत्न केले त्यांच्याकडेही त्यांनी दुर्लक्ष केले. स्वराज्य, स्वधर्म व स्वभाषा यांच्या आधारे राष्ट्र उभारणी करण्याचा पराक्रम शहाजी व शिवाजी यांनी शर्थीने केला; पण शिवाजीच्या मृत्यूनंतर शेसव्वाशे वर्षातच त्याने उभारलेले राज्ययंत्र निकालात निघाले.

## सत्तेविषयी अभिजनवादी दृष्टिकोन

राजवाड्यांच्या मते हिंदुस्थानातील सरकार ही संस्था सदैव अल्पसंख्याकांचीच राहिली आहे, ती सार्वलौकिक कधीच झालेली नाही. राज्यसत्तेसाठी युद्धे, तंटे, मारामाऱ्या व झटापटी ज्या काही होत त्या समाजातील मूठभरांच्या असत. परंपरेने व परिस्थितीने येथील बहुसंख्य जनतेला राज्ययंत्राविषयी उदासीन केले आहे. येथे जनसामान्यांना भीती वाटते ती फक्त अराजकाची. जे कोणते राज्ययंत्र त्यांना त्यापासून अभय देईल त्याची सत्ता ते मान्य करतात. आटोपशीर, मध्यवर्ती, कार्यकर्ता व महत्त्वाकांक्षी असा एक लढाऊ व मुत्सद्दी समाज असला म्हणजे त्याची सत्ता तो समर्थ असेपर्यंत येथील आपले पोटापाण्याचे धंदे निर्धास्तपणे चालवणारे बाकीचे लोक आनंदाने मान्य करतात व त्याची सेवा करतात. तो समाज क्षीणबल, हतवीर्य व समाप्तकार्य झाला की दुसऱ्या अशा आटोपशीर समाजाचा अंमल ते मान्य करतात. राज्ययंत्राच्या मालकीसंबंधाने आवडनिवड अशी फारशी त्यांना नसते. ब्राह्मण-क्षत्रिय जेव्हा आपली जबाबदारी टाळतात तेव्हा कोणता तरी हिंदुबाह्य आटोपशीर, लढाऊ व महत्त्वाकांक्षी समाज ती जागा पटकावतो. तो प्रजेकडून जिवाबाहेर पैसा उकळू लागला, देवाधर्माच्या आड आला की लोक त्रस्त होतात, त्यांची आर्थिक दुःस्थिती होते. अशा वेळी घरचा वा बाहेरचा दुसरा आटोपशीर समाज पुढे येतो, आणि अभिजनांचे सत्ताचक्र अव्याहतपणे

सुरू राहते. राजवाड्यांच्या मते एवढे मोठे मोगल साम्राज्यसुद्धा अभिजनसत्ताच होते, कारण त्यातील मुख्य घटकावयवांची संख्या पाचपंचवीस राजपुरुषांहून जास्त नव्हती. राजवाडे यावरून असा निष्कर्ष काढतात की, "हिंदुस्थानात होऊन गेलेली सर्व सरकारे अल्पसंख्याकांची आहेत व ह्या मूठभर अपसंख्याकांचे सरकार त्यांच्याच सारख्या इतर मूठभर; परंतु समबल किंवा वरचढबल अल्पसंख्याक सरकारच्या ऊर्फ टोळीच्या हातून नाश पावते."[१६] अशा प्रकारे राज्ययंत्राच्या व राज्यकर्त्यांच्या बऱ्यावाईटाकडे विपुल व सुलभ अन्न मिळणाऱ्या हिंदवासीयांचे राजवाड्यांच्या मते मुळीच लक्ष नसल्यामुळे या देशात राज्ययंत्र काबीज करणे हे कार्य बरेच सोपे होते (५७४).

अभिजनवर्ग त्याला हवी तशी प्रजा घडवू शकतो किंवा प्रजेकडून हवा तो प्रतिसाद मिळवू शकतो, याबद्दल राजवाड्यांना तिळमात्रही शंका नव्हती. शेकडो वर्षे निर्वीर्य राहिलेल्या प्रजेला सराव, अनुभव, शिक्षण, कवायत यातून मर्दपणा आणून स्वसंरक्षणक्षम करावे असा सल्ला ते बडोदानरेशांना देतात. त्यांच्या मते, प्रजेला जसे शिक्षण द्यावे तशी तिची मनोरचना होते. बालपणापासून भजने ऐकणारी प्रजा शांत, भक्तिमार्गी व टाळकुटी होते, थिऑसाफीच्या प्रभावाने ती चमत्कारश्रद्ध व निरुत्साही होते, इंग्रजी शिक्षणपद्धती प्रजेला एकसत्ताक राजाची सेवक बनवते, तर वक्तृत्वोत्तेजक सभा काढून प्रजा वावदूक व उथळ मनाची करता येते. "सारांश ज्या ज्या अभीष्ट प्रकारचे शिक्षण व वळण प्रजेचा बालपणापासून द्यावे त्या त्या प्रकारची ती योग्य कालावधीने तयार होते" (पृ. ६१७) असे राजवाडे म्हणतात. बडोद्याच्या संस्थानिकांनी आपली प्रजा कालांतराने राजसत्तांशभाक व्हावी, तिच्या अंगी सशास्त्र संस्थाननिष्ठा व संस्थानहितकारक अंमलदारी करण्याची क्षमता बाणवावी तेच शिक्षण योग्य, त्या जातिगटांना निवडून द्यावे असा सल्ला राजवाड्यांनी दिला आहे.

राजवाड्यांच्या या अभिजनवादी राजकीय प्रतिपादनाचा योग्य प्रतिवाद शेजवलकरांनी केलेला आढळतो. या देशातील सर्व राजकीय घडामोडी अल्पसंख्याकांनी घडवलेल्या आहेत असा सिद्धान्त मांडून त्याचे जे कारण राजवाडे देतात ते शेजवलकरांच्या मते मुख्य कारणाला बगल देणारे आहे. येथील बहुसंख्याक समाज अन्नवैपुल्याने व अन्नसौलभ्याने आळशी बनला हे राजवाड्यांचे मत खोडून काढताना शेजवलकर लिहितात, "भरभराटीचा असा एकच एक परिणाम होतो असे जगाचा इतिहास सांगत नाही. तेव्हा या देशातील बहुसंख्याकांच्या उदासीनतेचे, तुटकपणाचे व मुत्सद्दारी वृत्तीचे कारण अन्यत्र शोधले पाहिजे. ते कारण म्हणजे या लोकांच्या मनाची विशिष्ट गोष्टींसंबंधी अखंड निश्चिती!"[१७] या समाजव्यवस्थेत आपल्याला वर चढण्याची संधी या जन्मी मिळणे शक्य नाही, राजा स्वदेशी असो की परदेशी आपल्या आर्थिक परिस्थितीत काडीमात्रही फरक पडायचा नाही. कोणीच कधी विचारणार नाही

याबद्दल बहुसंख्याकांना वाटणारी निश्चिती हेच त्यांच्या औदासीन्याचे खरे कारण शेजवलकरांना वाटते. बहुसंख्याकांच्या औदासीन्यामुळे अल्पसंख्याक स्वातंत्र्य, संस्कृती व प्रागतिकता टिकवू शकले नाहीत या आरोपाचे खंडन करून ते लिहितात, ''या त्रयीचा अंशमात्रही लाभ बहुसंख्याकांच्या पदरात पडू नये यासाठी ब्राह्मण क्षत्रियांनी निर्माण केलेले कडेकोट नियम, निर्घृण व अमानुष समाजव्यवस्था हीच या इतिहासातील सर्व शोधनीय उलथापालथींना कारणीभूत झालेली आहे.[१८]

**राजकीय सामर्थ्याचे मूलस्रोत**

समाज समर्थ हवा, भौतिकदृष्ट्या प्रगत हवा, त्याच्या सर्व शक्तींचा विकास व्हावा, सामर्थ्यसंपादनाला जे पोषक असेल त्यास प्रोत्साहन आणि जे मारक असेल त्यास प्रतिबंध घातला जावा यावर राजवाड्यांचा कटाक्ष होता. युरोपची शक्तिस्थाने कशात आहेत आणि भारतीयांना त्या शक्तिस्थानांपर्यंत कोणत्या मार्गांनी पोहोचता येईल याचा ऊहापोह त्यांनी केला आहे. या बाबतीत त्यांचा दृष्टिकोन पूर्णतया इहलौकिक व व्यवहारवादी आहे. राजकीय सामर्थ्याचा त्यांना एकच अर्थ अभिप्रेत दिसतो आणि तो म्हणजे शस्त्रातून आणि शास्त्रातून लाभणारे भौतिक बळ. संस्कृतीचे श्रेष्ठ-कनिष्ठत्व त्यांच्या मते त्या संस्कृतीच्या हत्यारांवर अवलंबून असते, कारण हत्यारे हीच त्या संस्कृतीच्या शास्त्रीय प्रगतीची फलिते असतात. या दृष्टीने आर्यांची संस्कृती श्रेष्ठ होती म्हणून त्यांनी अनार्यांचा पराभव केला, आणि आज युरोपियन राष्ट्रांची संस्कृती वरचढ ठरली त्यामुळेच तिच्यापुढे भारतीयांचा टिकाव लागू शकला नाही असे त्यांचे म्हणणे होते. 'जशी संस्कृती तसे हत्यार' आणि 'जसे हत्या तशी माणसाची प्रगती' अशी समीकरणे ते मांडतात.

भारतीयांची शिक्षणपद्धती मागास असल्याने त्यांचे इतिहास-भूगोलाचे ज्ञान अपुरे व विपर्यस्त होते. नव्या शास्त्रीय ज्ञानाचा त्यांना गंधही लागला नव्हता. शास्त्रीय मागासलेपणाबरोबरच उत्तम कार्यक्रम हत्यारे बनवण्याची विद्या हस्तगत होण्यासाठी जी वैचारिक पूर्वतयारी लागते तीही त्यांची झाली नव्हती. त्यांच्यापाशी लांब पल्ल्याची हत्यारे नव्हती. त्यामुळे राजवाड्यांच्या मते त्यांचा पराभव होणे अटळच होते. शंभर वर्षांपूर्वीच आम्ही जे करायला हवे होते ते आज अविलंब केले पाहिजे, अन्यथा आपला राष्ट्र म्हणून मृत्यू ओढवेल असा इशारा त्यांनी केला आहे. शास्त्रशोधावर सर्व लक्ष्य, अवसान व द्रव्य खर्चून भौतिक व मानसिक शास्त्रांचा शोध व अभ्यास आपण केला पाहिजे, ज्या सामाजिक सुधारणांनी हे उद्दिष्ट साध्य होणार नाही व राजकीय सामर्थ्यात भर पडणार नाही त्या करण्यात उगाच वेळ, शक्ती व पैसा नासू नये असा सल्ला त्यांनी बडोद्याच्या सयाजीराव

गायकवाडांना दिला आहे (पृ. ६२५). युरोपियनांची भौतिक -मानसिक-सामाजिक शास्त्रसंपन्नता आपली एकजिनसी जातिबद्धता राखून कशी हस्तगत करायची याचाच विचार राजवाड्यांनी सतत केला आहे (पृ. ६१६-६१७). तो करताना ते कधीकधी टोकाला जाऊन विक्षिप्त मते मांडतानाही आढळतात. उदाहरणार्थ, भौतिकशास्त्रप्राधान्य बडोदानरेशांना पटवताना ते लिहितात, "कवि, तत्त्ववेत्ते, तार्किक, नैय्यायिक सध्या बडोद्यात निपजले पाहिजेत अशी काही जरुरी नाही. अध्यात्मशास्त्राच्या शिक्षणाकडे किंचित कानाडोळा केला तरी पाचपंचवीस वर्षे चालेल... भौतिकशास्त्रांची मात्र अशी हेळसांड करून भागावयाचे नाही" (पृ. ६२२). त्यांच्या मते वेदोक्त, इनामकमिशने, ब्राह्मद्वेष, जातिध्वंस, राष्ट्रसभेस मिळणे, ग्रामसंस्था स्थापणे इत्यादी कोणत्याही बाबतीत घ्यावयाच्या निर्णयाचा निकष एकच असावा तो म्हणजे निष्ठा व सामर्थ्य ज्यातून वाढेल ते करावे (४३). स्वयमेव किंवा मूल्यात्मक असे महत्त्व ते कशालाच द्यायला तयार नाहीत. सयाजीरावांनी उत्कृष्ट सामाजिक सुधारक म्हणून मिरवण्याऐवजी संस्थानचे राजकीय सामर्थ्य वाढवणारा मुत्सद्दी म्हणून नाव करणे राजवाड्यांना अधिक श्रेयस्कर वाटते.

राज्यकर्त्यांनी सतत आपल्या राजकीय सामर्थ्यात भर कशी पडेल याकडे लक्ष द्यावे. याच शिफारशीची दुसरी बाजू अशी होते की, ते सामर्थ्य ज्यामुळे कमी होईल अशा बाबींना राज्यकर्त्यांनी प्रतिबंध घातला पाहिजे. राजवाड्यांनी अशा अनेक बाबींचा निर्देश केला आहे. थेट प्लेटोची आठवण देणाऱ्या शब्दांत ते म्हणतात, "गवय्ये, नायकिणी, कवी, क्षुद्र, ग्रंथकार, जादूगार, शतावधानी, इंद्रजालवाले, गारुडी, नट, तमासगीर, मस्कऱ्ये वगैरे प्राण्यांना एक कवडीही देऊ नये. या देणग्यांनी संस्थानाचे सामर्थ्यही वाढले नाही व कीर्तीही झालेली नाही" (पृ. ६२९). गुजराथी प्रजेच्या तुलनेत कणखर असलेल्या मराठी प्रजेला "मवाळपणा आणणाऱ्या ज्या संस्था संस्थानात असतील त्यांचा निर्दयपणे नाश" करण्याची सूचना ते करतात. नरम आवाज करणारी सतार-गिटारादी "भिकार वाद्यो भीमसेनालाही बृहन्नडा करतील" तेव्हा इतरेजनात जर स्त्रैणपणा आणतीलच अशी खात्री राजवाड्यांनी व्यक्त केली आहे. त्यांच्या खास शब्दातच सांगायचे झाल्यास "बायकी आवाज काढणारे जे जनानखाँ किंवा फुटक्या मडक्यासारख्या थालीपिठ्या व रेक्या आवाज काढणारे जे लंबकर्णशास्त्री त्या दोघांनाही संस्थानिक प्रजा बिघडवण्याची सक्त मनाई असावी. नाकातून गाणाऱ्या पारशी नाटक कंपन्या व ताणावर ताण घेणाऱ्या मराठी नाटक कंपन्या संस्थानात बिलकुल शिरकू देऊ नये.... रडकी गाणी व किरटी वाद्ये वाजविण्यास किंवा भिकार नाटके पाहण्यास जेथील प्रजेला मुबलक वेळ आहे, तेथील प्रजा खुळी, परतंत्र, जनानी व झिंगलेली आहे असे खुशाल समजावे" (पृ. ६३०).

राजकीय सत्तेविषयी अभिजनवादी दृष्टिकोन विविध संदर्भात राजवाडे मांडीत असले तरी निरंकुश व एकहाती सत्ता त्यांना आदर्श वाटत नव्हती. संस्थानिकांची सकृद्दर्शनी अपरंपार वाटणारी सत्ता आभासमात्र असून प्रत्यक्षात ते राज्यकर्ते एकाकी व म्हणून दुर्बल आहेत, कारण संस्थानातील प्रजेचा प्रेमाचा किंवा सेवकांच्या भक्तीचा पाठिंबा त्यांच्या सत्तेला नाही असे राजवाडे म्हणतात. त्यांच्या मते संस्थानातील सत्ता राजा व प्रजा यांच्यात सामाईक नाही. ती एकसत्ताक असल्यामुळे संस्थानिकांचे बरेवाईट झाले तरी आणि संस्थान संपले तरीही प्रजेला पर्वा नाही. त्यामुळे बडोद्यात पहिली व एकच सुधारणा त्यांना हवीशी वाटते ती ही की तेथील संस्थानिकाने प्रजेला सत्तेचे अंशभाग करावे. "सत्ता जर प्रजेमध्ये वाटली जाईल तर त्या सामायिक सत्तेवर प्रजेचे प्रेम बसेल. कारण सत्ता व स्वहित ह्यांचे तादात्म्य होऊन प्रजेच्या ठायी स्वहिताबद्दल म्हणजे स्व-सत्तेबद्दल सहजच प्रेम उद्‌भवेल." त्या दृष्टीने बडोदानरेशांनी राजपुत्र, संस्थानिकांचे गणगोत, जहागीरदार-इनामदार-धर्माधिकारी, पैसेवाले व्यापारी कारखानदार, सामान्य लोक आणि रानटी अनार्य जाती "यापैकी प्रत्येक वर्गाला व वर्गातील सर्व जाणत्या पुरुष व्यक्तींना राज्यसत्तेचे... त्यांच्या त्यांच्या मगदुराप्रमाणे वाटेकरी केले पाहिजे" (पृ. ६०५).

### भारतातील ब्रिटिश सत्तेचे स्वरूप

राजवाड्यांच्या राजकीय लेखनाचा एक महत्त्वाचा भाग त्यांनी समकालीन भारतीय राजकारणावर लिहिलेल्या प्रासंगिक लेखांचा आहे. या त्यांच्या लेखांवरून असे स्पष्ट दिसते की, येथील ब्रिटिश राज्यसत्तेच्या स्वरूपाचे यथार्थ आकलन त्यांना झाले होते. अशा राज्यसत्तेचा मुकाबला करायचा तर मवाळांच्या सनदशीर मार्गांनी ते शक्य नाही, जहालांचे मार्ग योग्य; पण तेही अधिक प्रभावीपणे वापरावे लागतील अशी त्यांची खात्री झालेली आढळते. भवितव्याच्या दृष्टीने भारतीय समाजाच्या एकराष्ट्रीयत्वाचे आधार कोणते असू शकतील याचाही शोध राजवाडे घेताना दिसतात.

राजवाड्यांच्या मते येथील इंग्रजी राज्यसत्तेचे स्वरूप सर्वतोप्रकारे एखाद्या गुप्तमंडळीप्रमाणे चालणाऱ्या राज्ययंत्राचे असून कंपनीचे सर्व कर्ते पुरुष राज्यतृष्णेने व द्रव्यतृष्णेने व्याकूळ झालेले आहेत. गुप्तपणा, हिंदी लोकांना वगळण्याची व्यावर्तकता आणि स्वार्थाच्या सोयीनुसार धोरणाबदलही त्यांच्या कारभाराची वैशिष्ट्ये त्यांनी नोंदवली आहेत (पृ. ५९१). राजकीय सोय हेच त्या राजवटीचे मुख्य चालक सूत्र असून द्रव्यप्राप्ती हाच मुख्य हेतू आहे. त्यामुळे कंपन्या करतात तशी मक्तेदारी इंग्रजी सत्तेने या देशात चालवली आहे. राजनीतीवरचे सर्व पौर्वात्य व पाश्चात्त्य सिद्धान्त आणि राज्यकर्त्यांच्या मायदेशी पाळले जाणारे सर्व राजकीय

संकेत भारतातील राज्यव्यवस्थेला गैरलागू आहेत; कारण ते राज्यकर्त्यांच्या येथील मूळ हेतूंनाच छेद देतात हे राजवाड्यांनी स्पष्ट केले आहे. राज्यकर्त्यांचा देश स्वतंत्र आहे, तेथील सत्तेचा हेतू स्वसमाजाचे आत्यंतिक हित साधण्याचा आहे. तेथील सरकार समाजापेक्षा वरचढ नाही. येथे सगळाच उलटा प्रकार आहे. येथे जणू समाज सरकारसाठीच अस्तित्वात आहे! येथे गोऱ्या अधिकाऱ्यांपेक्षा श्रेष्ठ अशी हजारो माणसे, अनेक सभा, वृत्तपत्रे व कारभारीपणा असूनही ते म्हणणार की हिंदी लोक बाल्यावस्थेत आहेत! इस्टेट सांभाळण्याचा मगदूर त्यांच्यात नाही! हिंदुस्थान सरकारच्या कारभारावर इतर कोणीही खबरदारी करण्याची त्यांना जरूरच भासत नाही. यावरून राजवाडे असा निष्कर्ष काढतात की, "पुढील शंभर वर्षात हिंदुस्थानातील इंग्रज सरकार आपसूक कॉन्स्टिट्यूशनल पद्धतीने चालेल ही आशा सर्वथैव खोटी आहे."

रोमनपातशाहीतील ब्यूरॉक्रसीशी हिंदुस्थानातील इंग्रजी राजवटीची तुलना करून त्या नोकरशाहीप्रमाणेच हिंदुस्थानातील अंमलदारीचेही स्वरूप कसे एकसूत्री, एकतंत्री व स्वातंत्र्यविनाशक आहे आणि इंग्लंडच्या साम्राज्यशाही धोरणाचा कसा हा अपरिहार्य परिणाम आहे हे राजवाड्यांनी स्पष्ट केले आहे. त्यांच्या मते, "अंमलदारीपुढे स्थानिक स्वातंत्र्य, प्रांतिक स्वराज्य व सामाजिक सत्ता यांचा पाड लागत नाही. अंमलदारी व स्वातंत्र्य ह्या दोहोंचा सदा अहिनकुलवत विरोध असतो" (पृ. ५९७). येथे अंमलदार हेच धनी होतात आणि समाज त्यांचा चाकर ठरतो. इंग्लंडचे पातशाही धोरण बदलत नाही तोवर भारताला जडलेला अंमलदारीचा रोग बरा होणे शक्य नाही असे राजवाड्यांचे मत झाले होते.

**जहाल-मवाळांचे मार्ग**

भारतातील इंग्लंडचे राज्य सांविधानिक नाही, सबब सांविधानिक मार्गांनी त्याला वठणीवर आणणे अशक्य आहे अशी राजवाडे यांची ठाम धारणा असल्यामुळे मवाळांच्या मार्गांबद्दल त्यांच्या मनात असमाधान असणे स्वाभाविकच होते. "कॉन्स्टिट्यूशनल" ह्या मृत अथवा मुमुर्ष शब्दाला येथील "पुस्तकी मुत्सद्दी" असलेले मवाळ नेते उगाच कवटाळून बसले आहेत असा त्यांचा अभिप्राय होता. इंग्रज राज्यकर्त्यांनी स्वातंत्र्य, समता, स्वराज्य इत्यादी विषयांवर सुरुवातीला बोधामृते पाजल्याने येथील मवाळ नेते फसले. राजवाडे म्हणतात, ते दिवस आता संपले असून यापुढे स्वतःसाठी साम्राज्य व पौरस्त्यांना पारतंत्र्य हे त्यांचे धोरण उघड झाले आहे. त्यामुळे अर्जविनंत्या, ठरावविनवण्या वगैरे सांविधानिक मार्गांची चर्चाही आता अप्रस्तुत ठरली आहे (१०). अंमलदाऱ्या-कौन्सिलदाऱ्यांच्या पदांवर हिंदी माणसांचा शिरकावही स्वराज्य वा सत्ता मिळवून देण्याच्या दृष्टीने कुचकामी ठरला आहे. राष्ट्रसभेने भारतीयांमधील पांढरपेशा

वर्गाला हक्कभान देण्याचे उत्तम कार्य पार पाडले असले तरी त्याचा अंमलदारांवर काहीएक परिणाम झाला नाही (१४), कारण एकतर पांढरपेशा मध्यमवर्ग "हा वर्ग फार फसव्या आहे. हे लोक बोलतात एक करतात एक. ह्यांचे जे मत म्हणून आज दिसते त्याप्रमाणेच हे उद्या चालतील असा नेम नाही. इंग्रजी शिक्षण वाईट म्हणणारे हेच आणि सरकारी शाळांत आपले पोर पाठवणारे हेच. देशी माल वापरा म्हणून सांगणारे हेच आणि परदेशी माल त्याच घटकेला विकत घेणारे हेच. इंग्रजी नोकरीला गुलामगिरी म्हणणारे हेच व ती दररोज व आजन्म करणारे हेच. असला हा लोचट वर्ग आहे" (६३४-६३५). आणि दुसरे असे की राष्ट्रसभा ही मुळातच येथील जनतेची जनतेने स्वयंप्रेरणेने निर्माण केलेली संस्था नसल्यामुळे तिच्या मागण्यांना पुरेसे वजन येत नाही. ह्युमप्रभृती राष्ट्रसभेचे संस्थापक राजवाड्यांना समदृष्टी व भारतानुकूल अधिकारी न वाटता "धूर्तांचे राजे" वाटतात. राजवाडे लिहितात, "लांडगे कोकरांचे स्नेही होणे नाही. त्यांनी काढलेली सभा तुमची राष्ट्रसभा कशी?" (पृ. ६४०). अशा परिस्थितीत गोखल्यांनी विलायतेला जाणे, तिथल्या विविध व्यासपीठांवरून आपल्या मागण्यांचा पुनरुच्चार करणे राजवाड्यांना निरर्थक वाटते.

पाठीशी एखादी राजकीय सुयंत्र संस्था असल्याखेरीज विलायतेत जाऊन कामगिरी करणे राजवाड्यांना अशक्य वाटते. राष्ट्रसभा ही मूठभर नेत्यांची सभा आहे. तिच्या मागण्या त्या मूठभरांच्या मागण्या आहेत. त्यांना कोण भीक घालील? असे ते विचारतात. "परके पोलीस, परके लष्कर, परके न्यायाधीश व परके मुत्सद्दी या परक्या चौकडीला चापणारी शिरजोर शक्ती जेव्हा निर्माण करावी तेव्हा परक्या लोकांच्या मागण्या हक्काच्या रूपाला येतात. तोपर्यंत सर्व खटाटोप व्यर्थ होय" असा राज्यशास्त्राचा जुना सिद्धान्तच राजवाड्यांनी उद्धृत केला आहे (पृ. ६३६-६३७). सुनियंत्रित सरकार स्वसत्तेने जे कार्य करू शकते ते लोकांनी स्वतःच्या हाती घेणे म्हणजे लोकांनी आपल्या निश्चयाच्या बळावर स्वतःच सरकार होणे असे चळवळीचे आदर्श स्वरूप त्यांना अभिप्रेत होते. सुयंत्र चळवळीची व्याख्या ते अशी करतात, "विशिष्ट प्रदेशात, विशिष्ट कालापर्यंत, विशिष्ट कार्यासिद्ध्यर्थ, विविशिष्ट मतानुयायी, विशिष्ट लोकांची जूट बनणे म्हणजे सुयंत्रणा अस्तित्वात येणे." पायरी पायरीने २५ जणांच्या संघापासून २५ जिल्ह्यांच्या इलाख्यापर्यंत ती सुयंत्रणा कशी बांधावी हेही त्यांनी स्पष्ट केले आहे (३-४). चळवळ अशी सुयंत्र झाली तरच तिचा अंमलदारांवर प्रभाव पडेल आणि अनुयायांनाही वचक राहील असे त्यांना वाटते. एरव्ही स्वदेशीच्या धोरणाचाही कसा विचका होईल हे सांगताना ते लिहितात की, सुयंत्रणा नसेल तर परदेशी माल व स्वदेशी म्हणून विकला जाईल, किती माल आयात होतो याची खरी माहितीच मिळणार नाही. स्वदेशीचा फायदा स्वदेशातील कोष्ट्यांना न मिळता स्वदेशाभिमान नसलेल्या पारशी, बोहरी व युरोपीय गिरणीवाल्यांना

मिळेल, आजही स्वदेशीची भाषा करणाऱ्यांनी लक्षात घ्यावा असा हा राजवाड्यांचा विचार आहे.

चळवळीत अशी पर्यायी सरकार बनण्याची स्वतःची ताकद यावी यालाच राजवाडे "राज्ययंत्र होणे" असाही शब्दप्रयोग करतात. आशियायी लोकांना त्यांनी आवाहन केले आहे की, त्यांच्यापैकी ज्या कोणाला आपली स्वातंत्र्याची वासना पूर्ण करून घ्यायची असेल त्यांनी गुप्त व प्रकट रीतीने त्या वासनेचा धागा अव्याहत चालणारे राज्ययंत्र उभारलेच पाहिजे. यंत्र वा यंत्रणा निर्माण करण्याखेरीज त्यांना दुसरा तरणोपायच नाही. राजवाडे कम्युनिझमचे पुरस्कर्ते होते असा निष्कर्ष काही अभ्यासकांनी या प्रतिपादनावरून काढला असला[११] तरी तो अप्रस्तुत आहे. कार्यक्षम स्वातंत्र्य चळवळीचा नमुनादर्श फक्त राजवाडे यातून सांगतात. राष्ट्रसभेने नवी दिशा धरावी असा त्यांचा अभिप्राय होता. तिने लोकांवर राजकारणेतर बाबींमध्ये हुकमत करायला तयार झाले पाहिजे. काही बाबतीत 'स्वराज्य' सुरू केले पाहिजे. आपले ठराव सरकारला उद्देशून न करता लोकांना उद्देशून करावेत. शास्त्रीय कला शिक्षणाच्या आळा काढण्याबाबत सरकारकडे ठराव धाडतानाच स्वतः द्रव्य जमवून प्रांतोप्रांती तशा शाळा काढाव्यात व चालवाव्यात. 'हुकमत, उत्पन्न, खर्च व समाजकार्य ही जी नियंत्रित सत्तेची चार अंगे आहेत ती हे एकच कार्य जरी राष्ट्रसभेने स्वीकारले तरीदेखील तिला स्वराज्यारूढ करतील. इतर अशीच कामे तिने घेतली तरी तिच्या स्वराज्याचा विस्तार किती वाढेल हे सांगता येत नाही" (पृ. ५९८). या शब्दात राजवाड्यांनी राज्ययंत्राची आपली कल्पना विशद केली आहे. राज्यसभेने हिंदुस्थानातील लोकांचे स्वराज्ययंत्र व्हावे, सन्मान्य सेवक व्हावे आणि तिची हुकमत लोकांच्या सरावाची व्हावी अशी त्यांची अपेक्षा होती. त्यादृष्टीने राष्ट्रसभेने वर्षातून केवळ तीनचार दिवस अधिवेशन भरवणे किंवा सार्वजनिक काम करण्याऐवजी नुसताच वेदान्त सांगणे त्यांना पर्याप्त वाटत नव्हते. "राष्ट्रसभेने आपले कर्तव्य बजावले व आपले सामर्थ्य जाणले म्हणजे स्वराज्य ज्याला म्हणतात ती वस्तू सिद्ध झाली" आणि स्वराज्य सिद्ध होणे हा इंग्रजांच्या अंमलदारीचा रोग बरा करण्याचा एकच मार्ग त्यांना दिसतो.

राष्ट्रसभा परकीयांनी स्थापल्यामुळे प्रारंभी तिच्याविषयी अढी बाळगणारे राजवाडे "राष्ट्रीय सभा हे प्रचंड हत्यार आहे. त्याचा यत्किंचितही गैरवापर झाला तरी भयंकर परिणाम झाल्यावाचून राहणार नाही" (पृ. ६४९) या टप्प्यापर्यंत आले होते. सुरतेच्या बैठकीत नेमस्त व राष्ट्रीय असे तट पडले ती घटना गैरमुत्सद्दीपणाची व अदूरदर्शित्वाची असल्याचे त्यांनी नमूद केले आहे. नेमस्तांनी राष्ट्रीय पक्षाला अराजकवाद्यांच्या कोटीत बसवणे आणि राष्ट्रीय पक्षाने नेमस्तांना देशविघातक ठरवणे या दोन्ही भूमिका त्यांना चुकीच्या वाटत होत्या. दोन्ही पक्ष परस्परांनी आदराने व विश्वासाने वागतील तरच राष्ट्रसभेची ताकद टिकेल असे ते म्हणतात.

मात्र त्यांच्या स्वतःच्या निष्ठा वक्तृत्वापेक्षा कर्तृत्वावर भर देणाऱ्या राष्ट्रीय पक्षाकडे होत्या हे त्यांनी कधीच लपवले नव्हते.

टिळकप्रणीत आंदोलनप्रकार राजवाड्यांना लढ्याच्या त्यांच्या स्वतःच्या कल्पानांशी सुसंवादी वाटतात. भारतीयांना न्याय मिळवायचा असेल तर त्यांनी स्वदेशीचे शस्त्र निष्ठेने वापरावे असे राजवाडे सांगतात. त्यांनी आपल्या खास शैलीत स्वदेशी मंत्राचे कीलक, शक्ती, जप, छंद, वगैरे तपशील नमूद केलेले आहेत (पृ. ५८६-५८७). टिळकांनी सुरू केलेल्या शिवोत्सवाचे माहात्म्य सांगताना राजवाडे म्हणतात, "शिवोत्सव म्हणजे महाराष्ट्राच्या अथवा भारतवर्षाच्या इतिहासाचे संकलित स्वरूप होय... शिवोत्सवाचे कार्यक्षेत्र फार व्यापक आहे. ते भूत आहे. इतिहास आहे व भविष्याचा पाया आहे. मानवेतिहासात जे जे काही धर्म्य आहे, जे जे काही श्रेष्ठ आहे, त्याची स्मृती शिवकालीन समाजचरित्राने व व्यक्तिचरित्राने होते" (पृ. ८७).

'आधी कोण? सामाजिक की राजकीय? या प्रश्नाचे टिळकांचे उत्तर राजवाड्यांना सर्वांगी ग्राह्य वाटते. विधवाविवाह, जातपातनिर्मूलन वगैरे सुधारणांनी संस्थान अधिकच पंगू होईल असा इशारा सयाजीराव गायकवाडांना देऊन ते सुचवतात की संस्थान आधी राजकीयदृष्ट्या सुदृढ झाले की मग सामाजिक, धार्मिक वगैरे अंतर्रचनेच्या सुधारणा आस्ते आस्ते प्रचलित करणेच श्रेयस्कर ठरेल (पृ. ६२४-६२५). सामाजिक सुधारणांमुळे समाज अधिकच विस्कळीत होईल, त्या सुधारणा प्रत्यक्षात उतरण्याची तर शक्यता नाहीच; पण सामाजिक बेबंदशाही माजून राष्ट्रकार्ये मात्र खोळंबतील हे अव्यवस्थाप्रिय सुधारकांच्या ध्यानात येत नसले तरी स्वराज्याकांक्षी समाजघटकांनी लक्षात घेतले पाहिजे असे त्यांना वाटते. 'राज्यसंस्थेचे प्राथमिक कर्तव्य राज्ययंत्र अत्यंत सुदृढ करणे हे होय. हे प्राथमिक कर्तव्य यथास्थित सिद्ध झाल्यानंतर सुखाच्या इतर आनुषंगिक सुधारणा केल्यास हरकत नाही; परंतु राज्ययंत्र अत्यंत दुर्बल व पंगू ठेवून उगाच बखेडा माजविणाऱ्या न्हावगंडी सुधारणा करीत बसणारा राजपुरुष स्वतःच्या स्वराज्ययंत्राच्या नाशास कारणीभूत होतो" अशा शब्दात त्यांनी बडोदानरेशांची कानउघाडणी केली आहे (पृ. ६२५). सुधारकांना हा समाज एकवर्णी करायचा आहे; पण जातिसंस्थेचा चिवटपणा पाहता त्यांचीच एक जात बनून येथील वर्णव्यवस्था अबाधित राहील असा विश्वास राजवाड्यांना वाटत होता.

राजवाडे जातिसंस्था व तिच्याशी निगडित सर्व सामाजिक प्रश्नांचा विचार मुख्यत्वे टिळक-अरविंदांच्या हिंदू राष्ट्रवादाच्या चौकटीत करीत असल्यामुळे त्यांची सुधारणाविषयक मते वरीलप्रमाणे होणे क्रमप्राप्तच ठरते. उपेक्षित घटकांवर हा आध्यात्मिक राष्ट्रवाद एका परीने पुरातन धर्म संस्कृतीचे दडपण आणून लादलाच जात होता. त्या स्तरांत झालेली जागृती व निर्माण झालेले आत्माभिमान आटोक्यात ठेवण्यासाठी राष्ट्रवादाचा वापर अफूच्या गोळीप्रमाणे

करण्याचा हा प्रयत्न होता. राजकीय सत्ता हातून गेलीच आहे, सामाजिक वर्चस्व तरी टिकून राहावे या भावनेतूनच 'आधी कोण'चे उत्तर 'राजकीय' च्या बाजूने दिले जात होते. हा मध्यमवर्गीय राष्ट्रवाद वर्णाधिष्ठित होता आणि ज्यांनी त्यास नाकारले मग ते फुले असोत की आंबेडकर ते राष्ट्रदोही, परसत्ताधार्जिणे ठरवले गेले होते. राष्ट्रवादी म्हणवल्या जाणाऱ्या प्रवाहाच्या या सामाजिक सनातनीपणाचे व स्थितिवादाचे पडसाद राजवाड्यांच्या लेखनात अपरिहार्यतः उमटले आहेत.[२०] राजवाडे टिळकपंथी राष्ट्रवादाचे अपत्य होते हे लक्षात घेतल्यावर येथील भांडवलशाहीच्या विकासार्थ त्या राष्ट्रवादी प्रवाहाने येथील जातिसंस्था सरंजामशाही शक्तींच्या सरळ विरोधात उभे न राहता त्या शक्तींशी वागताना जे बोटचेपे धोरण स्वीकारले त्याचाच प्रत्यय राजवाड्यांच्याही लेखनातून आपल्याला मिळतो.[२१]

पण राजवाड्याचे वेगळेपण दिसते ते त्यांच्या गांधीविषयक भूमिकेतून. टिळकपंथाचे असले तरी टिळकांच्या हिंदुत्वनिष्ठ अनुयायांप्रमाणे राजवाडे झापडबंद नव्हते. उलट आज टिळक असते तर त्यांनी नेहरू गांधींचे अनुकरण केले असते असे म्हणण्याचा मनमोकळपणा राजवाड्यांनी दाखवला आहे (पृ. ६६५). माणुसकीशून्य नोकरशाहीच्या स्वभावसिद्ध पाशववृत्तीतील माणुसकीचा सुप्त अंश गांधीजी जागृत करू पाहतात आणि सर्वतोपरी वरचढ प्रतिपक्षाचा मुकाबला करण्याचा त्यांचा मार्गच अधिक प्रभावी व औचित्यपूर्ण आहे हे राजवाड्यांनी मान्य केले आहे. लोकांनी स्वतःचे शहाणपण न चालवता श्रद्धापूर्वक त्या मार्गाचा अवलंब करावा अशी शिफारसही त्यांनी केली आहे. (पृ. ६५९-६६१).

**समारोप**

राजवाड्यांच्या सामाजिक-राजकीय लेखनाची अनेक मर्मस्थळे अभ्यासकांनी आजपर्यंत दाखविली आहेत. त्यापैकी काहींचा निर्देश वर विवेचनाच्या क्रमात आलेलाच आहे. येथे शेवटी त्या सर्वांचा एकत्रितपणे विचार करून त्यांच्या तुलनेत त्यांची बलस्थाने कोणती ठरतात एवढेच पाहायचे आहे. चौथ्या, सहाव्या व आठव्या खंडांना राजवाड्यांनी लिहिलेल्या प्रस्तावनांबद्दल केतकरांनी जे म्हटले आहे की त्या प्रस्तावना म्हणजे "अनेक विषयांवर लिहिलेली पण एकत्र केलेली त्रोटक टिपणे आहेत. त्यात इतिहाससंशोधन नाही. म्हणजे निव्वळ काळ किंवा विषय घेऊन त्याचा खोल अभ्यास नाही."[२२] तेच राजवाड्यांच्या बव्हंश लेखनाबद्दल म्हणता येईल. शेजवलकरांनीही अशी तक्रार केली आहे की एक प्रकारचा तात्पुरतेपणा राजवाड्यांच्या सर्वच लेखनाला व्यापून राहिला आहे, त्यांचे "सर्व लिखाण तात्पुरत्या मनात भरलेल्या मुद्द्यांच्या समर्थनार्थ होत असे.[२३] राजवाड्यांची अभ्यासलेखनाची रीतच अशी होती की, "एकदा एका विषयात निमज्जन करून त्यावर एकदम ठणठणीत मत

देऊन मोकळे व्हावयाचे, पुन्हा त्या विषयाकडे सहसा वळायचे नाही."[२४] राजवाड्यांनी विवेचनाच्या ओघात मांडलेल्या स्वतःच्या भूमिकांना त्याचे स्तर काढताना छेद दिल्याचीही उदाहरणे शेजवलकरांनी सांगितली आहेत.[२५]

आपल्या आयुष्याच्या अखेरीस राजवाड्यांना हे पटू लागले होते की, लखोटबंद जातींचे कार्य आता संपले असून एकजिनसी समाज होणे राष्ट्रनिर्मितीसाठी आवश्यक ठरले आहे. त्यामुळेच सर्व हिंदूंना वर्णोन्नती, धर्मोन्नती व आत्मोन्नतीचा अधिकार देणे निकडीचे झाले आहे, असे ते म्हणतात; पण त्याच वेळी त्यांना जातिसंस्था "रासभ्याने मोडण्याची" कल्पना मान्य होत नाही. बीजक्षेत्रशुद्धी व वंशशुद्धी या कल्पना अशास्त्रीय, तर्कदुष्ट व कालबाह्य झालेल्या दिसत असूनही राजवाडे त्यांना सोडू शकत नसल्यामुळे ते पुनःपुन्हा जातिसंस्थेचे गोडवे गाताना आढळतात. शास्त्रीय संशोधनपद्धतींचा अवलंब करून अत्यंत अशास्त्रीय निष्कर्ष काढतात. एक समाज व एक राष्ट्र बनवायचे तर देव, जात, वंश या तीन कल्पनांना मूठमाती देणे आवश्यक असल्याचे सांगत असतानाच ते महाराष्ट्रधर्माची म्हणजेच वेशधर्म, जातिधर्म, कुलधर्म, वंशधर्म, देवधर्म यांची महतीही गातात. अशा वैचारिक विसंगतींची व कोलांटउड्यांची रेलचेल राजवाड्यांच्या लेखनात आढळते.

राजवाड्यांच्या लेखनात अनेक व्यक्तिगत व जातीय पूर्वग्रह, ब्राह्मणकैवार, पुरुषप्राधान्य, एकांगीपणा, विक्षिप्त व हास्यास्पद विधाने आढळतात. त्यांनी नोंदवलेले सुधारणाविरोधी अभिप्राय, संस्कृतीचे त्यांनी हत्यारांशी जोडलेले समीकरण, नाट्यसंगीतादी कलांचा त्यांनी केलेला दुस्वास, त्यांनी लावलेल्या तर्कदुष्ट उपपत्ती आणि काढलेले उतावळे व अपक्व निष्कर्ष, संस्कृतेतर भाषांबद्दल आणि वैदिकेतर पंथांबद्दल त्यांनी व्यक्त केलेला कुत्सितभाव येथे उदाहरणार्थ सांगता येतील. त्यांच्यात शेजवलकरांनी म्हटल्याप्रमाणे "परंपरागत संस्कृतीचा अभिमान व आधुनिक शुद्ध शास्त्रीय दृष्टी यांचे चमत्कारिक मिश्रण झाले होते. "राजवाड्यांच्या विचारपद्धतीची ही वैशिष्ट्ये लक्षात घेता त्यांची विशिष्ट संदर्भातील भूमिका समजून घेताना किंवा त्यांचा आधार घेताना आपण काही दक्षता घेतली पाहिजे असे जे शेजवलकर म्हणतात ते पटते. त्यांच्या मते, पहिली दक्षता ही की जरूर तेथे त्यांच्या विधानांना छेद द्यावा लागतो. दुसरे असे की, एकाच ठिकाणच्या विवेचनावर अवलंबून न राहता त्यांच्या समग्र लिखाणाचा समन्वय करणे आवश्यक ठरते. तसेच त्यांच्या मांडणीच्या वैयक्तिक पद्धतीची जाणीवही मनात बाळगणे गरजेचे ठरते.

राजवाड्यांचे दोष दाखवत असतानाच त्यांच्या मोठेपणाकडे दुर्लक्ष होऊ देता कामा नये असा इशारा त्यांच्या समीक्षकांनी आवर्जून दिला आहे किंबहुना त्यांची अशी तक्रार आहे की, या प्रकांड पंडितांच्या खऱ्या मोठेपणाची आजवर उपेक्षाच होत आली असून त्यांच्या

वैगुण्यांचेच समर्थकांनी कोडकौतुक केले तर विरोधकांनी निर्भर्त्सना केली आहे. राजवाड्यांचे मोठेपण जसे त्यांच्या विचारातील आधुनिकतेत आहे तसेच ते त्यात बीजरूपाने असलेल्या परिवर्तनवादी प्रेरणांमध्येही सामावलेले आहे. त्यांची संशोधननिष्ठा, त्यांचे अविश्रांत कष्ट, त्यांच्या बुद्धीची झेप या गोष्टी तर केवळ अनन्यसाधारणच म्हणाव्या लागतील; पण त्यांच्या सामाजिक-राजकीय विचारांच्या मांडणीत त्यांनी आपल्या समकालीनांपेक्षा किती पुढे मजल मारली होती हे पाहिले की स्तिमित व्हायला होते. "प्रगतिशील व प्रगतिक्षम माणूस त्यांच्या अभ्यासाचा केंद्रबिंदू होता व तो विकास कोणत्या पायऱ्यांनी होतो हे पाहण्यात त्यांना रस होता. या विकासकाळात निर्माण होणाऱ्या भ्रांतीचे त्यांना भान होते."[२७] त्यामुळे राजवाड्यांच्या लेखनाचा पुरोगामी अभ्यासकांनी आस्थेवाईक अभ्यास करणे त्यांच्याच दृष्टीने आजही हितकारक ठरू शकेल.

राजवाड्यांचे व्यक्तिमत्त्व साम्राज्यवादविरोधी लढ्याच्या मुशीत घडल्यामुळे त्यांचा बौद्धिक दृष्टिकोन आधुनिकतावादी होता हे आपण वर म्हटलेलेच आहे. परंपरेचा त्यांना अभिमान असला तरी ते जीर्णोद्धारवादी कधीच नव्हते ही गोष्ट अत्यंत महत्त्वाची आहे. परंपरा समजून घेणे त्यांना निकडीचे वाटत होते. तद्वतच युरोपियनांची बलस्थाने अचूकपणे ओळखण्याचीही त्यांना गरज भासत होती. धर्माकडे तर राजवाडे यांनी पारंपरिक दृष्टीने कधी बघितले नव्हते. माणसाने स्वतःच दुष्ट व सुष्ट देवांची कल्पना स्वतः करून केली आणि त्यांची मर्जी संपादण्याचे विविध मार्गही शोधून काढले. ईश्वराच्या नावाने एक प्रतिविश्वच त्याने केवळ निर्माण केले नाही तर इहलौकिक जग खोटे आणि पारलौकिक ते खरे अशी उफराटी कल्पनाही त्याने पक्की रुजवली. "म्हणजेच असे की जे खरेच खरे होते त्याला त्याने खोटे ठरविले आणि निव्वळ काल्पनिक जे होते त्याला खरे ठरविले"[२८] यातूनच स्वर्ग, नरक, देव वगैरे भ्रामक कल्पना निर्माण झाल्या, अशा शब्दांत देव-धर्माची उत्पत्ती राजवाड्यांनी मांडली आहे. त्यांच्या मते, संकटनिवारणाचे उपाय सापडताच आणि कार्याचे खरे कारण गवसताच देवदेवतांची गरज संपते. शुद्ध शास्त्रज्ञान विकास पावते तसतसा भावकल्पनांचा लोप होत जातो. देवकल्पना व नीतिकल्पना स्वयंभू या ईश्वरनिर्मित नसून उत्क्रांतीतून जन्मलेल्या आहेत.

धर्माविषयी अशी मानववंशशास्त्रीय भूमिका राजवाड्यांची असल्यामुळेच एकजिनसी समाज होण्याआड येथे देवधर्म येतात हे त्यांच्या लक्षात आल्यावर ते असे स्पष्टपणे बजावतात की कातकरी, यहुदी, मुसलमान, पारशी, ख्रिस्ती, हिंदू या सगळ्या "नाना प्रकारच्या देवकल्पनांनी पछाडलेल्या गटांचा एक भरीव समरस समाज बनवायला एकच तोडगा होता. तो हा की, या सर्वांच्या डोक्यातील निराधार व अशास्त्र अशी जी देवकल्पना तीच मुदलात उपटून काढली पाहिजे होती, निदान एकसमाजत्वाप्रीत्यर्थ त्या देव कल्पनेला व देवधर्माला गबाळात गणून

इतर राजकीय वैय्यापारिक व शास्त्रीय व्यवहारात तिला नितांत गौणत्व दिले पाहिजे होते"[२९] भूतकाळात हे साध्य झाले नसले तरी निदान आता अशी वेळ आली आहे की, सर्वधर्मीयांनी धर्माला गौण स्थान देऊन देशभक्तीला प्राधान्य दिले पाहिजे. त्याबरोबरच सर्व धर्माचे एकीकरण करून महाराष्ट्रीय व हिंदी म्हणवण्यास पार्शी व ख्रिश्चन वगैरेंना अभिमान वाटला पाहिजे अशी नोंद आपल्या स्मरणीत राजवाड्यांनी केलेली आढळते (पृ. ४५७). धर्माविषयी त्यांनी मांडलेली ही मते तसेच भारतीय विवाहसंस्थेचा इतिहासग्रंथात त्यांनी केलेले परखड विवेचन यातून राजवाड्यांच्या विचारातील पुरोगामी इहलौकिकतेची व प्रगल्भ आधुनिकतेची साक्ष मिळते. टिळक-अरविंदांच्या वेदान्ताधिष्ठित आध्यात्मिक राष्ट्रवादाचा अंगीकार राजवाड्यांनी केला असला तरी त्या चौकटीत न बसणारी भौतिकवादी विचारपद्धती स्वीकारण्याचा वैचारिक निधडेपणा राजवाड्यांपाशी निश्चितच होता.

त्यांची इतिहासाकडे पाहण्याची भौतिकवादी दृष्टी राजवाड्यांना थेट मार्क्सवादाच्या जवळ नेणारी होती असे काही अभ्यासकांना वाटते. भारतीय इतिहासाची मार्क्सवादी मांडणी करणाऱ्या कोणालाही राजवाड्यांच्या लेखनाचा भरपूर आधार घेतल्यावाचून पर्याय नाही असे कॉ. डांगे यांनी म्हटले आहे. राजवाड्यांना आपल्या आयुष्याच्या अखेरीस रशियन क्रांतीने व साम्यवादी विचारसरणीने प्रभावित केले असावे असा अंदाज शेजवलकरांनीही व्यक्त केला आहे.[३०]

त्रैवार्णिकाचे रूपांतर शूद्रांच्या प्रवेशानंतर चातुर्वर्ण्यात जेव्हा झाले तेव्हाच त्याचे आर्थिक-सामाजिक परिणाम पाहता ती आर्यांच्या इतिहासातील कशी एक क्रांतिकारी घटना होती याचे मार्मिक विवेचन राजवाड्यांनी केले आहे. त्यांच्या या लेखनाचा पोत हुबेहूब मार्क्सवादी वाटते. त्यात श्रमविभागणीचा निर्देश आहे, हत्यार व कौशल्य यातून गरजेपेक्षा अधिक प्रमाणावर निर्माण झालेल्या अतिरिक्त उपभोग्य वस्तूंचा त्याच्या सामाजिक-सांस्कृतिक परिणामांचा उल्लेख आहे, मालमत्ता या संकल्पनेची उपपत्ती आहे आणि राज्ययंत्राच्या निर्मितीच्या प्रेरणांचा शोधही आहे; पण एवढ्यावरून राजवाड्यांना मार्क्सवादी विचारवंत किंवा मार्क्सवादाची सूत्रे अंतःप्रेरणने आत्मसात केलेला प्रतिभावंत ठरवण्यात काहीच हशील नाही. ते मार्क्सवादी नव्हते आणि या संदर्भात त्यांच्या काही मर्यादा निश्चितच होत्या.

कॉ. डांगे यांनीच म्हटल्याप्रमाणे राजवाडे हेगेलच्या निर्गुण परमतत्त्ववादावरच थांबतात, त्याच्यापुढे जाऊन फायरबॉख व नंतर मार्क्स-एंगल्स यांच्यापर्यंत जाण्याला त्यांना संधी मिळाली किंवा हेगेलियन परब्रह्माचे डायालेक्टिक्स व त्यातून निघणारे विरोधविकासशास्त्र पुरेसे समजून त्यांना पुढे सरकणे जमले नाही म्हणून ते अद्वैत वेदान्तावर थांबले. "मनुष्य समाजाच्या विकासाची प्राकृतिक व ऐतिहासिक द्वंद्वाची गती त्यांना सापडली नाही" कारण

व्यक्ती, काळ आणि स्थान यांचा अन्योन्य संबंध ते लक्षात घेत असले तरी मार्क्सवादाला तेवढे पुरेसे होत नाही. मार्क्सवाद असे मानतो की या "अन्योन्यसंबंधाच्या मुळाशी जीवनपोषणार्थ लागणारी अवजारे, हत्यारे व तज्जन्य उत्पादन, वितरण, संभोजन, वर्गसंबंध व जातिसंबंध तसेच राज्ययंत्रही आहे. आदिकालापासून तो कम्युनिस्ट समाजरचनाकाळापर्यंत यांची उत्क्रांति-क्रांतीची एक द्वंद्वात्मक गती आहे." हे राजवाडे लक्षात घेत नसल्यामुळे त्यांच्या भौतिकवादाला समाजवादी अधिष्ठान लाभत नाही. चातुर्वर्ण्यपिक्षा अधिक उच्चतर समाजवादी समाजरचना राजवाड्यांच्या विचारक्षेत्रात त्यामुळेच प्रवेश करताना दिसत नाही. राज्यसंस्था एक कृत्रिम, उपटसुंभ व जुलमी संस्था आणि चोरांची टोळी आहे अशी हिंदी लोकांची पारंपरिक मनोधारणा असल्याचे फक्त ते सांगतात; पण राज्ययंत्राच्या वर्गीय स्वरूपाचे भानही त्यांच्या ठिकाणी अभावानेच आढळते. सामाजिक स्थित्यंतरांमध्ये राज्यसंस्था, वर्गसंबंध व खासगी मालमत्ता काहीएक भूमिका बजावते हे त्यांच्या विवेचनात कोठेच येत नाही. आर्थिक दृष्टिकोनाच्या स्पष्ट अधिष्ठानाअभावी त्यांचा राष्ट्रवाद सरंजाशाही वृत्तिप्रवृत्तींशी तडजोड करताना आढळतो. वर्णव्यवस्था, जातिरचना, वंशशुद्धी वगैरे विषयांवरच्या प्रतिपादनातून राजवाड्यांची जी मनोवृत्ती प्रकट होते ती "मार्क्स किंवा मार्क्सपूर्व समाजवादी विचारप्रणालीच्या जवळपासही येत नाही... जातिव्यवस्थेच्या संदर्भात राजवाडे मार्क्स किंवा उदारमतवादी तत्त्वज्ञानाच्या जवळपास नाहीत. नीत्शे हा त्यांना जास्त जवळचा आहे."[३१] हा डॉ. अरविंद देशपांडे यांचा अभिप्राय वस्तुस्थितीला धरून आहे असे म्हणावे लागते.

आपल्या समग्र विचारांचा एकवट आविष्कार करून एक समाजशास्त्रीय वा राज्यशास्त्रीय प्रबंध राजवाडे साकार करू शकले असते तर त्यांच्या संकीर्ण विचारात सुसूत्रता येऊन त्यांची प्रत्येक प्रश्नावरची निश्चित भूमिका व्यक्त झाली असती; पण ते होऊ शकले नाही ही फारच मोठी शोकांतिका म्हणावी लागेल. आणि डॉ. य. दि. फडके यांनी केतकरांबद्दल लिहिताना म्हटल्याप्रमाणे एका परीने ही शोकांतिका म्हणजे विकसनशील देशातील परिस्थितीचा एक अटळ परिणाम आहे. विकसनशील देशात संशोधकांना उपलब्ध असलेली तुटपुंजी आर्थिक मदत व साधनसामग्री, प्रसिद्धिसाधनांची वाण, ग्रंथालये व प्रयोगशाळा यांची उणीव, मूलग्राही संशोधनार्थ लागणारी ऐतिहासिक साधने, माहिती व आकडेवारी यांची अनुपलब्धता, पूरक व दुय्यम संशोधनाचा अभाव या एकूण प्रतिकूल परिस्थितीचा संदर्भ देऊन डॉ. फडके म्हणतात की, "त्यामुळे मूलगामी संशोधन करण्याची धमक असलेल्या अग्रगण्य ज्ञानवंतालाही अनेकदा साधने गोळा करण्यास किंवा मुख्यतः संकलनात्मक ग्रंथनिर्मिती करण्यात आपली प्रतिभा खर्ची घालावी लागते. 'केतकरांप्रमाणेच इतिहासाचार्य राजवाडे यांनाही असेच करणे भाग पडले.[३२]

संदर्भ टिपा

१) श्री. व्यं. केतकर, "राजवाडे यांची जीवनपद्धती", केतकर लेखसंग्रह (संपा. य.दि. फडके), साहित्य अकादमी, नवी दिल्ली, १९७७, ५२.

२) "प्रस्तावना", महाराष्ट्रातील जातिसंस्थाविषयक विचार, संपा, यशवंत सुमंत, दत्तात्रय पुंडे, प्रतिमा प्रकाशन, पुणे १९८८, चौदा.

३) गो.पु. देशपांडे, "इतिहासाचार्य राजवाडे", उगवाई (मासिक), सांगली, जुलै १९८९.

४) श्री. अ. डांगे, प्रस्तावना, भारतीय विवाहसंस्थेचा इतिहास, प्रागतिक पुस्तक प्रकाशन, पुणे.

५) वि.रा. शिंदे, "राधामाधव-विलास-चंपू आणि रा. राजवाडे", शिंदे लेखसंग्रह (संपा. मा.पं. मंगुडकर), ठोकळ प्रकाशन, पुणे, १९६३, १८७

६) अरविंद देशपांडे, "इतिहासाचार्य विश्वनाथ काशीनाथ राजवाडे", सुमंत-पुंडे (संपा.), पूर्वोक्त, ६८

७) अशोक चौसाळकर, "इतिहासाचार्य राजवाडे यांचे जातिसंस्थाविषयक विचार : एक टीकात्मक अभ्यास", नवभारत, वाई, जानेवारी १९८८, ३४.

८) त्र्यंबक शंकर शेजवलकर निवडक लेखसंग्रह (संग्राहक ह.वि. मोटे), मोटे प्रकाशन, मुंबई, १९७७, १७२

९) श्री. अ. डांगे, पूवोक्त.

१०) शेजवलकर, पूवोक्त, १७९.

११) "रामदास", राजवाडे लेखसंग्रह (संपा. लक्ष्मणशास्त्री जोशी), साहित्य अकादमीतर्फे पॉप्युलर प्रकाशन, मुंबई १९५८, २५८

१२) कित्ता

१३) अशोक चौसाळकर, "इतिहासाचार्य राजवाडे यांचे सामाजिक व राजकीय विचार - एक मार्क्सवादी अभ्यास", परामर्श, ३४

१४) कित्ता, ३५.

१५) वि.का. राजवाडे, "प्रस्तावना" केशवाचार्यादिकृत महिकावतीची बखर (माहिमची बखर) चित्रशाळा प्रकाशन, पुणे १९२४, ९२-९३

१६) कित्ता, ९३

१७)  शेजवलकर, पूर्वोक्त, २२४

१८)  कित्ता

१९)  नाथ निफाडकर, उद्‌धृत, अशोक चौसाळकर, पूर्वोक्त, ३६

२०)  अरविंद देशपांडे, पूर्वोक्त, ७०

२१)  अशोक चौसाळकर, पूर्वोक्त, ४४

२२)  श्री. व्यं. केतकर, पूर्वोक्त, ५१

२३)  शेजवलकर, पूर्वोक्त, १७४

२४)  कित्ता, २९

२५)  कित्ता, २२

२६)  कित्ता, ३०७

२७)  अशोक चौसाळकर, नवभारत पूर्वोक्त, ३६

२८)  वि.का. राजवाडे, "विकार-विचार प्रदर्शनाच्या साधनांची उत्क्रांती", राजवाडे लेखसंग्रह, २२

२९)  वि.का. राजवाडे, "प्रस्तावना", महिकावतीची बखर, ९७

३०)  शेजवलकर, पूर्वोक्त, ९४

३१)  अरविंद देशपांडे, पूर्वोक्त, ६९

३२)  य.दि. फडके, "प्रस्तावना" केतकर लेखसंग्रह, २५

♦♦♦

# १२. वैचारिक वाटचालीतील पाऊलखुणा

**आ**त्मचरित्राला मुळात प्रास्ताविक हवेच कशाला असा वाचकाला स्वाभाविकपणे पडणारा प्रश्न मलाही पडला होता. प्रथमपुरुषी एकवचनी निवेदनातून जिथे कथानायक वाचकाशी संवाद साधतो तिथे दुसऱ्या कोणा मध्यस्थाने उगाच लुडबूड करू नये अशीच माझीही भूमिका होती. तरीही मी हे पांढऱ्यावर काळे करतो आहे याचे कारण आचार्य शांतारामबापूंचा शब्द मोडण्याची हिंमत इतर अनेकांप्रमाणेच माझ्याही ठायी नाही. बापूंनी आयुष्यभर जे केले, पाहिले, मिळवले त्यातून त्यांच्या शब्दाला हे वजन प्राप्त झाले आहे. सामाजिक बांधिलकी, समर्पित कृतिशीलता, वाचन-लेखन-वक्तृत्वादी मार्गांनी समाज जागवण्याचे त्यांचे अहर्निश सुरू असलेले प्रयत्न, तब्येतीच्या तक्रारींना न जुमानता सुरू असलेली त्यांची निरंतर धडपड-अशा अनेक दुर्मीळ गुणवत्ता बापूंच्या व्यक्तिमत्त्वात एकवटल्यामुळे त्यांचा एक प्रकारे वचक आजूबाजूच्या समानशील व्यक्तींवर निर्माण झाला आहे. त्यापोटीच त्यांच्या आत्मचरित्राला माझ्या प्रास्ताविकाचे ठिगळ जोडण्याचे हे अनौचित्य मी केवळ त्यांच्या शब्दाखातर येथे करीत आहे. वाचकांनी कृपया हे समजून घ्यावे.

मराठीत आत्मचरित्रांचे दालन तसे खूप समृद्ध आहे. स्त्रियांची आत्मचरित्रे, दलित-भटक्या-विमुक्तांची आत्मचरित्रे, राजकीय पुढाऱ्यांची आणि नामांकित प्रशासकांची आत्मचरित्रे, धर्मविशिष्ट व धर्मांतरित व्यक्तींची आत्मचरित्रे असे अनेक प्रकार त्यांत आढळतात. काही आत्मचरित्रे निवेदकांच्या अत्यंत खासगी आणि व्यक्तिगत जीवनाविषयी, तर काही केवळ त्यांच्या सार्वजनिक जीवनाविषयी सांगतात. काहींचा हेतू सत्यशोधाचा असतो तर काहींचा सत्यापलापाचाही असतो. काही आत्मचरित्रे आत्मबचावात्मक तर काही आक्रमक असतात, काही बव्हंशी वस्तुनिष्ठ तर काही बव्हंशी कल्पित असतात. आचार्य शांताराम गरूड यांचे आत्मचरित्र यात बसवण्याचा प्रयत्न केल्यास असे दिसते की त्यात खासगी -व्यक्तिगत असे

फारसे काहीच नाही. कॉंग्रेस, सेवा दल, समाजवादी पक्ष, अविभक्त साम्यवादी पक्ष, मार्क्सवादी साम्यवादी पक्ष, गोवा मुक्ती आंदोलन, संयुक्त महाराष्ट्राचा लढा, लालबावटा कामगार चळवळ, आणीबाणीतील कारावास आणि समाजवादी प्रबोधिनी अशा अनेक पक्ष-घटना-संस्था-कार्यक्रमांच्या संदर्भात कथानायकाचा जो प्रवास घडला त्याचा वस्तुनिष्ठ आणि प्रांजल असा हा आलेख आहे.

हा प्रवास मुख्यत्वे वैचारिक आहे. प्रचारकाच्या भूमिकेपासून तो सुरू होतो आणि प्रबोधकाच्या भूमिकेपर्यंत येऊन ठेपतो. या प्रवासातील वाटा-वळणे, खाच खळगे, आणि चकवे-विसावे लेखकाने साक्षीभावाने येथे वर्णन केले आहेत. या कथनाला कुठेही आत्मबचावात्मक स्पष्टीकरणांचे किंवा प्रतिपक्षाच्या प्रतिवादांचे स्वरूप येऊ दिले गेलेले नाही. जे घडले ते प्रामाणिकपणे आणि सरधोपटपणे वाचकांसमोर ठेवणे असाच या लेखनाचा एकूण बाज आहे. कल्पित पात्रे, प्रसंग वा संवाद घुसडून आत्मचरित्र रंगतदार करण्याचा प्रयत्न लेखकाने अपवादालाही केलेला नाही. अर्थात तरी सुद्धा लेखकाच्या नितळ-पारदर्शी निवेदनशैलीमुळे हे आत्मचरित्र वाचनीय झाले आहे, हा भाग अलाहिदा. वस्तुतः साठ-पासष्ट वर्षांच्या सार्वजनिक जीवनाच्या या क्रियाशील सहभागात रोमहर्षकतेचा भाग बराच मोठा होता. याच लेखकाने 'क्रांतिकारी कफल्लक' नामक कादंबरीत त्याची तशी मांडणीही यापूर्वी केली होती आणि तिच्या दोन आवृत्त्या वर्षभरात निघाल्या यावरून वाचकांच्या पसंतीस ती उतरली होती असेही म्हणता येते. तरीपण आत्मचरित्रात मात्र काहीही उगाच रंगवून फुगवून सांगण्याचे लेखकाने कटाक्षाने टाळले आहे. तसा शांताराम गरूड नामक लेखकाचा पिंड खरा चिंतनशील प्रज्ञावंताचाच आहे. लेखणी-वाणीला निश्चित प्रयोजनाने वापरण्याची परिबद्धता त्याने आयुष्यात फार पूर्वीपासून स्वीकारली आहे. आपल्या उपरोक्त कादंबरीचेही लेखन करण्यामागील आपला उद्देश "मार्क्सवादाची आकलन झालेली शिकवण, शेतकरी चळवळीतील पंधरा-वीस वर्षांचे अनुभव व त्या जीवनाचे प्रत्यक्षात घडलेले दर्शन यांचा समन्वय साधून आजच्या ग्रामीण जीवनातील मुख्य समस्येची 'कसेल त्याला जमीन' या तत्त्वाच्या आधारे जमिनीचे फेरवाटप आणि प्रत्येकाला काम मिळवून देण्याच्या प्रश्नाची सोडवणूक करण्याचा कम्युनिस्ट आंदोलनाचा मार्ग उचित, अपरिहार्य व व्यवहार्य असल्याबद्दलची स्वतःची खात्रीशीर समजूत इतरांपर्यंत पोहोचवणे" असाच असल्याचे त्याने आवर्जून सांगितले होते. ('मनोगत, क्रांतिकारी कफल्लक, मागोवा प्रकाशन, मार्च १९८२, चार) लेखकाची ही 'खात्रीशीर समजूत' तशी अजूनही कायम आहे; पण कार्यविस्तारातून क्रांतिकारी परिवर्तन घडून येण्याची शक्यता फारशी नाही. त्यापेक्षा लोकशिक्षण व राजकीय प्रबोधन करून शोषण आणि विषमता यांच्याशी दोन हात करू शकतील अशा डोळस सामाजिक शक्ती उभारणे अधिक उपयुक्त ठरू

शकेल या भूमिकेवर लेखक मधल्या काळात आला असून त्या दिशेने त्याच्या पुढाकाराने सुरू असलेल्या इचलकरंजीच्या समाजवादी प्रबोधिनी या वैज्ञानिक समाजवादाच्या ज्ञानपीठाकरवी चालवल्या जाणाऱ्या उपक्रमांची ओळख तो येथे करून देतो. लेखकाच्या प्रदीर्घ राजकीय जीवनातील वैचारिक क्षमतांचा मागोवा घेणारे हे आत्मचरित्र त्यामुळेच आधुनिक महाराष्ट्राच्या तळपातळीवरील इतिहासाचा एक मौलिक साधनग्रंथ झाला असून डाव्या चळवळींना तर त्याच्या आधारे आत्मपरीक्षणास प्रवृत्त व्हावे असा हा महत्त्वाचा दस्तऐवज आहे.

एक भिक्षुकी कुटुंबात, पारंपरिक संस्कारात आणि धर्मपरायण वातावरणात ज्याचे लहानपण व्यतीत झाले असा हा चरित्रनायक पुढे नास्तिक, निधर्मी आणि जातिधर्मनिरपेक्ष होतो; पण तो तसा होतो याचे फारसे आश्चर्य वाटू नये असाच त्याचा बालपणातील कालक्रम आपल्याला आढळतो. त्याच्या घरचे वातावरण धार्मिक असले तरी शिवाशीव किंवा सोवळेचार तिथे नव्हते. इंग्रजी राजवटीमुळे आधीच इथली सरंजामी समाजरचना ठिसूळ झाली होती. शिवाय कथानायकाचे दोन्ही भाऊ स्वातंत्र्यआंदोलनात व सार्वजनिक जीवनात सक्रिय होते. लहानपणीच वाणीच्या क्षमतेचा प्रत्यय आल्याने आठ-नऊ वर्षांचा असल्यापासून तरुण कार्यकर्त्यांसोबत जाहीर सभांमधून गावोगाव हिंडण्याची संधी त्याला मिळाली आणि समाजाच्या सर्व स्तरांमध्ये वावर घडला. खाण्यापिण्याचे निर्बंध सुटले, जातिधर्माच्या भिंती आपोआप गळून पडल्या. व्यापक सामाजिक-आर्थिक प्रश्नाचे भान आले. तो घरात शेंडेफळ असल्यामुळे त्याच्यावरचे ब्राह्मण्याचे संस्कार आधीच अगदी सौम्य होते, त्यात वसगड्याला ब्राह्मणच पण ब्राह्मण्य कमी आणि शेतकरी-कष्टकरी-संस्कृतीच जास्त अशा कुटुंबात शिक्षणानिमित्त त्याचे वास्तव्य घडले. तिथे शेतीच्या अंगमेहनतीतून झालेल्या सामाजिक अभिसरणातून त्याचे उरलेसुरले ब्राह्मण्यही लयास गेले. वसगड्याला त्याला पहिले 'घराबाहेरचे घर' भेटले आणि मग उभ्या आयुष्यात तशा अनेकानेक घरांनी त्याला आपले मानले. इतके की चार भिंतींचे बंदिस्त मर्यादित जीवन ही घरपणाची व्याख्या त्याला कधी भावलीच नाही. जीवशास्त्राने ठरवून दिलेले त्याचे कुटुंब मागे पडले आणि समविचारी आप्तांच्या बृहत्तर कुटुंबांनी त्याला जिव्हाळा दिला. या बृहत्तर कुटुंबांनी दिलेल्या आधारांनी त्याला केवळ योगक्षेमाची हमीच नव्हे तर हताशग्रस्त न होता अनेक भ्रमनिरास पचवण्याचे बळही दिले. ऐन उमेदीच्या पंचवीस वर्षात पाच-वेळा जडलेल्या क्षयाच्या गंभीर व्याधीला पुरून उरण्याची आणि पुन्हा कामात उभे राहण्याची चिवट उमेदही दिली. घरभिंती ओलांडून व्यापक क्षितिजांना गवसणी घालण्याच्या आणि स्वीकृत कामात झोकून देण्याच्या त्याच्या स्वभावामुळे त्याला आयुष्याच्या वळणावळणावर थोरमोठ्यांची आस्थेवाईक साथ मिळाली. क्रांतिसिंह नाना पाटील, यशवंतराव चव्हाण, साने गुरुजी, एसेम जोशी, काकासाहेब गाडगीळ, बाबूजी पाटणकर, बी. टी. रणदिवे अशा

कितीतरी मान्यवरांची माया, आधार व मार्गदर्शन त्याला मिळाले. सातारा जिल्ह्यातील झुंजार व लोकानुवर्ती राजकारणाचे संस्कार त्याच्या अंगी मुरले. बृहत्तर कुटुंबांच्या या प्रदीर्घ पार्श्वभूमीमुळेच शांताराम बापूंना कम्यून अंतर्गत त्यांच्याविरुद्ध उठलेल्या वादळातून सहीसलामत सुटता आले आणि समाजवादी प्रबोधिनीच्या स्वरूपात कम्यूनच्या तत्त्वावर आधारित खुल्या ज्ञानपीठाची कल्पना प्रत्यक्षात उतरवता आली. आज प्रबोधिनीचा गोतावळा संपूर्ण मराठी मुलखात लक्षणीय प्रमाणावर मोठा झाला आहे. सार्वजनिक कामासाठी जे सर्वस्वाचा त्याग करतात त्यांच्या कौटुंबिक अडीअडचणींचे दायित्व समाजाने उचलले पाहिजे या भावनेतून ज्यांनी शांताराम बापूंना हात दिला त्यांच्या ऋणाची परतफेड बापूंनी अशा रीतीने व्यक्तिगत जीवनावर सपशेल तुळशीपत्र ठेवून केली आहे.

कार्यकर्त्याच्या मनात तत्त्ववैचारिक स्पष्टता हवी, आपल्या विचारांचा वस्तुस्थितीच्या निकषावर त्याने सतत पडताळा घ्यायला हवा आणि आवश्यक त्या बदलांचा खुलेपणाने अंगीकार करायला हवा अशी आचार्य शांताराम बापूंची भूमिका असल्यामुळे ताठरपणे कोणत्याही विचाराशी वा संस्थेशी आंधळी बांधिलकी त्यांच्या ठिकाणी कधी प्रादुर्भूत होऊ शकली नाही. उलटपक्षी देशाच्या राजकारणाची गुंतागुंत आणि गतिमानता जसजशी वाढली तसतशी ती समजून घेण्याची त्यांची दृष्टीही अधिकाधिक मर्मग्राही झाली असल्याची साक्ष त्यांचे हे आत्मचरित्र वाचकाला देते. अनेक उत्कट ध्येयाकांक्षा, त्यांच्या पाठोपाठ येणारा प्रचंड भ्रमनिरास, त्यातून वेगळ्या आकलनाची नव्याने धडपड आणि पुन्हा भ्रमनिरास, त्यानंतर पुन्हा नवी उभारणी असा क्रम वाट्याला आला; पण परिस्थिती त्यांना कधी खचवून निष्क्रिय करू शकली नाही. साने गुरुजींच्या आत्महत्येने आपल्याला शिकवलेला पहिला धडा नमूद करताना आचार्यांनी म्हटल्याप्रमाणे "परिवर्तन, उत्क्रांती अगर क्रांती यांच्या गतिशीलतेने व विकासक्रमात अनेक अंतर्विरोध कार्यरत असतात आणि त्यांचे अग्रक्रम बदलत असतात. ते बदल जाणून घेऊन मुख्य अंतर्विरोधांवर आपल्या शक्ती केंद्रित करण्याची रणनीती ठरवता येणे महत्त्वाचे असते." ती आपल्यापुरती ठरवण्याचा कसोशीने प्रयत्न त्यांनी केल्याचे संपूर्ण आत्मचरित्रात दिसते.

काँग्रेसचा बाल स्वयंसेवक म्हणून राजकीय जीवनात १९३५ पासून वावरू लागलेल्या बापूंना १९४२ साली चलेजावच्या आंदोलनाने आकर्षित केले होते. शेतकरी कामगार प्रजा राज्य स्थापन करण्याच्या काँग्रेसच्या घोषणेवर विश्वास ठेवून त्यांनी स्वतःला काँग्रेसच्या प्रचारात झोकून दिले. सातारा जिल्ह्यातील लोकलढ्यात त्यांना समाजवादी लोकसत्तेचा इसार मिळाला; पण लवकरच त्यांच्या निदर्शनास आले की हंगामी सरकारात शिरल्यावर काँग्रेसची भूमिका पार उलटली. सरकारी पैसा, दलाली आणि भांडवलदारी-सरंजामी हितसंबंध यांच्या

सापळ्यात त्या पक्षाचे पुढारी अडकले. नोकरशाहीचे वर्चस्व निकालात काढणे आणि ग्रामीण गोरगरिबांना न्याय देणे त्यांना साध्य झाले नाही. लोकवर्गणीवर पक्षबांधणी करणे त्यांना जिकिरीचे वाटू लागले. या अनुभवानंतर शांताराबापू काँग्रेसमधल्या समाजवादी विचाराच्या गटाकडे आकर्षित झाले, एकीकडे संधी मिळाल्यास सामान्य माणसेही किती अचाट पराक्रम करू शकतात हे भूमिगत अवस्थेतून बाहेर पडलेल्यांच्या सत्कारप्रसंगी त्यांच्या प्रत्ययास येत असताना दुसऱ्या बाजूने सत्तेची सूत्रे हाती बाळगणारे काँग्रेसी नेते राबणाऱ्या जनतेच्या प्रश्नांबाबत कसे अनावस्थेवाईक होतात हेही त्यांना दिसत होते. त्यांची समाजवादाशी असलेली आंतरिक बांधिलकी त्यांना समाजवादी पक्षाकडे घेऊन गेली; पण लवकरच तिथेही त्यांची निराशा झाली.

समाजवाद्यांचा साम्यवादविरोध बापूंना आत्यंतिक व अनाठायी वाटत होता. १९४२ च्या आंदोलनाच्या वेळी साम्यवाद्यांनी घेतलेली भूमिका तशी बापूंनाही रुचलेलीच नव्हती; पण बंगालच्या दुष्काळनिवारण मोहिमेत साम्यवाद्यांसोबत काम करताना आणि कॉ. चितळ्यांनी आंतरराष्ट्रीय परिप्रेक्ष्यात तत्कालीन स्वातंत्र्यचळवळीची मांडणी मुद्देसूदपणे समजावून दिल्यानंतर साम्यवाद्यांचीही एक भूमिका होती हे बापूंच्या लक्षात आले आणि ते साम्यवादी पक्षाच्या जवळ गेले. समाजवाद्यांकडून होत असलेला गांधी मार्क्स -समन्वयाचा खटाटोप त्यांच्या मते दोनही तत्त्वज्ञानांवर अन्याय करणारा असून तो यशस्वी होण्याची शक्यता बापूंना दिसत नव्हती. लोकशाही समाजवादाची वाट सोडून वर्गजागृत संघर्षमय समाजवादाची निवड त्यांनी केली. राष्ट्रीय बूइर्वाजींच्या सोयीने, प्रसंगी धर्मवाद्यांशीही तडजोड करीत समाजवादी पक्ष राजकारणात वावरताना पाहिल्यावर त्याला सोडण्याचा आपला निर्णय अचूक होता अशीच शांतारामबापूंची भूमिका आज पन्नास वर्षाच्या अवकाशानंतरही कायम आहे. कम्युनिस्ट पक्षात गेल्यावर शांतारामबापूंनी मार्क्सवादाचा सूक्ष्म अभ्यास केला. कम्युनिस्ट मॅनिफेस्टोच्या वाचनाने जागतिक पातळीवरील डाव्या-उजव्यांमधील तफावत त्यांच्या लक्षात आली आणि शास्त्रीय समाजवादाच्या वर्गीय दृष्टिकोनातून ते प्रत्येक प्रश्नाकडे पाहू लागले.

संयुक्त महाराष्ट्राचा लढा, आणीबाणीविरुद्धची मोहीम, इचलकरंजीतील यंत्रमाग-कामगारांच्या मागण्यांची आंदोलने इत्यादी प्रसंगांत बापूंचा झालेला सहभाग त्यांच्या साम्यवादी निष्ठांशी इमान राखणारच होता. संयुक्त महाराष्ट्राचा लढा हा देशातील शोषकवर्गीय लोकशाहीविरोधी शक्तींच्या विरुद्ध पुरोगामी व समतावादी शक्तींचा संघर्ष आहे याच दृष्टीने त्यांनी त्या आंदोलनाकडे पाहिले होते. श्रमजीवी वर्गाच्या व्यापक एकजुटीत अंगभूत असलेली वर्गीय परिवर्तनाच्या सामर्थ्याची बीजे त्यांना एकसंध मराठी राज्याच्या त्या मागणीत जाणवली होती; पण समाजवादी भारतात समाजवादी महाराष्ट्र हे त्यांचे स्वप्न संयुक्त महाराष्ट्र समितीतील

प्रतिगामी घटकपक्षांच्या संधिसाधू राजकारणामुळे आणि केंद्र सरकारच्या कारस्थानांमुळे साकार होऊ शकले नाही.

पुढे साम्यवादी पक्षात जेव्हा फूट पडली तेव्हा मार्क्सवादी साम्यवादी पक्षाच्या बाजूने बापू गेले. कॉ. बी. टी. रणदिवे यांची वैचारिक भूमिका त्यांना भावली. प्राथमिक लोकशाही मागणीचे वर्गीय मागणीमध्ये आणि तिच्या पूर्ततेसाठी करावयाच्या व्यापक वर्गीय आशयाच्या लोकशाही लढ्यामध्ये कसे रूपांतर होते हे त्यांनी रणदिव्यांकडून समजून घेतले. तो लढा यशस्वी व्हायचा तर त्यात संभवणाऱ्या अपप्रवृत्तींचा व विकृतींचा मुकाबला करणे अगत्याचे असते. तो कसा करायचा हेही बापूंनी नीट समजून घेतले. प्रचार, प्रबोधन, संघटन आणि संघर्ष ही चतुःसूत्री अवलंबून बापू त्या काळात राजकारणात क्रियाशील राहिले. तात्कालिक प्रश्नांवरचे कामगारांचे लढे चालवत असतानाच उत्स्फूर्ततेच्या पलीकडे जाऊन मार्क्सवादी तत्त्वविचारांची कार्यकर्त्यांची वैचारिक बैठक पक्की करण्यावर त्यांचा कटाक्ष होता. त्याचप्रमाणे निवडणुकांमध्ये पक्षाच्या उमेदवारांचा प्रचार करताना लोकशिक्षणाच्या राजकीय दायित्वाचा त्यांनी कधी विसर पडू दिला नव्हता. किंबहुना प्रचारकार्याकडेही त्यांनी प्रबोधनाचे व्यासपीठे म्हणूनच पाहिले होते. त्याचप्रमाणे व्यावहारिक समस्यांच्या सोडवणुकीसाठी करावयाच्या संघर्षाचे आधार आणि आशय निश्चित करतानाच त्यांनी द्वंद्वात्मक ऐतिहासिक भौतिकवादाची प्रमेये सामान्य कार्यकर्त्यांपर्यंत पोहोचवण्याच्या मार्गाचाही शोध सुरूच ठेवला होता. समाजातील कोणकोणते जनविभाग कोणत्या क्रमाने 'वर्ग' म्हणून प्रस्थापिताविरुद्ध लढा पुकारण्यास सज्ज होतात हे क्रांतीचे समाजशास्त्र ध्यानात घेत असतानाच त्यांनी हेही ओळखले होते की, त्या जनविभागांना जाणीवपूर्वक संस्कारित केले गेले तरच इथल्या शोषण विषमतेवर आधारित समाजव्यवस्थेत ते वर्ग म्हणून भूमिका बजावू शकतील, अन्यथा नाही. तात्कालिक आंदोलनांमधील यश आणि अपयश या दोहोंच्या पाठीशी जर शाश्वत व दीर्घकाळ टिकणाऱ्या वर्गजाणिवांचा आधार नसेल तर क्रांतिकारी संघटनाची निर्मिती संभवत नाही याचे भान जागते ठेवून बापू त्या आंदोलनांचे नेतृत्व करत होते.

आणीबाणीच्या काळात शांतरामजींना कारावास घडला. तिथे आपल्या वैचारिक निष्ठांच्या कसोटीवर आपल्या राजकीय कार्याचा पडताळा घेतल्यावर त्यांना असे जाणवले की, राजकीयच्या सत्ताकारणी कार्यकलापात अडकून राहण्याऐवजी प्रबोधनाचे व्यापक; पण तत्त्वनिष्ठ राजकारण करण्यात उर्वरित आयुष्य आपण व्यतीत करावे. आणीबाणी त्यांनी जागतिक पातळीवरील साम्राज्यशाही भांडवलशाही व्यवस्थेतील तीव्र झालेल्या अरिष्टाची भारताला लागलेली झळ म्हणून पाहिले होते. आणीबाणीच्या प्रतिकारार्थ उभ्या राहिलेल्या विरोधी पक्षांच्या आघाडीत फार थोड्यांना ही तत्त्ववैचारिक स्पष्टता होती. समाजवाद्यांना तर आणीबाणी ही केवळ

श्रीमती गांधींच्या राक्षसी सत्ताकांक्षेची दुर्दैवी फलश्रुती वाटत होती आणि भारताच्या धर्मनिरपेक्ष राष्ट्रवादाच्या व समाजवादाच्या गाभ्यावर गंडांतर ठरणे अटळ असलेल्या हिंदुराष्ट्रवादी शक्तींशी हातमिळवणी करून आणीबाणीला प्रतिकार करण्यात त्यांना गैर वाटत नव्हते. तर त्यांच्यातील बहुतेकांचे आणीबाणीचे आकलन फारच वरवरचे आणि वर्गीय विश्लेषणाचा संदर्भ सोडून होते अशी खात्री शांतारामजींची होती.

धर्माधिष्ठित राष्ट्रवादाचे राजकारण करणाऱ्या राजकीय पक्षाला जर कोणत्याही कारणाने विश्वसनीयता लाभली तर तो इथल्या धर्मनिरपेक्ष राष्ट्रवादाच्या मानगुटीवर स्वार होणार आणि हिंदु -मुस्लिम सहजीवनच वेठीला धरणार याबद्दल शांतरामजींना शंकाच नव्हती. इतिहासाने आज त्यांची धर्मवाद्यांबाबतची ही भीती दुर्दैवाने खरी ठरवली आहे. हिंदुत्ववाद्यांना राजकारणात व सत्तेत असे प्रतिष्ठित करण्याच्या अपश्रेयाचा बराच मोठा वाटा जयप्रकाश नारायण आणि इतर समाजवादी नेते यांच्या पदरात टाकावाच लागतो. पूर्वाश्रमीचे अनेक कट्टर समाजवादी आज  धर्मवाद्यांच्या कळपात सुखेनैव वावरताना पाहिल्यावर तर त्यांच्या वैचारिक दिवाळखोरीचा दुसरा पुरावाच शोधण्याची गरज शिल्लक उरत नाही.

इचलकरंजीच्या औद्योगिक वसाहतीच्या क्रमांक एकच्या भूखंडावर आज उभे असलेले समाजवादी प्रबोधिनीचे वैज्ञानिक समाजवादाचे खुले ज्ञानपीठ हे आचार्य शांतारामजींच्या उभ्या आयुष्याच्या ध्येयानुगामी वाटचालीचे फलित आहे. झोळी घेऊन एकट्याच्या बळावर काहीतरी प्रबोधनात्मक कार्य करण्यासाठी निघालेल्या या संन्याशाला तमाम डाव्या पुरोगामी धर्मनिरपेक्ष लोकशाहीवादी शक्तींनी जे भरभरून साह्य-सहकार्य केले त्यातून प्रबोधिनीला आजचे अपारंपरिक सामाजिक परिवर्तनकेंद्राचे सामुदायिक स्वरूप प्राप्त झाले आहे. महाराष्ट्र फाउंडेशनने इ. स. १९९९ चा समाजकार्य पुरस्कार प्रबोधिनीला दिला आणि फारसा गाजावाजा न करता उणीपुरी पंचवीस वर्षे केलेले तिचे मौलिक कार्य जगाच्या निदर्शनास आले. तोपर्यंत कोणाच्या तरी नेतृत्वाखाली प्रचारी-प्रवाही स्वरूपाचे कार्य करणाऱ्या शांतारामजींनी येथे एक स्थायी आणि स्वयंशिस्तबद्ध ज्ञानपीठ स्वतःच्या विचाराने उभे केले आहे. त्या ज्ञानपीठाच्या वतीने चालणाऱ्या बहुविध प्रकारच्या प्रबोधनकार्याचे सविस्तर तपशील प्रस्तुत आत्मचरित्रात स्वाभाविकपणेच आलेले आहेत. तत्त्ववैचारिक थिजलेपणाच्या किंवा खरे तर विचारद्रोही राजकीय संस्कृती प्रबल झाली असण्याच्या सद्यःस्थितीत समाजवादी प्रबोधिनीच्या कार्याचे हे तपशील तरुण कार्यकर्त्यांपर्यंत आणि सर्वसामान्य नागरिकापर्यंत पोहोचणे अत्यंत दिलासादायक ठरणार आहे. शिवाय प्रबोधिनीच्या प्रेरणांची लागण इतरत्रही व्हावी, अशी ज्ञानपीठे जागोजाग उभी राहावीत अशीच कोणाही परिवर्तनवाद्याची अपेक्षा राहील.

डाव्या पक्षांची आजही जागतिक अवस्था पाहता त्यांच्यासमोरची आव्हाने अक्राळविक्राळ वाटू लागतात. हिंस्त्र झालेल्या जमातवादाचा मुकाबला करण्याची त्यांची संपूर्ण भिस्त राज्यसत्तेवर असल्याचे आढळते. वेळ पडल्यास समाजवादाच्या अंगभूत वर्गीय कार्यक्रमाला बाजूला ठेवूनही जमेल तेवढे सत्ताकारण करायला ते तयार होताना दिसतात. कामगार चळवळीची सर्वांगीण पडझड उघड्या डोळयांनी पाहण्यापलीकडे फार काही ते करू शकत नाहीत. जनशिक्षण, संघटन आणि संघर्ष करण्याची आपली जबाबदारी त्यांनी झटकून टाकल्यामुळे अप्रत्यक्षतः डावे पक्षच आज जनसामान्यातील मूक बहुसंख्येला हिंदू या मुस्लिम मूलतत्त्ववाद्यांच्या तावडीत जावे लागण्यास कारणीभूत ठरले आहेत. धार्मिक विद्वेषाच्या व्हायरसने बाधित झाली सामान्यांची मानसिकता आणि नागरी जीवनात फोफावलेल्या गुन्हेगारीच्या व भ्रष्टाचाराच्या विषवल्ली अशा भीषण कात्रीत आज आपला समाज सापडला आहे. अशा चिंताजनक परिस्थितीत अपक्षीय पातळीवरून प्रबोधनाचे कार्य परोपरीने करायला समाजवादी प्रबोधिनी कटिबद्ध झाली आहे. व्याख्याने, चर्चा, शिबिरे, अभ्यासवर्ग, मोहिमा वगैरे उपक्रमांतून प्रबोधिनीने अल्पशिक्षित श्रमिकांचा जाणकार असा श्रोतृसमुदाय इचलकरंजीसारख्या आडगावी तयार केला आहे. त्या श्रोत्यांची जिज्ञासापूर्ती करणे आणि विद्यापीठवर्तुळात वावरणाऱ्या विचारवंतांना समाजाभिमुख करणे अशी दुहेरी कामगिरीही प्रबोधिनीद्वारे चालते.

आयुष्याच्या अमृतमहोत्सवाचा टप्पा ओलांडून कृतकृत्यतेचा अनुभव तृप्त मनाने घेत असलेल्या आचार्य शांताराम गरुडांचे हे सिंहावलोकन मला अनेक कारणांनी मननीय वाटते. लौकिकार्थाने यशाची शिखरे एक एक करून पादाक्रांत केलेल्या कर्तृत्वाचा सतत उंचावणारा आलेख असे या आत्मचरित्राच्या कथानकाचे स्वरूप कदाचित म्हणता येणार नाही; पण त्याचबरोबर हेही तितकेच खरे आहे की स्वतःला काळाच्या हवाली करून टाकलेल्या आणि यदृच्छेच्या इशाऱ्यांवर दिशाहीन भरकटलेल्या अपयशी चरित्राचाही हा पंचनामा नाही. यातील कथानायकाची ध्येयनिष्ठा आजन्म अक्षुण्ण आहे, बालपणापासूनच ती त्याने विचार-विवेकपूर्वक स्वीकारली आहे. आयुष्यभर खपून केलेल्या अध्ययनातून आणि अनुभवातून त्याने तिचे संगोपन केले आहे. नेतृत्व, संस्था आणि कार्यक्षेत्रे त्याने प्रसंगोपात्त बदलली असतील; पण पायाभूत तत्त्वांशी व मूल्यांशी प्रतारणा मात्र कधी केलेली नाही. तसेच शास्त्रीय समाजवादाची त्याला पटलेली खूणगाठ त्याने पक्की करून ठेवली असली तरी तिला पोथीनिष्ठेची झापडबंद अवकळा मात्र कधीच येऊ दिली नाही. पुस्तकी, अवतरणप्रचुर आणि पांडित्यपूर्ण पोपटपंची असे स्वरूप त्यामुळेच त्याच्या मांडणीला कधी आले नाही. आपल्याला इंग्रजी भाषेवर प्रभुत्व मिळवता आले नसल्याची खंत या निवेदनात शांतारामजींनी दोन-चार संदर्भात नोंदवली आहे. प्रस्तावनाकाराच्या मते मात्र तेच त्यांचे, त्यांना शास्त्रीय समाजवादाच्या समकालीन

अभ्यासकांपेक्षा वेगळे करणारे बलस्थान आहे. मार्क्सवादाचा विचार देशवास्तवाच्या संदर्भात करून स्वतःच्या भूमिकेची पुनःपुन्हा फेरतपासणी व मांडणी करणे त्यांना त्या बलस्थानामुळेच साध्य झाले असे म्हटल्यास अतिशयोक्तीचे होणार नाही. शांतारामजींचे वक्तृत्वही ठरीव ठाशीच घोषवाक्यांचा वितंडात्मक वादविवाद अशा स्वरूपाचे न राहता भारदस्त, मुद्देसूद आणि विचारप्रवर्तक झाले याचेही मूळ त्यातच सापडू शकते.

आचार्य शांताराम गरुडांच्या नेतृत्वाखाली अनेक विचारवंतांच्या सहकार्याने आणि समाजाकडून होणाऱ्या पै-पैशाच्या मदतीवर समाजवादी प्रबोधिनीचा सतत कार्यविस्तार होत आहे. अर्थात समाजाच्या गरजेच्या तुलनेत हे कार्य अजूनही खूपच अपुरे आहे. तरीपण समाजाची वैचारिक भूक वाढते आहे आणि ताठर वैचारिक दुराग्रहांच्या ज्या भिंती पुरोगामी वर्तुळांमध्ये कालपरवापर्यंत चिरेबंद होत्या त्या आता तितक्याशा दिसत नाहीत हे प्रबोधिनीसारख्या ज्ञानपीठाच्या कार्याच्या दृष्टीने सुचिन्हच मानायला हवे.

निवडणुकांच्या राजकारणात सवतेसुभे सांभाळणाऱ्या अनेक पक्षांना व गटांना आज समाजाला भेडसावणाऱ्या प्रश्नांच्या वैचारिक अन्वयार्थाबाबत परस्परांची मदत घेण्याची नितांत गरज वाटू लागली आहे. राजकीय क्षेत्रातील बेबनाव आणि मतभेद बाजूला ठेवून त्यामुळेच ते सारे प्रबोधिनीच्या उपक्रमांत एकत्र येतात आणि विचारविनिमय करतात असे स्वागतार्ह चित्र दिसू लागले आहे. आपल्या निरनिराळ्या भूमिकांचे कंगोरे घासून घेण्याची तयारी त्यांच्या ठिकाणी प्रत्ययास येऊ लागली आहे. उदाहरणार्थ, धर्मनिरपेक्षतेची आपली युरोपीय इतिहासाच्या आधारे उभी राहिलेली संकल्पना पुढे रेटणे येथील परंपरा, समाजमन आणि परिस्थिती पाहता कितपत योग्य होईल हा प्रश्न गुजरातमधील जमातवादी नरसंहाराने त्यांच्यापुढे आज निनिश्तच उभा केला आहे. तत्त्वाशी तडजोड न करता धर्मनिरपेक्षतेची देशी संकल्पना घडवण्याचे आव्हान आपल्याला आज तातडीने स्वीकारावे लागणार असल्याचे त्यांनी ओळखले आहे. जातीच्या प्रश्नावरही त्यांची तशीच परिस्थिती आहे. शास्त्रीय समाजवादाच्या भारतीय अध्ययनकर्त्यांनी अद्यापही येथील जातवास्तवाची सोपपत्तिक चिकित्सा केलेली नाही. प्रबोधिनीच्या वतीने हे वैगुण्य दूर करण्याचे सखोल प्रयत्न झाल्यास ते डाव्या विचाराच्या वाढीसाठी उपकारक ठरणार आहे. त्याचप्रमाणे सत्तेच्या विकेंद्रीकरणाला ग्रामस्वराज्याच्या दिशेने न्यायचे तर त्याला कोणते तत्त्ववैचारिक अधिष्ठान द्यायला हवे या प्रश्नाचे स्पष्ट उत्तर द्वंद्वात्मक भौतिकवादाच्या आजवरच्या मांडणीत आलेले नाही. इथल्या भांडवलदारी-सरंजामशाही समाजव्यवस्थेत सहकारातून समाजवाद येण्याच्या शक्यता क्षीण आहेत हे नुसते सांगणे पुरेसे नाही तर अशा परिस्थितीत समाजवादाच्या दिशेने जाण्याची

ठोस दिशा कोणती असेल हेही सांगण्याची अपेक्षा शास्त्रीय समाजवादाच्या खुल्या ज्ञानपीठाकडून केल्यास ते अनाठायी होणार नाही. भारतीय समाजवाद्यांनी इथल्या कम्युनिस्टांचा व त्यांच्या तत्त्व विचाराचा आत्यंतिक द्वेष केला हे मान्य केले तरी त्यामुळे दुसऱ्या बाजूने कम्युनिस्टांनी गांधीवाद आणि लोकशाही समाजवाद हे विचारप्रवाह वर्ज्य मानण्याची चूक करणे पुरोगामी परिवर्तनाच्या पुरस्कर्त्यांना अजिबात परवडणारे नाही. आश्रमवासी झालेला गांधी-सर्वोदय विचार, पढिक पंडिती चर्चेत अडकलेला मार्क्सवाद आणि त्या दोहोंचा समन्वय करू पाहणारा भोंगळ लोकशाही समाजवाद या तिघांना बाजूला ठेवूनही त्या दोन्ही तत्त्वविचारांतील सत्त्वांचा सर्जनशील समवाय करता येणे शक्य आहे. ते कार्य अवघड असेल पण अशक्य नाही, आणि त्यापेक्षाही महत्त्वाची गोष्ट अशी की, ते करण्याखेरीज दुसरा तरणोपायही नाही. समाजवादी प्रबोधिनीने हे आव्हान स्वीकारावे, ते पेलण्यासाठी तिला हजारो हातांचे व मेंदूंचे सहकार्य निरंतर लाभावे आणि तिला रौप्य महोत्सवाच्या टप्प्यापर्यंत आणून स्वतःच्या जीवनाची पंचाहत्तरी गाठणारे आचार्य शांतारामबापू शतायुषी व्हावेत अशी शुभकामना व्यक्त करून माझे हे लांबलेले प्रास्ताविक आवरते घेतो.

◆◆◆

# १३. शेतकरी आंदोलनाचा चिकित्सक अभ्यास

**शे**ती आणि शेतकरी हा आपल्या केवळ अर्थव्यवस्थेचाच नव्हे, तर संपूर्ण समाजरचनेचाच कणा असून जोपर्यंत त्याची स्थिती सुधारत नाही तोपर्यंत कोणतेही मौलिक स्वरूपाचे सामाजिक परिवर्तन येथे घडून येण्याची शक्यता नाही, हे भाकीत जोतीराव फुल्यांनी शंभर वर्षांपूर्वी केले होते; पण आजतागायत त्याचा फारसा गंभीर विचार आम्ही केलेला दिसत नाही. शेतकऱ्यांच्या नावाने अनेक आंदोलने झाली, चळवळी उभ्या राहिल्या, कित्येक राजकीय पक्षांनी शेतकरी कामगारांच्या राज्याची स्वप्ने रेखाटली, उच्चविद्याविभूषित स्वयंघोषित 'शेतकरी योद्धा' हवेत तलवारी फिरवून शेतकरी क्रांतीच्या नुसत्याच घोषणा घुमवत बसला. सरकारने शेतकऱ्यांसाठी आणि शेती सुधारणेसाठी एका पाठोपाठ एक अशा डझनोगणती योजना कागदोपत्री व प्रचारसभातून गाजवल्या; पण खेड्यापाड्यात हाडाची काडे करणारा शेतकरी मात्र तिथेच राहिला. त्याचा कोरडा कैवार घेणाऱ्यांनी एकमेकांवर दुगाण्या झाडण्यातच कृतार्थता मानली. आपल्या अपयशाची खापरे परस्परांच्या टाळक्यावर फोडून ते सगळे आत्मसंतुष्ट राहिले. शेतकऱ्यांच्या दुरवस्थेबद्दल प्रामाणिक खेद-खंत त्यांच्या निर्ढावलेल्या मनांना खरोखर वाटली असेल, असे काही दिसत नाही.

शेतीविषयक प्रश्नांच्या चिंतनाची आणि त्यांच्या सोडवणुकीच्या प्रयत्नांची प्रदीर्घ परंपरा पाठीशी असूनही हे असे का घडले असावे, हा एक कूट प्रश्न जिज्ञासू अभ्यासकांना नेहमीच पडत आला आहे. महाराष्ट्रापुरता विचार करून या प्रश्नाचे सोपपत्तिक आकलन करून घेण्याचा प्रयत्न रा. श्रीकांत सोळुंके यांनी प्रस्तुत पुस्तकात केला आहे. 'कुणब्यांचा राजा' शिवाजी याने शेती, शेतकरी, पर्यावरण इत्यादींच्या संदर्भात सखोल विचार करून साक्षेपी धोरणे राबवली, तेव्हापासून शरद जोशींच्या शेतकरी चळवळीच्या तंत्र-तत्त्व-संघटना बांधणीपर्यंतचा आढावा त्यांनी या छोटेखानी पुस्तकात घेतला आहे. शेतीतील सरंजामशाहीव्यवस्था मोडीत

काढण्याचे शिवाजी महाराजांचे कार्य त्यांच्या पश्चात नेटाने पुढे गेले नाही आणि पेशवाईच्या अखेरीपर्यंत पुन्हा सरंजामशाही बळकट झाली. ब्रिटिशांनी येथे रयतवारी सुरू केली. त्याचे काही इष्टानिष्ट परिणाम झाले. एकंदरीत शेती व शेतकरी यांची अवस्था खालावतच गेली. शेतकरीवर्गात असंतोष उद्भवला त्यातून दख्खनचे दंगे पेटले.

परकीय सरकार तर या परिस्थितीबद्दल बेपर्वा होतेच; पण त्या सरकारवर टीका करणाऱ्यांनाही तिचे गांभीर्य अवगत झाले नव्हते. दादाभाई आणि रानडे यांचा अपवाद सोडल्यास राष्ट्रीय सभेच्या इतर नेत्यांना ग्रामीण प्रश्नांचे यथातथ्य आकलनच नव्हते. मवाळ नेते तर बोलून चालून शहरी, आंग्लशिक्षित आणि अभिजनवर्गीय होतेच; पण तेल्यातांबोळयांचे नेते होऊ पाहणारेही तळपातळीवरील समस्यांबद्दल तितकेच अनभिज्ञ होते. साम्राज्यशाही शोषणाविरुद्ध लढा पुकारणाऱ्या नेत्यांना अंतर्गत शोषणाच्या भीषण स्वरूपांची तोंडओळखही असल्याचे आढळत नाही. जमीनदार, सावकार, मारवाडी, खोत वगैरे रक्तपिपासू वर्गाविषयी टिळक सहानुभूतीपूर्वक आस्था बाळगून होते, हे या वस्तुस्थितीचेच निदर्शक आहे. पुढे गांधींच्या नेतृत्वाखाली शेतीविषयक प्रश्नांना हात घालण्यात आला. काँग्रेसने खेड्यापाड्यात आपले बस्तान बसवले. शेतकऱ्यांच्या काही प्रश्नांवर तिने लढेही लढवले; पण ती कधीच शेतकऱ्यांची संघटना होऊ शकली नाही. शेतकरीवर्ग तिचा पाठीराखा झाल्यामुळे तिचे बळ वाढले; पण तिच्या व्यासपीठावरून शेतकऱ्यांच्या व्यथावेदनांचे प्रभावी प्रकटीकरण-निराकरण करण्याचे सातत्यपूर्ण प्रयत्न कधीच झाले नाहीत. विविध अंतर्विरोधी वर्गाशी वाटाघाटी करून पेचप्रसंगांची वाफ काढून घेण्यात आली. किरकोळ सुधारणा करून संघर्षाची धार बोथट करण्यातच संघटनेने कृतार्थता मानली. तिची ही क्षमता हेच तिचे बलस्थान आणि मर्मस्थानही ठरले. त्यामुळे ती सत्तेवर टिकून राहिली; पण आमूल परिवर्तनवाद हे तिचे ध्येय मात्र कधीच झाले नाही. रानडे यांच्या प्रेरणेने सार्वजनिक सभेने दुष्काळ, अन्नान्नदशा आणि सरकारचे शेतीविषयक धोरण या विषयांवर महत्त्वाचे कार्य केले. पण शेतीविषयक मूलगामी चिंतन येथे सर्वप्रथम मांडले ते जोतीराव फुले यांनीच. 'शेतकरी क्रांतीचे अग्रदूत' किंवा 'कृषक समाजाचा पहिला प्रवक्ता' असा जोतीरावांचा रास्त गौरव रा. साळुंके यांनी या पुस्तकात केला आहे. काळाच्या मर्यादांमुळे व्यापक शेतकरी संघटनेची बांधणी जरी जोतीरावांना करता आली नसली, तरी शेती सुधारणेची दिशा आणि शेतकरी चळवळीचे स्वरूप, तंत्र आणि तत्त्वज्ञान याबद्दल त्यांनी एक समग्र चिंतन 'शेतकऱ्याचा असूड' मधून वाचकांपुढे ठेवले आहे. दुष्काळ, दारिद्र्य, कर्जबाजारीपणा, शेतीची आधुनिक पद्धती, कालवे, पाणीपुरवठा, खार जमिनीचे प्रश्न, प्रगत अवजारे, शेतकऱ्यांचे अज्ञान, त्यापायी होणारे त्यांचे आर्थिक व सामाजिक शोषण आणि फसवणूक या सर्व प्रश्नांमधील आंतरसंबंध लक्षात घेऊनच त्यांच्या सोडवणुकीचे प्रयत्न केले

जाऊ शकतात. त्यांचा सुटासुटा विचार करून ते कधीही सुटणे शक्य नाही, हे भान जोतीरावांचा मनात सदैव होते.

जोतीराव फुले यांच्यानंतर शेतकऱ्यांच्या प्रश्नांचा असाच मूलगामी, साक्षेपी व सर्वंकष विचार करणाऱ्यांची एक परंपरा महाराष्ट्रात निर्माण झालेली दिसून येते. कृष्णराव भालेकर, शाहू, छत्रपती, विठ्ठल रामजी शिंदे, नाना पाटील, पंजाबराव देशमुख, बाबासाहेब आंबेडकर अशी कितीतरी नावे सांगता येतील. लेखकाने प्रस्तुत पुस्तकात या पूर्वसुरींच्या विचारांचा व कार्याचा संक्षेपाने; पण मर्मग्राही मागोवा घेतलेला आहे. ग्रामीण भागातील कारागिरी बुडू नये या हेतूने स्वदेशीचा पुरस्कार करणारे कृष्णराव भालेकर कारखाने आणि व्यापार चालविणारी शेतकरी मंडळाची स्थापना करतात किंवा 'दि करंजगाव इंडस्ट्रियल ॲण्ड कमर्शियल ॲग्रिकल्चरिस्ट कंपनी' काढून शेतीवर आधारित उद्योगांची पायाभरणी करतात. सावकार, ब्राह्मण आणि अज्ञान या तिन्ही हितशत्रूंपासून शेतकऱ्यांना आपला बचाव कसा करता येईल याचा विचार करतात. हे सर्व तपशील बरेच काही सांगून जाणारे आहेत.

शेतकऱ्यांचा मागासलेपणा व दारिद्र्य यांचे मूळ शेती करण्याच्या त्यांच्या पारंपरिक पद्धतीत आहे, हे अचूक ओळखून शाहू महाराजांनी शेतकऱ्यांचे शिक्षण, शेतीतील सर्जनशील प्रयोगशीलता, चहा-कॉफी, रबर यासारख्या अपरिचित पिकांची लागवड, नवी खते, औजारे, याचबरोबर गावगाड्यात मुरलेल्या परंपरावादाला हादरे देणारी आर्थिक धोरणे, जातीय आंतरभेदावर प्रहार अशा अनेक अंगांनी प्रयत्न केले. विठ्ठल रामजी शिंदे यांनी जातीनिरपेक्ष शेतकरी चळवळ उभारत असतानाच शेतकरी समाजाच्या मानसिकतेतून अस्पृश्यतेचे रोगबीज निपटून काढण्याचा खटाटोप केला तसेच शेतकऱ्यांचे शोषण करणाऱ्या यंत्रणेची व्यापकात आणि व्यामिश्रता ध्यानात घेऊन तिला छेद देणारी समर्थ संघटना उभी करण्याचा आटापिटा केला. समान वाटपाकडे लक्ष न देता केवळ उत्पादन वाढीवर भर दिल्यास ते लहान शेतकऱ्यांवर आणि भूमिहीन शेतमजुरांवर अन्यायकारी होणार, अशी त्यांची ठाम धारणा होती. शेतीचे तुकडे जोडण्याच्या धोरणातून जमीनदारीला चालना मिळेल या कारणासाठी त्यांनी त्यास विरोध केला होता. अनेकानेक शेतकरी परिषदांसमोर त्यांनी केलेली भाषणे अत्यंत उद्‌बोधक आहेत. क्रांतिसिंह नाना पाटील हे नाव १९४२ च्या प्रतिसरकारशी प्रकर्षाने जोडले गेले असले तरी त्यांच्या त्या भूमिगत कार्याइतकेच महत्त्वाचे त्यांचे शेतीविषयक चिंतन होते, याकडे महाराष्ट्राचे जावे तेवढे लक्ष गेलेले नाही. महाराष्ट्राचा हा 'माळकरी मार्क्सवादी', पण त्याची उपेक्षा माळकऱ्यांनी म्हणजे बहुजन समाजाच्या नेत्यांनी केली आणि मार्क्सवादी म्हणवणाऱ्या कम्युनिस्ट पक्षानेही केली. बहुजन जीवनाशी जिवंत संबंध असल्याने त्यांना शेतकऱ्यांच्या प्रश्नांचे यथार्थ आकलन होते; पण त्यांना मार्क्सवादाचे तत्त्वज्ञान कळत नाही,

म्हणून शेतकरी कामगार पक्षात त्यांची टवाळी झाली, काँग्रेस पक्षात त्यांच्या परिवर्तनवादी विचारांची कुचंबणा झाली तर पोथीनिष्ठ साम्यवाद्यांना त्यांच्या बलस्थानांचा योग्य प्रकारे वापर करण्याजोगते 'वस्तुनिष्ठ सद्यःस्थिती'चे आकलनच कधी झाले नाही. शेती व शेतकरीच नव्हे तर एकूण ग्रामीण वास्तवाचे गतिशास्त्र क्रांतिसिंहांना अवगत होते; पण ते अशाप्रकारे वाया गेले.

शेतकऱ्यांची चळवळ उभारताना सामाजिक न्यायाच्या तत्त्वाकडे दुर्लक्ष करून मुळीच भागणार नाही हा महर्षी शिंदे व नाना पाटील यांचा विचार डॉ. आंबेकरांनीही पुढे नेला आहे. समाजात जोपर्यंत आर्थिक व सामाजिक विषमता कायम आहे तोपर्यंत कोणतीही शेती सुधारणा आणि विकास निष्फळच ठरणार अशी त्यांचीही भूमिका होती. विषम जमीनधारणा हा येथील सामाजिक विषमतेचा आधार असून सामाजिक न्यायाच्या मार्गातील अडसर आहे. सबब जोपर्यंत जमिनीचे फेरवाटप होत नाही तोपर्यंत येथील शेतीविकास भांडवलदारी पद्धतीचाच होईल आणि त्यात ग्रामीण कष्टकरी अल्पभूधारक शेतकरी व शेतमजूर यांना भूदास होण्यावाचून गत्यंतर उरणार नाही, असे त्यांचे म्हणणे होते. ते शेतीच्या आधुनिकीकरणाचे पुरस्कर्ते होते; पण ते भांडवली अर्थव्यवस्थेकडे नेणारे असू नये, यावर त्यांचा कटाक्ष होता. योग्य त्या विभाजन व्यवस्थेचा विचार न करता फक्त उत्पादनवाढीचा विचार करणे त्यांना त्यामुळे मान्य नव्हते. पंजाबराव देशमुखांनी आपल्या सरकारी पदावरून तसेच भारतीय कृषक समाजाच्या विद्यमाने विणलेल्या बहुविध संस्थांच्या पसाऱ्यामधून शेतकऱ्यांच्या सामाजिक-सांस्कृतिक-आर्थिक समस्यांची सोडवणूक करण्याचा प्रयत्न केला.

या सर्व महापुरुषांना आपली दैवते मानणाऱ्या त्यांच्या सामाजिक व राजकीय अनुयायांनी त्यांच्या विचारातील क्रांतिकारी आशयाला एकंदरीत तिलांजलीच दिलेली दिसून येते. महाराष्ट्र काँग्रेस पक्षाने त्यांच्या फक्त जयंत्या, पुण्यतिथ्याच साजऱ्या केल्या आणि गावोगावी पुतळे उभारले. काँग्रेस हा आमूल परिवर्तनवादी पक्ष कधी नव्हताच. त्यामुळे तो तत्त्वशून्य तडजोडी आणि थातूरमातूर सुधारणा करीत सर्व वर्ग समभावाचे राजकारण व मुख्यत्वे सत्ताकारण करीत राहिला, यात काहीच आश्चर्य नाही; पण विरोधी पक्षांनीही फार वेगळे काही केले नाही. समाजवादी पक्षाची भूमिका शेती व शेतकरी यांच्याबद्दल अनभिज्ञ आपुलकीचीच बहुदा राहिली. साने गुरुजी, जयप्रकाश नारायण किंवा लोहिया यांच्या विचारात अभिप्रेत असलेली ठोस कार्यक्रमात्मक पावले त्या पक्षाच्या कोणत्याच शकलाला कधीच टाकता आली नाहीत. शेतकरी कामगार पक्षाला आपली बलस्थाने आणि वैचारिक अधिष्ठानेच कधी धडपणे गवसली नाहीत, तर साम्यवादी पक्षाला तळपातळीवरचे वास्तव मार्क्सवादाच्या पोथीनिष्ठ चौकटीत समजून घेणेच अशक्यप्राय होऊ बसले. रिपब्लिकन पक्षाने तुरळक

सन्माननीय पुढाऱ्याचे अपवाद वगळता अर्थकारणापेक्षा राजकारणालाच प्राधान्य देऊन शेतकरी व शेतमजूर यांच्या प्रश्नांची उपेक्षा केली. डॉ. आंबेडकरांच्या विचारातील परिवर्तनवादी, समाजवादी आशय समजून घेणे दलित चळवळीच्या सर्वच नेत्यांना जड गेले.

अधूनमधून काही लढे राजकीय पक्षांनी शेतकऱ्यांच्या प्रश्नावर उभारले; पण ते प्रश्न मुळात स्थानिक स्वरूपाचे असल्यामुळे त्यातून व्यापक प्रमाणावर संघटित अशी शेतकरी चळवळ उभी राहू शकली नाही किंवा लढ्यातील सातत्यही टिकून राहू शकले नाही. केरळ, आंध्र, बिहार, उत्तर प्रदेश यासारख्या राज्यात किसान सभांनी जी भूमिका पार पाडली तशी ती महाराष्ट्रात पार पाडू शकली नाही. शेतकरी नेते पुढे आले. त्यांनी शेतकऱ्यांची अशी स्वायत्त पक्षनिरपेक्ष संघटना न उभारल्यामुळे त्यांचे लढे आणि पक्षांतर्गत बंडखोरीही निष्प्रभ ठरली. जातीपातीचे राजकारण करून काँग्रेस पक्ष त्यांच्या शेतीविषयक प्रश्नांना बगल देऊनही सत्तेवर राहू शकला.

या पार्श्वभूमीवर १९७७ नंतरच्या काळात काही नवे प्रवाह देशाच्या आणि महाराष्ट्राच्या राजकारणात निर्माण झाले. देशात प्रथमच विरोधी पक्षाचे सरकार सत्तेवर आले. समग्र क्रांतीच्या मांडणीमुळे शेतकऱ्यांच्या प्रश्नांकडे मोठ्या प्रमाणावर लक्ष वेधले गेले. जनता सरकार अल्पायुषी ठरले, तरी शेतकऱ्यांच्या प्रश्नाबद्दलची जनजागृती टिकून राहिली. शरद जोशी यांनी या परिस्थितीचा बरोबर फायदा उठवला. सगळे राजकीय पक्ष चोर आहेत, शेतकऱ्यांचे प्रश्न कोणलाही सोडवायचे नाहीत, आपणच शेतकऱ्यांचा मसिहा आहोत आणि शेती प्रश्नाची निरगाठ सोडविण्याची गुरुकिल्ली आपणास गवसली आहे अशा आविर्भावात त्यांनी शेतकरी संघटनेचे झंझावाती पर्व महाराष्ट्रात सुरू केले.

लाखलाखभरांच्या सभा, प्रचंड प्रसिद्धी, विचारवंतांचा बुद्धिभ्रम, आक्रमक-मर्मभेदक-आकर्षक मांडणी आणि कल्पक आंदोलनतंत्रे इत्यादी कारणांनी शेतकरी संघटनेचा चौफेर दबदबा निर्माण झाला. शरद जोशी यांची चळवळ भरात असताना रा. सोळुंके यांच्या प्रस्तुत पुस्तकाचे लेखन झाले आहे, हे यातील काही विधानांवरून स्पष्ट दिसते. मात्र, त्याचे प्रकाशन होईपर्यंतच्या काळात शरद जोशीच्या अनेक भूमिका वादास्पद-संशयास्पद ठरल्या असून त्यांच्या कार्यपद्धतीवरील विश्वास डळमळीत होऊ लागला आहे, याचीही साक्ष देणारी अनेक विधाने लेखकाने बहुदा संस्करण करताना केलेली आढळतात. रा. जोशींनी वेळोवेळी केलेल्या विधानांवर विश्वासून लेखकाने असे गृहीत धरलेले जाणवते की, पूर्वसुरीचा वैचारिक वारसा स्वीकारून जोशी फक्त अर्थशास्त्रीय परिभाषेत तो विचार मांडीत आहेत. इंडिया विरुद्ध भारत ही त्यांची मांडणी तर्कशुद्ध व वस्तुनिष्ठ आहे. १९८३ नंतर संघटना बांधणीचे काम चालू झाले असून ते आजतागायत सुरू आहे. संघटनेचा लढा एका संपूर्ण व्यवस्थेच्या

विरोधात आहे, स्त्री मुक्तीसंबंधीची सीताशेती लक्ष्मीमुक्ती-जोतिबा गाव अशी जी मांडणी शरद जोशींनी केली ती अभिनव आणि मूलगामी आहे वगैरे वगैरे. किमानपक्षी लेखकाच्या काही विधानांवरून ही गृहिते त्याला अभिप्रेत असावी असा समज वाचकांचा होतो. जोशींच्या विपुल आणि शैलीदार लेखनामुळे या गृहितांना पुष्टीही मिळते. बहुदा त्यामुळेच लेखकाला असे वाटते की, संघटनेने डाव्याविषयी जेवढा विचार करणे आवश्यक आहे त्यापेक्षा अधिक गांभीर्याने डाव्यांनी शेतकरी संघटनेविषयी विचार करणे आवश्यक आहे.'

आजही लेखकाचे हे मत कायम असेल असे वाटत नाही, विशेषतः संघटनेच्या १९९४ च्या शेगाव अधिवेशनानंतर आणि स्वतंत्र भारत पक्षाच्या स्थापनेनंतर ते कायम राहण्याची शक्यता कमीच दिसते. संघटनेचा 'वैचारिक विकासक्रम' काही समाजशास्त्रज्ञांचा हवाला देऊन दाखवत असतानाही लेखकाने संघटनेच्या भूमिकांमधील अंतर्विरोध स्पष्ट शब्दात दाखवला आहे. संघटनेची धोरणात्मक व कार्यक्रमात्मक धरसोड, पर्यायी व्यवस्थेबद्दलची हिशेबी मुग्धता, अनेक विचारांचे सवंग घोषणांमध्ये रूपांतर करण्याची खोड, डाव्यांचा आंधळा दुस्वास, पलायनवादी दांभिकता, जातीयवाद्यांविषयीचे संदिग्ध वागणे, ठोकळेबाजपणा असे काही दोषही लेखकाने निर्भीडपणे संघटनेच्या पदरात घातले आहेत. भूमिहीनांचे प्रश्न, दलित अत्याचार, रामजन्मभूमीचा प्रश्न, दुष्काळ, अनारोग्य, विषय जमीनधारणा, पाणीवाटप समस्या, आरक्षणाचा प्रश्न, स्त्रियांवरील अत्याचार इत्यादी ज्वलंत व तीव्र होत जाणाऱ्या प्रश्नांबद्दल संघटनेने चकार शब्दही काढला नाही याबद्दल त्याने आश्चर्यही व्यक्त केले आहे. १९८० साली कर्जमुक्तीला दुय्यम स्थान देणारी संघटना १९८८ साली कर्जमुक्तीला शेतकऱ्यांच्या स्वातंत्र्याशी निगडित का करते? असा रोखठोक प्रश्न लेखकाने विचारला आहे. यावरून लेखकाची भूमिका संघटनेच्या बाजूने पक्षपाती नाही हे उघडच आहे.

डंकेल प्रस्तावाचे स्वागत करून भांडवली विकासाचे समर्थन करणारे शरद जोशी फुले-आंबेडकरप्रणित पूर्वपरंपरेचे पाईक होऊच शकत नाहीत, हे सूर्यप्रकाशाइतके स्पष्ट आहे. राजकीय पक्ष, निवडणुका, मतदारांना केलेली आवाहने, स्वतंत्र भारत पक्षाची भूमिका याविषयींची शरद जोशीची सगळी विधाने नुसती एकत्र करून वाचली तरी बाकी त्यावर काहीही भाष्य करण्याची गरज राहू नये, इतकी ती असंबद्ध व परस्परविरोधी आहेत. संघटनेच्या कोणत्याच कार्यक्रमात सातत्य नाही, पटापट निर्णय बदलण्याचा तर बहुदा जागतिक विक्रम या संघटनेने कधीच मोडला असावा. शेतकऱ्यांची निर्दलीय संघटना बांधण्याच्या वल्गना करीत निघालेल्या शब्दविभ्रमी शरद जोशींनी अखेर आपल्या संघटनेचे निर्दालन करण्याचा पराक्रम केला आहे, हे ताजे वर्तमान लक्षात येते.

महाराष्ट्राच्या अलीकडच्या इतिहासात धूमकेतूप्रमाणे झळकलेल्या आणि अनेकांच्या आशा-आकांक्षांना पल्लवित केलेल्या एका शेतकरी आंदोलनाचा चिकित्सक अभ्यास रा. श्रीकांत सोळुंके यांच्या पुस्तकाच्या स्वरूपात वाचकांसमोर येत आहे. शरद जोशी यांचे जे विचार आणि कार्य या पुस्तकात समाविष्ट झाले आहेत त्यावरून वाचकाला असा प्रश्न पडेल की, पूर्वसुरीचा वैचारिक वारसा पचवून पुढे जाण्याची भाषा करणाऱ्या शरद जोशींनी तो वारसा धड समजून तरी घेतला आहे काय? हे खरे आहे की, शरद जोशींनी वेळोवेळी मार्क्स, गांधी, फुले, आंबेडकर यांचे विचार तसेच शेतकरी कामगार पक्षाच्या दाभाडी प्रबंधातील प्रतिपादन यांचे हवाले देऊन आपण त्या सर्वांपेक्षा प्रत्येक बाबतीत कसे अधिक परिपूर्ण व तर्कसंगत आहोत, असे दाखवण्याचा प्रयत्न केला आहे. जगातील इतर सर्व विचारवंतांना वाकुल्या दाखवीत आपण त्या सर्वांपेक्षा क्रांतदर्शी असल्याचा अहंकारी दावाही ते वारंवार करतात. प्रत्यक्षात मात्र असे आढळते की, त्यांच्या प्रतिपादनात कोठेही पूर्वसुरीच्या विचारातील समग्रता, सुसंगती आणि आस्थेवाईकपणा यांचा मागमूसही नसतो.

या पुस्तकातील प्रतिपादनावरून शरद जोशी धडा घेतील, ही शक्यता पूर्वानुभव पाहता जवळपास नाहीच. आत्मअचूकतेची बाधा त्यांना इतकी खोलवर जडली आहे की, विशिष्टवेळी आपण जे काही म्हणतो किंवा करतो तेच निखालसपणे अचूक आणि निरपवादपणे योग्य असते असाच त्यांचा पवित्रा असतो. प्रत्यक्ष घडामोडींनी धादांत ठरवलेल्या किंवा त्यांच्या स्वतःच्याच अंतर्विरोधी धरसोडी वृत्तीने ज्यांना छेद दिला गेला आहे अशा भूमिकांबद्दलही कधी त्यांनी चुकांची कबुली दिली किंवा भूमिकांतर केल्याचे व्यक्त केले असे ऐकिवात नाही. त्यामुळे या पुस्तकातील विवेचनातून त्यांना शहाणपण शिकावेसे वाटेल ही अपेक्षा व्यर्थच होईल; पण यापुढे ज्यांना शेतकऱ्यांच्या प्रश्नांची सोडवणूक करण्याचा प्रामाणिक प्रयत्न करायचा आहे त्यांच्यासाठी मात्र यातील प्रतिपादन उपयुक्त ठरू शकेल. फुले-शाहू, शिंदे-नाना पाटील-आंबेडकर प्रभृतींच्या शेतीविषयक चिंतनाचा समन्वित संकलित अभ्यास बारकाईने करण्याकडे कोणी यातून प्रवृत्त झाल्यास लेखकाचे परिश्रम सार्थकी लागतील असे वाटते.

(श्रीकांत सोळुंके, शेतकरी चळवळ)

◆◆◆

# १४. शेतकऱ्याचा असूड

जोतीराव फुले यांनी 'शेतकऱ्याचा असूड' हे पुस्तक १८७३ साली लिहिले. आज इतक्या वर्षांनंतर आणि इतर अनेक संपादने उपलब्ध असताना त्या पुस्तकाचे आवर्जुन नव्याने संपादन करण्याची गरज काय, असा प्रश्न कोणाला पडू शकेल; पण थोडा विचार केल्यास त्या प्रश्नाचे उत्तरही सापडू शकेल. असूड लिहिला गेला त्यावेळी देशातील शेतकऱ्यांची जी स्थिती होती त्यापेक्षा आजही ती मूलतः निराळी नाही. असलीच तर ती अधिकच बिघडली आहे हे गेल्या चार वर्षांत दीडलाख शेतकऱ्यांनी केलेल्या आत्महत्यांवरून सहज ध्यानात येऊ शकेल. या देशातील कोरडवाहू शेतकऱ्यांचे प्रश्न आवर्जुन सोडवले गेल्याखेरीज देशाला भवितव्य नाही हे जोतीरावांचे निदान आजही तितकेच यथार्थ आहे. तसेच ते प्रश्न सोडवण्याची दिशा काय असू शकते याचा जोतीरावांनी केलेला ऊहापोह आजसुद्धा मार्गदर्शक ठरणारा आहे. याचा अर्थ असा की, भारताला स्वातंत्र्य मिळण्याच्या चौसष्ट वर्षांपूर्वी जोतीरावांनी या पुस्तकात जे सांगितले होते ते आज स्वातंत्र्य मिळून चौसष्ट वर्षे उलटत आल्यानंतरही तेव्हाइतकेच महत्त्वाचे आहे, एवढे एक कारणही त्या पुस्तकाचे नव्याने संपादन करण्यासाठी पुरेसे ठरावे.

संपादन करताना जी भूमिका आहे ती थोडक्यात अशी सांगता येईल की, जोतीरावांच्या असामान्य संवेदनशीलतेचे व अप्रतिम निवेदनशैलीचे योग्य ते कौतुक झाले पाहिजे, इतर सर्व समकालीनांपेक्षा त्यांचे असलेले वेगळेपण व दूरदृष्टीही अधोरेखित केली पाहिजे आणि शेती - शेतकरी यांच्या सुधारणेसाठी त्यांनी केलेल्या मूलभूत स्वरूपाच्या उपायांची भलावणही व्हायलाच पाहिजे; पण त्याचबरोबर त्यांना व त्यांच्या प्रतिभेला केवळ कुर्निसात करण्याची किंवा त्यांचे मार्गदर्शन परिपूर्ण व अंतिम स्वरूपाचे आहे असे गृहीत धरून चालण्याची वृत्ती अभ्यासकाची असता कामा नये. जोतीरावांच्या पुस्तकाचे आजच्या संदर्भात फेरवाचन करत

असताना तेव्हा त्यांच्या नजरेतून सुटलेल्या, त्यांना काही कारणांमुळे महत्त्वाच्या न वाटलेल्या किंवा नंतरच्या काळात अधिक स्पष्टपणे पुढे आलेल्या पैलूंकडे लक्ष देणे अत्यंत गरजेचे आहे. जोतीरावांचे लेखन निर्विवादपणे काळाच्या खूप पुढे जाणारे असले तरी त्यावर काळाच्या काही मर्यादा अपरिहार्यपणे पडलेल्या आहेत. तशी तर कोणाचीच काळाच्या मर्यादांपासून सुटका नसते. आज इतक्या वर्षांनंतरही जोतीरावांच्या लेखनाचे महत्त्व टिकून राहण्यात त्यांचे मोठेपण नक्कीच सामावलेले आहे. त्याचे कालसापेक्ष वाचन आपण करू शकलो तर त्या लेखनाचे मोल आणि उपयुक्तता आणखीच वाढण्याची शक्यता असते. लेखनातील रिक्त अवकाश भरून, त्यातील प्रतिपादनाचे नवसर्जन करून आणि नंतरच्या काळात ज्ञानक्षेत्रात पडलेली भर विचारात घेऊन कोणत्याही विचारवंताच्या मांडणीचे परिष्करण केल्याने त्याच्या मोठेपणाला बाधा तर येत नाहीच, उलट त्याचे लेखन अधिक परिपूर्ण आणि प्रस्तुत ठरण्याचीच शक्यता अधिक असते.

१

## शेतकऱ्याचा असूडची पार्श्वभूमी

भारत हा शेतीप्रधान देश असल्याची चर्चा येथे पूर्वापार सुरू असली तरी शेती आणि शेतकरी यांच्या प्रश्नांना मध्यवर्ती ठेवून त्याविषयी प्रत्यक्ष निरीक्षण, अभ्यास आणि चिंतन करून एक समग्र व सुसंगत मांडणी करण्याचा पहिला मान महाराष्ट्रातच नव्हे तर संपूर्ण भारतदेशात जोतीरावांनाच द्यावा लागतो. भारतीय अर्थव्यवस्थेचा कणा असलेला शेतकरी हा तसा तर फुल्यांच्या सगळ्याच लेखनात वारंवार डोकावणारा विषय होता, पण शेतकऱ्याचा असूड पुस्तकात त्यांनी तोच एक विषय घेऊन त्याच्याशी संबंधित शेतीचा घसरता दर्जा व घटते उत्पादन, तिच्यावर पडणारा अवाजवी बोझा, डोईजड रयतवारी महसूलपद्धती, सक्तीची व निष्ठूर सारावसुली, दुष्काळ, सावकारी पाश, जमिनींचे भाऊहिस्से व न कसणाऱ्या वर्गाकडे होऊ लागलेले जमिनींचे हस्तांतरण, जंगलविषयक जाचक कायदे, शेतकऱ्यांचा कर्जबाजारीपणा, कब्जेदलालीत होणारी त्यांची फसवणूक, नैतिक अध:पतन व मानसिक भ्रमिष्टावस्था इत्यादी गोष्टींचे विस्ताराने वर्णन केले आहे.

भिक्षुकशाही, नोकरशाही व सावकारशाही या तिन्ही शोषकसंस्थामधील ब्राह्मणवर्चस्व शेतकऱ्यांचे जिणे नकोसे करण्यास कारणीभूत ठरत असल्यामुळे त्यावरही जोतीरावांनी परखड टीका केली आहे. ब्राह्मणशाहीच्या विरोधात तसा लोकहितवादी, आगरकरादी सुधारकांनीही आवाज उठवला होता; पण शेतकऱ्यांच्या व शेतीच्या दिवसेंदिवस तीव्र होत चाललेल्या समस्यांबद्दल मात्र फुल्यांइतका खोलात जाऊन कोणत्याच समकालीन समाजधुरिणांनी विचार

केला नव्हता. न्या. रानडे व सार्वजनिक सभा यांनी या समस्यांना हात घातला असला तरी त्यांचा दृष्टिकोन फुल्यांपेक्षा अगदीच वेगळा होता. फुल्यांच्या लेखनात असलेली त्या समस्यांविषयीची समग्रता, आत्मीयता आणि सापेक्ष अन्य कोणाच्याच लेखनात आढळत नाही. विशिष्ट प्रश्न किंवा योजना या दृष्टीने शेतीचा विचार न करता शेतीवर जगणाऱ्यांच्या कुटुंबांची परिस्थिती, त्यांचे समाजातील स्थान, शेतकरी समाजाचे पराकोटीचे अज्ञान, रूढिग्रस्तता, आर्थिक ओढग्रस्त, त्याच्यावर कोसळणारी अस्मानी व सुलतानी संकटे इत्यादी सर्व पैलूंचा ऊहापोह जोतीरावांनी केला आहे. शेतकीच्या क्षेत्रातील दुरवस्थेचे सविस्तर व सूक्ष्म वर्णन, तिच्या कारणांचा शोध आणि निराकरणाचे उपाय अशा त्रिविध अंगांनी त्यांनी विवेचन केले आहे.

ज्या काळात 'शेतकऱ्याचा असूड'चे लेखन झाले तो इंग्रजी राजवटीची स्थिरस्थावर झाल्याचा काळ होता. त्या राजवटीने कायदा-सुव्यवस्था अबाधित राखण्याच्या देखाव्याच्या आडून आपली साम्राज्यशाही नखे दाखवायला सुरुवात केली होती. त्यांच्या मतलबी धोरणांपायी खेड्यापाड्यांत पूर्वापार सुरू असलेले स्वयंपूर्ण जीवन क्रमशः नाहीसे होऊ लागले होते. रयतवारी जमीनधारा पद्धतीमुळे जमिनीच्या खाजगी मालकीचे तत्त्व अमलात येऊन शेतकऱ्याच्या मानगुटीवर शेतसाऱ्याचे अवजड ओझे पडले होते. देशी व विदेशी नोकरशहा जनतेच्या अडचणींविषयी पूर्णपणे उदासीन होते. 'भांडवलशाहीतील खाजगी मालकीचे तत्त्व कृषिक्षेत्राला लागू करण्यात आल्यानंतर खेड्यांतील अर्थव्यवहारात फार मोठा बदल घडून आला अणि त्यामधूनच शेतीच्या ऱ्हासाला आणि शेतकऱ्यांच्या अवनतीला प्रारंभ झाला' (सरदार, १९८१). १८७० नंतरचे दशक हे शेतकऱ्यांच्या प्रचंड असंतोषाचे दशक होते. दुष्काळी परिस्थितीतही डोईजड शेतसारा रोखीने भरण्याची सक्ती आणि शिक्षा टाळायची तर जमिनी सावकारांच्या घशात घालाव्या लागण्याची अपरिहार्यता या कारणांनी हवालदिल झालेले शेतकरी सगळीकडून निराधार झाले होते. गावगाड्याची घडी पार विस्कटल्यामुळे तिचाही आधार त्यांना उरला नव्हता. अशाप्रकारच्या कोंडीत सापडलेल्या शेतकऱ्यांचा हताशपणा विविध मार्गांनी व्यक्त होण्याचा तो काळ होता. शेतकऱ्यांच्या दुःख-दारिद्र्यासाठी ब्रिटिश राजवटच कारणीभूत असून तिला उलथून टाकले पाहिजे अशा भावनेने पेटून उठलेल्या वासुदेव बळवंत फडक्यांना पांढरपेशांनी जरी नाही तरी रामोशी, भिल्ल, कोळी वगैरे समाजांनी साथ दिली होती. पुणे-नगर-सोलापूर भागांत शेतकऱ्यांनी सावकारांच्या विरोधात लढे याच काळात उभे केले होते.

२

## शेतकऱ्यांची धर्ममिषे लुबाडणूक

असूड पुस्तकाच्या पहिल्या प्रकरणात जोतीरावांनी विद्येअभावी सर्वांगीण नागवणुकीस बळी पडलेल्या शेतकऱ्याची दयनीय अवस्था वर्णन केली आहे. परंपरेने स्त्री-शूद्रादि-अतिशूद्रांना

पिढ्यानूपिढ्यांपासून शिक्षणाला वंचित ठेवले, मनुस्मृतीसारखे मतलबी ग्रंथ रचून त्या वर्गांना शिक्षण देण्यावर बंदी घातली व ती मोडणाऱ्यांना कडक शिक्षा फर्मावल्या, सत्तेवर आलेल्या ब्राह्मण पेशव्यांनी शेतकऱ्यांचे निढळाच्या घामावर मिळवलेले पैसे त्यांच्या मुलाबाळांच्या शिक्षणावर खर्च न करता ऐतखाऊ भटाब्राह्मणांना ओगराळ्यांनी दक्षिणा व शालजोड्या वाटण्यावरच ते उधळून टाकले. शेतकऱ्यांना उच्च स्तरावरचे शिक्षण देणे तर दूरच; पण साधी हिशेबाची टिपणे ठेवण्याइतपतही ज्ञान त्यांनी मिळू दिले नाही. एका अविद्येने या उपेक्षित वर्गाचे किती अतोनात नुकसान केले ते जोतीरावांनी असूडच्या उपोद्घातात अत्यंत मोजक्या व मार्मिक शब्दांत सांगून ठेवले आहे. ते महणतात, 'विद्येविना मति गेली; मतिविना नीति गेली; नीतिविना गति गेली! गतीविना वित्त गेले, वित्ताविना शूद्र खचले, इतके अनर्थ एका अविद्येने केले.'

परंपरेने स्त्रीशूद्रादिकांच्या शिक्षणावर घातलेल्या कडेकोट बंदीप्रमाणेच त्या वर्गाची आर्थिकदृष्ट्या केली जाणारी नागवणूकही त्यांच्या अज्ञानास तितकीच कारणीभूत ठरते असे प्रतिपादन जोतीरावांनी केले आहे. धर्ममिषाने पुरोहितवर्ग शेतकऱ्यांना इतके लुबाडतो की घरातल्या लहान मुलांमुलींना शाळेत पाठवण्याची आर्थिक क्षमता आणि इच्छाही त्यांच्या ठिकाणी शिल्लक उरत नाही. शेतकऱ्यांच्या द्रव्यावर तर ते घाला घालतातच; पण त्यांच्या मनात अंधश्रद्धा पेरून ते त्यांचा बुद्धिभेदही करतात, त्यांच्या लेकीसुनांना चुकीच्या मार्गाने जाण्यास भाग पाडतात असा जोतीरावांचा आक्षेप आहे. येथील वर्णव्यवस्थेने ब्राह्मणसमाजाला ज्ञानार्जनाचा हक्क दिला असला तरी उपजीविकेचे स्वतंत्र साधन उपलब्ध करून दिले नाही त्यामुळे लोकांच्या अंधश्रद्धांवरच उदरनिर्वाह करण्याखेरीज त्यांना गत्यंतरच उरले नव्हते असे प्रतिपादन पुढे बाबासाहेब आंबेडकरांनी केले. जोतीरावांनी त्याच आशयाचे विवेचन त्यांच्या अनुभवांच्या आधारे या प्रकरणात केले आहे. असंख्य अंधश्रद्धांचे सतत समर्थन करत शेतकऱ्यांच्या डोक्यात त्या आपण भरवत राहिलो तरच आपल्या अनेक पिढ्यांच्या उपजीविकेचा प्रश्न सुटेल हे ओळखून ब्राह्मणसमाज ते नेटाने करत आला हे सांगून शेतकऱ्यांना तो कसा परोपरींनी लुटतो याचे वर्णन जोतीरावांनी केले आहे.

शेतकऱ्याच्या घरात मूल जन्माला येण्याच्या आधीपासून तर शेतकरी मरण पावल्यानंतरही अक्षरशः असंख्य विधी, व्रतवैकल्ये, सणवार, दानधर्म, ब्राह्मणभोजने इत्यादींचा ससेमिरा पुरोहितवर्गाकडून शेतकऱ्यांच्या मागे सुरू असतो आणि त्यांची ऐपत नसूनही त्यांचे आर्थिक शोषण सुरू राहते हे जोतीरावांनी उदाहरणांसह सांगितले आहे. गर्भादान, ऋतुशांती, विवाहाचे विधी, ग्रहशांती, अमावास्या-चतुर्थी-पौर्णिमा, जपानुष्ठाने, संकल्प, सत्यनारायण, वास्तुशांती, कपिलाषष्ठी, ग्रहणे असे कित्येक प्रसंग शेतकऱ्यांना धर्मरूपी चरकात भरडून काढण्यासाठी

ब्रह्मवृंद वापरून घेत असतो, श्रावण महिन्यात तर त्याची चांदीच असते! इंग्रज सरकारच्या नजरेस शेतकऱ्यांची ही नागवणूक आणून देऊन त्यांनी शेतकऱ्यांना अविद्येच्या सर्व अनिष्ट परिणामांमधून सोडवावे, त्यासाठी त्यांना योग्य शिक्षण द्यावे असे आवाहन जोतीरावांनी केले आहे.

३

## सृष्टीचा विकासक्रम आणि इंग्रजी सत्तेचे आगमन

दुसऱ्या प्रकरणात जोतीरावांनी इंग्रजी राजवटीच्या परिणामांची चर्चा केली आहे. येथील जनजीवनात प्रचंड फेरबदल या राजवटीने प्रत्यक्ष-अप्रत्यक्षपणे घडवून आणले होते. युद्धे व आक्रमण थांबल्यामुळे भारतीय शेतकऱ्यांमधील शौर्यपराक्रमादी गुणांचा तर लोप झालाच; पण लष्करी नोकऱ्यांमुळे त्यांना मिळणारे जास्तीचे उत्पन्नही बुडाले, त्यातून पूर्वी ते सहज शेतसारा भरू शकत असत, आता त्यांना ते जड जाऊ लागले. दिवसा देवपूजा व रात्री प्रजोत्पादन एवढाच उद्योग उरल्यामुळे लोकसंख्येत भर पडली आणि जमिनीचे हिस्सेवाटे होऊन लहानलहान तुकडे पडले. शेतीवर जगणाऱ्यांची संख्या वाढली तशी शेतीला विसावा देण्याची शक्यता संपली, विसावा न मिळालेली जमीन अधिकच नापीक झाली. नव्या सरकारने लागू केलेल्या जंगल-कायद्यामुळे शेतकऱ्यांच्या जगण्यात अनेक समस्या नव्यानेच निर्माण झाल्या. शेती कमी पिकली तर जंगलातील फळे-कंदमुळे खाऊन ते गुजराण करू शकत असत, आपली गुरेढोरे चारत असत आणि जळणासाठी काडीकचरा गोळा करत असत, त्यातून चार पैसेही मिळवत असत; आता पर्वत, डोंगरदऱ्या एवढेच नव्हे तर पडीक जमिनीही सरकारच्या मालकीच्या झाल्यामुळे लोकांचा त्यांच्यावरचा हक्क बुडाला.

इंग्रजी अमदानीत लोकांच्या दैनंदिन जीवनात लागणाऱ्या वस्तूंची आयात होऊ लागली, यंत्रांद्वारे तयार केलेल्या या वस्तू स्वस्त असल्यामुळे त्यांच्या स्पर्धेत स्थानिक कारागिरांनी बनवलेल्या वस्तूंचा टिकाव लागणे अशक्य झाले आणि परिणामी विणकर, कारागीर वगैरेंचा रोजगार संपला. शेतीवरचा भार आणखीनच वाढला. शिक्षणाच्या बाबतीतही दुर्दशा झाली. आधीच शाळा कमी, त्यातही शिकवणारे शिक्षक एकजात पोटार्थी व जात्याभिमानी ब्राह्मण; त्यामुळे ते शेतकऱ्यांच्या मुलांना शिकूच देत नाहीत. इंग्रजांच्या कायद्यांमुळे आर्थिकदृष्ट्या अडचणीत आलेल्या शेतकऱ्यांमध्ये कधी बांधावरून तर कधी पाणी वाटपावरून किरकोळ कुरबुरी झाल्या की भटब्राह्मण आगीत तेल ओतण्याचे काम करतात, त्यांना कज्जेदलालीस प्रवृत्त करतात. भरीस पडलेले शेतकरी घरातले किडूकमिडूक मोडून न्यायालयात जातात आणि तेथे त्यांची जी ससेहोलपट होते तिचे इत्थंभूत वर्णन जोतीरावांनी केले आहे. खोटे

दस्तऐवज, फसवून घेतल्या जाणाऱ्या सह्या, भाडोत्री साक्षीदार, अवहेलना व अपमान इत्यादींमुळे शेतकरी जेरीस येतात. सरकारी कायद्यांना भिऊन अब्रूदार सावकार शेतकऱ्याला दारी उभे करीत नाहीत आणि ब्राह्मण-मारवाडी सावकार त्यांना पिळून काढतात. खोटेनाटे आरोप लावून तुरुंगात टाकणे, पुराणिक-कथेकऱ्यांकरवी जमिनींचे दान देण्यास लावणे, देवळांसाठी व उत्सवांसाठी त्यांच्याकडून पैसे उकळणे किंवा अडाणी शेतकऱ्यांना राज्यकर्त्यांच्या विरुद्ध भडकवून व बंडखोरीची फूस लावून शिक्षा भोगायला भाग पाडणे अशा नाना प्रकारांनी शेतकऱ्यांना या नव्या राजवटीत जाच सहन करावा लागतो असे जोतीराव सांगतात.

या प्रकरणातील विवेचनाचा संपूर्ण रोख एका मुद्द्याभोवती दिसून येतो. तो असा की गोरे अधिकारी ख्यालीखुशाली, गाफीलपणा व ऐशोराम यातच मग्न असतात, शेतकऱ्यांच्या जगण्याची वस्तुस्थिती माहीत करून घेण्याची सवड त्यांना होत नाही आणि त्यामुळे ब्राह्मण कामगारांचे फावते, त्यांचे प्रस्थ व प्राबल्य वाढते आणि ते अज्ञानी शेतकऱ्यांची मनमानी लूट करतात. काही गोऱ्या सरकारी अधिकाऱ्यांविषयी मात्र अधिकच स्पष्ट व परखड शब्दांत जोतीरावांनी आपला रोष व्यक्त केला आहे. उदाहरणार्थ जंगलखात्याच्या निर्मितीचे खापर 'मायबाप सरकारच्या कारस्थानी युरोपियन कामगारांच्या' माथ्यावर फोडताना जोतीराव म्हणतात की, या अधिकाऱ्यांनी 'आपली विलायती अष्टपैलू अक्कल सर्व खर्ची घालून' नवे टोलेजंग जंगलखाते उपस्थित केले आहे; पण एरव्ही मात्र जोतीरावांचा विशेष राग गोऱ्या अधिकाऱ्यांच्या हाताखाली दुय्यम पदांवर काम करणाऱ्या व त्यांना पूर्णपणे अंधारत ठेवून मलिदा चाखणाऱ्या ब्राह्मण कर्मचाऱ्यांवर आढळतो. शेतकऱ्याची भाषा गोऱ्या अधिकाऱ्यांना बेताचीच समजत असल्यामुळे तो ब्राह्मण सहायकांवरच भिस्त ठेवतात आणि गरीब शेतकऱ्यांच्या अडचणींची तड लागणे जोतीरावांच्या मते अधिकच दुरापास्त होते. शाळेतील शिक्षक, कचेऱ्यांमधील कर्मचारी व न्यायव्यवस्थेतील सरकारी नोकर, वकील, शिरस्तेदार वगैरे पदांवरील ब्राह्मण, खोत, कथेकरी-पुराणिक, सरकारविरुद्ध बंड पुकारणारे कथित क्रांतिकारक असा भूदेवांचा चौफेर हल्ला शेतकऱ्यांवर होतो अशी तक्रार जोतीरावांनी केली आहे.

धर्माच्या कचाट्यात आपली बुद्धी हरवून बसलेल्या शेतकरी समाजाला इतिहासाचे भान देण्याचा प्रयत्न जोतीरावांनी पुढच्या प्रकरणातून केला आहे. जगाच्या उत्पत्तीसंबंधी सर्वच धर्मांनी ज्या कल्पित कहाण्या रचल्या त्यांना उभा छेद देणाऱ्या स्पेन्सरच्या सिद्धांताच्या आधारे त्यांनी असे प्रतिपादन केले आहे की, जन्माधिष्ठित गुणविभागणीवर आधारित वर्णव्यवस्था तर्काला व इतिहासाला मुळीच धरून नाही. मुळात माणसांचे गुण पिढीजात नसतात, त्यामुळेच समाजाच्या सामान्य स्तरातून असामान्य अशा व्यक्ती जगात सर्वत्र पुढे आलेल्या आपल्याला पहायला मिळतात. मानवी उत्क्रांतीचा आलेख संक्षिप्त; पण रेखीव

स्वरूपात मांडून जोतीरावांनी पहिले मानवी दांपत्य पृथ्वीवर आले असेल तेव्हा वानस्पतिक व जीवसृष्टीचे चित्र उभे केले आहे. त्यांचे ते अप्रतिम वर्णन बऱ्याच अंशी मानवशास्त्रीय तथ्यांशी जुळणारे आहे. त्याच क्रमात पुढे जोतीराव कुटुंबसंस्था, संरक्षणयंत्रणा, स्थिर वसाहत, न्यायनिवाड्यांची व्यवस्था आणि जंगलच्या न्यायापासून राज्यसंस्थेच्या उदयापर्यंतची वाटचाल रेखाटतात. संपूर्ण प्रजेला सुखी ठेवणाऱ्या दस्यू, आस्तिक, अहीर, उग्र, पिशाच वगैरे आदिम राजवटी, त्यांच्यावर यवन व आर्य या लोकांनी आपल्या कार्यक्षम शस्त्रांच्या बळावर केलेली मात आणि आपल्या सत्तेला बळकटी आणण्यासाठी त्यांनी रचलेली मतलबी, पक्षपाती व जुलमी पुस्तके असा सगळा इतिहास सांगून झाल्यावर जोतीराव असा दिलासा देतात की, या जुलमी राजवटींचाही अंत निश्चितपणे होतच असतो.

जगात सर्वत्रच हुकूमशाही राजवटींचा पाडाव करण्यात लोकशाहीवादी शक्ती यशस्वी झाल्या असून येथेही आर्यांचा निःपात करण्यासाठीच आधी मुस्लिमांची आणि नंतर ब्रिटिशांची सत्ता या देशावर आली असे मत त्यांनी मांडले आहे. ही आपली मुक्तिदायी भूमिका खऱ्या अर्थाने पार पाडायची तर इंग्रज राज्यकर्त्यांनी काही गोष्टी आवर्जून केल्या पाहिजेत असे जोतीराव सुचवतात. उदाहरणार्थ, कष्टाळू शेतकऱ्यांवर साऱ्याचा, जकातींचा व लोकलफंड वगैरेंचा भार टाकून तो पैसा त्यांनी अधिकाऱ्यांच्या मोठ्या पगारांवर व पेन्शनींवर उधळू नये, शेतीला पाणीपुरवठा करण्याचे लटके निमित्त सांगून युरोपीय सावकारांकडून त्यासाठी घेतलेल्या कर्जावरच्या महामूर व्याजाचा व गोऱ्या इंजिनिअरांच्या लठ्ठ पगारांचा बोझा शेतकऱ्यांच्या डोक्यांवर टाकू नये आणि शेतकऱ्यांचे दिवाळे काढणारे व कारागिरांच्या पोटावर पाय देणारे आर्थिक धोरण बदलावे. प्रकरणाच्या अखेरीस गोरा शिपाई व भारतीय शेतकरी यांच्या जीवनमानांतील तफावत सर्व संबंधित तपशील सांगून जोतीरावांनी स्पष्ट केली आहे.

## ४

## गरीब शेतकऱ्याची विपन्नावस्था

सरकारी अधिकाऱ्याला लाच न दिल्यामुळे ज्या शेतकऱ्याच्या जमिनीवरचा शेतसारा दुप्पट करण्यात आला आहे अशा एका हताश-उदास शेतकऱ्याच्या घरादाराच्या हलाखीचे वर्णन जोतीरावांनी चौथ्या प्रकरणात केले आहे. आर्थिक टंचाई, निरक्षरता, दुष्काळ, नापिकी, उपासमार, बापाचे मरण, त्यापायी झालेला जास्तीचा खर्च आणि जातीची माणसेही कुऱ्हाडीच्या दांड्याप्रमाणे गोतास काळ झालेली अशी संकटमालिका सगळीकडून अंगावर कोसळल्याने तो शेतकरी कसे चित्ताचे संतुलन घालवून बसतो आणि त्याचा ओढा कसा आत्महत्येकडे होऊ लागतो याचे हृदयद्रावक वर्णन जोतीरावांनी केले आहे. त्या शेतकऱ्याच्या घराची

विपन्नावस्था आपल्यासमोर उभी करताना मोडकळीस अलेले ते घर, त्यातील बारीकसारीक चीजवस्तू, उपकरणे-औजारे आणि अठराविश्वे दारिद्र्याचा प्रत्यय देणारी एकूणएक गोष्ट जोतीरावांनी नोंदवलेली आहे. त्याच्या जमिनीची दैना, परिस्थितीपायी पेरणीच्या हुकलेल्या वेळा खताअभावी हातची गेलेली पिके, खल्लड झालेले पशुधन, महामारीच्या साथी, अडते-दलाल आणि पोलीसपाटलाचे गुंड यांची पुंडाई अशी सर्व अस्मानी-सुलतानी संकटे त्यांनी सविस्तर सांगितली आहेत. प्रकरणाचा शेवट मात्र जोतीराव आशावादी सुरावटीवर करतात. युरोपीय देशांनी आळस टाकून उद्योगधंद्यांचा पाठपुरावा केला, स्त्रियांना बरोबरीचा मान दिला व त्यांचा नीट इतमाम राखला त्यामुळे लक्ष्मी त्यांची बटीक बनली, ते समृद्ध झाले. इंग्रज राज्यकर्त्यांनी भारतीय शेतकऱ्यांना जर विद्या दिली तर तेही त्यांचे अनुकरण करून समृद्धीच्या वाटेने जातील असा विश्वास जोतीरावांनी व्यक्त केला आहे.

खेड्यातील शेतकरी जीवनाशी जोतीराव किती तादात्म्य राखून होते आणि कष्टकरी समाजाच्या सुखदुःखांशी ते कसे समरस झाले होते हे या प्रकरणातील शब्दाशब्दांतून प्रत्ययास येते. आर्थिक विवशतेमुळे हवालदिल झालेल्या आणि बेदरकार सरकारी यंत्रणेपुढे टेकीस आलेल्या शेतकऱ्याची मानसिक अवस्था कशी उत्तरोत्तर बिघडत जाते आणि संकटांची भुतावळ त्याला चहुबाजूंनी भेडसावू लागल्यामुळे तो कसा हतबल होतो याचे इत्थंभूत वर्णन जोतीरावांनी केले आहे ते मुळातूनच वाचण्याजोगे आहे. गं.भा. सरदार म्हणतात तसे शेतकऱ्यांच्या शोषणाच्या या चित्रणाला तत्कालीन मराठी वाङ्मयात तोड शोधून सापडणार नाही (सरदार, १९८१, १८७) हे तर खरेच आहे; पण ग्रामीण जीवनावर सर्जनशील लेखन करणाऱ्या प्रतिभावंतांना जोतीरावांच्या काळातच नव्हे तर नंतरही कित्येक वर्षे शेतकऱ्यांच्या भौतिक व मानसिक जीवनाचे इतके सूक्ष्म तपशील टिपता आलेले दिसत नाहीत.

समाजातील व्यापक शेतकरी वर्गाची अशी दुरवस्था असताना शहरी उच्चभ्रूंच्या सामाजिक-राजकीय संघटना, भारतीय राष्ट्रीय सभा, इतर ब्राह्मणी समाज व संस्था आणि त्यांची व्यासपीठे व वृत्तपत्रे संपूर्ण राष्ट्राच्या एकजुटीची आवाहने करीत होती ती जोतीरावांना मायावी वाटत असत. शेतकऱ्यांची अशी कमालीची विपन्नावस्था असताना त्यांची समाजातील या उच्चभ्रूंशी एकजूट संभवतच नाही हे त्यांनी अनेक उदाहरणे देऊन स्पष्ट केले आहे. कधीकाळी आर्यांनी स्थानिक अनार्यांना फसविले. आता त्यांचेच वंशज पोकळ उपदेश करून शेतकऱ्यांची दिशाभूल करत आहेत असे सांगून जोतीराव शेतकऱ्यांना सावधानतेचा इशारा देतात आणि सरकारलाही शेतीची व शेतकऱ्यांची स्थिती सुधारण्याचे ठोस उपाय अमलात आणण्याचे आवाहन करतात. शेतीसुधारणेच्या त्यांनी सांगितलेल्या उपाययोजना तर आजही तेव्हाइतक्याच महत्त्वाच्या आहेत. शेतीव्यवसाय अप्रतिष्ठेचा झाल्यामुळे शेतकऱ्यांची

तरुण मुले शेतीपासून दूर जाऊ लागती आहेत, त्यांना शहरी जीवनाचे, तेथील शानशोकांचे व गुलहौशी व्यवसायांचे आकर्षण वाटू लागले आहे असे सांगून जोतीराव सरकारला म्हणतात की, हा ऊर्जेचा स्रोत खेड्यांकडे परत यावा आणि विपरीत मार्गाकडे भरकटू नये असे जर त्याला वाटत असेल तर त्याने या तरुणांसाठी शेतकीचे शिक्षण सुरू करावे, शेतकऱ्यांच्या संभाव्य नैतिक दुराचरणाला प्रतिबंध करण्यासाठी डिटेक्टिव्ह डॉक्टरांच्या नेमणुका कराव्यात आणि त्यांना बहकवणाऱ्या सर्व घटकांवर कडक निर्बंध घालावेत, त्यांच्यात प्रचलित असलेल्या अनिष्ट प्रथा बंद कराव्यात.

## ५

## शेती व शेतकरी-जीवन यांचे समग्र आकलन

जोतीरावांचा शेतकऱ्यांचा असूड वाचल्यावर सर्वांत जास्त नजरेत भरते ते लेखकाचे शेती व शेतकरी यांच्याविषयीचे समग्र व सहानुभूतीपूर्ण आकलन! इंग्रजी राजवट या देशात येण्यापूर्वी जी पेशवाई येथे अंमल गाजवत होती तिने शेतकऱ्यांचे हाल करायला सुरुवात केली आणि इंग्रजी राजवटीनेही शेतकऱ्यांबाबत वेगळे काही धोरण न राबवता त्यांची उपेक्षा, हेळसांड व दुरवस्था तशीच पुढे चालू ठेवली. त्यांच्याकडून जबर करभार वसूल करायचा; पण त्यांच्या शिक्षणासाठी किंवा शेतीची सुधारणा व्हावी यासाठी नवे सरकारही काहीच ठोस उपाययोजना करत नसल्याची शिकायत जोतीरावांनी केली आहे. त्यांच्या मते, नवी राजवट काही बाबतीत पेशवाईपेक्षाही शेतकऱ्यांसाठी जाचक होती. शेतजमिनीला विक्रेय वस्तू करणारे, शेतकऱ्यांच्या बोडक्यावर शेतसाऱ्याचे प्रचंड ओझे टाकणारे व हंगाम फसला तरीही त्याची जुलमी पद्धतीने वसुली करणारे तिचे कायदे, तिने निर्माण केलेले राक्षसी फॉरेस्ट खाते आणि पाणीपुरवठ्याकडे तिने केलेले अक्षम्य दुर्लक्ष या कारणांमुळे शेतीचे संतुलन पूर्वी कधीच नव्हते एवढे आता ढळले आहे हे जोतीराव अगदी स्पष्टपणे सांगतात. जमीन व्यक्तिगत मालकीची झाल्यामुळे तिचे भाऊहिस्से पडण्यापूर्वी कधीकाळी शेतकऱ्यांपाशी मोठाल्या जमिनी होत्या, त्या कसण्यासाठी लागणारा मोठा बैलबारदाना होता, उत्तम बियाणी शेतकरी साठवून ठेवत असत, पेरण्या वेळेवर होत त्यामुळे पीकपाणी उत्तम येत असे, जमिनीला अधूनमधून विसावा मिळाल्यामुळे नापिकीचे संकट टळत असे.

गुराढोरांना मुक्तपणे चरता यावे अशी कुरणे अस्तित्वात होती, त्यांच्या शेणामुताचे उत्तम खत जमिनीला नियमित मिळत होते, जंगलांतील पालापाचोळा आणि जमिनीतील द्रव्ये ओढेनाल्यांनी वाहून आणल्यावर त्याचेही नैसर्गिक खत आयतेच शेतांना मिळत असे. त्या सेंद्रिय खतामुळे जमिनीचा कस टिकून राहत होता, जंगलातून मिळणारे जळाऊ लाकूड

स्वयंपाकासाठी वापरले जात असल्यामुळे कोणालाही शेणाच्या गोवऱ्या जाळून उपयुक्त खताची नासाडी करावी लागत नव्हती, घरकामासाठी लगणारा लाकूडफाटा, वनौषधी आणि हंगाम फसल्यास तगून राहण्यसाठी कंदमुळे व फळेही ते जंगल शेतकऱ्याला देई. जमिनीची सुपीकता टिकवून ठेवणारा समतोल सहजासहजी अबाधित राखला जात असे. लहान शेतकरी शेतीच्या जोडीला जंगलातील लाकूडफाटा व इतर वनोपज विकून, पशुपालन करून किंवा छोट्यामोठ्या लष्करी जबाबदाऱ्या पार पाडून थोडीफार कमाई करून गुजारा करू शकत असे. अशाप्रकारे जल, जंगल जमीन व पशुधन यांच्यातील हा अन्योन्याश्रयी व अनेकपदरी संबंध जोतीरावांनी जो ओळखला होता तो त्यांच्या काळात तरी दुसऱ्या कोणालाही जाणवलेला दिसत नाही. मोठ्या शहरांतील रहिवासी आपले मलमूत्र समुद्रात सोडून देतात, नैसर्गिक खताचा एक महत्त्वाचा स्रोत वाया घालवतात हे जोतीरावांनी सव्वाशे वर्षांपूर्वी नोंदवलेले निरीक्षण तर केवळ विस्मयचकित करणारे आहे.

इंग्रजी राजवटीमुळे शेतकऱ्याला काय काय गमवावे लागले हे सांगताना जोतीराव ब्रिटिशपूर्व राज्यकर्त्यांशी ओघाओघात तुलना करतात. दुसऱ्या बाजीरावापूर्वीचे येथील राज्यकर्ते फारसे विद्वान नसले तरी रयतेच्या सुखासाठी ते तत्पर असत, रस्त्यांच्या दुतर्फा झाडे लावत, सरकारी खर्चाने नद्यानाल्यांना छोटे बंधारे घालून शेतीला पाणी मिळेल याची काळजी घेत, गावातले पाटील लोकांना पीकपाण्याचे सल्ले देत, शिवारातील संपूर्ण जमीन लागवडीखाली येत असल्याची खात्री करून घेत असत, प्रसंगी त्यासाठी बाहेरच्या शेतकरी कुटुंबांना सवलती देऊन बोलावत असत. त्यामुळे शेतीची स्थिती तुलनेने अधिक चांगली होती. हे सांगण्यातून जोतीरावांना सुदृढ गावगाड्याशी जमिनीच्या उत्तमपणाचा असलेला अतूट संबंधच अधोरेखित करायचा होता.

शेतीसुधारणेसाठी जोतीरावांनी केलेल्या सूचना बारकाईने पाहिल्यास ते शेती व शेतकरी यांच्याविषयी किती चौफेर व मूलगामी विचार करत असत हे लक्षात येऊ शकते. शेतीसुधारणेच्या या सर्वांगीण सूचनांवरून नुसती नजर फिरवली तरी हे लक्षात येऊ शकते की शेतीच्या पुनरुत्थानाचा एक संपूर्ण मूलगामी कार्यक्रमच फुल्यांनी आपल्यासमोर ठेवला आहे आणि त्यांचे द्रष्टेपण आपल्याला स्तिमित करते (पळशीकर, १९८९, १७). शेतीचा सारा खेळ पाण्याच्या उपलब्धतेवरच अवलंबून असल्यामुळे शेतीसाठी हमखास व नियमित पाणीपुरवठा कसा होऊ शकेल हा जोतीरावांच्या चिंतनातील एक महत्त्वाचा आस्थाविषय होता. त्यादृष्टीने त्यांनी गावागणिक स्थानिक पातळीवर पाणीपुरवठ्याच्या कार्यक्षम योजना अमलात आणण्यावर भर दिला आहे. ज्या ज्या ठिकाणी झरे सापडतील तिथे विहिरी खोदाव्यात, स्वतः पुढाकार घेऊन जे विहिरी खोदतील त्यांना बक्षिसे द्यावीत, शेते धुपून जाऊ नयेत यादृष्टीने शेतकऱ्यांनी

पाणलोटाच्या बाजूने बांधावरच्या ताली वरचेवर दुरुस्त कराव्यात, डोंगरदऱ्यामध्ये शक्य तेवढी तलावतळी बांधून काढावीत म्हणजे भर उन्हाळ्यातही पाणी राहून खालच्या भागातील विहिरी आटणार नाहीत आणि ओलिताची शेती करणे शेतकऱ्यांना शक्य होईल. शेतात तालीवजा बंधारे बांधावेत म्हणजे एकतर डोंगरावरून पाण्याबरोबर वाहत येणारे पालापाचोळा, मेलेल्या प्राण्यांच्या हाडामासाचे सत्त्व वाया न जाता शेतात मुरेल आणि दुसरे म्हणजे वळवाचे पाणीही शेतात मुरून शेते सुपीक होतील अशा सूचना जोतीरावांनी दिल्या आहेत.

तलाव-तळी बांधून छोटी धरणे निर्माण करण्याचे काम लष्करातील काळयागोऱ्या शिपायांकडून व पोलिसांकडून करवून घ्यावे अशी शिफारस फुल्यांनी केली आहे. या खात्यांमधील शिपाई जे विनाकारण मोठमोठाले पगार घेऊन शेतकऱ्यांच्या श्रमाचा मोबदला लाटतात त्यांच्यासाठी अशी उत्पादक श्रमाची तरफदारी जेव्हा जोतीराव करतात तेव्हा नागरी जनसामान्यांशी विशेषतः किसान-कष्टकऱ्यांशी सहयोगी संबंधांनी जोडल्या गेलल्या माओ झेडाँगच्या पीपल्स लिबरेशन आर्मीचे स्मरण काही अभ्यासकांना होते (देशपांडे, २००२, १३). पीपल्स मिलिशियाचा नागरी उपक्रमांत उपयोग करून घेणाऱ्या माओप्रमाणेच जोतीरावही स्थानिक पोलीसदलाचा उपयोग तालीबंधारे बांधण्याच्या कामी करण्याचा सल्ला सरकारला देतात. त्यांच्या मते असे केल्यास शेते तर सुपीक होतीलच शिवाय सर्व लष्करी शिपायांस हवेशीर जागी उद्योग करण्याची सवय लागल्यावर त्यांना रोगराईची बाधा होणार नाही व ते अधिक बळकट होतील असा दुहेरी लाभ होईल! जोतीरावांचा असा अंदाज आहे की रोजी एक आणा किमतीचे जरी काम या मंडळीने इमाने इतबारे केले तरी दरसाल पंचवीस लाखांच्यावर भर सरकारच्या स्थावर मालमत्तेत पडू शकेल!

सरकारच्या इरिगेशन खात्याकडून सर्रास केल्या जाणाऱ्या अनियमिततांवर अचूक बोट ठेवून त्या खात्याला कार्यक्षम व निःपक्षपाती करण्याविषयीचे मार्गदर्शन जोतीराव करताना दिसतात. धरणातील एकूण पाण्याचा अंदाज घेणे, जेवढ्या जमिनींना ते पुरेल तेवढ्याच मालकांना पाणीपरवाने देणे, माफक दरात व नियमित पाणीपुरवठा करणे, योग्य आकाराच्या तोट्या शेतात बसवून देणे अशी कामे इरिगेशन खात्याने करावीत अशी सूचना त्यांनी केली आहे. म्हणजे मग लांब पाटात जिरल्यामुळे जे पाणी वाया जाते ते जाणार नाही, पाणी सोडणाऱ्या बेभरवशाच्या व भ्रष्ट कर्मचाऱ्यांच्या वेतनावर होणाऱ्या खर्चाची बचत होईल आणि पाण्याच्या चोऱ्यांना आळा बसेल अशी त्यांची अटकळ होती.

पाण्याच्या खालोखाल जमिनीची खतांची भूक भागवली जाणे गरजेचे असते. निसर्गात वाळलेले गवत, कुजलेला पालापाचोळा, कीटक व इतर मृत प्राणी यांचे सत्त्वांश, सजीवांचे मलमूत्र इत्यादी घटकांपासून तयार नैसर्गिक खतांचा वापर जमिनीचा कस वाढवण्यासाठी

करावा अशी शिफारस जोतीरावांनी केली आहे. सर्व नदीनाल्यांकडून व तलावांतून साचलेला गाळ शेतकऱ्यांना फुकट नेऊ द्यावा अशी शिफारस ते सरकारला करतात.

शेतकऱ्याला उपयोगी पडणाऱ्या पशुधनांकडेही जोतीरावांनी आवर्जून लक्ष दिले आहे; कारण यंत्राद्वारे केली जाणारी आधुनिक व प्रगत शेती ते स्वागतार्ह मानत असले तरी या देशातील शेतीचा फार मोठा भाग अजून बरीच वर्षे बैलांच्या मदतीनेच कसला जाणार आहे या वास्तवाचे त्यांना पुरेपूर भान होते. त्यादृष्टीने ते अशा सूचना करतात की उत्तम गायी-बैलांची व शेळयामेंढ्यांची पैदास व्हावी म्हणून सरकारने परदेशातून चांगल्या प्रकारची बेणी आणावीत, गाई-बैलांचे मांस खाण्यावर प्रतिबंध लावावा आणि गोहत्येवर बंदी घालावी. गोहत्याबंदीची मागणी जोतीराव आर्थिक कारणांसाठी करतात, कोणत्याही धार्मिक विधिनिषेधाखातर करत नाहीत हे येथे लक्षात घेण्याजोगे आहे. फॉरेस्ट खात्यात सामील केलेली गायराने वापरण्याची मुभा शेतकऱ्यांना दिली जावी; तसेच जंगलातून भागवल्या जाणाऱ्या त्यांच्या दैनंदिन गरजांवरही प्रतिबंध नसावा असे त्यांचे म्हणणे होते. शेतकऱ्यांना उपयुक्त पशुधनाचा जसा जोतीराव विचार करतात त्याचप्रमाणे शेतकऱ्यांच्या पिकांची नासाडी करणाऱ्या पशुप्राण्यांपासून बचाव करण्याच्या सरकारच्या जबाबदारीचेही त्यांना विस्मरण होत नाही. सरकार ती जबाबदारी कार्यक्षमपणे पार पाडू शकले नाही आणि पिकांचे जर नुकसान झाले, तर सरकारने शेतकऱ्यांना नुकसानभरपाई द्यावी असे त्यांनी सांगितले आहे.

शेतकरी शिकला तरच शेती सुधारेल अशी खात्री असल्यामुळे शेतकऱ्यांचे शिक्षण हा तर जोतीरावांचा अत्यंत जिव्हाळयाचा विषय होता. सरकारने शेतकऱ्यांच्या मुलांना पाट्यापेन्सिली द्याव्यात, शेतीसंबंधीचे संपूर्ण ज्ञान व संदर्भसाहित्य द्यावे, शेतकीशाळा स्थापन कराव्यात, परीक्षा घेऊन पदव्या द्याव्यात, विलायतेतील शेतीशाळा पहायला त्यांना धाडावे, शेतकऱ्यांच्या मुलांना शेतीबरोबरच सुतारकाम, लोहारकाम यांचेही प्रशिक्षण द्यावे आणि दरवर्षी प्रदर्शने भरवून त्यांची शेतीविषयक माहिती अद्ययावत करावी, पिकांच्या व औते हाकण्याच्या स्पर्धा घेऊन बक्षिसे द्यावीत इत्यादी ज्या सूचना जोतीरावांनी केल्या आहेत त्या केवळ शेतीच्याच नव्हे तर सामाजिकदृष्ट्याही मोलाच्या ठरणार आहेत.

**ब्रिटिश साम्राज्यशाही अर्थव्यवस्थेचे दुष्परिणाम**

जोतीराव 'शेतकऱ्याचा असूड' लिहीत होते तो काळ इंग्रजी राजवट येथे स्थिरावल्यानंतरचा होता. नव्या राजवटीने येथील सरंजामी अर्थव्यवस्थेचे रूपांतर साम्राज्यवादी भांडवलशाहीत करायला झपाट्याने सुरुवात केली होती; पण त्याचबरोबर जुनी सरंजामी व्यवस्था मुळापासून उखडून येथे आधुनिक औद्योगिक अर्थव्यवस्था त्यांना उभारायची नव्हती. त्यामुळे येथील

पारंपरिक उत्पादनाची चौकट त्यांनी मोडीत काढली तरी भारताचा स्वतंत्र आर्थिक विकास होईल अशा नव्या उद्योगधंद्यांची पायाभरणी मात्र येथे केली नाही. या राज्यकर्त्यांच्या आर्थिक धोरणांत त्यांच्या मायदेशाच्या व्यापारी, औद्योगिक व वित्तीय स्वार्थालाच प्राधान्य दिले गेल्यामुळे त्या धोरणांपायी भारताला कच्चा माल पुरवणारा आणि पक्क्या मालाची बाजारपेठ असलेला अविकसित देश अशी अवकळा येणे क्रमप्राप्त झाले होते. कधीकाळी सुखात नांदणाऱ्या इथल्या शेतकऱ्यांचे रूपांतर 'शोषित शेतकी सर्वहारा' वर्गात होणे त्यामुळेच अटळ होऊन बसले होते. जोतीरावांनी या पुस्तकात ही अर्थशास्त्रीय परिभाषा कोठेही वापरलेली नसली तरी पूर्वी खेड्याच्या सामुदायिक मालकीची असलेली शेतजमीन नव्या राज्यकर्त्यांच्या कायद्यांनी शेतकऱ्याच्या खाजगी मालकीची केल्याचे आणि जंगलांवर तसेच पडीक जमिनींवर सरकारी मक्तेदारी बसवल्याचे जे गंभीर परिणाम येथील बहुसंख्याक समाजावर झले आहेत त्या सर्वांची सविस्तर नोंद त्यांनी अचूकपणे घेतलेली आढळते.

आपल्या अधिकाऱ्यांना भरमसाट पगार व पेन्शने देणाऱ्या ब्रिटिशांच्या साम्राज्यसत्तेला राज्य चालवण्याचा अफाट खर्च, व्यापारासाठी लागणारे भांडवल आणि साम्राज्यविस्तारासाठी करायच्या लढायांचा खर्च हे सारेच भारतीय शेतकऱ्यांवर जास्तीचा सारा बसवून वसूल करायचे होते कारण शेतसारा हेच त्याकाळी उत्पन्नाचे मुख्य साधन होते. शेतसाऱ्यात वाढ करता यावी म्हणून त्यांनी परिणामांची तमा न बाळगता शेतीव्यवस्थेत फेरबदल केले. सारावाढ हाच या सर्व फेरबदलांचा हेतू असल्यामुळे शेतकऱ्यांना त्यांचा फायदा होण्याची शक्यता मुळातच नव्हती, उलट त्यामुळे शेतीधंद्याची वाताहत होणेच अपरिहार्य झाले होते. शेतकरी कुटुंबांची पोटासाठी पिकवली जाणारी जमीन जागतिक बाजारव्यवस्थेशी जोडली गेल्यामुळे पीकपद्धतीत बदल झाले, कमिशन एजंट, आडत दुकानदार व दलाल हे नवे माध्यम निर्माण झाले आणि जागतिक तेजी-मंदीचा परिणाम इथल्या बाजारपेठेवर होऊ लागला. अशाप्रकारे भारताची शेती जागतिक बाजारपेठेशी जोडली गेली. 'ब्रिटिश साम्राज्यवादी सरकारने विषम बाजारपेठेमार्फत येणारी तूट शेतकऱ्यांच्या माथी मारण्याचे धोरण जाणूनबुजून अमलात आणले होते. खेड्यांतील व्यापारी, दलाल व सावकार हे त्या जगङ्व्याळ वासाहतिक व्यवस्थेचेच भाग होते' (चौसाळकर, १९९०, ४०). सरकारकरवी होणाऱ्या शोषणक्रियेचे ते भागीदार होते.

ब्रिटिश साम्राज्यशाही अर्थव्यवस्थेने ग्रामीण जीवनाचा सामुदयिक पोत, त्याची स्वयंपूर्ण अर्थव्यवस्था व सामाजिक सहजीवन निलाकात काढले, न्यायपंचायतीची प्रतिष्ठा नष्ट केली आणि तेथील आर्थिक सहकार्याचे जुने बंध नाहीसे केले. परिणामी ग्रामीणांच्या एकजुटीला काही आधारच उरला नाही. शेतीत संघटनांची जागा विघटनाने घेतली आणि उत्पादनात

घट झाली; पण कर्जबाजारीपणात मात्र भौमितिक गतीने वाढ होत गेली (दसाई, १९७६, ५२). शेतीचे लहानसहान तुकडे झाल्याने उत्पादनतंत्रात सुधारणा होणे दुरापास्तच होऊन बसले, नवीन जमीन लागवडीखाली आणण्यासाठी लागणारे प्राथमिक अर्थबळ शेतकऱ्यापाशी शिल्लक उरले नव्हते आणि सरकार त्याबाबतीत पूर्णतया उदासीन होते (कित्ता, ५६). ब्रिटिश सरकारने कालव्यांवर खर्च करणे नाकारले. शेतीच्या उत्पादनात पाण्याअभावी अभूतपूर्व घट झाली. सरकारच्या चुकीच्या अन्नधान्यनिर्यात धोरणापायी दुष्काळात अन्नाअभावी मरणाऱ्यांची संख्या प्रचंड वाढली. जंगलांवरील सरकारी एकाधिकारशाहीने शेतकऱ्यांची चहूंबाजूंनी नाकेबंदी व कोंडी केली. जमिनीला विक्रेय वस्तूचे स्थान मिळाल्यामुळे जमिनींचे हस्तांतरण न कसणाऱ्या बांडगुळी वर्गांकडे झपाट्याने घडून आले. कसणारे जमीनमालक व कुळे यांची संख्या घटली. शेतकरी स्वतःच्याच शेतात शेतमजूर झाला.

ब्रिटिश साम्राज्यशाहीच्या या सर्व दुष्परिणामांची दखल जोतीराव फुले घेतात. सरकारच्या आयातनिर्यात धोरणापायी स्थानिक कारागीर उद्ध्वस्त झाले, इथे प्राचीन काळापासून चालत आलेला कापड-उद्योग रसातळाला गेला, इथली बलुतेदारी व्यवस्था मोडली, नगदी पिकांच्या मागे शेतकऱ्यांना धावायला लावले गेल्याने त्यांना पोटापुरतेही अन्नधान्य मिळेनासे झाले, गरजा मारून व पडत्या भावाने आपला माल विकावा लागलामुळे शेतकरी नागवले गेले, गावखेडी सोडून पोटासाठी स्थलांतर करणे त्यांना भाग पडू लागले आणि मोलमजुरी करून दिवस कंठणे भाग पडले, सरकारची धनिकधार्जिणी महसूलयंत्रणा, न्यायव्यवस्था व एकूणच नोकरशाही गरीब व अडाणी शेतकऱ्यांचे परोपरीने शोषण आणि प्रसंगी निर्दय छळही करू लागली - इंग्रजी राज्याच्या आगमनामुळे झालेले हे सारे उत्पातकारी परिणाम व त्यांची करणे जोतीरावांनी सप्रमाण सांगितली आहेत. त्यांची कोणत्याही समकालीन विचारवंताने हे विदारक वास्तव इतक्या नेमक्या व मर्मभेदक दुर्दशेचे खरे कारण साम्राज्यवादी सत्तेने वासाहतिक शोषणाच्या चौकटीत येथील आर्थिक व औद्योगिक व्यवस्थेला जागतिक अर्थव्यवस्थेच्या पोटात रिचवून घेण्यासाठी केलेले खटाटोपच होते हे फुल्यांच्या लक्षात आले होते; पण पेशवाईतील विशेषतः रावबाजीच्या काळातील ब्राह्मणी अहंकार, जुलूम, अंधाधुंदी व अराजक यांचा खोल ठसा त्यांच्या मनावर असल्यामुळे कदाचित असेल; पण ते सरकारी साम्राज्यशहांपेक्षा ब्राह्मणी कर्मचाऱ्यांनाच अधिक दोष देताना दिसतात (पळशीकर, १९८९, १३).

इंग्रजी अमलाचे दुष्परिणाम ते सांगत असले तरी दोष परकी सरकारच्या साम्राज्यशाही धोरणांच्या पदरात ते स्पष्टपणे टाकत नाहीत, ते फक्त गाफील व ऐषारामी गोऱ्या अधिकाऱ्यांना दोषी धरतात. सरकारविषयी अधूनमधून नाराजीचा सूर त्यांनी लावला असला तरी हे सरकार ब्राह्मणी विषमव्यवस्थेचा पाया उखडून येथे समताधिष्ठित समाजाची पायाभरणी

करील अशी आशा ते बाळगून होते. ब्रिटिश राज्यकर्तावर्ग ब्रिटनमधील निम्न वर्गाबद्दल मुळीच दयाळू नव्हता. ज्या ब्रिटिश कायदेव्यवस्थेवर जोतीरावांचा विश्वास होता ती ब्रिटिश कामगार-किसान वर्गांशी वागताना कमालीची शोषणपर व अन्याय्य होती (देशपांडे, २००२, १९) हे जोतीरावांनी लक्षात घेतलेले दिसत नाही. खुद्द इंग्लंडातही दुर्बल वर्गाचे अमानुष शोषण करूनच नवी भांडवलशाही व्यवस्था उभी राहिली होती; पण किमान तेथे त्यांनी तिथल्या सरंजामशाहीच्या अवशेषांना तिलांजली देऊन उत्पादकशक्ती मोकळ्या केल्या होत्या. येथे मात्र त्यांनी आधीच्या सरंजामशाही उतरंडी कायम ठेवून त्यांच्यावरच साम्राज्यशाहीचे कलम बांधले, त्यामुळे भांडवलशाही विकासाचेही लाभ भारताला मिळू शकले नाहीत.

शेतकऱ्यांच्या दुरवस्थेचे एक कारण लोकसंख्येत वाढ झाली हे जेव्हा जोतीराव सांगतात तेव्हाही त्यांच्यावर साम्राज्यशाही प्रचाराचा प्रभाव स्पष्ट दिसतो. हिंदुस्थानचे दारिद्र्य इंग्रजी राजवटीच्या चुकीच्या धोरणांमळे व खर्चीक कारभारामुळे नसून लोकसंख्यावाढीमुळे आहे अशी चर्चा त्याकाळी इंग्लंडातही सुरू होती आणि जोतीरावांनीच नव्हे तर रानड्यांसारख्या अर्थशास्त्रज्ञानेही ती अचिकित्सकपणे स्वीकारली होती (पळशीकर, १९८९, १०). लढाया थांबल्या आणि शेतकऱ्यांना दिवसा देवपूजा व रात्री प्रजोत्पादन  याखेरीज उद्योगच राहिला नसल्यामुळे लोकसंख्या वाढली, तिचा भार शेतीवरच पडू लागला, यातून शेतकरी अधिकाधिक दरिद्री होत गेला असे विवेचन जोतीरावांनी केले आहे; पण वस्तुस्थिती अशी होती की शेतीवरचा भार वाढण्यामागे लोकसंख्यावाढ किंवा जमिनीची वानवा हे कारण नव्हते तर सरकारची स्वार्थी धोरणे आणि शेतीसुधारणेबाबतचे औदसीन्यच त्याला कारणीभूत होते. त्यादृष्टीने पाहिल्यास तो साम्राज्यशाहीचा साक्षात परिणाम होता (देसाई, १९७६, ५५).

साम्राज्यशाहीचे हे मायावी स्वरूप ध्यानात न आल्यामुळे ब्रिटिशांना जोतीरावांनी आपला दोस्त मानले आणि त्यामुळेच आपल्या समाजातील मुख्य अंतर्विरोध साम्राज्यशाही व कष्टकरी शेतकरी यांच्यात आहे ही गोष्ट त्यांच्या लक्षात येऊ शकली नाही. इंग्रजी राजवटीचे शेतकऱ्यांवर झालेले भीषण दुष्परिणाम ते बिनचूक दाखवतात; पण त्यासाठी राज्यकर्त्यांना दोष मात्र ते देत नाहीत. उलट साम्राज्यशाहीबाबत ते मवाळ भूमिका घेतात आणि तिच्या विरोधात बंडखोरी करणाऱ्या ब्राह्मण चळवळयांबाबत नाराजी व्यक्त करतात. वस्तुतः शेतकऱ्यांच्या शोषणासाठी ब्राह्मण कर्मचाऱ्यापेक्षा देशाला लुबाडून खाणारे ब्रिटिश साम्राज्यशहाच जबाबदार होते; पण हे वास्तव जोतीराव ध्यानात घेत नाहीत. याचे एक कारण असे होते की या राज्यकर्त्यांनी शिक्षण, न्याय, कायदा-सुव्यवस्था वगैरे क्षेत्रांत येथील विषमतेची परिपाठी मोडून जे काही केले त्यामुळे जोतीराव प्रभावित झाले होते (चौसाळकर, १९९०, ४०). दुसरे असे की साम्राज्यवादाचे खरे स्वरूप आणि अंतरंग त्यांना उमगू शकले नव्हते, त्यांनाच

नव्हे तर अनेक राष्ट्रवादी नेत्यांनाही इंग्लंड व भारत यांच्या हितसंबंधांमध्ये असलेल्या अंतर्विरोधाचे वस्तुनिष्ठ आकलन अद्याप झालेले नव्हते; कारण भारतात अर्थशास्त्राच्या अभ्यासाला नुकताच प्रारंभ झाला होता. शिवाय नव्या राज्यकर्त्यांनी जनतेची चालवलेली पिळवणूक बरीचशी अप्रत्यक्ष व संस्थात्मक स्वरूपाची होती, वरकरणी भारतातील बहुसंख्य गरीब शेतकऱ्यांच्या हिताचा विचार करून आपण धोरणे आखत असल्याचा त्यांचा दावा होता. जोतीरावांच्या संपर्कात आलेले काही ब्रिटिश अधिकारी व धर्मोपदेशक शिक्षणप्रेमी व जनतेबद्दल आपुलकी बाळगणारे होते त्यामुळेही त्यांचा अनुकूल ग्रह झाला असावा. खेड्यांतील सामान्य माणसांचा दैनंदिन कामकाजानिमित्त संबंध वरिष्ठ गोऱ्या अधिकाऱ्यांपेक्षा जास्त स्थानिक उच्चवर्णीय सरकारी नोकरांशीच येत होता. त्यामुळे सरदार म्हणतात तसे 'जोतीरावांनी साम्राज्यशाहीच्या विघातक स्वरूपाकडे दुर्लक्ष करून शेतकऱ्यांच्या दुर्दशेसाठी ब्राह्मणांना जबाबदार धरले यात अस्वाभाविक असे काहीच नव्हते' (सरदार, १९८१, १९४).

**शेतकऱ्याचा असूड आज वाचताना**

जोतीरावांनी 'शेतकऱ्याचा असूड' लिहिला त्याला सव्वाशे वर्षे उलटली आहेत. मधल्या काळात बरेच काही घडून गेले आहे. भारत स्वतंत्र झाला, केंद्र व राज्ये या दोन्ही स्तरांवर लोकप्रतिनिधींची सत्ता अस्तित्वात आली, अनेक पक्षांची सरकारे आली आणि गेली, अनेक योजना अमलात आल्या आणि मागे पडल्या. शेतीच्या क्षेत्रात जिला हरितक्रांती म्हणतात ती घडून आली आणि तदंतर्गत शेतीचे उत्पादन वाढले, नवनवी बियाणी, कीडनाशके, रासायनिक खते आणि नवी शेतीपद्धती प्रचलित झाली. मोट गेली मोटर आली, विजेची मिटरे आणि लखलख दिवे शेतात दिसू लागले, बैलांच्या कसांड्याऐवजी ट्रॅक्टरांची घरघर आणि थ्रेशरांचा ध्वनी शिवारांत घुमू लागला. शेतकरी कामगार पक्ष व शेतकरी संघटना यांनी शेतकऱ्यांच्या प्रश्नांवर मोठाली आंदोलने उभी केली आणि सरकारने त्या प्रश्नांची चौकशी करण्यासाठी अनेक आयोग नेमले; पण एवढे सगळे होऊनही ज्या कनिष्ठ व मध्यम शेतकऱ्याच्या दैन्यदुर्दशेने जोतीरावांना व्याकूळ केले होते त्याच्या परिस्थितीत मात्र आजही फारसा बदल झालेला दिसत नाही. तो आजही अस्मानी-सुलतानी संकटांनी जेरीस येतो आहे. त्याची शेती अद्यापही पावसाच्या लहरीपणावर तग धरून आहे, जेवढा पाऊस येतो त्याचेही योग्य संधारण, नियोजन व वितरण होत नसल्यामुळे शेतातल्या पाण्याची पतळी खालवतच चालली आहे. त्याच्या पशुधनासाठी लागणारी चराऊ कुरणे नाहीशी होत आहेत.

शेतकऱ्यांच्या मतांच्या बळावर त्यांची म्हणवणारी माणसे सत्तेवर येत असली तरी त्यांचा असा एकही राजकीय पक्ष अद्यापही अस्तित्वात आलेला नाही किंवा त्यांना समर्थ नेतृत्वही

लाभलेले नाही. ब्रिटिश वसाहतवाद्यांनी त्यांच्या भांडवली हितसंबंधांच्या सोयीने उभी केलेली शेतीव्यवस्थाच स्वातंत्र्योत्तरकाळातही जशीच्या तशी पुढे चालवली जात आहे. बाजारपेठेच्या मागणीनुसार नगदी पिके पेरणारा हा शेतकरी बाजारपेठेवर त्याचे काहीच नियंत्रण नसल्यामुळे अगतिक होतो. पोटाला मोताज होतो आणि आत्महत्येला प्रवृत्त होतो अशी आजची अवस्था आहे. त्यादृष्टीने पाहिल्यास जोतीरावांनी त्या काळात शब्दांकित केलेल्या आत्महत्येच्या उंबरठ्यापर्यंत येऊन पोहोचलेला कुणबी शेतकरी म्हणजे आज मृत्यूला कवटाळणाऱ्या सहस्रावधी किसानबांधवांचा पूर्वसुरीच ठरतो (भोळे, २००७-ब, ८२).

शेतमालाच्या विक्रीची यंत्रणा आजही मोठ्या प्रमाणावर दलाल-नोकरशहांच्याच जुलमी अरेरावीत अडकलेली आहे. सहकारी चळवळीने या गरीब शेतकऱ्यांना आधार देण्याऐवजी ग्रामीण भागातील विषमतेची दरी अधिकच रुंदावली आहे. बहुजनसमाजातील वरिष्ठ जातींमधून एक सधन शेतकरी व कारखानदार यांचा ऐपतदार वर्ग अस्तित्वात आला असला तरी खेड्यापाड्यांतील लहानसहान गरीब शेतकऱ्यांची दैन्यावस्था अद्याप संपलेली नाही. भूमिहीन शेतमजुरांच्या संख्येत तर उत्तरोत्तर भरच पडत आहे (सरदार, १९८१, १८९). आज भारतातील ६५ टक्के जमीनधारक शेतकऱ्यांना इतरांच्या शेतांवर मजूर म्हणून राबल्याखेरीज आपले व आपल्या कुटुंबीयांचे पोट भरताच येत नाही. परंपरागत उद्योगधंदे उद्ध्वस्त झाले असून ते करणारे कारागीरही शेतमजुरीवरच उपजीविका करू लागले आहेत.

जे काही औद्योगिकीकरण झाले ते शेतीला पूरक-पोषक नसून उद्योगपतींना सवलतींचा मलिदा चारण्यासाठी शेतकऱ्यांवर करभार टाकला जात असल्यामुळे साम्राज्यवाद्यांच्या काळात होत होती तशीच त्यांची पिळवणूक स्वतंत्र देशातही सुरू आहे. विशेष आर्थिक विभागांच्या (सेझच्या) नावाखाली शेतकऱ्यांच्या जमिनी हिरावून बड्या उद्योगपतींना त्या कारखान्यांसाठी देणे हे शेतीविरोधी धोरणाचे मूर्तिमंत उदाहरण आहे. जागतिकीकरणाच्या पर्वात 'इंडिया' व 'भारत' यांच्यातील दरी कमी न होता झपाट्याने विस्तारत आहे. शेतकऱ्यांच्या मुलांनी अपप्रचाराला बळी पडून सरकारविरोधी बंडखोरीला प्रवृत्त होऊ नये म्हणून वेळीच सरकारने शेती व शेतकरी यांच्या समस्या सोडवाव्यात असे जोतीराव म्हणतात. आज तोच इशारा थोडा फेरफार करून असा देता येईल की, तरुण शेतकऱ्यांनी नक्षलवादाच्या हिंसक वाटेने जाऊ नये असे वाटत असल्यास सरकारने अग्रक्रमाने शेती व शेतकरी यांच्या प्रश्नांकडे लक्ष दिले पाहिजे (भोळे, २००७-ब, ८३).

केवळ शेतीच्या आधारे शेतकरी वर्गाचे गरिबीतून बाहेर येणे अशक्य झाले आहे; पण प्रश्न केवळ शेतकऱ्यांच्या आर्थिक दुरवस्थेपुरता मर्यादित नाही, त्याच्या सामाजिक, परिसरीय, शैक्षणिक, मानसिक या सगळ्याच समस्या सुटण्याऐवजी तीव्र होत आहेत. किंबहुना जो

काही विचार आजवर झाला तो केवळ शेतीचा, म्हणजे अन्नधान्याचे उत्पादन वाढवण्याचाच झाला, शेतकऱ्याचा असा विचार झालाच नाही. सरकार आजवर 'शेती' आयोगच नेमत असे. डॉ. स्वामीनाथन यांच्या अध्यक्षतेखाली प्रथमच 'शेतकरी' आयोग नियुक्त करण्यात आला होता. त्यामुळे त्याच्या अहवालाकडून अपेक्षा उंचावल्या होत्या; पण त्यातही दुर्दैवाने चर्चा मात्र केवळ शेतीचीच केली (खातू, २००९, १५). शेती हा शेतकरीवर्गाचा प्रमुख प्रश्न असला तरी त्याहीपलीकडे जाऊन शेतकरीवर्गाच्या दुरवस्थेचा सर्वांगीण विचार करण्याची गरज आहे हे मान्य केले गेले हे अर्थात महत्त्वाचेच मानावे लागेल. सव्वाशे वर्षांपूर्वी शेती व शेतकरी यांचा विचार करताना हे भान जोतीरावांनी बाळगले होते. त्यामुळेच त्यांचा शेतकऱ्याचा असूड आजही शेतकऱ्यांच्या प्रश्नांची सोडवणूक करताना मार्गदर्शक ठरू शकेल असे वाटते.

मग त्यासाठी काही खबरदाऱ्या मात्र घेण्याची गरज आहे. आज ते पुस्तक वाचताना काही गोष्टी ध्यानात ठेवून, त्यातील विवेचन नव्या संदर्भांना जोडून आणि त्यात कोणत्या का कारणाने असेनात ज्या काही त्रुटी राहून गेल्या असतील त्यांची भरपाई करूनच ते वाचले जाणे अगत्याचे आहे. तसे वाचन आपण या पुस्तकाचे करू शकलो तरच आपल्याला त्यातील गाभ्याचा संदेश उपयोगी ठरू शकेल आणि फुलेविचाराचा अधिक सर्जनशील अन्वयार्थ लावण्यात आपल्याला यश मिळू शकेल. कोणत्या समाजाला चांगला समाज म्हणावे याविषयी सांगताना त्यात स्त्रिया व शूद्रादिअतिशूद्रांची व शेतकरी कामगारांची तसेच लहान व्यावसायिकांची स्थिती उत्तम असायला पाहिजे, कष्टकऱ्याच्या घरात लक्ष्मीचे कायम वास्तव्य असले पाहिजे आणि सुजलाम् सुफलाम् असा समृद्ध परिसर सर्वांना लाभला पाहिजे असे काही निकष जोतीरावांनी सांगितले आहेत (पळशीकर, १९८९, २०). समाजाच्या त्या आदर्शापर्यंत पोहोचण्याच्या दृष्टीने फुल्यांचा असूड आपल्या कामी यायचा, तर त्याचे कालसापेक्ष निर्वचन आपल्याला करताच आले पाहिजे.

फुले ब्राह्मणी धर्मावर टीकास्त्र सोडतात. त्यांच्या काळात केवळ पुरोहितवर्गच नव्हे तर सावकार, मामलेदार, दुय्यम अधिकारी, कारकून, शिरस्तेदार, वकील, बेलीफ, न्यायाधीश, इंजिनिअर, शिक्षणाधिकारी, फौजदार इत्यादी अनेक अधिकारपदांवर जवळपास मक्तेदारी असलेला ब्राह्मणवर्ग सामान्य शेतकऱ्यांच्या मानगुटीवर स्वार होऊन त्याचा छळ व मुस्कटदाबी करत होता ही वस्तुस्थिती आहे. या अधिकाराच्या जागांवर शूद्रातिशूद्रांमधील शिक्षित तरुण आले तर आपल्या जातभाईंना लुबाडणार नाहीत असा आशावाद जोतीरावांनी खास मराठा म्हणवणाऱ्या सद्‌गृहस्थांशी बोलताना त्याला पटवून दिला आहे.

प्रत्यक्षात मात्र जोतीरावांचा तो आशावाद खोटा ठरला आहे हे अनुभवांती कोणालाही मान्यच करावे लागेल. स्वातंत्र्य मिळाल्यावर मराठा, कुणबी व दलित समाजांतून सरकारी

अधिकारी व कर्मचारी यांची भरती लक्षणीय प्रमाणावर होऊनही आजची आपली नोकरशाही गरीब व कोरडवाहू शेतकऱ्यांशी अधिक सौजन्याने व आस्थेवाईकपणे वागते आणि लाचलुचपत न घेता त्याचे काम करते असे म्हणण्याची मुळीच सोय नाही. शरद जोशी म्हणतात त्याप्रमाणे जोतीरावांच्या काळात भटशाहीच्या स्वरूपात जी शोषणव्यवस्था उभी राहिली होती ती अंगभूत बऱ्यावाईट ब्राह्मणी गुणांपेक्षा आर्थिक इतिहासक्रमाचा अपरिहार्य भाग म्हणून पुढे आली होती (शरद जोशी, १९८९, ३९). यथावकाश या भटशाहीची लागण शूद्रच नव्हे तर अतिशूद्र समाजांतून शिकून वर आलेल्या व अधिकारपदांपर्यंत पोहोचलेल्या अभिजनांनाही लागली आहे ही वस्तुस्थिती नाकारण्यात हशील नाही. त्यामुळे आज 'शेतकऱ्याचा असूड' वाचताना त्या असुडाचे फटकार केवळ ब्राह्मणांवरच ओढलेले आहेत असे गृहीत धरून चालणे चूक ठरेल. शेतकऱ्यांच्या अज्ञान, अवनती व दुःसह परिस्थिती यांना कारणीभूत असलेले, शेतकऱ्यांना परोपरींनी नागवणारे तमाम राज्यकर्ते, प्रशासक, व्यापारी-उद्योगपती, दलाल-अडते, वरिष्ठ काळे-गोरे सरकारी अधिकारी व व्यावसायिक या सर्वांच्या पाठींवर असुडाचे कोरडे जोतीरावांनी ओढले होते. 'शेतकऱ्याचा असूड' योग्य दृष्टीने वाचून आजही जे कोणी शेतकऱ्यांच्या दुर्दशेचे अपराधी आहेत त्या सर्वांना जर फटकारले गेले तर, जोतीरावांचे समारोपाचे शब्द वापरून बोलायचे झाल्यास, "या माझ्या असूडाचा फटका लागल्यामुळे पाठीमागे वळून कोणकोण पहातो" हे बघणे खरोखरच उद्बोधक ठरेल!

सार्वजनिक सभा किंवा इतर उच्चवर्णीयांच्या संस्था-संघटना यांना फुले विरोध करतात हे खरे आहे; पण तो त्या ब्राह्मणांच्या आहेत यासाठी नव्हता. त्या खऱ्या अर्थाने शेतकऱ्यांचे प्रतिनिधित्व करत नाहीत, त्यांच्या धुरीणांना शेतकरीजीवनाचे वास्तव माहीत नाहीत आणि त्यामुळे ते शेतकऱ्यांविषयी बिनबुडाची विधाने करत असतात याचा फुल्यांना राग होता. तसे पाहिल्यास सार्वजनिक सभेने शेतकऱ्यांच्या दुःस्थितीची कारणमीमांसा करून सरकारला सादर केलेले फुल्यांच्याच निष्कर्षांना दुजोरा देणारे आहे. फरक असलाच तर तो रानडे, जोशी व सार्वजनिक सभा यांचा भांडवली विकासाचा मार्ग जोतीरावांना मान्य नसल्यामुळे पडलेला होता. शेतीत केवळ जुजबी सुधारणा करून भागणार नाही तर शेतकरी शिकला पाहिजे, शहाणा झाला पाहिजे आणि त्याची सर्वांगीण मुक्ती होऊन कष्टकऱ्यांचे प्रजासत्ताक राज्यच स्थापन झाले पाहिजे असा त्यांना ध्यास होता (चौसाळकर, १९९०, १३).

'शेतकऱ्याचा असूड'मधून जोतीरावांची शेतकीविषयीची जी समग्र व सूक्ष्म जाण प्रकट झाली आहे तिची आज आवर्जून दखल देणे गरजेचे आहे. जोतीरावांनी शेतीच्या आधुनिकीकरणाचे स्वागत नक्कीच केले आहे; पण त्याचवेळी व्यावहारिकतेचे त्यांचे भान मुळीच सुटलेले नाही. प्रचंड मोठ्या प्रमाणावर कोरडवाहू शेती असलेल्या आपल्या देशात संकरित बी-बियाणे व

रासायनिक खते-फवारण्या यापेक्षा शेतीसाठी पाणीपुरवठा व त्यासाठी जलसंधारण हीच आद्य निकड आहे हे त्यांनी आवर्जून सांगितले आहे. एकांगी उत्पादनवाढ किंवा केवळ बाजारपेठेला प्रतिसाद एवढेच साध्य ठेवणाऱ्या हरितक्रांतीच्या उद्दिष्टांपेक्षा कितीतरी मूलभूत गोष्टींचा विचार जोतीराव करताना दिसतात. जमिनीच्या प्रतवारीनुसार पिके, येग्य जातीची बियाणी, पाणलोट क्षेत्रांचा विकास, जमिनीची धूप थांबवण्याकडे लक्ष, लहान व मध्यम धरणे व पाणीनियोजन, पशुधनाची व वनसंपदेची जोपासना असा समग्र विचार फुल्यांनी केला आहे. त्यापासून बरेच काही शिकता येण्यासारखे आहे. बाजारकेंद्री अर्थव्यवस्थेने जरी शेतमालाला वाढीव भाव दिला तरीही तिच्या चौकटीत शेतकऱ्याला न्याय मिळणे दुरापास्तच राहील, कारण तिच्या अंगभूत स्पर्धेत लहान व मध्यम शेतकऱ्यांचा टिकाव लागूच शकणार नाही अशी जोतीरावांची स्पष्ट धारणा दिसते. अफाट सरकारी खर्च, फोफावणारी शहरे आणि शेतीला ओरबाडून होत असलेले औद्योगिकीकरण यांना लगाम घालून शेतकऱ्यांच्या हाती जेणेकरून पैसा राहील असे अर्थकारण राबवल्याखेरीज शेतकऱ्यांची हलाखी संपण्याची सुतराम शक्यता त्यांना दिसत नव्हती.

आणखी दोन गोष्टींचा विचार करावा लागेल. एकतर साम्राज्यवादाचे शोषणपर अंतरंग समजण्यात कोणत्याही कारणाने का असेनात त्याकाळी जोतीरावांवर मर्यादा पडल्या आहेत. दुसरे असे की फुल्यांनी कनिष्ठ व मध्यम स्तरांतील शेतकऱ्यांच्याच व्यथांवर लक्ष केंद्रित केले असून एकंदरीत शेतकऱ्यांमधील अंतर्गत वर्गविभागणीकडे त्यांनी कानाडोळाच केलेला दिसतो. या दोन्ही वैगुण्यांचे भान शेतकऱ्याचा असूड आज वाचताना ठेवायला पाहिजे. त्याही काळात महाराष्ट्रातील दहाटक्के शेतकरी सुखवस्तू होते, चाळीस टक्के शेतकरी वीस ते सत्तर एकर कोरडवाहू जमिनीचे धारक होते आणि पन्नास टक्के अगदीच गरीब प्रवर्गात मोडणारे होते असा निर्वाळा अभ्यासकांनी दिला आहे, जोतीरावांनाही त्या वर्गभेदांची जाणीव होती असे दिसते; पण सगळेच शेतकरी अज्ञान, नोकरशाही व भटशाही यांना सारखेच बळी पडत असल्यामुळे त्यांचा जोतीराव एकत्रितच विचार करून विश्लेषण करतात (चौसाळकर, १९९१, ३२). जोतीरावांप्रमाणे मार्क्सची पाळेमुळे जर शेतकरीवर्गात असती तर युरोपीय देशातील कामगारांच्या श्रमशक्तीपेक्षा वसाहतीतील शेतकऱ्यांच्या श्रमशक्तीचे शोषण जास्त महत्त्वाचे आहे हे त्याला कळले असते, आणि जोतीराव जर मार्क्सच्या दृष्टीने विचार करू शकले असते तर शेतीच्या शोषणाखेरीज सोयीस्कर भांडवलनिर्मितीचा मार्गच नाही हे त्यांना समजले असते असा अभिप्राय शरद जोशींनी दिला आहे (जोशी, १९८९, ३८). पण तेसुद्धा वर्गीय अंगाने आपले विवेचन पुढे नेत नाहीत, उलटपक्षी नवभांडवलशाहीचे स्वागत करून ते नवसाम्राज्यवादी शोषणाकडे दुर्लक्षच करतात.

आजच्या महाराष्ट्रातील शूद्राच्या व अतिशूद्रांच्या पुरोगामी म्हणवणाऱ्या चळवळीही जेवढा भर साम्राज्यशाहीवर द्यायला हवा तेवढा देताना दिसत नाहीत, काही चळवळींचे बौद्धिक अग्रणी तर डाव्या चळवळीपासून तरुणांना तोडण्यासाठी फुले-आंबेडकरांना वेठीला धरून त्यांच्या विचारांतील आर्थिक संदर्भच नजरेआड करतात. फुल्यांच्या जाती-धर्मविषयक विचारांवर जेवढे लिहिले-बोलले जाते तेवढी चर्चा त्यांच्या शेती व शेतकरी या विषयांवरच्या चिंतनाबाबत होताना दिसत नाही. आज देशाच्या एकशेदहा कोटी जनतेपैकी पासष्ट टक्के लोकांचे जगण्याचे साधन शेती हेच असताना आणि देशभर शेतकऱ्यांचे प्रश्न अत्यंत भीषण स्वरूपात उफाळून वर आलेले असतानाही त्या मौल्यवान वैचारिक ठेव्याची उपेक्षा केली जाते आहे हे अधिकच विस्मयकारक आहे. साम्राज्यवादाचे जुने सिद्धांतन कालबाह्य झाले असेल तर नवे सिद्धांतन मांडायला हरकत नाही; पण साम्राज्यवाद हा जणू प्रश्नच उरलेला नाही ही भूमिका मात्र मुळीच योग्य ठरणार नाही (देशपांडे, २००२, १९-२१). आज साम्राज्यवादाने आपला पूर्वीचा चेहरा बराच बदलला असल्यामुळे आपल्यालाही त्याचा पोथीनिष्ठ पद्धतीने विचार करून चालणार नाही हे खरे आहे; पण विचार हा करावाच लागेल. तसा आपण करू शकलो तर एकोणिसाव्या शतकातील सर्वाधिक मूलगामी व समग्र विचार करणाऱ्या जोतीरावनामक विचारवंताचे लेखन प्रागतिक व सर्जनशील दृष्टीने वाचून त्यातील विचारधनाचा पुरेपूर लाभ आपण मिळवू शकू अशी खात्री वाटते.

### फुल्यांच्या गद्यशैलीची वैशिष्ट्ये

बहुजन भाषेचे आद्य शैलीकार म्हणून मान्यता पावलेल्या जोतीरावांच्या गद्यशैलीची सर्व वैशिष्ट्ये शेतकऱ्याचा असूडमध्ये स्पष्टपणे उमटलेली दिसून येतात. गं.बा. सरदारांनी म्हटल्याप्रमाणे 'जोतीरावांची भाषा ही मराठी मातीतील जीवनसत्त्व शोषून घेऊन जन्मलेली आणि मराठी मातीशी नित्य इमान राखणारी अशी अस्सल मराठी वळणाची भाषा आहे' (सरदार, १९८१, ९३). फुल्यांच्या भाषेत स्वाभाविकता येण्याला कारणीभूत त्यांचा जनसामान्यांशी असलेला जिवाभावाचा संवादच होता, आणि त्यांना सुचलेले विचार त्या संवादांमधूनच सुचलेले असल्यामुळे ते त्या भाषेचा घाट घेऊनच व्यक्त झाले होते. त्या काळच्या उच्चवर्णीयांवर इंग्रजी व संस्कृत या भाषांचे जसे अवास्तव दडपण असायचे ते जोतीरावांवर मुळीच नव्हते; तसेच त्यांची जनजीवनाशी असलेली नाळ अन्य आंग्लविद्याविभूषितांप्रमाणे तुटलेली नव्हती. त्यांच्या स्वभावात असलेला रोखठोकपणा, आक्रमकता व परखडपणा त्यांच्या भाषाशैलीतूनही ओतप्रोत भरलेली दिसून येतो.

शेतकऱ्यांना लुबाडणाऱ्या धूर्त, ढोंगी व मतलबी लोकांना असुडाचे फटके लगावताना त्यांची भाषा अधिकच धारदार झालेली आपण पाहतो. शेतकऱ्यांच्या दैन्यावस्थेची त्यांनी केलेली वर्णने नुसती हृदयद्रावकच नाहीत, तर ती वाचकांच्या चित्तात खळबळ माजवणारी आहेत. शेतकऱ्याविषयी त्यांना असलेल्या उत्कट कळवळयातूनच त्यांचे हे जळजळीत उद्गार निघाले आहेत. त्यांच्या भाषेचा प्रखरपणा प्रतिपक्षाला तर बोचणारा होताच; पण खुद्द त्यांच्या सहकाऱ्यांनाही तो वाजवीपेक्षा जास्तच कडक असल्याचे जाणवले होते. शेतकऱ्याचा असूडचे पहिले दोन भाग जोतीरावांचे सहकारी नारायण मेघाजी लोखंडे यांनी 'दीनबंधू' पत्रात छापले होते; पण पुढचे भाग छापण्यास मात्र नकार कळवला होता. यासंबंधी मामा परमानंदांना लिहिलेल्या पत्रात जोतीरावांनी आपली नाराजी व्यक्त करताना म्हटले होते की, "आमच्या शूद्रांत भेकडबाहुले छापखानेवाले असल्यामुळे ते पुस्तक छापून काढण्याचे काम तूर्त येकेबाजूला ठेविले आहे" (फडके, १९९१, ४०७). या संदर्भात दीनबंधूची जी बाजू होती ती २८.१०.१८८३ च्या संपादकीय लेखात लोखंड्यांनी स्पष्ट केली होती. ते लिहितात, "मे. जोतीराव यांनी मोठी मेहनत घेऊन जे शेतकऱ्यांचे उन्नतीस्तव प्रकरण तयार केले आहे ते वाजवीपेक्षा फाजील झाल्याकारणाने लाभाऐवजी तोटा होण्याचा विशेष संभव आहे... लक्षपूर्वक अवलोकन केल्याने त्वरित दिसून येईल की, हे तीन भाग फारच कडक रीतीने लिहिले असून त्यापासून (लायबल) अब्रू घेतल्याचा खटला सहज उत्पन्न होणारा आहे असे आम्हास खास वाटते." (उद्धृत, फडके, १९९१, २४८).

जोतीरावांना अर्थातच याची तमा नव्हती. शूद्र शेतकऱ्याच्या दैन्यावस्थेचा देखावा जगासमोर हुबेहूब ठेवण्याच्या इर्षेने ते एवढे उत्तेजित होतात की त्यांची विधाने आपोआपच चढाईखोर बनत जातात आणि शेतकऱ्यांच्या जहरी अनुभवांचा कडवट पीळ त्यांच्या भाषेला नकळतच पडत जातो. ते त्यांचे प्रचीतीचे बोलणेच असते. इतरेजनांना अपशब्द वाटणारे; पण ज्यांच्याविषयी फुले लिहीत होते त्यांच्या नित्याच्या वापराचे असलेले अनेक शब्द त्यांच्या लेखनात बिनदिक्कत येतात. शेतकऱ्यांची गाऱ्हाणी वेशीवर टांगून ती त्यांना निगरगट्ट समाजाच्या गळी उतरवायची होती. सौम्यता, संकोच आणि आर्जवीपणा फुल्यांच्या स्वभावात तसाही कमीच होता, जे सांगायचे ते निःसंदिग्ध व सडेतोड भाषेत ते सांगत असत. त्यांच्या व्यक्तिमत्त्वाप्रमाणेच त्यांची भाषाही मनस्वी आहे. ज्या शोषितांची चळवळ फुले बांधू पाहत होते त्यांच्यापर्यंत आपल्या सांगण्याचा मथितार्थ पोहोचवणे त्यांच्या दृष्टीने सर्वाधिक महत्त्वाचे होते. त्यादृष्टीने त्यांनी शेतकरी समाजाच्या ओठांवर सहज रेंगाळणारी भाषा लेखनासाठी निवडली, त्यामुळे त्यांची भाषाशैली प्रवाही, अर्थवाही व सचेत झाली आहे. शब्दांचा काटेकोरपणा व वाक्यरचनेची

निर्दोषता यापेक्षा फुल्यांनी आविष्काराची तातडी उत्स्फूर्तता अधिक महत्त्वाची मानलेली दिसते (भोळे, २००७-अ, ८३).

लिखित शब्दांपेक्षा मौखिक संवादांच्या द्वारे माणसांच्या मनांपर्यंत अधिक सहजासहजी पोहोचता येते हे ठाऊक असल्यामुळे आपल्या या पुस्तकाचे पुणे, ठाणे, मुंबई, जुन्नर, ओतूर, हडपसर वगैरे शहरी व ग्रामीण विभागांतील शूद्रांसमोर जाहीर वाचन फुल्यांनी केले होते. त्यांच्या भाषेच्या संवादी स्वरूपाचे रहस्य त्यांच्या या प्रयोगात सापडू शकते. पुस्तकाच्या अखेरीस तर या पुस्तकाच्या निर्मितीच्या क्रमात झालेले दोन संवादच जोतीरावांनी शब्दशः उद्धृत केले आहेत. जोतीराव हे आपल्या वाचकवर्गाचे अचूक भान असलेले लेखक होते. त्या वाचकवर्गाच्या मनात चपखलपणे प्रवेश करायचा म्हणून त्यांनी आपल्या भाषेत लोकभाषेच्या लकबी, नित्याच्या संवादांच्या प्रचलित असलेले वाक्प्रचार व म्हणी, नाट्यपूर्णता, उपरोध-उपहास इत्यादींचा पुरेपूर वापर केला आहे. ग्रांथिक प्रमाणभाषा वापरल्यास आपला जनसामान्यांशी संवादच अशक्य होऊन बसेल हे ओळखून जोतीरावांनी आपली भाषा खास कमावली असावी असे दिसते (कित्ता, ८५).

भटशाही, नारदशाही इत्यादी हीकारान्त शब्दांच्या जागी भटशाई, नारदशाई अशी ईकारान्त शब्दयोजना फुल्यांनी केल्यामुळे त्यांची भाषा बोलीच्या जवळ जाते. होल्याकोल्ह्यांनी, बांधपेंडवला, लांड्यालबाड्या इत्यादी जोडशब्दांमुळे त्यांच्या भाषेला लोकभाषेचा बाज प्राप्त होतो. आव्हेर, चाहाड्या, चोथकोर असे अनेक शब्द उच्चारानुसारी लिहून जोतीराव त्यांना संवादाचे प्रवाहित्य मिळवून देतात. भटभिक्षुकांचा दांडगावा, स्नानसंधेशीलपणा, कृत्रिमी तरकटे, सोवळेचाव अशा त्यांच्या शब्दांतून जनसामान्यांच्या प्रत्यक्ष अनुभवांनीच जणू शब्दरूप लाभते. पैमाष, वरकांती, काहारपाषाण, शादावल, चाव्हडी असे वैशिष्ट्यपूर्ण शब्दप्रयोग, आणि बेलगामी खर्च, बोथलेल्या तरवारी, डामडौली पूसतपास, महामूर व्याज, खल्लड बैल, आंधळे गारूड इत्यादी विशेषण-विशेष्यांच्या जोड्यांमुळे जोतीरावांच्या गद्याला वेगळाच पोत प्राप्त होतो. कोडत, पेनशनी, रायटरी, कन्ट्र्याक्टर, माजिस्ट्रेट असा सहजपणे मराठी पेहराव चढवून कितीतरी इंग्रजी शब्द स्वतःला जोतीरावांच्या गटात सामावून घेतात. प्लीडरवकिलांनी, स्टांपकागद, तलावकनाल अशा काही आंग्ल-मराठी शाब्दिक सोयरिकीही जोतीराव चपखलपणे जुळवून टाकतात आणि स्कीम शब्दाचे अनेकवचन मराठीप्रमाणे स्कीमे असे बिनदिक्कत करून मोकळे होतात.

'नांगरून डोंगरून वजीवलेले शेत', 'भर उन्हामध्ये दिवसभर शिंपलेवजा नोकदार धसकटांनी युक्त अशा खरबरीत ढेकळांतून आठ बैलांशी अटे घेता घेता गीत गाऊन हाकललेले नांगर', 'उठवणीस आलेले धट्टेकट्टे बैल', 'घरालगत आढेमेढी टाकून उभा केलेला बैलांचा गोठा'

इत्यादी घटितेच मुळात प्रमाणभाषेत लिहिणाऱ्या बहुतेक लेखकांना अपरिचित असल्यामुळे ती व्यक्त करण्याचे शब्दही त्यांच्यासाठी परकेच असणार. जोतीराव मात्र त्या घटिकांना बरोबर शब्दांत पकडतात. शूद्र शेतकऱ्यांचे अक्षरशत्रुत्व व अज्ञान वर्णन करताना, 'वाचण्याच्या नावाने गरगरीत पूज्य', शिक्षणाच्या कामी ते 'काळया कपिला गाईचे बाप', डॉक्टरांच्या नावाने 'आवळयाएवढे पूज्य', 'अलंकारांच्या नावाने शिमगा', शूद्र विद्वान म्हणजे 'शेळीच्या गळयातील गलोल्या' असे उपरोधपूर्ण उद्‌गार फुल्यांनी जागोजाग काढले आहेत. पायलीचे पंधरा अधोलीचे सोळा, खाणे थोडे मचमच फार, ऊपरकी तो खूब बनी अंदरकी राम जानी, इदर थापडी तिधर थापडी, येगे कोयी तुझी डोयी भाजून खाई आणि माझी डोयी ब्याला ठेवी अशा कित्येक म्हणी त्याचप्रमाणे देव्हारा घुमवणे, मूठ गार करणे, हात ओले करणे, सगळा उन्हाळा करणे, नांदण्याचे चांदणे करणे, कानात सुंठी फुंकणे यासारखे अर्थपूर्ण वाक्प्रचार जोतीरावांच्या लेखनात विपुल प्रमाणात येतात.

महाराष्ट्रातील गरीब मुस्लिम शेतकरी जी मराठी भाषा बोलतो ती त्या काळात तरी फुल्यांखेरीज कोणीही मराठी लेखनात आणलेली दिसत नाही. फुले मात्र न्या. रानड्यांना पत्र लिहिताना 'बूढेका पहला सलाम लेव' असे वाक्य अगदी सहज लिहून जातात. वर उल्लेखलेल्या काही म्हणीही याची साक्ष देतील. सरकारच्या विरोधात काम करणाऱ्या सभा किंवा समाज, मौजमजा करण्यातच दंग असलेले गोरे अधिकारी, सरकारच्या वतीने जनजीवनाच्या पहाण्या करण्यासाठी नेमल्या गेलेल्या अधिकाऱ्यांनी आगगाड्यांमधून झपाट्याने केलेली 'पायपीट', मराठेपणाचा डौल मिरवत स्वतःला सामान्य शेतकऱ्यांपासून वेगळे मानणारे खासे मराठी यांच्यासंबंधी लिहिताना जोतीरावांच्या लेखणीला उपहासाची सूक्ष्म; पण तीक्ष्ण धार प्राप्त झालेली आढळते. फुले आपल्या लेखणीतून प्रस्थापितावर हल्ला चढवताना कधीच कचरले नाहीत (कित्ता, ९४). आणखी उल्लेखनीय गोष्ट अशी की फुल्यांची भाषा कुठेही उद्विग्नतेची नाही, तर इथूनतिथून ती आव्हानाची आहे. श्रमिक शूद्रातिशूद्रांतील सुप्त शक्तीची त्यांना पुरेपूर ओळख पटली होती आणि तिच्या नवनिर्माणक्षमतेवर त्यांचा दुर्दम्य विश्वास होता (सरदार, १९८१, २२३).

शेतकऱ्यांच्या विपन्नावस्थेबद्दल लिहिताना, "कित्येक लंगोट्यांनी आपली या सरकारात दादच लागत नाही, सबब प्राणघात करून घेतले नसतील काय? कित्येक जण दरोडेखोरांचे धंदे करून आपल्या जिवांस मुकले नसतील काय? आणि कित्येक आपल्या दाढ्या वाढवून अर्धवेड्यासारखे होऊन रस्त्यात जो भेटेल त्यास आपली गाऱ्हाणी सांगत फिरत नसतील काय?" असे प्रश्नामागून प्रश्न ठेवून जोतीरावांनी शेतकऱ्यांच्या व्यथेची तीव्रता वाढवलेली आढळते. काही जागी त्यांनी "त्यांची घरे भरिता भरिता माझी घरे गेली, दारे गेली, शेती

गेली, पोती गेली आणि माझ्या घरातील चीजबस्ता जाऊन बायकोच्या अंगावर फुटका मणीसुद्धा राहिला नाही. शेवटी आम्ही तडाडा उपाशी मरू लागलो" असा एका कुणब्याचा आकांत छोट्याछोट्या गतिमान वाक्यांच्या माळांमधून प्रत्ययकारी केला आहे. गरीब कुळवड्याच्या घरसंसाराची जी शब्दचित्रे जोतीरावांनी या पुस्तकात रेखाटली आहेत ती तर धावत्या आलेखी (ग्राफिक) लेखनशैलीची मराठीतील आदर्श उदाहरणे ठरावीत इतकी जिवंत उतरली आहेत. कुळवड्यांचे पोशाख, घरांच्या रचना, घरांभोवतालची गलिच्छता, त्यांच्या दैनंदिन वापराची साधने व उपकरणे, त्यांचे खाणे-पिणे, घरातल्या बारीकसारीक वस्तूंच्या नोंदी, त्यांची तथाकथित मालमत्ता याबद्दलचे सविस्तर तपशील मराठी साहित्यात जोतीरावांनीच सर्वप्रथम आणले आहेत. थोडक्यात सांगायचे तर असे म्हणता येईल की, मराठी सारस्वताची संपन्नताच जणू जोतीरावांनी शब्दबद्ध केलेल्या जनसामान्यांच्या विपन्नावस्थेच्या या हुबेहूब वर्णनांनी वाढवली आहे (भोळे, २००७-अ, ८७).

## संदर्भसूची


१. खातू गजानन : "देशव्यापी दुष्काळाचा सामना", साधना साप्ताहिक - ५ सप्टेंबर, २००९, पुणे.

२. चौसाळकर अशोक (१९९०) : महात्मा फुले आणि शेतकरी चळवळ, लोकवाङ्मय, मुंबई.

३. जोशी शरद (१९८९) : शेतकऱ्याचा असूड...शतकाचा मुजरा, शेतकरी प्रकाशन, अलिबाग.

४. देशपांडे जी.पी. (संपा.) (२००२) : सिलेक्टेड रायटिंग्ज ऑफ जोतीराव फुले, लेफ्टवर्ड प्रकाशन, नवी दिल्ली.

५. देसाई ए.आर. (१९७६) : सोशल बॅक्ग्राऊंड ऑफ इंडियन नॅशनॅलिझम्, पॉप्युलर प्रकाशन, मुंबई.

६. पळशीकर वसंत (१९८९) : "जोतिबांनी शेतकऱ्यांच्या वतीने १०० वर्षांपूर्वी उगारलेला असूड", आजचा चार्वाक, दिवाळी अंक.

७. फडके य.दि. (संपा.) (१९९१) : महात्मा फुले समग्र वाङ्मय, महाराष्ट्र राज्य साहित्य व संस्कृती मंडळ, मुंबई.

८. भोळे भास्कर लक्ष्मण (२००७-अ) : महात्मा जोतीराव फुले-वारसा आणि वसा, साकेत प्रकाशन, औरंगाबाद.

९.	भोळे भास्कर लक्ष्मण (२००७-अ) : ''जोतीरावांचे शेतकीविषयक धोरण उपेक्षिल्याचेच हे परिणाम'', नरेंद्र लांजेवार(संपा.), शेतकऱ्यांच्या आत्महत्या-चिंतन आणि उपाय, सुमेरू प्रकाशन, डोंबिवली.

१०.	सरदार गं.बा. (१९९१) : महात्मा फुले-व्यक्तित्व आणि विचार, ग्रंथाली प्रकाशन, मुंबई.

♦♦♦

# १८. हजारो जिभांनी बोलणाऱ्या इतिहासाचा मागोवा

उणीपुरी चाळीस वर्षे मनात घर करून बसलेल्या एका जननायकाचा शोध घेण्याची संधी व प्रेरणा रा. बाबा भांड यांना त्यांच्या काही हेवेखोर समव्यावसायिकांनी आणि उचापती पत्रकारांनी दिली याला खरेतर अरिष्टातील वरदानच म्हणावे लागेल. त्यांना विनाकारण आरोपीच्या पिंजऱ्यात उभे राहावे लागल्याने जे मानसिक क्लेश झाले त्यांच्या निवारणाचा योगाभ्यासाच्या जोडीने अधिक सृजनशील मार्ग त्यांनी जवळ केला तो म्हणजे 'शेरे निमाड तंट्या वल्द भावसिंग भील' नामक देशी रॉबिन हूडच्या संबंधात मिळेल तिथून मिळेल ती माहिती गोळा करण्याचा! त्यासाठी पैसा, वेळ, शक्ती कितीही खर्ची पडल्या तरी त्यांनी तमा ठेवली नाही. सुरुवातीला हाती काहीच न लागण्याचा अनुभव वारंवार आला, तरी हताश न होता त्यांनी हा शोध सुरूच ठेवला. आकाशपाताळ एक करीत वणवण केली. नंतर तुकड्यातुकड्यांनी तंट्याचा जीवनपट जसजसा त्यांना दिसू लागला तसतसे त्यांचे श्रमसार्थक तर झालेच; पण त्यांना हवी असलेली मनःशांतीही लाभली. त्या जननायकाने व त्याच्या साथीदारांनी सोसलेल्या आपत्तींच्या तुलनेत आपली दुःखे अगदीच नगण्य आहेत अशी त्यांची भावना झाली, एवढेच नव्हे तर संघर्षासाठी आवश्यक ती प्रेरणा व बळही प्राप्त झाले.

गोष्टीवेल्हाळ आजीने सांगितलेल्या कहाण्यांमधून, तमासगिरांच्या वगांतून आणि शाहिरांच्या पोवाड्यांतून मनात बसलेल्या जननायकाचा साक्षीभावाने शोध घेऊन त्याच्यावर साडेपाचशेहून अधिक पृष्ठांची कादंबरी रा. भांड यांनी लिहून प्रकाशित केली. सरकारी दप्तरखाने धुंडाळून त्यांनी गोळा केलेल्या तंट्या भिल्लासंबंधीच्या संदर्भसाहित्याचे मोल ओळखून मध्यप्रदेश सरकारने ते प्रकाशित करण्याचा निर्णय घेतला. रा. भांड यांनी ग्रंथाचे संपादन करून त्याला प्रदीर्घ अभ्यासपूर्ण प्रस्तावना लिहिली. किशोर वाचकांसाठी तंट्याची एक छोटेखानी गोष्ट लिहिली. तसेच तंट्याचे सव्वाशे पानी चरित्रही लिहिले. लेखकाच्या दृष्टीने तंट्याची कहाणी

अशी सुफळ संपूर्ण झाली; पण ज्या काही मित्रांनी बाबांना झपाटल्यासारखा तंट्या या एकाच विषयाचा रात्रंदिवस ध्यास घेऊन पाठपुरावा करताना पाहिले होते किंवा अधूनमधून गप्पागोष्टी करताना त्यांचे विलक्षण रोमहर्षक अनुभव ऐकले होते त्यांनी या शोधाची इत्थंभूत कहाणी लिहून काढण्याची सूचना केली. त्याप्रमाणे त्यांनी ती पंधरा लेखांकांत लिहून काढली. तीच आज प्रस्तुत पुस्तक रूपाने वाचकांपुढे येत आहे. कादंबरीइतकेच हे लेखनही वाचकाला गुंतवून ठेवणारे झाले आहे. शोधमोहिमेच्या दरम्यान बरेवाईट अनुभव येताना लेखकाच्या मनाची झालेली हर्षनिराशेची मनःस्थिती, त्याची अस्वस्थता, घालमेल आणि आनंद हे सारेकाही या लेखनात नेमकेपणी उतरल्यामुळे जननायकाच्या शोधाची ही हकीकत संपूर्ण वाचून झाल्याखेरीज वाचक खाली ठेवू शकणार नाही असा मला विश्वास वाटतो.

अनवट वाटांनी केल्या जाणाऱ्या कोणत्याही शोधयात्रेप्रमाणे बाबा भांडांची यात्राही अतिखडतर होती. अगदी नक्की काहीतरी हाती लागेल अशा अपेक्षेने जिथे ते गेले त्यापैकी अनेक ठिकाणी भरवशाच्या म्हशीला टोणगा अशी गत झाली. ज्या विद्यापीठीय संशोधकांनी भिल्लांचा ऐतिहासिक वा समाजशास्त्रीय अभ्यास केला त्यांना तंट्या भिल्लाविषयी काहीच अधिकृत माहिती नसल्याचे दिसून आले. काही लोकसाहित्याभ्यासकांना आपल्याच कोंबड्याने बांग दिल्यावर सूर्योदय व्हावा असे वाटत असल्यामुळे त्यांनी जमवलेल्या संदर्भसाधनांवर ते धन राखणाऱ्या नागाप्रमाणे विळखा घालून बसलेले आढळले. काही ठिकाणच्या साधनांचे वाळवीने भक्षण केलेले दिसले, तर तंट्याबाबत सांगू शकणारी काही माणसे स्मृतिभ्रंशापायी या जगात असून नसल्यागत झालेली पहायला मिळाली. जो भेटतो त्या प्रत्येकाला तंट्याच्या लीला ऐकून माहीत असतात; पण त्या पलीकडे कोणी काहीच सांगू शकत नाही हा अनुभव लेखकाला किती हताश करणारा असेल याची आपण सहज कल्पना करू शकतो. लेखकाने मात्र हताशनिराश न होता या सगळ्या नकारघंटा समचित्ताने स्वीकारल्या. कधी व्यर्थ झालेल्या पायपिटीकडे त्यांनी 'प्रवास तर छान झाला!' अशा खेळकर दृष्टीने पाहिले तर कधी आडमुठेपणा करणाऱ्या सरकारी यंत्रणेवर आगपाखड करण्याऐवजी 'त्यांचीही अडचण खरीच होती, त्यांचंही त्यांच्या परीनं बरोबरच आहे,' असा समंजसपणाचा विचार केला. उपहास, असहकार, दुरुत्तरे, तुसडेपणा, अनास्था, अहंकार, बेफिकिरी या सर्व प्रतिक्रिया पचवून त्यांनी आपला शोध नेटाने चालू ठेवला. त्यांच्या योगाभ्यासाचा त्यांना या कामी बराच उपयोग झाला असावा असे दिसते.

त्याच्या तपश्चर्येला अखेर यश मिळाले. तंट्या जसा गोरगरिबांच्या, अडल्यानडलेल्यांच्या आणि शोषितपीडितांच्या गरजांना धावून जायचा तसे अनेक जण लेखकाच्या मदतीला

आले. तंट्याची पावले जिथेजिथे लागली त्या सगळ्या जागा, जंगले, नद्या, सातपुड्याच्या टेकड्या, गुंफा, गाववस्त्या लेखकाने फिरून पालथ्या घातल्या. मध्यप्रदेश, खानदेश आणि वऱ्हाडची गॅझेटीयर्स वाचली, दप्तरखाने धुंडाळले, तुरुंगांच्या रचना आजूबाजूच्या परिसरासकट नजरेखालून घातल्या. नवे काही गवसले की लेखक हर्षविभोर होत गेला, रोमांचित झाला. दिवसभरात कागदपत्रांचे आठदहा गठ्ठे उपसल्यावर कामाच्या आठदहा ओळी जरी हाताशी लागल्या तरी कृतकृत्य झाला. तंट्याबद्दलचे सत्य आणि कल्पित यांचा नीरक्षीरविवेक करू लागला. त्याच्याशी संबंधित आख्यायिकांतील अंधश्रद्धांची वस्तुनिष्ठ स्पष्टीकरणे शोधू लागला. इतिहासाचे हरवलेले दुवे गवसताच सुखावू लागला. कादंबरी वाचताना सहजपणे समोर येणारे एकेक तपशील मिळवण्यासाठी लेखकाने किती प्रचंड आटापिटा केला होता हे या शोधयात्रेचे प्रवासवर्णन वाचताना लक्षात येते आणि मन स्तंभित होते. किती मराठी लेखक आपल्या कथानायकांचा इतका सर्वांगीण व साक्षेपी शोध घेत असतील?

विशेषतः हा कथानायक जेव्हा तंट्यासारखा स्वतःच्या हयातीतच आख्यायिका झालेला असतो, त्याच्याभोवती अलौकिकतेचे दिव्यवलय झळाळू लागलेले असते, त्याच्याविषयी अनेक अचाटअफाट सिद्धींच्या अद्‌भुत कहाण्या रचून त्या सांगोवांगी सार्वत्रिक झालेल्या असतात आणि लोकप्रतिभांच्या स्वैर आविष्कारांनी त्याच्या व्यक्तिमत्त्वाचे पार दैवतीकरण करून सोडलेले असते, अशा वेळी त्याचा शोध घेणे अधिकच दुरापास्त होऊन बसते. इच्छेनुसार कुठेही प्रकटणारा आणि अदृश्य होणारा अवलिया तंट्या, पोलिसांच्या व जेलरांच्या हातांवर तुरी देणारा हरहुन्नरी तंट्या, हवे ते रूप सोयीनुसार घेता येण्याचा दैवी अनुग्रह आणि सुरक्षाकवच लाभलेला एवढेच नव्हे तर जिवंतपणी देवत्वाला पोहोचलेला तंट्या सगळीकडून रंगवला जात असताना त्या चरित्रनायकाला हाडामासाच्या अवतारात पाहणे, त्याच्या यशाचे लौकिक संदर्भ शोधणे, ब्रिटिशांनीही ज्याबद्दल त्याची मुक्तकंठाने प्रशंसा केली त्या त्याच्या गुणवत्तांचा मागोवा घेणे आणि त्याच्या जननायकत्वाचे रहस्य त्याच्या व्यक्तिमत्त्वाबरोबरच तत्कालीन सामाजिक, आर्थिक, राजकीय परिस्थितीत धुंडाळणे हे काम नक्कीच वाटते तेवढे सोपे नाही; पण लेखक बाबा भांड त्यात बरेच यशस्वी झाले असून त्यासाठी ते नक्कीच अभिनंदनास पात्र ठरतात.

विशेषतः तंट्याच्या आठदहा वर्षांतील हालचालींचा भूगोल रा. भांड यांनी बारकाव्यांसह रेखाटला आहे. तंट्याच्या व्यक्तिमत्त्वाविषयीचे कल्पित आणि वास्तव वेगळे करण्यात त्यांना यश आले आहे. भिल्ल-आदिवासींचे आर्थिक-सांस्कृतिक जीवन त्यांनी नीट समजावून घेतले आहे. कागदपत्रांत नमूद असणाऱ्या इतिहासासोबतच तितकाच अधिकृत असा जनइतिहासाचा प्रवाह असतो या जाणिवेतून लेखकाने हजारो जिभांनी बोलणाऱ्या त्या

इतिहासाचा परिश्रमपूर्वक वेध घेतला आहे. दप्तरखान्यांपेक्षा समृद्ध, सविस्तर व समावेशक असा हा जनइतिहास असतो. तो प्रत्येकाचा असून प्रत्येकाला उपलब्ध असतो, मौखिक परंपरेतून तो पिढ्यानूपिढ्या संक्रमित होतो. सामुदायिक स्मृतीत तो जतन केला जात असून संपूर्ण समाजाचा तो वारसा असतो. श्रद्धा, विश्वास, मान्यता, समजुती, मानसिक आधार, अभिवृत्ती, अपेक्षा व भीती इत्यादींच्या समन्वित स्वरूपात साकारणारी जनसामान्यांची विश्वकल्पना त्या इतिहासात प्रतिबिंबित झालेली असते. तंट्याच्या पावलांनी कधीकाळी तुडवलेला सगळा भूप्रदेश आणि त्याच्या वास्तव्याचा स्पर्श झालेला संपूर्ण परिसर प्रत्यक्ष पाहून तिथल्या आजच्या रहिवाशांशी भेटून-बोलून आणि लोकसाहित्याचा धांडोळा घेऊन रा. बाबा भांड यांनी तंट्याचा व्यक्तिनिरपेक्ष व पूर्वग्रहविरहित लोकेतिहास समजून घेण्याचा कसोशीने प्रयत्न केला आहे.

तंट्याची रॉबिन हूड प्रतिमा अत्यंत लोकप्रिय आहे. शोषकवर्गाला लुबाडून गोरगरिबांना मदत करणारा, सत्याचा पालनकर्ता, बायाबापड्यांना भावासारखा आधार, उत्तम संघटक, दुःखनिवारक, निःस्वार्थी, नैतिक मूल्ये आचरणारा, निर्भय, साहसी, अचाट कर्तृत्वाचा धनी अशी जी जननायकाची एकंदर प्रतिमा असते ती तंट्याची जनमानसात शंभर वर्षे उलटल्यानंतरही टिकून आहे हे तर खरेच आहे. आजही भिल्ल-कोरकू वगैरे आदिवासी लोक त्याची पूजा करतात, त्याला नवस बोलतात, त्याचा मंत्र म्हणतात, त्याचा मस्तकाभिषेक करतात, नव्या चळवळींचे त्याला आराध्यदैवत व प्रेरणास्थान मानतात, त्याच्या अनुग्रहाखेरीज विवाह करीत नाहीत अशा तंट्याच्या जननायकत्वाच्या असंख्य खुणा सांगता येतील; पण तरीही स्वतः लेखकानेच त्याच्या इंग्रजी पुस्तकाच्या प्रस्तावनेत म्हटल्याप्रमाणे तंट्याची थोरवी केवळ जननायकाची नव्हती. संपूर्ण भिल्ल-कोरकू समाजाच्या सामुदायिक जनजाणिवेचा तंट्या हा मूर्त आविष्कार होता. त्यांच्या आदिम संस्कृतीचा तो अविभाज्य घटक होता. तंट्या धूमकेतूसारखा संघर्षाच्या क्षितिजावर आला आणि त्याने ब्रिटिशांच्या सार्वभौम सत्तेला सतत ८-१० वर्षे हैराण करून सोडले.

तंट्या हे करू शकला कारण त्याच्या पाठीशी आदिम जनजातींच्या स्वातंत्र्याकांक्षेचे बळ होते. अदम्य स्वातंत्र्याकांक्षा, नैसर्गिक स्वैरपणा आणि सामुदायिकपणे जगण्याची उत्कट ऊर्मी ही जी आदिमांच्या संस्कृतीची उच्च उदात्त मूल्ये असतात ती सगळी तंट्याच्या व्यक्तिमत्त्वात एकवटलेली होती. आदिवासींना व किसानांना ज्यांनी गुलाम केले त्या एकूणएक आर्थिक व राजकीय चौकटी त्याला जमीनदोस्त करायच्या होत्या. स्थानिक मातीशी व संस्कृतीशी इमान राखून उभ्या राहिलेल्या तळपातळीवरील एका लक्षणीय लढ्याचा तंट्या हा

सूत्रधार होता. आदिमांसाठी तो राजा होता. त्याच्या उठावामुळे तात्काळ जणू ती जनता स्वतःला स्वतंत्र मानू लागली होती. सरकारी यंत्रणेला आव्हानित करू लागली होती.

या गरीब, साध्याभोळ्या, परंपरेशी जखडलेल्या, सनातनी व स्थितिप्रिय जनतेच्या ठिकाणी एवढी कृतिशीलता कुठून आली असावी? एवढा मोठा जिवावरचा धोका पत्करून ते लोक बंड पुकारण्यास कसे काय प्रवृत्त झाले असावेत? शेकडो छोटेमोठे संस्थानिक ज्या काळात आपापली सिंहासने सांभाळण्यासाठी ब्रिटिश राज्यकर्त्यांची हांजीहांजी करत होते आणि तरीही त्यांची संस्थाने त्या नरभक्षकांच्या घशात आयती जात होती, अशा वेळी फाटक्या भिल्ल, बंजारा, कोरकूंना एवढी धिटाई कशातून लाभली असावी? याचे उत्तर ब्रिटिश राजवटीमुळे आपल्याला कायकाय गमवावे लागले याची तीव्र टोचणी लागून असणाऱ्या त्या लोकांच्या विद्ध संवेदनशीलतेतच शोधावे लागते. परिणामी हा शोध एकाकी लढणाऱ्या एकांड्या जननायकाच्या अचाट पराक्रमाचा न उरता, तो अभिजन इतिहासदृष्टीला सहजासहजी न दिसणाऱ्या कनिष्ठ समाजगटांच्या (सबाल्टर्न) ऐतिहासिक कामगिरीचा अभ्यास होऊन बसतो. रा. बाबा भांड यांनी जनसामान्यांच्या या स्वायत्त व चैतन्यमयी प्रतिकारलढ्याचे सूक्ष्म अन्वेषण या पुस्तकात केले असून ते अत्यंत महत्त्वाचे आहे.

सरंजामी व्यवस्थेतच पण सरावाने सुखाने पिढ्यान्‌पिढ्या जगत आलेल्या शेतकरी-आदिवासी समाजाचा संथ जीवनप्रवाह त्यांचा प्रदेश होळकर सरकारने इंग्रजांना लष्करावरच्या खर्चापोटी नजर केल्यावर विस्कटला. निसर्गातील वैपुल्य आणि जगण्याच्या आटोपशीर गरजा यांच्याद्वारे आपले जगणे सुसह्य करणाऱ्या या समाजघटकांच्या दृष्टीने ब्रिटिश सत्तेचे आगमन हा विलक्षण मोठा हादरा होता. यापूर्वी त्यांच्या जीवनक्रमात कोणत्याच राज्यकर्त्यांनी एवढ्या मोठ्या प्रमाणावर व एवढी सखोल ढवळाढवळ केली नव्हती. त्यातही इथला गरीब शेतकरी समाज दैवाधीन वृत्तीचा असल्यामुळे तो हे निमूटपणे सोसत होता; पण तुलनेने जंगलात- दऱ्याखोऱ्यांत वावरताना आंशिक का होईना स्वातंत्र्याचा अनुभव अंगी भिनलेल्या जनजातींना मात्र ही परिस्थिती असह्य वाटत होती. ते आदिम समाज ब्रिटिशांच्या बलाढ्य सत्तेच्या विरोधात संधी मिळताच उभे राहिले. ब्रिटिश सत्तेने भारतीय समाजात बहुविध स्तरांवर केलेल्या हस्तक्षेपानेही येथील जनजातींच्या जीवनक्रमाची स्वायत्तता, देशीयता आणि सांस्कृतिक अस्मिता भंग पावलेली नव्हती. ब्रिटिशांचे जंगलविषयक कायदे लागू होण्याआधी आपण या जंगलाचे राजे होतो, इथल्या सगळ्याच साधनसामग्रीचे धनी होतो, सबब या सत्तेपायी आपण खूपकाही मौल्यवान जीवनाधार गमावले आहेत याची तीव्र वेदना आदिवासी समाजात होती. ब्रिटिश सत्ताधीश आणि त्यांच्या कृपेने माजलेले सावकार-जमीनदार वर्ग यांच्याविरुद्धचा त्यांचा संताप खदखदत होता.

अशा परिस्थितीत तंट्याने त्यांना नेतृत्व दिले. मूठभर निष्ठावंत साथीदारांच्या मदतीने त्याने साम्राज्यसत्तेला ललकारले आणि अक्षरशः तिच्या नाकी दम आणला. सरकारने मोठाल्या रकमा आणि जमिनी बक्षिसांदाखल देऊ केल्यानंतरही तंट्याचा ठावठिकाणा लोकांनी पोलिसांना लागू दिला नाही. उलट लोकांनी तंट्याला एवढी ताकद आणि संरक्षण दिले की ब्रिटिश सत्तेने जंगजंग पछाडले तरी ती तंट्याला पकडू शकली नाही. तंट्याला मिळालेले पाठबळ समाजाच्या सर्व स्तरांतून मिळाले होते. शिंदे, होळकर व मकडाई येथील संस्थानिक तंट्याला मदत करीत असत. तंट्याही कधी त्या संस्थानांमध्ये दरोडे घालत नसे, तर फक्त ब्रिटिश भारतातच घालत असे. आठनऊ वर्षांच्या काळात शंभराच्या आसपास दरोडे घालून गदारोळ उडवून देणाऱ्या तंट्या नामक जादूचे रहस्य त्याच्या पाठीशी खंबीरपणे उभ्या राहिलेल्या माणसांच्या सामाईक जाणिवेत सापडते. वरकरणी त्याचे हे हल्ले उत्स्फूर्त वाटतात. रूढार्थाने त्यांच्या मागे पूर्वतयारी, योजना किंवा नेतृत्वरचना दिसत नाही; पण तरीही ते समयस्फूर्त मात्र नव्हते. तर बाहेरच्या निरीक्षकाला मूर्ख, अज्ञानी, निष्क्रिय, स्थितिप्रिय व पुराणमतवादी वाटणाऱ्या सामान्य माणसांच्या अव्यक्त आकांक्षांचे ते अनावर आविष्कार होते.

जुलमी सत्तेला नकार देणे, तिच्या दृष्टीने गुन्हे ठरणाऱ्या कृती क्रांतीचा कार्यक्रम म्हणून करीत राहणे, प्रस्थापित सत्ता मोडून तिच्या जागी पर्यायी सत्ता उभी करणे, एकजुटीचे आधार जुळवणे, प्रतीकात्मक स्वरूपात उठावाचे संदेश वेळोवेळी प्रसृत करणे आणि विशिष्ट स्थलकालाच्या अवकाशात सुसंघटित प्रतिकारलढा चालवणे - ही जी कनिष्ठ जनसमूहांच्या (सबाल्टर्न) लढ्याची सहा वैशिष्ट्ये रा. रणजित गुहांनी सांगितली आहेत ती सगळीच तंट्याच्या उठावात आपल्याला पहायला सापडतात. वरचढ सत्तेचा स्वीकार-नकाराच्या कनिष्ठस्तरीय जनगटांच्या काही पूर्वअटी असतात. त्या त्यांना त्यांच्या दैनंदिन अनुभवांनी शिकवलेल्या आणि इतिहासक्रमात संचित होत आलेल्या असतात. परंपरागत हक्क तुडवणारी ब्रिटिशसत्ता आणि त्यांचे स्थानिक पाठीराखे यांच्याबद्दलची जनसामान्यांची सुप्त स्वरूपातली अप्रीती तंट्याने जागवली. पोलिस खाते, न्यायालये, तुरुंगाधिकारी, तहसीलदार रेशनिंगखाते, फॉरेस्ट खाते आणि एकूण प्रशासन यंत्रणा यांच्या सत्तेला ती नकार देऊ लागली. तंट्यासाठी सरकारने निर्माण केलेल्या विशेष पोलिसी यंत्रणाही कुचकामी ठरल्या. ब्रिटिश सत्तेने स्वाभाविकच तंट्याला गुन्हेगार ठरवले; पण खून, दरोडे, छापे वगैरे त्याचे तथाकथित 'गुन्हे' त्याच्या साथीदारांसह तमाम सामान्य भिल्ल-कोरकूंना मात्र निखालस शौर्य-पराक्रमाची प्रसादचिन्हे वाटत असत. त्यांच्या दृष्टीने जणू ब्रिटिशसत्तेचे अस्तित्वच संपले होते आणि तंट्याची प्रतिसत्ता स्थापन झाली होती. तंट्या त्यांचा सार्वभौम राजा होता आणि ते त्याचे प्रजाजन होते. तंट्याची स्वतःची कार्यक्षम गुप्तहेरयंत्रणा होती आणि ती साम्राज्यसत्तेच्या यंत्रणेपेक्षा

अधिक तत्पर, सर्वव्यापक आणि संवेदनशील होती. आदिम जनजातींचे अंतर्गत भेदभाव मिटवून त्यांनी बळकट एकजूट या उठावातून उभी केली होती. उठावाचे संदेश वायुवेगाने चौफेर पोहोचवणारे अनौपचारिक; पण प्रभावी संज्ञापनजाळे आंदोलनकर्त्यांनी त्या दुरतिक्रम भागात विणले होते. तापी-नर्मदा नद्यांच्या दरम्यान सातपुड्याच्या पर्वतराजींच्या प्रदेशात तंट्याचे हे छोटे साम्राज्य ब्रिटिशसत्तेशी दहा वर्षे टक्कर घेत होते. पाच फूट तीन इंच उंचीच्या तंट्याला त्याच्या शारीरिक शक्तीच्या कितीतरी पटींनी मोठी ताकद सक्रिय झालेल्या त्याच्या निष्ठावंत 'प्रजाजनां'कडून मिळाली होती. तो त्यांच्या सामुदायिक स्वप्नांचा नायक झाला होता. मुक्तिदाता ठरला होता- तीच त्याची शक्ती होती, तीच त्याची सिद्धी होती आणि तेच त्याच्या अतुलनीय अद्‌भुत सामर्थ्याचे उगमस्थान होते.

जननायकाचा शोध निर्धारपूर्वक घेणाऱ्या रा. भांड यांना शोधाची ही दिशा अचूक सापडली होती. त्यासाठी त्यांनी दप्तरखान्यांची धूळ झाडून दस्तऐवज गोळा केले, जनमनाचा धांडोळा घेतला, मौखिक परंपरेतून चालत आलेले संचित तपासले, भिल्ल-कोरकूंच्या सद्यःकालीन जगण्यात शिल्लक उरलेले तत्कालीन उठावाचे अवशेष न्याहाळले, त्यांच्या सांस्कृतिक मिथकांचा व रूढी-प्रथांचा अन्वयार्थ तपासून तंट्याच्या उठावाचे अंतरंग यात शोधले. स्मृतिशेष झालेल्या तंट्याच्या जीवनाचे विश्वसनीय तपशील जमवून अनेक अज्ञात पैलू त्यांनी प्रकाशात आणले.

आजपर्यंत कोणत्याही सबाल्टर्न इतिहासकाराला तंट्या भिल्लाचे गूढ उकलावेसे वाटले नाही, त्याचे कारण स्पष्टच आहे. प्रारंभी शेतकरी, आदिवासी, डावे गट अशा समाजघटकांच्या आंदोलनांच्या अभ्यासावर रास्तपणे लक्ष केंद्रित करणारे या प्रवाहातील इतिहासकार पुढे आधुनिकोत्तरवादाच्या आहारी गेले आणि सबाल्टर्न शब्दाचाच निरर्थक कीस काढत बसले. ते असो. सबाल्टर्न दृष्टीच्या अभ्यासकांना जे साधले नाही ते मराठीच्या एका सिद्धहस्त कादंबरीकाराने शक्य करून दाखवले हे नक्कीच खूप कौतुकास्पद आहे. एका अलक्षित जनआंदोलनाचा जननायकाच्या अंगाने घेतलेला हा शोध कादंबरीलेखनाकडे गांभीर्यपूर्वक पाहणाऱ्या तरुण मराठी लेखकांसाठी वस्तुपाठ ठरावा इतका महत्त्वाचा आहे.

एकापरीने जननायकाच्या शोधाची ही कहाणी प्रसिद्ध करून लेखकाने स्वतःच्या कादंबरीच्या मूल्यांकनाची एक कसोटीच समीक्षकांना उपलब्ध करून दिली आहे असेही म्हणता येईल. ऐतिहासिक तथ्यांचे फिक्शन स्वरूपात निरूपण करताना तत्कालीन सामाजिक, राजकीय, आर्थिक परिस्थितीचे यथार्थ आकलन आणि जननायकाने दमनशोषणाच्या विरोधात उभारलेल्या आंदोलनाचा त्या परिस्थितीशी येणारा द्वंद्वात्मक आंतरसंबंध 'तंट्या' कादंबरीत कितपत व्यक्त झाला आहे? या दिशेने त्या कादंबरीचा चिकित्सक अभ्यास केला जाऊ शकेल. तो

अर्थातच वेगळा विषय आहे. प्रस्तुत प्रस्तावनेच्या कक्षेत तो सामावणारा नाही. त्यामुळे तो येथेच सोडतो.

रा. बाबा भांड यांचे हार्दिक अभिनंदन करतो. जननायकाच्या शोधात दिसून आलेली त्यांची एकाग्रता, तन्मयता आणि निष्ठा या दुर्मीळ सद्गुणांची कदर करतो, आणि खुल्या दिलाने त्यांना दाद देतो. या शोधाच्या क्रमात त्यांनी जे अनुभवले, सहन केले आणि भोगले त्यातून त्यांचे व्यक्तिमत्त्व निश्चितच आधी होते त्यापेक्षा अधिक समृद्ध झाले आहे. लेखक म्हणून ते जी वाटचाल भावी काळात करणार आहेत तिला या अनुभवाचा नक्कीच लाभ होणार आहे. मी त्यांना मनःपूर्वक शुभेच्छा देतो.

(एका जननायकाच्या शोधाची कहाणी : बाबा भांड, साकेत प्रकाशन प्रा. लि. औरंगाबाद, पहिली आवृत्ती २००२ ची प्रस्तावना.)

◆◆◆

# १६. डॉ. बाबासाहेब आंबेडकर अनुभव आणि आठवणी

**श्री.** नानकचंद रत्तू यांचे 'रेमिनिसन्सेस अॅण्ड रिमेम्बरन्सेस ऑफ डॉ. बी. आर. आंबेडकर' हे पुस्तक माझ्या वाचण्यात आले आणि या पुस्तकातील अनेक गोष्टी डॉ. आंबेडकरांच्या निष्ठावंत व तरुण अनुयायांसमोर येणे अत्यंत निकडीचे आहे हे मला प्रकर्षाने जाणवले. डॉ. आंबेडकरांनी स्वतःच्या बालपणापासूनचे सांगितलेले अनेक अनुभव आणि इतर मान्यवरांनी डॉ. आंबेडकरांविषयी नमूद केलेल्या आपल्या आठवणी येथे एकत्रित स्वरूपात वाचायला मिळतात. त्यातून डॉ. बाबासाहेब आंबेडकरांच्या व्यक्तिमत्त्वाची जडणघडण, विविध पैलू आणि वैशिष्ट्ये जशी आपल्यासमोर येतात, त्याचप्रमाणे त्यांच्या अंतरंगातील ओढाताण, व्यथावेदना आणि घालमेल यांचेही प्रत्ययकारी दर्शन आपल्याला होते. अस्पृश्यतेच्या प्रश्नाची क्लिष्टता, भयानकता व व्याप्ती तसेच तिचे येथील ग्रामव्यवस्थेत, अर्थव्यवस्थेत व धर्मव्यवस्थेत अडकलेले धागेदोरे अनेक बोलक्या प्रसंगांमधून स्पष्ट केले गेले आहेत. बौद्ध धर्माकडे पाहण्याचा बाबासाहेबांचा दृष्टिकोन स्पष्ट करणाऱ्या अनुभव आठवणींप्रमाणेच बौद्धदर्शनाचे कोणते पैलू त्यांना अधिक महत्त्वाचे वाटत होते ते येथे विशेष अधोरेखित झाले आहेत. थोडक्यात, दलित चळवळीच्या दृष्टीने आजही ज्या गोष्टी आवर्जून लक्षात घ्यायला पाहिजेत, त्यापैकी बऱ्याचशा मला या पुस्तकात आढळल्या.

हे सारे मराठीत आले पाहिजे. कमी-अधिक शिक्षण झालेल्या आणि आजच्या भयानक सामाजिक-आर्थिक-राजकीय-धार्मिक-शैक्षणिक परिस्थितीने हवालदिल झालेल्या दलित-शोषित वंचितांपर्यंत या पुस्तकातील तपशील पोहोचायला पाहिजेत असे विचार माझ्या मनात सुरू असतानाच साकेत प्रकाशनाचे रा. बाबा भांड माझ्याकडे त्या पुस्तकाच्या मराठी भाषांतराचा प्रस्ताव घेऊन आले. मी त्यांना तात्काळ होकार दिला आणि हातातली इतर कामे बाजूला ठेवून मी भाषांतराचे काम सुरू केले. महिनाभर मी ते एक काम करत होतो. आज मी हे

निश्चितपणे म्हणू शकतो की, हा माझा कालावधी अत्यंत आनंदात गेला. भारताच्या एका विलोभनीय महापुरुषाच्या भावविश्वात वावरण्याची दुर्मीळ संधी मला मिळाली. काही हृदयस्पर्शी प्रसंग भाषांतरात उतरवताना एवढे काळजाला भिडले की नकळत पापण्या ओलावल्या. विशेषतः आजही सभोवतालचे समाजवास्तव मूलतः तेव्हा होते तसेच कायम आहे याची जाणीव विशेष अस्वस्थ करणारी होती.

बालपणापासून ते बॅरिस्टरी मिळवून मायदेशी परत आल्यानंतरच्या टप्प्यापर्यंत बाबासाहेबांना अस्पृश्यतेचे स्वरूप किती भीषण आहे याची उत्तरोत्तर जाणीव होत गेली. या त्यांच्या जाणिवेचा रेखीव आलेख ही मला प्रस्तुत पुस्तकाची पहिली महत्त्वाची जमेची बाजू वाटली. सुरुवातीला बाबासाहेबांनाही इतर अनेकांप्रमाणे अस्पृश्यता ही एक स्वाभाविक बाब वाटत होती. अस्पृश्य घरात जन्माला आल्यामुळे आपल्या ठिकाणी काही अपात्रता निर्माण होतात ही समाजाची प्रतिक्रिया त्यांना शाळकरी जीवनापासूनच परिचयाची झाली होती. वर्गात आपल्या गुणानुक्रमाच्या हक्काच्या जागेवर बसण्याऐवजी कोपऱ्यात एकटे बसावे लागणे, येता-जाताना आपले बसण्याचे पटकूर सोबत आणणे-नेणे, नळावर पाणी देणारा शिपाई नसेल तर दिवसभर तहानेने व्याकूळ होणे, पैसे घेऊनही धोबी- न्हावी त्यांच्या सेवा देण्यास तयार नसल्यामुळे मोठ्या बहिणींनी त्यांचे कपडे धुणे व हजामती करणे हे सारे अंगवळणी पडले होते; पण पुढे एकेक हृदयविदारक अनुभव जसजसा येत गेला तेव्हा त्यांना धक्क्यावर धक्के बसले आणि क्रमाक्रमाने त्यांचा अस्पृश्यताविषयक विचार पुढे सरकत राहिला. त्याचप्रमाणे अस्पृश्यतेचा मुकाबला कोणत्या प्रकारे करता येईल या प्रश्नाचे त्यांचे चिंतनही अधिकाधिक वस्तुनिष्ठ व प्रगल्भ होत गेले. भोवतालची परिस्थिती आणि तिला डॉ. आंबेडकरांचा प्रतिसाद यातील ही द्वंद्वात्मकता अत्यंत विलोभनीय तर आहेच; पण अतिशय उद्बोधकही आहे.

आत्याच्या गावाहून वडिलांच्या नोकरीच्या गावी भावंडांसोबत नव्या कपड्यांनिशी उत्साहाने निघालेले नऊ वर्षांचे बाबासाहेब अस्पृश्यतेच्या प्रथेपायी एवढ्या जीवघेण्या संकटात सापडतात की त्यांचे निरागस भावविश्वच भुईसपाट होते. निरोपाचा गोंधळ झाल्याने त्यांना स्टेशनवर उतरून घ्यायला कोणी आले नव्हते. सांजावू लागले तसतसा धीर सुटत गेला. गाडीवानांना जेव्हा समजले की ती अस्पृश्य मुले आहेत तेव्हा कोणी त्यांना घेऊन जायला तयार होईना. शेवटी स्वतः गाडी हाकण्याची तयारी मुलांनी दाखवल्यावर दामदुप्पट पैसे घेऊन एक गाडीवान राजी झाला. मसूर स्टेशनपासून गोरेगावपर्यंतचा हा खडतर प्रवास आणि त्यातील संकटमालिका सारेच काही अकल्पित आणि अस्वस्थ करणारे होते. आत्याने शेजारणीपाजारणींना राबवून हौसेने तयार करून दिलेले भरपूर खाद्यपदार्थ सोबत असूनही घोटभर पिण्याचे पाणी कोणी न दिल्यामुळे ती बिचारी धास्तावलेली बालके उपाशीपोटी रात्र जागून काढतात आणि

दुसऱ्या दिवशी कशीबशी गोरेगावी पोहोचतात. या प्रसंगाचा अमीट ठसा आपल्या मनावर उमटल्याचे सांगून बाबासाहेब म्हणतात, या प्रसंगाने बसला तेवढा धक्का तत्पूर्वी कधीच त्यांना बसला नव्हता. असाच अनुभव पुढे अनेक वर्षांनी त्यांना चाळीसगाव स्टेशनवर आला. बॅरिस्टर झालेल्या बाबासाहेबांना ते अस्पृश्य होते म्हणून एकही सवर्ण तांगेवाला स्टेशनपासून जवळच्याच महारवाड्यापर्यंत घेऊन जायला तयार होत नसल्यामुळे आणि त्यांना पायी नेणे महार मंडळींना त्यांच्या अप्रतिष्ठेचे वाटल्यामुळे ते आपल्यापैकी एकाला तांगा हाकायला लावतात. ते काम त्याला जमत नाही. नाल्यावरच्या बिनकठड्याच्या पुलावर तांगा उलटतो आणि घोड्यासकट नदीत पडतो. आणि बाबासाहेबांच्या जिवावर ओढवलेले संकट पाय मोडण्यावरच निभावते. शारीरिक वेदनेपेक्षा बाबासाहेबांना दुःख याचे होते की बॅरिस्टर असलेल्या अस्पृश्य व्यक्तीपेक्षा क्षुद्र तांगेवाल्या हिंदूची प्रतिष्ठा समाज मोठी मानतो आणि तोही स्वतःला सर्व अस्पृश्यांपेक्षा श्रेष्ठ समजतो.

अस्पृश्यता केवळ हिंदू समाजापुरती सीमित राहिलेली नसून हिंदूंच्या दृष्टीने अस्पृश्य असलेली माणसे पार्शी व मुस्लिम समाजांच्याही दृष्टीने कशी अस्पृश्यच ठरतात हे स्पष्ट करणारे दोन प्रसंग डॉ. आंबेडकरांनी स्वानुभवाच्या आधारे सांगितले आहेत. युरोप-अमेरिकेच्या मोकळ्या वातावरणातून मायदेशी आल्यानंतर बडोदानरेशांच्या सेवेत कृतज्ञतापूर्वक रुजू झालेल्या त्यांना घरासाठी किती वणवण व मनोशारीरिक त्रास पडला हे ते एका प्रसंगात सांगतात. पार्शी नाव धारण करून त्यांना एका पार्शी खानावळीच्या अडगळीच्या सामानाच्या हॉलमध्ये आसरा घ्यावा लागतो आणि ते अस्पृश्य असल्याचा सुगावा पार्शी मंडळीला लागताच ते लाठ्याकाठ्यांसह त्यांच्यावर चाल करून येतात, त्यांना हुसकावून लावतात. पुढे कधीतरी रणरणत्या उन्हात धूळभरल्या चेहऱ्यावर हौदातल्या गार पाण्याचे सपकारे मारणे हा बाबासाहेबांचा व त्यांच्या सोबतच्या अस्पृश्यांचा गुन्हा ठरवून दौलताबादचे मुस्लिम त्यांच्यावर आग पाखडतात.

त्यानंतरच्या भागात १९०९ ते १९४६ च्या दरम्यान घडलेल्या काही घटना वेगवेगळ्या साधनस्रोतांतून एकत्र करून बाबासाहेबांनी एका पाठोपाठ एक वाचकांपुढे ठेवल्या आहेत. मद्रास उच्च न्यायालयापुढील एका खटल्यात दोन्ही पक्ष सवर्ण हिंदूंचेच असतात. एकाचा आरोप असा की, दुसऱ्याने त्यांना मिरवणूक काढण्यास अडथळा आणण्यासाठी अस्पृश्यांना वाटेत उभे केले. खालच्या कोर्टाने हा आरोप प्रमाण मानून आरोपींना दोषी ठरवले होते, तर उच्च न्यायालयाने अपिलात त्यांना निर्दोष सोडले. ते काहीही असले तरी मुळात वस्तुस्थिती ही उरतेच की अस्पृश्याची नुसती उपस्थिती आणि विटाळाचे भय हिंदूंना मिरवणूक काढण्यापासून परावृत्त करते, एवढी ते अस्पृश्यांची घृणा करतात. विहिरीत पडलेल्या वासराला वाचवणाऱ्या

डोंबाचे कौतुक करण्याऐवजी विहीर बाटवण्याचा ठपका त्याच्यावर ठेवला जातो. एका स्त्रीचे विहिरीत पडलेले मूल बाहेर काढून वाचवणारा अस्पृश्यही त्याच कारणाने लोकक्षोभास पात्र ठरतो. इतरांप्रमाणेच चार तांदूळ कोण्या अस्पृश्याने चितेवर फेकले तर हिंदूंच्या चितेला विटाळ होतो. गुजरातच्या एका भंगी मुलाची त्याच्या जन्मगावी तो नोकरी करू पाहतो तेव्हा अमानुष ससेहोलपट होते. अस्पृश्य स्त्रिया किंवा पुरुष करणी करतात, जादूटोणा करतात आणि त्यामुळे कॉलऱ्याची साथ येते किंवा म्हशी मरतात अशा समजुतीपायी त्यांच्यावर किंवा सगळयाच अस्पृश्यांवर अमानुष अत्याचार केले जातात. काहीवेळा त्यांच्यापैकी काहीजणांना जिवंत जाळलेही जाते. 'शुद्ध' राहण्याच्या सोवळया धारणांपायी हिंदू डॉक्टरांनी अस्पृश्य ओल्या बाळंतिणीवर नीट औषधोपचार न केल्यामुळे बाळासह तिला इहलोक सोडणे भाग पडते- असे अनेक प्रसंग डॉ. आंबेडकरांनी नेमके संदर्भ देऊन पण कोणतीही मल्लिनाथी न करता वाचकांपुढे ठेवले आहेत. या प्रसंगांच्या तारखा जुन्या असल्या तरी त्यातील घटिते इतिहासजमा झाली आहेत असे म्हणण्याची सोय नाही. रोजच्या वर्तमानपत्रात अशा प्रकारची बातमी नसेल असे आजही सहसा घडत नाही. त्यामुळेच पुढे डॉ. आंबेडकरांनी केलेल्या त्या सामाजिक व्याधीच्या कार्यकारणाचा आणि तिच्यावरील उपाययोजनेचा गंभीरपणे विचार करण्याची गरज आजही तेवढीच शिल्लक उरते.

'छोटी गणराज्ये' म्हणून इंग्रज लेखकांनी ज्यांना गौरविले आणि स्वतंत्र भारताच्या लोकशाहीला पायाभूत ठरू शकेल असा ग्रामस्वराज्याचा आदर्श ज्यांत गांधीवाद्यांना दिसतो ती खेडी डॉ. आंबेडकरांना अस्पृश्यतेचे बालेकिल्ले वाटतात. त्यांच्या मते खेड्यांविषयी गौरवपर बोलणारे सगळे लोक खेड्याच्या वेशीबाहेर, खेड्यापासून पृथक आणि सर्वस्वी खेड्यावर अवलंबून असलेल्या महारवाडानामक घेट्टोकडे लक्षच देत नाहीत. ही ग्रामव्यवस्था वस्त्या, पाणी, मंदिरे, शाळा इत्यादींच्या वापरासंबंधी तसेच न्हावी, धोबी, व्यापारउदीम, जमीनमालकी, एवढेच नव्हे तर अस्पृश्यांची नावे, घरे, पोषाख, अलंकार, भाषा, वाहने, कामे इत्यादी असंख्य बाबतीत पक्केपणी घालून दिलेल्या विधिनिषेधांवर आधारलेली असल्यामुळे ती जोपर्यंत टिकून राहील तोपर्यंत अस्पृश्यांचा न्यूनगंड जाण्याची व त्यांना स्वतंत्र नागरिकांचा दर्जा मिळण्याची सुतराम शक्यता डॉ. आंबेडकरांना दिसत नव्हती. जन्मसिद्ध उच्चनीचता आणि अस्पृश्यांचे वय- गुणवत्तानिरपेक्ष गौणत्व ही या व्यवस्थेची व्यवच्छेदक लक्षणे असून अस्पृश्यांना स्पृश्यांविरुद्ध ती कोणतेच हक्क देत नाही. त्यांनी फक्त गौणत्व निमूटपणे मान्य करायचे, एवढेच नव्हे तर ते स्वतःच्या नावारूपात स्पष्टपणे मिरवायचे! सांगितली जाणारी सर्व कामे मोबदल्याची कोणतीही अपेक्षा न बाळगता बिनतक्रार करायची!! नाही तर शिक्षा भोगायची.

अस्पृश्यतेच्या अनुभवांनी अस्वस्थ झालेल्या बाबासाहेबांना शाळेविषयी गोडी न वाटणे स्वाभाविकच होते. शिकण्यासाठी मानहानीचे जिणे जगून मानसिक व शारीरिक क्लेश सोसण्यापेक्षा स्वाभिमानाने कष्ट करून पोट भरावे अशी त्यांची पहिली बालसुलभ प्रतिक्रिया झाली आणि ते सातारा स्टेशनवर हमाली करायला गेले. कोणाच्या तरी ओळखीने आपण गिरणीत कामगार म्हणून लागावे असाही प्रयत्न त्यांनी केला; पण दोन्ही प्रयोग फसले आणि त्यांच्यातला व्यर्थपणाही त्यांच्या ध्यानात आला. आपण कसून अभ्यास करावा आणि परिस्थितीवर मात करण्याच्या क्षमता संपादन कराव्यात असा निर्धार त्यांनी केला. रॉकेलच्या बिनकाचेच्या चिमणीच्या प्रकाशात त्यांनी अभ्यास सुरू केला आणि जन्मभर तो तसाच चालू ठेवला. त्या तपश्चर्येच्या बळावर ते जगातल्या मोजक्या विद्वानांपैकी एक झाले. मनात आणले असते तर अध्यापन, न्यायदान, शासन-प्रशासन यापैकी कोणत्याही क्षेत्रातील मोठा हुद्दा मिळवून व्यक्तिगत प्रतिष्ठा व सुखासीन जीवनक्रम त्यांना सहज साध्य करता आला असता; पण आपल्या बहिष्कृत समाजाच्या सर्वांगीण अभ्युदयासाठी आयुष्य समर्पित करण्याच्या ध्येयनिष्ठेपायी त्यांनी त्या सर्व संधींवर पाणी सोडले. चाळीतल्या एका खोलीत राहत असताना त्यांनी भव्य प्रासादांचे सहजप्राप्य सुख नाकारले. त्यांची ही ध्येयनिष्ठा, समर्पणाची भावना व त्यागबुद्धी नव्या पिढीसमोर आवर्जून ठेवण्याची गरज आहे. आज देशात झपाट्याने पसरलेल्या चंगळवादाच्या साथीमुळे तर ती गरज अधिकच तीव्र झाली आहे.

प्रस्तुत लेखनात डॉ. आंबेडकरांनी तरुणांकडून तसेच सहकारी कार्यकर्त्यांकडून ज्या अपेक्षा बाळगल्या होत्या त्या रेखीवपणे व्यक्त झाल्या आहेत. 'त्यांच्या हयातीतच कोणीतरी पुढे यावे आणि त्यांची जागा घ्यावी. विविध आघाड्यांवरचे त्यांचे कार्य पुढे न्यावे' अशा शब्दांत त्यांनी विद्यार्थ्यांसमोर बोलताना त्यांना आवाहन केले होते. आपल्या विद्यार्थ्यांनी बुद्धिमत्ता व क्षमता या बाबतीत कोणापेक्षाही कमी पडू नये असे त्यांना वाटत होते. विद्यार्थ्यांनी परिश्रमपूर्वक शिक्षण घ्यावे, वरिष्ठ पदांवर पोहोचावे; पण आपल्या सामाजिक दायित्वाचा विसर कधीच पडू देऊ नये. आपल्या मिळकतीचा ठराविक वाटा समाजासाठी द्यावा. समाजासाठी कार्य करणाऱ्या संस्थांसाठी तनमनधनाने काहीतरी नियमितपणे करावे. या तरुणांना "केवळ वैयक्तिक सुखाच्या वाटेने जायचे नाही, तर आपल्या समाजाला मुक्तीच्या, सामर्थ्याच्या आणि सन्मानाच्या दिशेने घेऊन जायचे आहे" हे बाबासाहेबांचे शब्द होते. बहुतेक बहिष्कृत माणसे आयुष्याच्या शर्यतीत मागे पडतात कारण ती मोठेपणा मिरवण्यातच मग्न राहतात असे आपले निरीक्षण नोंदवून त्यांनी भवितव्याच्या आवश्यकताखातर आपल्या आजच्या मौजमजा आणि सुखे यांचा त्याग करण्याचा सल्ला बहिष्कृतांना दिला होता. त्यांनी जागृत व्हावे, क्लेशांची पर्वा न करता संघर्ष करत राहावे आणि सामूहिक

प्रतिकार करण्याची इच्छाशक्ती जोपासावी असाही संदेश डॉ. आंबेडकरांनी दिला होता. आजही तो किती महत्त्वाचा आहे हे वेगळे सांगण्याची गरज नाही.

आपल्या राजकीय वारसदारांसाठी तर फारच मौलिक व महत्त्वपूर्ण सूचना डॉ. आंबेडकरांनी आपल्या बोलण्या- वागण्यातून करून ठेवलेल्या आढळतात. पंचावन्न वर्षांच्या त्यांच्या क्रियाशील राजकारणाच्या क्रमात डॉ. आंबेडकरांनी अनेक पक्षांशी हातमिळवणी केली असली तरी आपले स्वतंत्र अस्तित्व त्यांनी कटाक्षपूर्वक अबाधित राखले होते. आपले शत्रू कोण आणि मित्र कोण याबद्दल ते कधीच भ्रमात नव्हते. काँग्रेस हा पक्ष उच्चवर्णीयांचा व भांडवलदारधार्जिणा आहे अशी त्यांची ठाम भूमिका होती. तरीही योग्य वाटले तेव्हा त्यांनी काँग्रेसशी सहकार्य केले. संविधान सभेत आणि स्वतंत्र भारताच्या पहिल्या मंत्रिमंडळात ते काँग्रेससोबत होते. त्यावेळी कोणीतरी त्यांच्या अस्तित्वविसर्जनाची शंका काढताच बाबासाहेबांनी 'चिखल आणि दगड' ही उदाहरणे घेऊन विसर्जित होण्याची भीती चिखलाला असते, दगडाला नव्हे हे स्पष्ट केले. आपण त्या संदर्भात दगडासारखे असल्याचे सांगितले. हे स्वत्व, हा स्वाभिमान आणि ही स्वायत्तता त्यांचे वारसदार म्हणवणारे किती दलित राजकारणी आत्मविश्वासाने शब्दांत व वर्तनात दाखवू शकले? डॉ. आंबेडकरांचा शत्रूमित्रसाक्षेप तरी त्यांच्यापैकी किती जणांना सांभाळता आला? लोकशाही संपली तर आपले मरणच ओढवेल हे ओळखून आम्ही एक काळजी सतत घेतली पाहिजे, ती अशी की आम्ही जे काही करू त्यातून लोकशाहीच्या शत्रूंना स्वातंत्र्य, समता व बंधुता या तत्त्वाचे उच्चाटन करण्याच्या कामी आमची मुळीच मदत होता कामा नये ही डॉ. आंबेडकरांनी सांगितलेली खबरदारी जर दलितांच्या म्होरक्यांनी घेतली असती तर भगव्या शक्तींकरवी डॉ. आंबेडकरांचे अपहरण होण्याचे आजचे संकट तरी टळले असते. "आम्ही स्वतःला सुसंघटित केले पाहिजे. वारसा हक्क हिरावून घेतलेल्या सर्वांना लढ्यासाठी प्रवृत्त केले पाहिजे. जातीयवाद्यांना मुस्लिमही बहिष्कृतच वाटतात. त्यामुळे त्यांना धरून जर हिशेब केला, तर सवर्ण हिंदूंपेक्षा बहिष्कृतांची संख्या मोठी भरते. शिवाय जनजातीही आहेत." हे डॉ. आंबेडकरांना अभिप्रेत असलेले वर्गीय एकजुटीचे राजकारण वारसदार करू शकले नाहीत हेही हिंदूकरणाचे सावट दलित चळवळीवर पडण्याचे महत्त्वाचे कारण ठरले आहे.

तेवढेच महत्त्वाचे आणखी एक कारण आहे व ते म्हणजे डॉ. आंबेडकरांच्या विभूतिकरणाचे किंवा दैवतीकरणाचे! आपले असे काही होऊ नये यावर डॉ. आंबेडकरांचा कटाक्ष होता. सत्कार, मानपत्र, समर्पण किंवा वाढदिवस साजरा करणे हे प्रसंग त्यांना मनापासून नावडते होते. आपल्या पंचावन्नाव्या वाढदिवसानिमित्त विशेषांक काढणाऱ्या जयभीम साप्ताहिकाला त्यांनी आपली नापसंती लिहून कळवली होती. त्यात ते म्हणतात, "राजकीय नेत्याला

प्रेषिताच्या पातळीवर नेऊन बसवले जाते ही भारतातील एक दुर्दैवी वस्तुस्थिती आहे... (येथे) प्रेषितांबरोबरच राजकारण्यांचेही जन्मदिन साजरे केले जातात ही परिस्थिती केविलवाणीच म्हणावी लागेल. व्यक्तिशः मला माझा वाढदिवस साजरा केलेला आवडत नाही. मी इतका लोकशाहीवादी आहे की व्यक्तिपूजा मला रुचणेच शक्य नाही. व्यक्तिपूजेला मी लोकशाहीचे विडंबन समजतो." नेत्याबद्दल योग्य तो आदर, प्रेम, सद्भाव असावा; पण त्याची "पूजा मुळीच क्षम्य नाही. ती (नेता व अनुयायी अशा) दोघांच्याही नीतिधैर्याला मारक ठरते." बाबासाहेबांचे हे हृद्गत दलित चळवळीसाठी (किंबहुना कोणत्याही चळवळीसाठी) मार्गदर्शक तत्त्व ठरू शकते. डॉ. आंबेडकरांची जेवढी व्यक्तिपूजा प्रचलित झाली आहे तिच्या एकशतांशाने जरी त्यांच्या विचारांचे परिशीलन झाले असते तर त्यांना केवळ 'प्रातःस्मरणीय' ठरवून दलितांवर मोहिनीमंत्र टाकण्यास हिंदुत्ववादी शक्ती धजावल्या नसत्या आणि एवढ्या प्रमाणात यशस्वीही झाल्या नसत्या.

एक माणूस म्हणून डॉ. आंबेडकरांचे जे दर्शन या अनुभव- आठवणींमधून घडते ते तर फारच अविस्मरणीय आहे. यात भेटतात ते हाडामांसाचे, लौकिक जगातले आणि भावनिक विश्वात वावरणारे डॉ. आंबेडकर इतरत्र जयघोषांच्या गदारोळात सहसा कधीच कोणाला दिसत नाहीत. त्यांच्या छोट्यामोठ्या आवडीनिवडी, छंद-सवयी, हर्षामर्ष, खेद-खंत, मनोकायिक व्यथावेदना, रागलोभ, व्यक्तिमत्त्वाचे विविध पैलू यांचे हृदयंगम दर्शन येथे होते. त्यांनी स्वतःविषयी प्रसंगोपात्त सांगितलेले तसेच इतरांनी त्यांच्या व्यक्तिवैशिष्ट्यांसंबंधी आवर्जून नोंदवलेले सारे तपशील एकत्र केले की त्यातून डॉ. आंबेडकरांची एक वेगळीच प्रतिमा आपल्या अंतश्चक्षूंसमोर उभी राहते.

ग्रंथांसाठी जीव टाकणारे, बाकीच्या सर्व गरजांना कात्री लावून आवडत्या ग्रंथांचा अजोड संग्रह करणारे आणि ग्रंथवाचनात तहानभूक विसरून रात्रंदिवस बुडून राहणारे डॉ. आंबेडकर आपल्याला माहीत आहेत. येथेही ते अनेक संदर्भात भेटतात; पण त्याचबरोबर अनवट आकारांची फाऊंटनपेने गोळा करणारे डॉ. आंबेडकरही येथे भेटतात. मुंबईत ते येण्यापूर्वी त्यांच्यासाठी त्यांचा एक सहकारी दुकाने हिंडून अशी पेने शोधून ठेवतो. स्वतः बाबासाहेब पेनांच्या आडव्या कपाटांवर ओणवे होऊन पेने चालवून पाहतात. त्यासाठी ते छोट्याछोट्या चिटोऱ्यांवर आपल्या ऐसपैस व अस्ताव्यस्त स्वाक्षऱ्या चिरखडतात आणि पसंतीला उतरतील तेवढी पेने खिशाला लावून दुकानाबाहेर पडतात. हे वर्णन वाचताना खूप गंमत वाटते.

महात्मा गांधींना 'महात्मा' या अभिधानास नैतिक दृष्टीनेही अपात्र ठरवणारे, उभ्या आयुष्यात कधीच त्यांना महात्मा न म्हणणारे, गोलमेज परिषदेत त्यांच्या ठाम विरोधात उभे राहणारे, पुणे कराराच्या वेळी त्यांच्याशी युक्तिवादांचे द्वंद्व करणारे आणि त्यांनी व त्यांच्या

काँग्रेसने अस्पृश्यांसाठी काय केले, असा खडा सवाल विचारणारे डॉ. आंबेडकर आपल्याला माहीत असतात. एवढेच नाही तर त्यांना गांधीद्वेष्टे समजून आजही गांधीविचारांशी वैर करणाऱ्यांची बरीच मोठी संख्याही दलित चळवळीत आपल्यासमोर असते. पण येथे मात्र त्या महापुरुषांमधील आंतरसंबंधांची दुसरी बाजू ठळकपणे पुढे येते. आणि अन्यत्र डॉ. आंबेडकरांनी गांधींविषयी काढलेले "या माणसाला मी इतर अनेकांपेक्षा अधिक चांगला ओळखतो." हे उद्गार वेगळ्या अर्थाने सार्थ वाटू लागतात. गांधींची हत्या झाली हे कळताच डॉ. आंबेडकरांना केवढा धक्का बसला होता आणि चालण्याचे श्रम सोसत नसूनही ते कसे गांधींच्या प्रेतयात्रेत चालत गेले होते याचे वर्णन श्रीमती शारदा कबीर या आपल्या वाग्दत्त वधूला लिहिलेल्या पत्रात खुद्द डॉ. आंबेडकरांनीच येथे केले आहे. गांधींचे निधन ही बौद्धिक पातळीवर त्यांना तेव्हाही इष्टापत्तीच वाटत होती, कारण त्यांच्या मते गांधींच्या नेतृत्वामुळे देशभरच खोळंबलेली स्वतंत्र विचार करण्याची प्रक्रिया या निधनामुळे पुन्हा सुरू होणे शक्य होते; पण असे असले तरी भावनिक पातळीवर मात्र गांधीखुनामुळे ते पुरते हेलावले होते हे स्पष्ट दिसते. व्हिन्सेन्ट शियान या प्रसिद्ध अमेरिकन लेखकाने आपल्या आठवणीत अशीच साक्ष दिली आहे. तो म्हणतो की, "महात्मा गांधींबद्दल कमालीचा अनादर (डॉ. आंबेडकरांच्या) बोलण्यात असायचा; पण त्या अनादराच्या आवरणाखाली त्यांना गांधींविषयी अत्यंत अस्सल आत्मीयता वाटत असावी अशी माझी खात्री आहे." यू. आर. राव यांनीही अशीच मार्मिक मांडणी केली आहे. त्यांची गांधीनिष्ठा हेरून बाबासाहेब त्यांच्या फिरक्या घेत असत किंवा मुद्दाम त्यांच्यासमोर गांधींबद्दल औपरोधिक व टवाळीपूर्ण बोलत असत. राव लिहितात, "डॉ. आंबेडकरांची सर्वश्रुत प्रतिमा गांधींचे परखड टीकाकार अशीच असली तरी मला स्वतःला मात्र असे निश्चितपणे वाटते की महात्म्याविषयी त्यांच्या मनात सखोल आणि व्यक्तिगत स्वरूपाचा नितांत आदरभाव होता. राजकीय मतभेद आणि सार्वजनिक हाडवैर यांच्यापेक्षा तो अधिक बलवत्तर होता." गैरसमजुतींचे धुके विरल्यास डॉ. आंबेडकर आणि महात्मा गांधी या दोहोंचेही आकलन अधिक योग्यप्रकारे होईल आणि दलित-शोषितांच्या चळवळींसाठी ते उपकारकच ठरेल असे प्रस्तुत भाषांतरकारास वाटते.

डॉ. शारदा कबीर यांच्याशी विवाहबद्ध होण्यापूर्वी त्यांना डॉ. आंबेडकरांनी लिहिलेली काही पत्रे येथे छापली आहेत. त्यातून त्या उभयतांमधील व्यक्तिगत संबंधांवर बरेच प्रकाशझोत पडतात. त्याबद्दल येथे विवेचन करण्याचे कारण नाही; पण डॉक्टर आंबेडकरांनी स्वतःविषयी जी माहिती आपल्या होऊ घातलेल्या पत्नीला पूर्वकल्पना असावी म्हणून कळवली आहे ती आपल्यासमोर बाबासाहेबांच्या मनातली आत्मप्रतिमा रेखीवपणे उभी करते. आपण एक मूडी व कठीण माणूस असून सामान्यतः पाण्यासारखे शांत व गवतासारखे विनम्र असतो;

पण जेव्हा संतापतो तेव्हा मात्र आपल्याला कोणीच आवरू- सावरू शकत नाही असे त्यांनी म्हटले आहे. "मी सुखासीन माणूस नाही, जीवनाची सुखे मला आकर्षित करत नाहीत. माझ्या साधेपणाचे व विरक्तपणाचे ओझे माझ्या साथीदारांना उचलावे लागते" किंवा "नैतिकदृष्ट्या मी हठवादी आहे. नैतिक वर्तनाच्या नियमांपासून रेसभरही दूर जाणे मी सहन करू शकत नाही" ही बाबासाहेबांची विधाने त्यांच्याविषयी तर खूप काही सांगून जातातच; पण त्यांचे जे अंतेवासी सुखासीन अनैतिकता सर्रास आचरत असूनही स्वतःला आंबेडकरवादी म्हणवतात त्यांना ती शरमेने मान खाली घालणे भाग पाडू शकतात. नेत्याचे व्यक्तिगत व सार्वजनिक चारित्र्य जर एकसारखेच नसेल तर तो आपली कर्तव्ये कधीच पार पाडू शकणार नाही हे डॉ. आंबेडकरांनी आपल्या भाषणांतून व आचरणातून सतत सांगितले आहे. वचन-वर्तन-सुसंगतता, निरपवाद निर्व्यसनीपणा, कोणतेही काम नेकीने, निष्ठेने व झोकून देऊन करण्याची वृत्ती, पारदर्शक प्रामाणिकपणा, पतिपत्नी संबंधांबदद्लची उदात्त भावना, संवेदनक्षम स्वभाव अशी डॉ. आंबेडकरांच्या नैतिक परिबद्धतेची अनेकानेक वैशिष्ट्ये येथे प्रकट झाली आहेत. मानवी सद्गुण आणि चांगुलपणा त्यांच्या ठिकाणी इतका ओतप्रोत भरला होता की, "जे गुण फक्त बुद्धाच्या सच्छिष्याच्या ठिकाणीच असणे अपेक्षित असते त्यांचा बाबासाहेब हे मूर्तिमंत आविष्कार होते" हे विधान आपण मुळीच अतिशयोक्तीचे म्हणू शकणार नाही. निरुंद पाटातून प्रवाहित होणाऱ्या आपल्या आयुष्याच्या सीमित-संकुचित सहानुकंपेच्या कक्षा इतर आपल्याहून वेगळयाच प्रकारे जगणाऱ्या व्यक्तींच्या अनुभवांद्वारे विस्तारता येतात आणि म्हणून आपण आत्मचरित्रांचे भोक्ते आहोत असे सांगणारे प्रांजल बाबासाहेब जसे येथे आहेत, त्याचप्रमाणे "मी कलाप्रेमी असून मला उत्तम सौंदर्यदृष्टी आहे. कुरूप गोष्टी मला भावत नाहीत..." खालच्या थरातून मी आलो असलो तरी सुसंस्कृतपणात कोणापेक्षाही मागे नाही असे आत्मविश्वासपूर्वक ठणकावणारे बाबासाहेबही आहेत. एवढेच नव्हे तर दिवसभराच्या कष्टांतून, काळज्यांतून काही क्षण मुक्त होऊन व्हायोलिनची सुरावट छेडणारे बाबासाहेबही आपल्याला येथे भेटतात. त्या महापुरुषाची ही अल्पज्ञात व्यक्तिरूपे फार लोभस आहेत.

पाषाणहृदयी, पाशवी स्पष्टवक्ता, शांतचित्त- तर्कनिष्ठ, काळजाने नव्हे तर डोक्याने निर्णय घेणारा अशी आपली जनमानसातील प्रतिमा आहे याची जाणीव बाबासाहेबांना होती असे दिसते. जगाची ही समजूत चूक असल्याचे सांगून आपण कसे हळवे व भावविवश झालो आहोत आणि ती मृदुताच कशी आपल्याला दुबळे करीत आहे हे त्यांनी आपल्या वाग्दत्त वधूला कळवले आहे. "मला खूप एकाकी वाटते आहे... गेली किमान पंधरा वर्षे मी एकाकी आयुष्य कंठले आहे. मला जवळचे असे कोणीच नाही; पण कोणी आपल्याला प्रेमाने जीव लावणारा आसपास नसताना कसे जगायचे ते मी शिकून घेतले आहे." ही त्यांची

वाक्ये काळजाला हात घालणारी आहेत. आपल्या आप्तस्वकीयांवर सतत मायेची पाखर घालू पाहणारा वत्सल वडीलधारा, आपल्या बहिष्कृत समाजावर जिवापाड प्रेम करणारा कळकळीचा लोकनायक, हिरोशिमा-नागासाकीवर बॉम्बवर्षाव झाला तेव्हा त्या वणव्यात होरपळलेल्या आपल्या निष्पाप- निरागस बौद्ध बांधवांसाठी अश्रुपात करणारा आणि मानवतावादाच्या त्या भीषण उपमर्दाचा तीव्र शब्दांत निषेध करणारा संवेदनशील विश्वनागरिक - या बाबासाहेबांच्या प्रतिमा दीर्घकाळ स्मरणात राहतील अशा आहेत.

आयुष्याच्या अखेरच्या वळणावरचे हताश, उदास, थकलेले-भागलेले डॉ. आंबेडकर वाचकाला कमालीचे अस्वस्थ करतात, अंतर्मुख करतात. एकेकाळचे त्यांचे भरभक्कम शरीर खंगले आहे. वजन घटले असून तेसुद्धा त्यांचे दुबळे पाय पेलू शकत नाहीत. पोशाख ढगळ होऊ लागले आहेत. आजारपणांनी जणू अपंगत्वच आणले आहे. नित्याची कामेही आधारावाचून त्यांना करता येईनाशी झालीत. अन्नावरची वासना उडाली आहे. दृष्टी क्षीण झाल्याने औदासीन्य आणखीच वाढले आहे. वाचन-लेखन या आयुष्यातल्या एकमेव व्यसनाचे व विरंगुळयाचे आता काय होणार? संकल्पित ग्रंथलेखन कसे पूर्ण होणार? या प्रश्नांनी त्यांची झोप उडवली आहे. ढासळते प्रकृतिमान, वाढत्या शारीरिक व्याधी, आयुष्यभराच्या कष्टांनी-क्लेशांनी शिणलेले तनमन, भावविवशतेमुळे खिन्न- क्लांत- सैरभैर झालेले व्यक्तिमत्त्व अशी त्यांची एकूण स्थिती झाली होती. निराशेच्या गर्तेत व दुःखी-कष्टी मनःस्थितीत एकांतात अश्रुपात करताना ते निकटवर्तीयांना दिसत असत.

नानकचंद रत्तूंना राहावलेच नाही. त्यांनी वारंवार बाबासाहेबांना त्यांच्या दुःखाचे, त्रासाचे व अश्रू ढाळण्याचे कारण विचारले. एकदा त्यांनी ते सविस्तर सांगितले. त्यात व्यक्तिगत सुख-दुःखांचा भाग फारसा नव्हताच. होता तो केवळ विषाद, अपेक्षाभंगाचा व विश्वासघाताचा मानसिक आघात आणि लोकहितार्थ करावयाचे उपक्रम अपुरे राहिल्याची जीवघेणी खंत. त्यांना आपले लोक 'शासनकर्ती जमात' झालेले पहायचे होते. त्यांची गुलामीतून, अज्ञानातून, दारिद्र्यातून आणि ढोरमेहनतीतून सुटका करायची होती; पण ते आता त्यांच्या जिवात जीव असेपर्यंत होण्याची शक्यता दिसत नव्हती. प्रचंड परिश्रम घेऊन ज्या ग्रंथांच्या संदर्भांची जुळवाजुळव त्यांनी केली होती ते लिहून काढून छापले जाण्याइतपतही आयुष्याचा काळ आता उरलेला नाही ही जाणीव त्यांचे मन कुरतडत होती.

सुशिक्षित व उच्च पदावर पोहोचलेले दलित तरुण आणि चळवळीतील जवळचे सहकारी यांच्याकडून झालेल्या अपेक्षाभंगाचे दुःख तर अक्षरशः आभाळाएवढे होते. आपण जन्मभर केलेल्या खडतर तपश्चर्येने लाभान्वित झालेली ही मंडळी प्रामाणिक ज्ञानार्जनाचे प्रयत्नही धड करीत नाही या गोष्टीची चीड डॉ. आंबेडकरांनी अनेकदा व्यक्त केली आहे. परदेशातून

पाठवलेल्या एका पत्रात त्यांनी आपल्याला भेटलेल्या दलित मुलांबद्दलचा अभिप्राय पाठवला होता. ते लिहितात, "त्यांनी माझी प्रचंड निराशा केली. ते अगदीच मठ्ठ आहेत. त्यांनी मला काही मूर्ख प्रश्न विचारले त्यामुळे मी संतापलोच होतो; पण मी राग लपवला." ज्या काहींनी उच्च शिक्षण घेतले, वरच्या जागा पदरात पाडून घेतल्या त्यांनी आपला वेगळाच वर्ग निर्माण केला असून स्वतःच्या व्यक्तिगत लाभाच्या पलीकडे त्यांना काहीच दिसत नाही. शोषित-बहिष्कृत समाजाबदद्ल आपले काही दायित्व किंवा कर्तव्ये आहेत हे त्यांच्या गावीही नाही. ते आपल्या लोकांचे एक नंबरचे शत्रू ठरले असून आत्मघाताच्या वाटेने निघाले आहेत" असे आपल्या हृदयांतरीचे शल्य डॉ. आंबेडकरांनी व्यक्त केले आहे.

आपल्या हयातीतच आपल्या सहकाऱ्यांपैकी कोणीतरी पुढे येऊन चळवळीचे नेतृत्व स्वीकारील आणि आपण राजकीय, सामाजिक व आर्थिक क्षेत्रांत सुरू केलेल्या कार्याची धुरा समर्थपणे सांभाळून ते कार्य पुढे नेईल अशी बाबासाहेबांची अपेक्षा होती; पण तीसुद्धा पूर्ण होण्याची लक्षणे दिसत नव्हती. आपले सहकारी नेतृत्वासाठी, सत्तेसाठी हपापलेले असून एकमेकांशी स्वार्थी स्पर्धा करण्यातच व्यस्त आहेत. परिणामी त्यांच्यात सुंदोपसुंदी माजली आहे. लोकहिताच्या कार्याकडे त्यांचे साफ दुर्लक्ष झाले आहे. किंबहुना आपल्या शिरावर केवढी मोठी सामाजिक जबाबदारी आहे याची पुसटशीही जाणीव त्यांना असल्याचे दिसत नाही हा अनुभव बाबासाहेबांना विषण्ण करणारा होता.

किती अनंत सायास करून, किती संकटांना व अडचणींना तोंड देत संघर्ष करून चळवळीचा हा काफिला आपण येथपर्यंत आणून ठेवला! आपले सहकारी जर त्यास पुढे घेऊन जाण्यास असमर्थ असतील "तर किमान तो आज जेथे आहे तेथे तरी त्यांनी त्यास राहू द्यावे. कोणत्याही परिस्थितीत त्यांनी या काफिल्यास परत फिरू देऊ नये" हा आपला अखेरचा संदेश तरी सहकाऱ्यांनी गंभीरपणे घ्यावा अशी अपेक्षा बाबासाहेबांनी अश्रुपूर्ण नेत्रांनी व्यक्त केली आहे. सहकाऱ्यांकडून झालेल्या विश्वासघातामुळे ते विलक्षण व्यथित झाले होते. श्री. रत्तू म्हणतात त्याप्रमाणे, आपल्या हयातभरच्या त्यागाची आणि संघर्षाची फळे आयती पदरात पडलेली ही नशीबवान माणसे अशी आपमतलबी आणि आत्मकेंद्री होतील, त्यांना आपल्या भूतकाळाचा आणि त्यास बदलण्यासाठी केलेल्या लढ्यांचा साफ विसर पडेल याची बाबासाहेब स्वप्नातही कल्पना करू शकले नव्हते.

डॉ. आंबेडकरांच्या पश्चात दलित चळवळीने बरीच वळणे घेतली. रिपब्लिकन पक्षाने संसदीय राजकारणात स्वतःला बंदिस्त केले. तळपातळीवरच्या प्रश्नांकडे कानाडोळा केला. दलित पँथरांनी आक्रमक भाषेत चळवळीच्या वैचारिक अधिष्ठानांची फेरमांडणी केली आणि

काही व्यावहारिक पवित्रेही घेतले; पण त्यांनाही कोंडी फोडता आली नाही, उलट त्यांचीच फाटाफूट झाली. भावनिक वादंग, आरक्षणासारखे मर्यादित प्रभावाचे प्रश्न आणि निवडणूक वाटाघाटी यांच्या भोवतीच चळवळ फिरत राहिली. 'शीलाने नियंत्रित झालेली शक्ती' मात्र तिला उभारता आली नाही. १९८० नंतर पुढे आलेली दलित युवकांची तिसरी पिढी या परिस्थितीत घुसमटत आहे. ती अधिक साक्षेपी विचार करते, आत्मटीकेला विद्रोहाइतकेच महत्त्वाचे मानते. या पिढीने बाबासाहेबांच्या अश्रूंचे मोल जाणून त्यांची घालमेल समजून घ्यावी हाच एक हेतू प्रस्तुत भाषांतरामागे आहे.

भाषांतराला परवानगी दिल्याबद्दल श्री. नानकचंद रत्तू यांचे तसेच ही अवघड; पण आनंदपर्यवसायी जबाबदारी माझ्यावर विश्वासपूर्वक सोपवल्याबद्दल श्री. बाबा भांड यांचे मी मनःपूर्वक आभार मानतो.

◆◆◆

# १७. जमातवाद - मीमांसा

जमातवाद ही संज्ञा येथे कम्युनॅलिझमसाठी उपयोगात आणली आहे. गेल्या दहा-बारा वर्षात हिंदू-मुस्लिम दंगली, धर्माधिष्ठित राष्ट्रवाद, धार्मिक मूलतत्त्ववाद किंवा पुनरुज्जीवनवाद इत्यादी जमातवादाशी संबंधित विषयांवर विपुल लेखन प्रकाशित झाले असून अजूनही होतच आहे. जमातवादाचा भस्मासुर फोफावण्याच्या मुळाशी असलेल्या कारणांचा शोध आपापल्या परीने घेऊन त्यावर निरनिराळ्या उपाययोजनाही अनेक अभ्यासकांनी सुचवल्या आहेत. काहींनी विपरीत धर्मश्रद्धांवर ठपका ठेवला आहे, तर काहींच्या मते हिंदू-मुस्लिम दुहीची मुळे देशाच्या इतिहासात खोल रुजलेली आहेत. काहींना वाटते की राष्ट्रवादाची नीट जोपासना न होऊ शकल्यामुळे येथे जमातवाद फोफावला, तर काही म्हणतात की, धर्मनिरपेक्षता असाध्य राहिल्यामुळेच येथील विविध धर्मांच्या अनुयायांमध्ये दुरावा व तेढ वाढत गेली आहे. येथील सत्ताधारी वर्गाच्या कारस्थानात आणि निवडणूक राजकारणाच्या प्रक्रियांमध्ये अनेकांना जमातवादाचे मूळ आढळते, तर इतर काहींना आर्थिक प्रश्नांची नीट सोडवणूक न होण्यात ते सापडते.

यापैकी प्रत्येक विश्लेषणात थोडाफार तथ्यांश नक्कीच असतो, त्याचप्रमाणे आपापल्या निदानाच्या आधारे त्या त्या विश्लेषकांनी सुचवलेल्या उपायांचाही जमातवादाचा मुकाबला करण्यात अंशिक का होईना हातभार लागू शकतो, हे मान्य करता येईल; पण जमातवादाचे उच्चाटन, धार्मिक दंगलींचे निर्मूलन आणि विविध धर्मीयांच्या मनातील परस्परविषयीच्या दुराव्याचे विलयन त्यातून घडून येईल, ही शक्यता जवळपास मुळीच नाही. ते घडून यायचे तर जमातवादाचा विचार केवळ त्याच्या सुट्या व दंगलीसारख्या प्रकट आविष्कारांमधून करून चालणार नाही, तर समग्र दृष्टिकोनातून तलास घ्यावा लागेल आणि प्रकट भडक आविष्कारांप्रमाणेच सुप्त-मुग्ध आविष्कारांचीही दखल घ्यावी लागेल. फारच थोड्या अभ्यासकांनी

हे भान दाखवले आहे. बहुतेकांनी एकेका विशिष्ट बाजूवरच भर देऊन प्रश्नाची व्यापक समग्रता नजरेआड केलेली दिसून येते.

जमातवादाचा अंशिक वेध घेऊन त्यावर झटपट उपाय सुचवणाऱ्या अभ्यासकांच्या प्रेरणाही प्रामाणिक असल्या तरी बऱ्याच तात्कालिक आणि उथळ असल्याचे सामान्यतः आढळते. जमातवादामुळे धार्मिक सहिष्णुता व सहजीवन करपते, समाजात सर्वत्र हिंसा व विध्वंस होतो, सामाजिक शांतता आणि राजकीय स्थैर्य धोक्यात येते, कायदा-सुव्यवस्था कोसळून उत्पादन प्रक्रियांना खीळ बसते, परकीय गुंतवणुकीवर त्याचा विपरीत परिणाम होतो अशांसारख्या काही कारणांमुळे काहीजण जमातवादाच्या चिकित्सेकडे व त्यावरील संभाव्य उपाय शोधण्याकडे वळतात. जमातवादामुळे देशाचे तुकडे पडतील, अशा कल्पनेने भयग्रस्त होऊनही वेळीच त्याला पायबंद घालण्याच्या भावातिरेकी निकडीतून काहींनी जमातवादाचे विश्लेषण करण्यास हात घातलेला आढळतो. अभ्यासकांच्या अशा प्रेरणांचा परिणाम त्यांच्या प्रतिपादनांवर झाल्यावाचून राहत नाही. अनेक अभ्यासकांची मने अलीकडच्या घटनांनी एवढी प्रभावित झालेली असतात की, प्रश्नाच्या खोलात जाऊन त्याची मुळे शोधण्याची बुद्धीच त्यांना होत नाही. सर्वधर्मप्रार्थना, भिन्नधर्मीयांचा अधिकाधिक सहवास एकत्रित सहभाग, धर्मनिरपेक्ष शिक्षण व पाठ्यपुस्तके, कडक कायद्यांची नियंत्रणे अशा अल्पपरिणामक्षम, अमूर्त अशक्यप्राय ठरलेल्या उपायांवर ते भर देतात. बहुधर्मीयांच्या परिषदा आणि मेळावे अशा औपचारिक व दिखाऊ स्वरूपाच्या कार्यक्रमांची पोपटपंची करीत राहतात.

जमातवाद हे गंभीर संकट आहे यात वाद नाही; पण त्याची कारणे केवळ उपरोक्त संकटात सामावलेली नाहीत. ती त्यापेक्षाही अधिक चिंताजनक आणि सहजी लक्षात न घेणाऱ्या परिणाममालिकेत आहेत. जमातवाद शेजारधर्म आणि माणुसकी यांचे सामाजिक जीवनातून उच्चाटन करतो. सामाजिक-आर्थिक वास्तवाचे निर्भ्रम व वस्तुनिष्ठ आकलन अशक्य करून सोडतो. राजकीय-आर्थिक प्रक्रियांच्या विवेकपूर्ण विश्लेषणाच्या शक्यता संपवून न्याय आणि समतेचे लढे कायमचे नेस्तनाबूत करतो, अविवेकी आणि विधिनिषेधशून्य शक्तींचे समर्थन करतो आणि स्पष्टपणे अशास्त्रीय, अतार्किक, विकृत व भ्रामक अशा उपपत्ती पुढे ठेवून त्यावर लोकांचा विश्वास बसावा, असे वातावरण जमातवादाच्या प्रभावामुळे निर्माण होते. तात्कालिक परिणामांच्या भीतीपोटी नव्हे, तर समाजजीवन कायमचे विषाक्त करण्याच्या या अतिभीषण संकटाचे समूळ निवारण करण्याच्या हेतूने जमातवादाचा सखोल अभ्यास करणे आणि त्यावरच्या उपायांचा शोध घेणे आवश्यक मानले, तरच ठोस काहीतरी हाती लागू शकेल. त्यादृष्टीने पाहिल्यास जमातवादाच्या उदयासाठी कारणीभूत झालेल्या सर्व

सामाजिक-सांस्कृतिक तसेच राजकीय-आर्थिक प्रक्रियांचा शोध घ्यावा लागेल. जमातवादाचे पोषण करणाऱ्या त्यातील घटकांचा निपटारा कसा होईल याचा विचार करावा लागेल.

जमातवादाचा समग्रलक्षी विचार करून तात्कालिकतेच्या पलीकडे जाऊन त्याच्यावरील प्रतिबंधक उपायांचा शोध घेण्याचा प्रयत्न करणाऱ्यांपैकी एक विचारवंत लेखक रा. वसंत पळशीकर हे आहेत. त्यामुळेच त्यांनी वेळोवेळी जमातवादाशी संलग्न असलेल्या विषयांसंबंधी जे विपुल लेखन केले त्यातील निवडक लेखांचा प्रस्तुत संग्रह सिद्ध केला आहे. आजच्या परिस्थितीत हे चिंतन नुसते उद्‌बोधकच नव्हे, तर उपयुक्तही ठरू शकेल, असा विश्वास या उपक्रमाच्या मुळाशी आहे. यातले बरेचसे लेखन प्रासंगिक व नैमित्तिक आहे. पुस्तक परीक्षणे, चर्चासत्रांतील निबंधांवरील प्रतिक्रिया, नियतकालिकांतील चर्चांवरील समारोपवजा प्रतिसाद, विशेषांकातून संपादकाच्या प्रश्नावलींच्या अनुषंगाने मांडलेले विचार असे यातील अनेक लेखाचे स्वरूप आहे. काही सविस्तर लेख मात्र स्वतंत्र विषयांचा सविस्तर ऊहापोह करणारे निबंधच आहेत. प्रासंगिक लेखनात एकच विषय किंवा अशा विषयाशी संबंधित उप-विषय वारंवार हाताळावे लागल्यावर त्यात काही मुद्द्यांची पुनरुक्ती होणे अपरिहार्यच असते, तशी ती या पुस्तकातही काही ठिकाणी झाली आहे. संपादन करताना ती तशीच ठेवली आहे; कारण ती काढल्यास मूळ लेखनाचे संतुलन व लय बिघडली असती. फक्त खुद्द लेखकाला जेथे नव्या तथ्यांचा शोध, नंतरच्या घडामोडींमुळे करावा लागलेला फेरविचार किंवा आत्मपरीक्षणांनी बदललेली भूमिका अशा कारणांखातर मूळ मजकुरात काही भर घालण्याची गरज स्वतःचे लेखन १९९३ साली पुन्हा करताना भासली. तेथे तिरपा ठसा वापरून तो मजकूर तळटिपांमध्ये घातला आहे. पुस्तकाच्या अखेरीस परिशिष्ट टाकून त्यात मूळ प्रकाशनाविषयीचा तपशील नमूद केला आहे.

रा. वसंत पळशीकरांच्या लेखांचे वर्गीकरण चार गटात करून त्यानुसार प्रस्तुत ग्रंथाचे चार विभाग पाडले आहेत. जमातवादी राजकारण आणि त्याचा प्रतिवाद या पहिल्या भागात एकूण सात लेख असून त्यात भारतीय राजकारणातील मुस्लिम विचारधारांची सोपपत्तिक मीमांसा तसेच तिला मिळणाऱ्या हिंदुत्ववादी प्रतिसादाचेही स्वरूप तपासले आहे. हिंदू आणि मुस्लिम जमातवादाचा स्वतंत्रपणे विचार करून भागणार नाही. जमातवादाची समस्या एकच आहे, फक्त त्याच्या दोन आघाड्या आहेत, या दृष्टीनेच विचार करावा लागेल, हे या लेखांचे मध्यवर्ती सूत्र आहे. दुसरा भाग भारतीय राष्ट्रवाद आणि राष्ट्र राज्याची संकल्पना या विषयाशी संबंधित सहा लेखांचा आहे. पारंपरिक राष्ट्रवादातून सोडवणूक करून घेऊन आपल्या राष्ट्रीयत्वाची पुनर्मांडणी करण्याखेरीज बाकीचे सर्व उपाय कुचकामी ठरणे भाग आहे असा लेखकाचा अभिप्राय आहे. जमातवादी दंगली करणे आणि उपाय असा तिसरा

विभाग असून त्यात हिंदू-मुस्लिम दंगलीचे मूलगामी विश्लेषण करून समाजाला दंगलमुक्त कसे होता येईल याचा शोध घेणाऱ्या पाच लेखांचा अंतर्भाव केला आहे. चौथा विभाग धर्मनिरपेक्षता आणि सर्वधर्मसमभाव या शीर्षकाचा आहे. त्यात चार लेख समाविष्ट आहेत. परिस्थितीचा संदर्भ सोडून धर्मनिरपेक्षता या संकल्पनेचा पाठपुरावा केला गेल्यामुळे तिचा पराभव होण्याची परिस्थिती ओढवली आहे, असा निर्वाळा रा. पळशीकरांनी दिला आहे.

जमातवादाविषयी बोलताना हिंदूंचा किंवा 'बहुसंख्याकांचा जमातवाद' आणि 'मुस्लिमांचा किंवा अल्पसंख्याकांचा जमातवाद' असे शब्दप्रयोग केले जातात. एवढेच नव्हे, तर त्यापैकी एकाला दुसऱ्याची प्रतिक्रिया म्हणून स्वाभाविक किंवा कमी आक्षेपार्हही ठरवण्याचे प्रयत्न केले जातात. एकाला दुसऱ्यापेक्षा कमी वा अधिक गंभीर किंवा अनिष्ट ठरवले जाते; पण वस्तुस्थिती अशी आहे की, जमातवादाचे धर्मनिरपेक्ष व स्वायत्त असे स्वतःचे वास्तव असते. हिंदूंचा जमातवाद आणि मुस्लिमांचा जमातवाद परस्परांचा परिपोष करीत असल्यामुळे त्या दोहोंचाही मुकाबला सारख्याच नेटाने करायला पाहिजे. एका जमातवादाने दुसऱ्या जमातवादाचे निराकरण करण्याच्या प्रयत्नांना यश येण्याची तर शक्यता नाहीच, उलट असे प्रयत्न अंगलट येण्याची शक्यताच अधिक असते. खासदार वाजपेयी आणि फुटीर जातीयवादाचा मुकाबला या लेखात रा. पळशीकरांनी हिंदुत्ववाद्यांच्या पक्षपातीपणावर अचूक बोट ठेवले आहे. ते फक्त मुस्लिमांच्या जमातवादाचीच तीसुद्धा फारसे खोलात न जाता चिकित्सा करतात. बहुसंख्य मुस्लिम शांतताप्रिय आहेत हे मान्य करूनही मूठभर मुस्लिम जमातवाद्यांना वठणीवर आणण्यासाठी अमलात आणलेल्या आपल्या उपायांची झळ बहुसंख्य मुस्लिमांना लागू नये, याची दक्षता हिंदू धुरीण घेत नाहीत; जमातवाद्यांचे हत्यार म्हणून राष्ट्रगीत, राष्ट्रध्वज, भगवा ध्वज, समान नागरी कायदा अशा गोष्टींचा अविचारी व राजकीय वापर ते करतात. तसे केल्याने त्या गोष्टीसंबंधी अकारणच प्रतिकूल धारणा अल्पसंख्याकांच्या मनात बळावतात आणि ते व्यापक राष्ट्रीय हिताला मारक असते, याचीही पर्वा हिंदुत्ववाद्यांना नसते.

भारत हे धर्माधिष्ठित राष्ट्र, या अर्थाने हिंदू राष्ट्र नाही आणि होण्याची शक्यताही नाही हे स्पष्ट असताना धर्माच्या आधारे संघटित होण्याची आवाहने हिंदुत्ववादी करतात. हिंदूंमध्ये अल्पसंख्य गड निर्माण करणे, मुस्लिम मानस मुल्लामौलवी घडतात तशी भूमिका पार पाडण्याची गळ हिंदू धर्मगुरू, महंत धर्माचार्य, पंडित प्रभृतींना घालणे, मुस्लिमांचे लाड आणि हिंदूंवरील अन्याय अशा कंड्या पिकवणे ही सारी जमातवादाने जमातवादाला शह देण्याच्या प्रयत्नांचीच उदाहरणे आहेत. यातून जमातवादी ध्रुवीकरण अधिक तीव्र होते, जमातवादी शक्ती बळकट होतात आणि जमातवादाविरुद्धचा लढा मात्र क्षीण होत जातो. जमातवादाची लागण अधिकाधिक समाजघटकांना होऊ लागते. ब्राह्मणी वर्तुळापुरते मर्यादित असलेले

हिंदुत्ववादाचे आवाहन केवळ स्वतःला क्षत्रियत्व बहाल करणाऱ्या अब्राह्मणी मध्यम जातींनाच नव्हे, तर दलित पूर्वास्पृश्यादिकांनाही भुरळ पाडू लागले आहे, ही याचीच साक्ष आहे. धर्माच्या आधारे जमातवादाची मांडणी करण्यातून आणि उपाय शोधण्यातून जमातवादाची गृहीत कृत्ये कळत-नकळत मान्य केली जातात, हे समजून घेण्याची गरज आहे.

भारतात भिन्नधर्मीय लोक राहतात. त्यांच्या धार्मिक आचरणात तफावत किंवा अंतर्विरोध आहे, धार्मिक आधारांवर काही लोकांना संरक्षण मिळण्याची / विशेष अधिकार मिळण्याची गरज आहे, अशा चुकीच्या भूमिकेतून जमातवादाचे समर्थन स्पष्टीकरण केले जाते आणि जमातवादावर उपायही सुचवले जातात. एका टोकाला जाऊन येथील भिन्नधर्मीय वास्तवच संपवण्याची आचरट भाषा काही जण करतात, तर दुसऱ्या टोकाला संपूर्णपणे निधर्मी व धर्मविरोधी भूमिका घेऊन काही धर्मनिरपेक्षता जमातवादाचे निराकरण करू पाहतात. या दोन टोकांच्या मध्ये मग अल्पसंख्याकांना त्यांच्या संख्येच्या प्रमाणात नोकऱ्यांमध्ये सामावून घ्यावे, सर्वधर्माच्या संयुक्त प्रार्थना केल्या जाव्या. मित्र धर्माच्या धर्मवाद्यांमध्ये संवाद घडवून आणावेत, हिंदूंना विशेष अधिकार असावेत, धार्मिक हक्कांना संरक्षण व धार्मिक आधारांवर सवलती मिळाव्यात, धार्मिक, सहिष्णुता, सुसंवाद व सामंजस्य वाढवावे असे उपाय सुचवले जातात. या संदर्भात एक गोष्ट प्रथमच स्पष्ट करून घ्यावी लागेल की धर्म, धार्मिक इतिहास, धार्मिक अस्मिता किंवा आचरण यात जमातवादाचे मूळ शोधणे व्यर्थ आहे. जमातवाद या सर्व गोष्टींचा पुरेपूर उपयोग करून घेत असतो आणि जमातवादाच्या वाढीसाठी त्यांचे अस्तित्व हातभार लावते हे नाकारण्याचे कारण नाही; पण ते जमातवादाचे मूळ कारण नाही. त्याला मूळ कारण मानण्याची चूक विश्लेषकांच्या हातून झाल्यास जमातवादाची खरी कारणे त्यांना हुलकावणीच देत राहतात.

जमातवादी शक्तींचा असा दावा असतो की, एका धर्माच्या सर्व व्यक्तींचे सामाईक सामाजिक-आर्थिक-राजकीय-हितसंबंध असतात आणि ते अन्यधर्मीय व्यक्तींकडून वेगळेच नव्हते, तर विरुद्धही असतात. हा प्रचार प्रभावी ठरतो. मध्ययुगीन इतिहासापासून हिंदू-मुस्लिम संबंधाचा जमातवादी शोध घेतला जातो. मध्ययुगीन इतिहासाची मांडणी हिंदू जमातवादी करतात तेव्हा मुस्लिमांचे मूर्तिभंजन, लूट, बलात्कार एवढेच अधोरेखित करतात आणि मुस्लिम जमातवादी तेव्हाच्या तथाकथित इस्लामी वैभवाचे गौरवीकरण करतात. दोघांनाही आपण काही हरवल्याची खंत आणि आता त्याचे उट्टे काढण्याची प्रेरणा निर्माण करायची असते.

वस्तुतः धर्म किंवा भिन्नधर्मीयता यांचा फक्त वापर जमातवादी शक्ती स्वार्थासाठी करून घेतात, कारण एकतर धर्माइतके जनमानस प्रक्षुब्ध करणारे जलद व प्रभावी साधन दुसरे नसते

आणि दुसरे असे की, एरव्ही जी कृत्ये व क्रौर्य करायला माणसे धजावणार नाहीत किंवा त्यांना ती करायला लाज वाटेल अशी कृत्ये बिनदिक्कत करायला धर्माच्या नावाने तयार होतात. जमातवादाला धर्माशी काडीमात्रही कर्तव्य नसते, धर्माचे राजकारण करणाऱ्यांना परमेश्वरप्राप्तीची जरासुद्धा आस नसते. संपूर्ण जमातीसाठी ज्या गोष्टीची मागणी जमातवाद करतो त्या त्या जमातीतील सर्वांना तो कधी मिळवून देऊ शकत नाही, किंवा जमात म्हणून त्यांच्या हितांचे रक्षणही करू शकत नाही याचा विसर पडून हुरळलेल्या शेळीने लांडग्याच्या मागे जावे तसे लोक जमातवाद्यांच्या कच्छपी लागतात. यावरून लोक धार्मिक वृत्तीचे असतात म्हणून जमातवादी बनतात असा अर्थ काढणे आणि त्यांची धार्मिक वृत्ती कमी करणे, सात्त्विक करणे किंवा नष्ट करणे हा जमातवादाचा प्रतिवाद समजणे भ्रममूलक ठरेल. किंबहुना धर्माचा, धार्मिक आवाहनांचा किंवा माध्यमांचा वापर करून जमातवादाचा मुकाबला करताच येणार नाही. धर्माची उपपत्ती आणि जमातवादाची उपपत्ती यात काहीही समान नाही. लोक जमातवादाला प्रतिसाद देतात, त्याची कारणे त्यांच्या धर्मनिष्ठांच्या पलीकडे जाऊनच शोधायला हवीत. आमच्या सर्वच अस्मिता स्फोटक का होतात? या प्रश्नाचे उत्तर त्या अस्मितांमध्ये नव्हे, तर अन्यत्रच आपल्याला सापडू शकेल. रा. पळशीकरांचा जातजमातीय अस्मिता जमातवादी कधी बनते? हा निबंध या शोधात आपल्याला मार्गदर्शक ठरू शकेल.

पाश्चात्त्य धर्मनिरपेक्षतेच्या प्रभावाखाली येथील धार्मिक वास्तव समजून घेण्यास असमर्थ राहिलेल्या डाव्या, विवेकवादी व पुरोगामी शक्तींनी आजही अंतर्मुख होऊन आपल्या भूमिकांची फेरतपासणी करण्याची गरज आहे. रा. पळशीकरांच्या प्रस्तुत लेखनात वारंवार या फेरतपासणीची गरज आणि दिशा स्पष्ट केलेली आहे. तसे तर आपल्याकडे धर्मवादी आणि निधर्मी या दोघांनीही धर्माच्या सामाजिक संदर्भाची उपेक्षाच केली आहे. धर्मश्रद्ध लोकांसाठी धर्म ही आध्यात्मिक आधाराची किंवा अंतिम मोक्षाची बाब असते, तर निधर्मी मंडळी असे गृहीत धरून असतात की विवेक आणि विज्ञान आज अपुरे पडतात म्हणूनच केवळ धर्माला अस्तित्व आहे. उद्या ही त्रुटी दूर होताच धर्म हे प्रकरणच इतिहासजमा झालेले असेल. आज खरी गरज जर कोणती असेल तर ती ही आहे की, धर्माची उत्पत्ती, वाटचाल, आशय, ईहलौकिक भूमिका, सातत्याचा व सार्वत्रिकतेचा पाया, मानसशास्त्रीय, मानवशास्त्रीय-समाजशास्त्रीय संदर्भ, गुंतागुंतीचे स्वरूप आणि आविष्कार या सर्वांचा सखोल आणि मूलतः आस्थेवाईक विचार झाला पाहिजे. धर्माची समीक्षा; पण तीही या व्यापक परिप्रेक्ष्यात व्हावी. धर्माला आहे ते स्वरूप ज्या सामाजिक -आर्थिक-राजकीय कारणांनी प्राप्त झाले ते ध्यानात घेऊन व्हावी आणि खरे तर ती स्वधर्मापासूनच सुरू व्हावी. आज ही प्रक्रिया थांबलेली असणे हे जमातवादाच्या पथ्यावर पडले आहे.

धर्म ही एक लक्षणीय सामाजिक शक्ती आहे. तिला आपण कमी लेखता कामा नये. धार्मिक अस्मिता हा समुदायभावनेचा एक बळकट आधार आहे. विशेषतः व्यक्तिगत व सामाजिक पेचप्रसंगातून जाताना माणसांना तिचा सतत उपयोग होत आला आहे, हे नाकारण्यात हशील नाही. माणूस समुदायात असतो, तसे समुदायाचे माणसात आंतरीकरण झालेले असते, त्याचे व्यक्तिमत्त्वच मुळी समाजदत्त असते. त्यामुळे समुदायाकडे पाहण्याची आपली वृत्ती पूर्वग्रहदूषित असून चालणार नाही. जमातवादासाठी धर्माला कारणीभूत ठरवून बदडणे म्हणजे साप सोडून भुई थोपटण्यासाखे किंवा रोग सोडून लक्षणावर इलाज करण्यासारखे आहे. वस्तुतः सत्ताकांक्षी व राजकारणी प्रवृत्तीचे धर्मगुरू आणि राजकारणासाठी धर्माचा वापर करणारे राजकारणी या दोहोनाही धर्माशी कर्तव्य नसते. लोकांच्या धर्माचरणात व धार्मिक व्यवहारात दोष नाहीतच असा याचा अर्थ नाही किंवा त्या दोषांचा-दौर्बल्याचा स्वार्थी फायदा श्रेष्ठीजनांना होत असल्यामुळे ते त्यांना जोपासतात हेही नाकारण्याचे कारण नाही; पण दोषद्रौर्बल्याचे निराकरण सरकारी प्रयत्नांपेक्षा सामाजिक पुढाकाराने आणि अश्रद्धांपेक्षा सश्रद्धांकरवीच अधिक घडून येऊ शकेल, असा अभिप्राय रा. पळशीकरांनी व्यक्त केला आहे.

आपल्याकडे संदर्भ सोडून धर्मनिरपेक्षतेचा पाठपुरावा केला जात असल्यामुळे अनेक घोटाळे झाले आहेत हे लेखकाने अनेक उदाहरणांनी स्पष्ट केले आहे. त्यांच्या मते, सरकारने येथे समान नागरी कायदा करावा किंवा आधुनिक इहवादी समाजाची उभारणी करावी ही सर्वंकष हस्तक्षेपवादी भूमिका आणि सरकारने सर्वत्र धार्मिक बाबतीत उदासीन राहावे आणि सर्वच धर्मांचा सारखाच विरोध किंवा तिटकारा व तुच्छभाव व्यक्त करावा या दोन्ही भूमिका चुकीच्या आहेत. मागासलेपणा धार्मिकतेमुळे येतो आणि पुढारलेपणा धार्मिकतेचा ऱ्हास होण्यातून ही समीकरणेच तातडीने डोक्यातून काढून टाकणे अत्यावश्यक आहे. उंबरठ्याबाहेर धर्म आणू नये. ही धर्मनिरपेक्षतेची व्याख्याही रा. पळशीकरांना त्यादृष्टीने आक्षेपार्ह वाटते. सर सय्यदांपासून बॅरिस्टर जिनांपर्यंत कोणीच मुस्लिम विचारवंताने शुद्ध बुद्धिनिष्ठ व तर्ककठोर भूमिका घेतली नसल्याची टीका करणाऱ्या लेखकाला त्यांनी, संपूर्ण समाज धर्मत्यागाच्या भूमिकेवर कधीच येत नसतो, कधीच अश्रद्ध होत नसतो या वस्तुस्थितीत त्या विचारवंतांच्या त्या कथित वैगुण्याचे कारण शोधायला सांगितले आहे.

राष्ट्रीय चारित्र्य आणि राष्ट्रीय जाणिवांचा नीट परिपोष आपण न करू शकल्यामुळे जमातवादाला वाव मिळाला आहे. त्यामुळे आता जर जमातवादाला आळा घालायचा असेल तर त्यावर जबरदस्त राष्ट्रवादाचा उतारा देण्याची गरज आहे, असे काही भाष्यकारांना वाटते. विशेषतः सावरकरांपासून संघपरिवारापर्यंत आणि सेनाप्रमुखांपर्यंत जे हिंदुत्वाधिष्ठित राष्ट्रीयत्वाचे

पुरस्कर्ते आहेत, त्यांचा असा आग्रह असतो की एकधर्मीय-एकसाची राष्ट्राची उभारणी हाच सर्व समस्यांवरचा आणि म्हणून जमातवादावरचाही रामबाण उपाय आहे. राष्ट्रवाद ही स्वयंसिद्ध पुरोगामी शक्ती आहे, ती कधी प्रतिगामी असूच शकत नाही, असे चुकीचे गृहीत या विचाराच्या मुळाशी असते. या विचाराच्या पुरस्कर्त्यांना सामान्यतः हिटलरच्या कार्याचे व राष्ट्रवादी तत्त्वज्ञानाचे आकर्षण वाटते हा केवळ योगायोग म्हणता येणार नाही. त्यामुळे जमातवादाकडे राष्ट्राचे ऐक्य निकालात काढणारी व फूट पाडणारी प्रवृत्ती म्हणून पाहतात आणि 'राष्ट्रैक्य'खातर अधिक जालीम प्रकारचा जमातवाद पिकवून तिचा पाडाव करू पाहतात. बहुसंख्याकांचा जमातवाद म्हणजे राष्ट्रवाद आणि अल्पसंख्याकांचा जमातवाद राष्ट्रद्रोह अशी सोयिस्कर व्याख्या ते करतात. मुस्लिमद्वेषावरच या राष्ट्रवादाची मदार असल्यामुळे त्या समाजाविषयी धादांत खोटा प्रचार ते करतात. देशाचे तुकडे पडण्याची सुतराम शक्यता नसतानाही ते पाहणाऱ्या प्रधानमंत्र्यांची खांडोळी करण्याच्या राणा भीमदेवी गर्जना-वल्गना करण्यात इरेसरी समजतात. भारत-पाकिस्तान यांच्यातील युद्ध असो की क्रिकेट मॅच, भारतातील एकजात सगळ्या मुसलमानांना पाकिस्तानची सरशी झाल्यावर आनंदाने उकळ्या फुटत असल्याचा सरसकट आरोप ते विनापुराव्याने करतात. गुन्हेगारांचेही वर्गीकरण 'आपले व त्यांचे असे करून आपल्यां' ना पाठीशी घालण्याचे त्यांचे धोरण असते. या आक्रमक राष्ट्रवाद्यांच्या मुस्लिमविरोधी प्रचाराचा प्रतिवाद करताना मुस्लिम कसे राष्ट्रभक्त होते, त्यांनी कसा स्वातंत्र्यलढ्यात भाग घेतला होता वगैरे तथ्ये पुढे ठेवली जातात; पण त्याचा फारसा परिणाम होत नाही, कारण राष्ट्रभक्तीच्या भावनिक आवाहनाच्या तुलनेत या तथ्यांचे बौद्धिक आवाहन एकतर तोकडेच पडते आणि दुसराच धोका निर्माण होतो तो म्हणजे जमातवादाचा प्रतिवाद जमातवादाच्याच चौकटीत करण्याच्या प्रवृत्तीस अप्रत्यक्षतः हातभार लागतो.

जमातवादाविरोधी लढा राष्ट्रवादाच्या अंगाने पुढे नेल्यास तो संपूर्ण चुकीच्या दिशेने जातो आणि अत्यंत तोकडा पडतो, एवढेच नव्हे तर त्यातून अनेक नवेच प्रश्न निष्पन्न होतात. इतिहासात मागे जाऊन राष्ट्रवादाचा शोध घेणे किंवा राष्ट्रवादाची तात्त्विक मांडणी करणे रा. पळशीकरांनी त्यादृष्टीनेच निरर्थक ठरवले आहे. त्यांच्या मते, ऐतिहासिक कारणांनी बहुधार्मिक, बहुभाषिक व बहुसांस्कृतिक असलेल्या या राष्ट्राचा बहुढंगीपणा मोडीत काढून त्याच्यावर एकसाची राष्ट्रीयत्वाची कल्पना थोपणे गैर आहे. विशेषतः भारत एक हिंदू राष्ट्र ही भूमिका तर अधिकच घातक, कृत्रिम आणि खोटी आहे. राष्ट्रराज्यासाठी राष्ट्रनिष्ठा उपयुक्त असते हे मान्य केले तरी ती रुजवायची कशी? हा प्रश्न उरतोच. परंपराभिमान, पूर्वज गौरव, शत्रू द्वेष यांच्याद्वारे कडक राष्ट्रवाद पिकवणे व्यक्तिस्वातंत्र्यादी लोकशाही मूल्यांशी विसंगत ठरते. हिंदू राष्ट्रवादाचा येथील इतिहास तपासता तो केवळ अन्यधर्मीयांसाठीच नव्हे तर खुद्द हिंदूंसाठीही

धोक्याचा आहे हे पुराव्यांनी सिद्ध करता येते. मुस्लिम राष्ट्रवादाचा कडव्या हिंदुत्वाने प्रतिकार करणाऱ्या त्या राष्ट्रवादाची व्याख्याच मुळी राष्ट्रविघातक ठरते. उलट गांधी, रानडे, प्रभृतीचे हिंदुत्व कितीतरी व्यापक आणि परिपक्व होते; पण त्या हिंदुत्वाशी हिंदू राष्ट्रवाद्यांना कधीच काहीही घेणेदेणे नव्हते. आजही नाही. खऱ्या राष्ट्रबांधणीबद्दलही त्यांना आस्था नाही. त्यांचे राष्ट्र हे केवळ अमूर्त, काल्पनिक आणि प्रतीकात्मक असते. हिंदू म्हणून जन्माला येणे राष्ट्रभक्त ठरण्याला पुरेसे असते. इतरांनी मात्र त्याची राष्ट्रभक्ती प्रत्यक्ष वर्तनातून सिद्ध करावी अशी त्यांची अपेक्षा असते.

राष्ट्रराज्य आणि राष्ट्रबांधणी यासंबंधी रा. पळशीकरांनी काही वेगळेच चिंतन 'पारंपरिक राष्ट्रवादापासून मुक्तता', 'भारताचे एक राष्ट्रीयत्व' आणि 'राष्ट्रीयत्वाच्या पुनर्मांडणीचे आव्हान आणि हिंदू समाजाची जबाबदारी या आपल्या लेखनामधून मांडले आहे. त्याच्याशी चटकन सहमत होता येत नसले तरी त्याचा गंभीरपणे विचार करावाच लागेल, असे त्याचे स्वरूप आहे. त्याचे म्हणणे थोडक्यात असे आहे की, राष्ट्रराज्याचे जे पश्चिमी प्रतिमान आहे ते स्वीकारण्यात आपली चूक झाली आहे. येथील एकात्मतेचे रहस्य बलशाली केंद्रसत्तेत कधीच नव्हते, आजही असू शकत नाही. आर्थिक विकास, कल्याणकारी राज्य, उदारमतवादी लोकशाही आणि दंडुकेशाही यापैकी कशानेही एकात्मतेची भावना वाढवण्यात यश मिळवलेले नाही. राज्यघटनेतून नवा एकजिनसी समाज साकार होण्याचे स्वप्न पूर्ण झालेले नाही. राष्ट्रबांधणीच्या खऱ्या कार्याची अक्षम्य उपेक्षा झाली आहे. औद्योगिक संस्कृतीने प्राथमिक गरजांची परिपूर्तता होऊ न शकल्यामुळे सामाजिक जीवनातील ताणतणाव वाढून जमातवादाला वाव मिळतो आणि राष्ट्राचे अस्तित्व संकटात आल्यासारखे वारंवार वाटते. स्वतःचे वेगळेपण आणि वारसा आत्मसात न केलेल्या संविधानाद्वारे राष्ट्रबांधणीचे कार्य पार पडू शकणारच नाही, हे आपण लक्षात घ्यायला हवे. परंपरा, संस्कृती आणि तज्जन्य लोकमानस अनुकूल असणे त्यासाठी अगत्याचे असते. राष्ट्रराज्याच्या बांधणीच्या दृष्टीने भारतीय इतिहास व परंपरा तसेच सामाजिक संरचना प्रतिकूल आहे, असा निर्वाळा देऊन राष्ट्रराज्याखेरीज सामाजिक एकजिनसीपणाचे इतर जे प्रकार असतात त्याचा शोध घेण्याची शिफारस लेखकाने केली आहे. सत्तेचे विकेंद्रीकरण, जनजीवनाची स्वायत्तता आणि राज्यसत्तेचे सीमित क्षेत्र ही पर्यायी राष्ट्रबांधणीची त्रिसूत्री त्यांना अभिप्रेत दिसते.

जमातवादाचे निराकरण करण्याचे उपाय त्याच्या आकलनानुरूप बदलतात. जमातवादाचे ज्यांचे आकलन मुख्यत्वे धर्मकेंद्री असते ते सश्रद्ध असतील तर धर्माचे विशुद्धीकरण, खरे धर्माचरण, तौलनिक धर्मचिंतन, धर्माधर्मातील समान सूत्रे व आदानप्रदान यावर भर देतात, आणि जर अश्रद्ध असतील तर वैधानिक दृष्टिकोन वाढवण्यावर भर देतात. ज्यांना ती एक

विचारप्रणाली म्हणून चिंताजनक वाटते ते तिला पर्यायी विचारप्रणाली राष्ट्रवादाच्या, धर्मनिरपेक्षतेच्या वगैरे स्वरूपात पुढे मांडतात. निवडणूक राजकारणात किंवा एकूणच लोकशाही राजकीय प्रक्रियांमध्ये जमातवादाचे मूळ आहे असे ज्यांचे आकलन आहे ते राजकारणाचे नैतिकीकरण किंवा निधर्मीकरण करण्याचा आग्रह धरतात. जमातवाद हा केवळ धार्मिक समस्यांवरचा मुखवटा आहे अशी ज्यांची समजूत असते, ते बेकारी, बेरोजगार, आर्थिक विषमता कमी होईल अशा गतिमान आर्थिक- औद्योगिक विकासाची भलावण करतात. यापैकी प्रत्येक आकलन सत्यांशावर आधारित असले तरी हत्ती आणि सात आंधळे गोष्टीतल्याप्रमाणे त्याचे स्वरूप असते आणि त्यामुळेच प्रत्येकाने सुचवलेल्या उपाययोजनांची प्रभावक्षमता अतिसीमित असते. जमातवादाचा समर्थ मुकाबला करण्यास त्या अपुऱ्या पडतात. जमातवादाचे समग्र स्वरूप लक्षात घेतल्यावर त्याच्या प्रतिवादाचे जे उपाय समोर येतात, ते व्यापक लढ्याची आणि आमूलाग्र सामाजिक-आर्थिक परिवर्तनाचीच मागणी करणारे असतात. जमातवादाविरुद्धचा लढा हा त्या व्यापक लढ्याचा एक भाग असतो. सामाजिक-आर्थिक-मानसिक-राजकीय-शैक्षणिक अशा अनेक आघाड्यांवर एकसमयावच्छेदेवरून हा लढा चालवण्याची निकड स्पष्ट होते.

भारतीय राज्यसत्तेचे वर्गचारित्र्य आणि येथील राज्यकर्त्या वर्गाची आपमतलबी भूमिका जमातवादाच्या संदर्भात नीट समजून घ्यावी लागेल. आपले प्रभुत्व टिकवण्यासाठी या वर्गाने नेहमीच धर्म, धर्मसंस्था, धर्मभावना व धर्माचरण यांचा वापर केला आहे. अन्याय आणि विषमता यांच्या विरोधात लोकांनी बंड पुकारू नये यादृष्टीने त्याने जमातवादाचा आधार घेतला आहे. झपाट्याने होणाऱ्या बदलांमुळे जेव्हा या वर्गाची पारंपरिक पाये दोलायमान होतात अशावेळी त्यांची जमातवादावरची भिस्त वाढत जाते. संघटना, विचारप्रणाली व कार्यक्रम यांच्या आधारे मतदारांचा पाठिंबा मिळवून सत्तेवर येण्याचा मार्ग जेव्हा त्याला पेलत नाही तेव्हा तो जमातवादाचे राजकारण करू लागतो. दंगली पेटवतो, धार्मिक उन्माद माजवतो, शत्रुप्रतिमा उभारून जनजीवनात विषपेरणी करतो. समाजात जसजसा आर्थिक-सामाजिक-नैतिक पेचप्रसंग तीव्र होतो आणि त्यावर कोणतेही उत्तर राज्यकर्त्या वर्गापाशी नसते, तेव्हा तो जमातवादाचा आसरा घेतो. लोकांना जमातवादी आवाहने करून आपला राजकीय स्वार्थ साधतो. लोकांच्या कोणत्याही प्रश्नाची मांडणी सोपपत्तिक पद्धतीने करून त्यांची सोडवणूक करण्याऐवजी जमातवादाला खतपाणी मिळेल अशा स्वरूपात जमातवादी डूब देऊन तो ते प्रश्न मांडतो. सवंग लोकानुनयाचा अवलंब करतो. रा. पळशीकरांच्या लेखनात राज्यकर्त्या वर्गाच्या संधिसाधू भूमिकेला अधूनमधून स्पर्श केलेला असला तरी खोलात जाऊन त्यांच्यावर स्पष्ट दोषारोपण केलेले दिसत नाही. आर्थिक-राजकीय प्रश्नांची उपज करणाऱ्या व्यवस्थेवर

मुळीसुद्धा प्रश्नचिन्ह न लावता जे त्या त्या वेळच्या तथाकथित शत्रूंना निःशेष करण्यातून ते प्रश्न सोडवू पाहतात, त्यांच्या कारस्थानांवर अधिक प्रखर प्रकाश टाकण्याची गरज आहे.

देशातील आर्थिक- औद्योगिक विकासाचे असमान, असंतुलित व विपर्यस्त स्वरूप, औद्योगिक क्षेत्रातील जुन्या-नव्यांची स्पर्धा व संघर्ष, अपुरी रोजगारक्षमता, भांडवलशाही, विकासाच्या विशिष्ट स्वरूपातून उभे राहिलेले संघर्ष आणि उद्भवलेल्या नवनव्या अनिश्चितता, परात्मता आणि असुरक्षितता ही एकूण परिस्थिती जमातवादाला अतिपोषक आहे. तिच्यातून जे बहुमुखी पेचप्रसंग समाजजीवनात उभे राहतात तेच समाजातील मूलतत्त्ववादी, पुनरुज्जीवनवादी, धर्माभिमानी वगैरे प्रतिगामी प्रवाहांना बळकटी मिळवून देतात. धर्मातील विश्वात्मकता-मानवता मागे टाकून संकुचितता व संकीर्णताच अधिक ठळकपणे आचरणात आणतात. परंपरेने चालत आलेल्या जमातीय सहजीवनाचे आधार मोडीत काढून एकमेकातील दुरावा, संशय, मत्सर, स्पर्धाभाव आणि अंतर्विरोध यांनाच अधोरेखित करतात. रा. पळशीकरांनी जमातीय सहजीवनाचे आधार बळकट करण्यावर भर दिला आहे तो रास्तच आहे; पण विकासप्रक्रियेतील त्रुटी-विकृतींची जमातवादाच्या संदर्भात जेवढी दखल घ्यायला हवी, तेवढी त्यांनी घेतलेली दिसत नाही.

रा. पळशीकरांच्या चिंतनात राज्यकर्ते व सरकार यांच्या तुलनेत जनमानस, लोकव्यवहार आणि स्थानिक पुढाकार यांना प्राधान्य असल्यामुळे जमातवादाचा मुकाबला करण्याच्या त्यांनी सुचवलेल्या उपायांचे स्वरूप लोकजीवनानुवर्ती असणे स्वाभाविक आहे. सरकारी पुढाकार, हस्तक्षेप किंवा उपाय जमातवादाला तसेच दंगलींना आळा घालू शकणार नाहीत. मानस, तत्त्वज्ञान आणिक व्यवहार या तिन्ही पातळयांवर विभिन्नधर्मीयांत कधीकाळी जी सामायिकता होती तिचे पुनरुज्जीवन करावे लागेल. जो शेजारधर्म अनेक अर्थांनी होता आणि आजही आहे तो जागवावा लागेल. माणुसकी आणि सुसंस्कृतता यांचा परिपोष करावा लागेल. या कार्यात तर्क, युक्तिवाद आणि बौद्धिक आवाहने फार काही साध्य करू शकणार नाहीत, तर उपजत माणुसकी, बंधुभाव, मैत्री यांना भावनिक आवाहन करावे लागेल. धर्माचे उन्नत स्वरूप विकसित होणे हाच एक मार्ग लेखकास दिसतो. राजकीय कुरघोडीसाठी लोकांच्या धार्मिक वृत्ती व श्रद्धा यांचा वापर होऊ नये असे वाटत असेल तर खरा सर्वधर्मसमभाव आचरणात आणावा लागेल असे ते म्हणतात. सर्वधर्मसमभाव आज प्रचलित असलेल्या प्रकारापेक्षा मूलतः निराळा आहे. स्वतःचे धार्मिक वर्तन तपासून त्यात अनुरूप बदल घडवून आणण्याची प्रेरणा हा त्या समभावाचा प्रारंभबिंदू आहे. सर्व धर्मांच्या पायाभूत शिकवणुकीचा गाभा सारखाच असून त्याच्या आधारे सर्वधर्मसमभाव अस्तित्वात येऊ शकेल असे त्यांना वाटते.

राष्ट्रवाद आणि लोकशाही यांना सोडता येणार नसले तरी त्यांचे शुद्धीकरण करणे रा. पळशीकरांना असाध्य वाटत नाही. माणुसकी आणि सुसंस्कृतता यापासूनच या शुद्धीची सुरुवात व्हावी. द्वेषमूलक प्रक्षोभ कोणत्याच कारणाने होऊ नये, संघर्षाचे कौतुक केले जाऊ नये, अमानुष-असंस्कृत न होताही आपले हक्क पदरात पाडून घेता यावेत अशा काही पूर्वअटी लेखकाने नोंदवल्या आहेत. दोन्ही जमातींना दंगली नको असतात, जमाती म्हणून दोहोपैकी कोणीच दंगल सुरू करीत नाहीत, उलट दंगलीव्यतिरिक्तच्या काळात परस्परांशी जुळवून घेत सामंजस्याने व सलोख्याने त्या आपापले दैनंदिन जीवन व्यतीत करतात. हे जर लक्षात घेतले तर मग या दोन्ही जमातीच्या जनसामान्यांच्या द्वेषभावना राजकीय हेतूंनी चालवणारे हिकमती राजकारणी, देशहिताची पर्वा नसलेले राजकीय पक्ष, आपल्या अपयशावर पांघरूण घालू पाहणारे राज्यकर्ते, स्पर्धेत आपला टिकाव लागावा या एकमात्र ध्येयाने झपाटलेले भांडवलदार हे जमातवादाचे खरे आरोपी ठरतात. खऱ्या आरोपींची अशी ओळख पटली की मग निरागस-निष्पाप व्यक्तींच्या व संस्थांच्या डोक्यावर खापर फोडण्याची प्रवृत्ती कमी होऊ शकेल. या स्वार्थी व विधिनिषेधशून्य घटकांनी केलेल्या आवाहनांना सामान्य माणसे प्रतिसाद का देतात याचे स्पष्टीकरण दंगलीत आघाडीवर कोण असतात यावरून मिळू शकते. नोकरपेशातील सुस्थिर कुटुंबवत्सल माणसे कधीच दंगलींच्या आघाडीवर नसतात. आपापल्या सुरक्षित जागांवरून ते फक्त टाळ्या वाजवतात किंवा छात्या पिटतात. आघाडीवर असतात ती वड्याचे तेल वांग्यावर काढू इच्छिणारी, मोलमजुरी करणारी त्रस्त संतप्त माणसे, किंवा बेकार, साहसप्रिय, हताश आणि अविवेकी, रग जिरवू इच्छिणारे तरुण-त्यांना आपल्यातल्या सुप्त हिंसेला दंगलीतून वाट करून द्यायची असते. या मनामनातल्या सैतानांना शांत करणारे उपाय योजण्याची लेखकाला आवश्यकता भासते.

२६६

सरकारी प्रयत्नांतर हे होणे अशक्य आहे. काँग्रेसचे, विशेषतः महात्मा गांधींचे स्वातंत्र्यपूर्व राजकारण, परंपरेशी सुसंवादी अशा विकेंद्रित राष्ट्रसंकल्पनेचा पाठपुरावा, कठोर आत्मपरीक्षण आणि शुद्धीकरण यावर भर, स्वायत्त समाजजीवनाच्या वाढवत नेलेल्या कक्षा, उच्चतर व उन्नत धर्माचरणाचा प्रसार, माणुसकी, बंधुभाव व शेजारधर्म इत्यादींच्या परिपोष यातूनच जमातवादाचे निराकरण केले जाऊ शकते, असे प्रतिपादन लेखकाने येथे केले आहे.

मराठी वाचकांनी गंभीरपणे घ्यावे आणि विचार करावा असे हे चिंतन निश्चितपणे आहे. जमातवादाचा एवढा समग्र आणि सखोल विचार प्रथमच एका ग्रंथाच्या स्वरूपात त्यांच्यासमोर येत आहे. वाचक त्यांचे यथायोग्य स्वागत करतील, असा भरवसा वाटतो.

◆◆◆

# १८. सामान्य माणसाच्या नजरेतून निवडणुका

**चौ**दाव्या लोकसभेसाठी झालेल्या निवडणुका पार पडल्या. त्यांचे निकालही बाहेर पडले. जिंकलेल्या व हारलेल्यांनाच नव्हे तर ज्यांनी त्यांच्याबाबत अंदाज बांधले होते त्या तमाम निवडणूक अभ्यासकांना, राजकीय पंडितांना, भविष्यवेत्त्यांना, पत्रकारांसह सर्व माध्यमवाल्यांना त्या निकालांनी निस्मयचकित केले. आपल्याला राजकारणाची नाडी अचूक समजते असा अहंकार बाळगणाऱ्या सगळयांचीच भारतीय मतदाराने व्यवस्थित जिरवली. मी मी म्हणणाऱ्या कोणालाही त्याच्या गूढगहन मानसिकतेचा मुळीच थांग लागला नाही. आता ते सगळे तथाकथित तज्ज्ञ हे निकाल असे का लागले याच्या कार्यकारणाचा काथ्याकूट करत बसले आहेत. त्यांच्या स्मरणावर व तर्कावर आधारलेले विश्लेषण आणि सिद्धांत जगातल्या या सर्वांत मोठ्या लोकशाहीच्या मतदाराचे अंतरंग आणि तो जगतो त्या वास्तवाचे खरे स्वरूप यांच्यापर्यंत पोहोचूच शकत नाहीत.

अभ्यासकांची व निरीक्षकांची ही गत, तर निवडणुकांच्या मैदानात उतरून आपले नशीब अजमावू पाहणाऱ्यांची स्थितीही त्यांच्यापेक्षा फार वेगळी नव्हती, हे निवडणूक निकालांनी स्पष्ट केले आहे. मतदारांच्या मनात काय सुरू आहे याचा अंदाज भल्याभल्या राजकारणधुरंधरांना आलेला नव्हता. आय. टी. क्रांतीच्या नशेत वावरणाऱ्या चंद्राबाबू नायडूंना आपल्या राज्यात शेतकऱ्यांना आत्महत्या करायला भाग पाडण्यासाठी कोणती परिस्थिती कारणीभूत झाली याची माहिती नव्हती. 'इंडिया शायनिंग'च्या झगमगाटाने ज्यांच्या डोळयांपुढे अंधारी आली होती त्यांना पाण्याअभावी गावे ओस पडत आहे, दुष्काळाने जिणे अवघड होत आहे आणि पोटच्या लेकीला विकायला स्वतःच कधीकाळी विकली गेलेली आई तयार होत आहे, हे वास्तव दिसलेच नव्हते. गुजराथेत वंशविच्छेदाचे रक्तरंजित राजकारण करणाऱ्या नरेंद्र मोदींना

वठणीवर आणण्याऐवजी त्यांना मुख्य प्रचारक करणाऱ्या वाजपेयींना सत्तेच्या नशेने बेधुंद केले होते. अशी आजची उदाहरणे सांगता येतील.

यावरून हेच सिद्ध होते की, या देशाचे गरीब निरक्षर मतदार जेवढ्या गंभीरतेने निवडणुका घेतात तेवढे राजकीय पक्ष, नेते, माध्यमाचे सूत्रधार, प्रचारक व कार्यकर्ते घेत नाहीत. यावेळीही त्या सगळ्यांचे फारच मर्यादित स्वार्थ निवडणुकांमध्ये गुंतलेले होते आणि ते जास्तीत जास्त साधून घेण्यापुरतेच त्यांना निवडणुकांशी कर्तव्य होते. देशात निवडणुका सुरू झाल्यापासून त्या कमीत कमी कालावधीत पूर्ण व्हाव्यात असा प्रयत्न केला जात असे. जेवढा कमी काळ लागेल तेवढी अधिक कार्यक्षम आपली निवडणूक यंत्रणा झाली असे मानले जात असे. मग यावेळी ती प्रक्रिया महिनाभर का लांबली? लोकांना पक्ष बदलावासा वाटला तर ते समजू शकते; पण त्याचा अर्थ कोणीही कोणत्याही पक्षात जाऊ शकतो आणि हव्या तितक्याच वेळा पक्षबदल करू शकतो हे कसे समजून घ्यायचे? सदुसष्ट कोटी मतदारांच्या जीवनमरणाचा प्रश्न असलेल्या निवडणुकांना प्रसारमाध्यमांनी करमणूक, मनोरंजन, खिल्ली, टिंगलटवाळी, निंदानालस्ती आणि सवंग थिल्लरपणा अशाच स्वरूपात लोकांसमोर का ठेवावे? रथयात्रा, रोड शोज, मोबाईलवरून प्रधानमंत्र्यांचा आवाज वगैरे ठीक आहे; पण शिवराळ व चारित्र्यहननात्मक प्रकार, आरोपप्रत्यारोप, साडीवाटप, उमेदवारांच्या वैवाहिक दर्जाची जाहीर चर्चा, गर्दी, खेळण्यासाठी नटनटट्याचा फिल्मी भूमिकांमधील संवादाच्या फेकी या सगळ्या प्रकारांना लोकशाही निवडणुकांमधील प्रबोधनकारी प्रकार असे मानायचे? इतर पक्षांजवळ प्रचाराचे मुद्देच नाही असा आरोप करणारा प्रत्येक पक्ष त्याबाबतीत तेवढाच दिवाळखोर कसा? या प्रश्नांनी सामान्य मतदार व्यथित झाला होता.

तो व्यथित झाला होता याचे कारण उघडच हे होते की तो ज्या निवडणुकांकडे मोठ्या आशेने पाहत होता त्यांची अशी खिल्ली उडवणे त्याला आतल्या आत सलत होते. वरकरणी तो हजारोंच्या संख्येने शिवराळ भाषणांना हजेरी लावत असला तरी त्यात वरील प्रश्नांची उत्तरे न मिळाल्यामुळे तो अस्वस्थही होत होता. हा मतदार शिक्षित नसेल, सधन नसेल; पण तो संवेदनशील आहे. निवडणूक निकालांनी हेच सिद्ध केले आहे. निवडणुकांच्या प्रक्रियेतून जाताना या सामान्य मतदाराचे भावविश्व कसे स्पंदायमान होते याचे फारसे कोणाला आपल्याकडे सोयरसुतक नसते; पण रा. उत्तम कांबळे यांच्यासारखे काही या सामान्य मतदाराच्या मनाशी तार जुळलेले लेखक असतात. ते निवडणूक काळातील मतदारमनाचा आलेख सर्व आरोहअवरोहांसह अचूकपणे काढू शकतात. निवडणुकीत भैरू हे त्या आलेल्याचे नाव आहे.

निवडणुकांची घोषणा झाली की एरव्ही मरगळलेल्या मनाने संसारांचे गाडे ओढणाऱ्या मतदारांच्या मनांना जणू चैतन्यांचे कोंभ फुटतात. उत्तमरावांनी तुकाराम महाराजांना एक

अभंगात आधाराला घेऊन मतदानाच्या दिवशीची मतदारांची अवस्था वर्णन केली आहे. पंढरपुरी पोहोचलेल्या वारकऱ्याच्या आनंदाचे वर्णन करताना तुकाराम बुवा म्हणतात, तिथला आनंदच असा की मुक्याला वाचा फुटावी, बहिऱ्याला कान फुटावेत, आंधळ्याला दिसू लागावे, पांगळ्याला पाय यावेत आणि वृद्धाला तरुणपण यावे. मतदारांचे अगदी तसे होते. निवडणुका जाहीर झाल्यापासून त्या पार पडेपर्यंत अनेक सामान्य मतदार जणू वेगळ्याच विश्वात वावरत असतात. एक प्रकारचे भारावलेपण घेऊनच ते सर्वत्र जात असतात. आतले सर्व व्यवहार करत असतात, उत्साहित वृत्तीने भोवताली घडणाऱ्या गोष्टींकडे बघत असतात, त्यांचा आपापल्या परीने अर्थ लावत असतात. चांगल्या गोष्टींनी सुखावत असतात, वाईट गोष्टींनी खंतावत असतात. अंतर्मुख होऊन गतकाळातील काही संबंधित गोष्टींची स्मरणसाखळी ओढत बसतात. भैरू हा अशाच संवेदनशील भावनिकदृष्ट्या निवडणुकांच्या प्रक्रियांमध्ये गुंतलेल्या कोट्यवधी मतदारांचा प्रतिनिधी आहे आणि त्याने निवडणुकांची घोषणा झाल्याच्या दिवसापासून त्या पार पडेपर्यंत जे आपल्या व्यक्तिगत, कौटुंबिक व सामाजिक जीवनात लहान लहान प्रसंगांमधून अनुभवले ते येथे रोजनिशीप्रमाणे; पण तृतीय पुरुषी निवेदनाच्या लढ्यात नोंदवले आहे. त्याचे ते अनुभवकथन वाचनीय तर आहेच; पण अनेक ठिकाणी ते अंतर्मुख होऊन विचार करायला लावणारेही आहे. आपल्या हे ध्यानात असेलच की, हाच भैरू नाशिकच्या कुंभमेळ्यातही असाच डोळसपणे हिंडाला होता आणि अनुभव नोंदवले होते.

भैरूचा लोकशाही प्रक्रियांवर विश्वास आहे. हा विश्वास डळमळीत होण्याजोगत्या घटना आजूबाजूला मोठ्या प्रमाणावर घडताना तो बघतो. तरीही आपण प्रयत्नपूर्वक हा विश्वास टिकवला पाहिजे हे तो स्वतःला आणि इतरांनाही बजावतो. कारण लोकशाहीचे सारेच पर्याय त्याला भयावह वाटतात. भैरूचा चांगुलपणावर भरवसा आहे. अनंतमूर्तींच्या उमेदवारीला नुसत्या बातमीनेही तो हरखतो. लेखकांची स्वतःची भूमिका असली पाहिजे, पाठीचा कणा ताठ ठेवून लेखकाने समाजात वावरले पाहिजे, त्याच्या अंगी तत्त्वासाठी थेट लढण्याची तयारी हवी अशा विचाराचे अनंतमूर्ती लोकसभेचे उमेदवार होत आहेत ही काळ्या ढगाची किनारही भैरूला आश्वस्त करणारी ठरते. त्याला आठवते १९८९ च्या निवडणुकीत कृतिशील लेखक शिवदान कारंथ उभे राहिले होते. ते पडले. त्यांना फक्त ९.३ टक्के मते मिळाली होती. तरीही भैरू निराश झाला नव्हता. आणीबाणीच्या दहशतीचा निषेक्ष म्हणून आपले सारे सन्मान परत करणाऱ्या कारंथांना तेवढेही मतदार जर पाठिंबा देत असतील तर परिस्थिती अगदीच काही हाताबाहेर गेलेली नाही असा विचार भैरू करतो.

दाही दिशांवर कूच करण्यासाठी आपला एकेक गट पाठवणाऱ्या आणि सत्तेच्या तुकड्यांवर धन्यता मानणाऱ्या आर. पी. आय. च्या फाटाफुटीचा इतिहास आठवून भैरू हवालदिल होतो. निवडणुकीच्या निमित्ताने त्याला असे अनेक कडूगोड इतिहास प्रसंगोपात्त आठवत जातात. आणि त्यातून वाचकाला राजेशाही शासनप्रकारापासून लोकशाहीपर्यंत माणसाने केलेला प्रवास, लोकशाहीप्रणालीच्या क्षितिजांचा होत गेलेला विस्तार, मताधिकारांसाठी जगभर झालेल्या लढ्यांना सुंदर पण खडतर इतिहास, निवडणुक चिन्हांची, जाहीरनाम्यांची आणि शिक्क्यांची क्रमशः झालेली उत्क्रांती अशा अनेक बाबींविषयी नवी रोचक माहिती आपल्याला मिळते. त्यासाठी लेखकाने भैरूला विश्वकोश, शब्दकोश आणि इतर संदर्भ साहित्य अधूनमधून चाळायला लावले असून जिज्ञासू वाचकांची सोय केली आहे.

भैरू ज्या सामाजिक - आर्थिक परिस्थितीत राहतो, ज्या लोकांमध्ये वावरतो व संवाद करतो आणि ज्या स्तरावरून निवडणूक वास्तव न्याहाळतो तसे निवडणूक अभ्यासक किंवा राजकीय पंडित यांना शक्य नसल्यामुळे सूक्ष्म पातळीवरील जी तथ्ये आयती भैरूच्या हाती येतात. ती प्रकृष्ट ( सोफिस्टिकेटेड) अध्ययनतंत्रांचा व संगणकयंत्रांचा वापर करूनही संशोधकांना गवसत नाहीत असे म्हणणे भाग पडते. निवडणूक प्रचारात 'अस्सल' भारतीय असणे-नसणे हा जेव्हा वादमुद्दा होतो तेव्हा किंवा दोन महिन्यांसाठी आचारसंहिता लागू झाल्याची चर्चा होते तेव्हा भैरूचा मुलगा त्याला अस्सलचा अर्थ विचारतो, किंवा आमच्यासाठी बारा महिने असलेले सदाचाराचे नियम राजकारण्यांसाठी मात्र दोनच महिने का? असा प्रश्न विचारतो तेव्हा भैरू बुचकळयात पडतो. स्थूलपातळीवर गृहीत धरलेल्या अशा असंख्य गोष्टी सूक्ष्म पातळीवर जेव्हा फोडून सांगण्याची वेळ येते तेव्हा आपली फेंफें उडते हा आपला नित्याचा अनुभव असतो. ताठस्वरात मोठमोठाले; पण पोकळ शब्द वापरणाऱ्यांना मात्र याची तमा क्वचितच असते.

काश्मीर ते कन्याकुमारी पंतप्रधानांच्या नावाने चतुर्भुज(!) महारस्ते तयार होत असताना अक्कलकुव्याच्या मतदानकेंद्रावर मतदानाचे साहित्य गाढवांच्या पाठीवरून न्यावे लागते हे तळपातळीवरचे वास्तव भैरू नोंदवतो. गांधी कुटुंबातील एखादा तरी सदस्य प्रत्येक पक्षाला आपल्यासोबत असावा असे वाटते आणि पक्ष त्याला गावोगाव फिरवतो. तेव्हा भैरूला सर्कसवाल्यांनी जनावरांना किंवा तमासगिरांनी नायकिणींना गावातून हिंडवून गर्दी गोळा करावी तसाच हा प्रकार वाटतो. कोण्या पक्षाचा प्रचार प्रशिक्षित गोंधळी करतो, तर कोणी डोंबारी नंदीबैलवाला, बहुरूपी, माकडवाले वगैरेकडून रोड शोची कल्पना उचलतो. यात भैरूला परंपरा व आधुनिकता यांचे अतूट नाते दिसते. 'राजकारणात कोणीच कोणाचे नातवाईक नसतात' ही वस्तुस्थिती एकीकडून अनुभवत असतानाच 'राजकारणात अर्थबळ,

स्नायूबळ, लोकप्रियता याचबरोबर खऱ्याखोट्या नातेवाइकांचा गोतावळाही गरजेचा असतो' हेही भैरूच्या नजरेतून सुटत नाही. 'राजकारणात काय वाट्टेल ते चालते' या सुभाषिताने तर अक्षरशः असंख्य अर्थ त्यांना पावलोपावली सापडत असतात.

निवडणूक राजकारणाचे कंपनीकरण कसे झाले हे भैरूच्या नजरेतून लेखकाने अचूक टिपले आहे. निवडणूक मोहिमांचे हायटेक तंत्रज्ञ सूत्रधार जे काही वर करतात त्याचा मतदारांच्या पातळीवर होणारा आविष्कार आपल्याला येथे पहायला मिळतो. मार्केटवर ताबा मिळवण्यासाठी कंपन्या ज्या ज्या सुक्तासूक्त मार्गाचा अवलंब करतील ते सगळे राजकीय पक्षांच्या प्रचारप्रमुखांनी यावेळी घाऊक प्रमाणावर अमलात आणले होते. यशाइतके यशस्वी दुसरे काहीच नसते. हा मुक्त स्पर्धेच्या ननैतिक विश्वाचा जो संकेत आहे तो शिरोधार्य मानून यशासाठी काय वाटेल ते करणारे उमेदवार सगळ्याच पक्षात होते. ते नटनट्यांना हाताशी धरत होते. क्रिकेटपटूंची लोकप्रियता वापरून घेत होते. सतत कंपन्या बदलून मासिक पगारात बढत्या घेणाऱ्या करियरिस्टांप्रमाणे पक्षांतरे करून त्याचे लाभ पदरात पाडून घेत होते. एकाच कुटुंबात चारचार पक्षांची दीक्षा घेतलेली माणसे सुखेनैव नांदत होती. राजकारणाशी किंवा राजकीय विचारांशी काडीमात्रही संबंध नसलेल्यांचा बुजबुजाट निवडणुकांच्या रणमैदानात झाल्यावर 'हे सगळे कुठून आले?' असा प्रश्न भैरूचा मुलगा स्वाभाविकच विचारतो. त्याला 'कोठूनी हे आले येथे? काल संध्याकाळी नव्हते' या वाक्याच्या प्रश्नाला त्याच्या आईने दिलेले जे उत्तर आचार्य अत्र्यांच्या झेंडूची फुले विंडबन काव्यसंग्रहात आहे तेच उत्तर भैरू देतो. भैरूच्या हजरजबाबीपणाला दाद द्यावी लागते!

भारतीय राजकीय-आर्थिक जीवनात कित्येक अंतर्विरोध निवडणुकांच्या निमित्ताने भैरूच्या पुढ्यात आले आहेत. पक्षीय राजकारणाचे आणि त्याही हिंदुत्वाच्या राजकारणाचे प्रखर टीकाकार शरद जोशी अखेर हिंदुत्वाच्या तंबूतच आश्रयाला जातात, इथल्या कित्येकांना इथली भाषा व संस्कृती यांची जाण अभावानेच असूनही ते राज्यपाल, राष्ट्रपती व प्रधानमंत्री वगैरे पदे बळकावतात; पण सोनिया गांधींच्या परदेशी पाळांमुळांविरुद्ध अकांडतांडव केले जाते. एकीकडे हायटेक प्रचारतंत्रे वापरणारेच दुसऱ्या बाजूने वाघ्यामुरळयांचा, बसंतीच्या टांग्याचा आणि  टिपूच्या तलवारीचा जनभावनांना हात घालण्यासाठी वापर करून घेतात, भारत महाशक्ती झाला आहे. येथे धनधान्याचे वैपुल्य आहे, येथील दरडोई उत्पन्न वाढले आहे. येथे कोणीच उपाशी निजत नाही. असे 'शायनिंग इंडिया'तील फीलगुड प्रचारात उमळले जात असताना प्रत्यक्षात मात्र आदिवासी भटक्या विमुक्तांनी अस्थिपंजर लटांबरे, कुपोषणे, उपासमार, कर्जबाजारी कृषीवलांच्या आत्महत्या, बेकारांपासून वृद्धापर्यंत सर्वांसाठीच्या केवळ कागदोपत्री राहिलेल्या योजना हे विदारक वास्तव यातील अंतर्विरोध लपवून कसा

लपणार. दैनंदिन जगण्याच्या अनेक प्रसंगांमधून भैरूने तो अधोरेखित केला आहे. स्त्रियांविषयी बोलण्यात कळवळा दाखवणाऱ्या सर्वच पक्षांतील पुरुषप्राधान्य, फुले-पेरियार-शाहू-आंबेडकर यांच्या छायाचित्रांची सजावट जाहीरनाम्यात करून (त्या थोरांच्या मालिकेत आपल्या पुढाऱ्याला बसवणाऱ्या आणि) मनुवाद्यांचा बिनदिक्कत प्रचार करणाऱ्या व त्यांच्या मदतीने सत्ता भोगणाऱ्या पक्षाची विधिनिषेधशून्यता, बोगस पीएच. डी. प्रबंधाप्रमाणे आतला मसाला तोच ठेवून फस्त शीर्षक बदलावीत तसे सर्वच राजकीय पक्षांचे जाहीरनामे, मतदारसंघात ज्यांच्याकडून उमेदवाराला धोका असेल त्यांच्यावरच विजयाची जबाबदारी सोपवण्याचा धोरणीपणा अशा कित्येक अंतर्विरोधांच्या जागा भैरूने मार्मिकपणे टिपल्या आहेत.

आजूबाजूच्या काही विशिष्ट उमेदवारांची वैशिष्ट्ये भैरूने नावानिशी सांगितली आहेत. त्यात कुंभमेळ्यात सर्व साधूंचे आशीर्वाद मिळवणारे, आयुष्यात अनेक निवडणुका जिंकून लोकसभेत हजेरी लावणरे; पण तिथे काहीच न करणारे, तत्त्वशून्य तडजोडी करणारे वगैरे असे नाना गुणधर्म असणाऱ्या उमेदवारांची भेट होते. नावे निराळी असली तरी असे उमेदवार सर्वत्रच असल्यामुळे भैरूचा हा मजकूर वाचताना ज्याला त्याला आपल्या भागातील तशा उमेदवारांची आठवण नक्कीच होईल.

ता.क : भैरूला निवडणूक निकालानंतर बहुदा आनंद झाला असता. वैषम्य वाटण्याजोगत्या असंख्य गोष्टी असूनही भारतीय मतदाराची सद्सदविवेकबुद्धी ही किती दिलासा देणारी बाब आहे हे पाहून त्याला धन्यता वाटली असती. हिंदुत्वाचे मिथक जमीनदोस्त झाले, डाव्या आघाडीला त्रेसष्ट जागा मिळाल्या, लोकसभेतील तरुण प्रतिनिधींची संख्या वाढली, पराभूत पक्षांनी प्रधानमंत्रिपदाबाबत अकारण रणधुमाळी माजवली असली तरी आपला पराभव बराच सभ्यपणे स्वीकारला, फलज्योतिष्याचा पोकळपणा सिद्ध झाला. भारतीय लोकशाहीच्या उज्ज्वल भवितव्याची साक्ष देण्यासाठी इतक्या गोष्टीही कमी नाहीत.

◆◆◆

# १९. संघपरिवाराचा मुखभंग

हिंदुराष्ट्राच्या निर्मितीची संकल्पना ही या देशावर संभवणारी सर्वांत गंभीर आपत्ती ठरवून सर्वशक्तीनिशी त्याचा प्रतिवाद केला पाहिजे, असे निःसंदिग्ध शब्दांत बजावणाऱ्या आंबेडकरांना हिंदुत्वसमर्थक ठरवण्याचे कारस्थान संघपरिवार गेल्या वीसेक वर्षापासून वाढत्या कुटिल मार्गांनी पुढे नेत आहे. स्वातंत्र्य, समता आणि भावंडभाव या तिन्ही शिरोधार्य मूल्यांना पायदळी तुडवणारे हिंदुत्व लोकशाहीशी पूर्णपणे विसंगत असल्यामुळे आंबेडकरांना स्वीकारार्ह वाटण्याची सपशेल शक्यता नव्हती आणि त्यांनी ते वारंवार स्पष्ट केले आहे. तरीसुद्धा संघपरिवारातील अनभ्यस्त कार्यकर्ते विनय कटियार, किशोर-प्रवीण तोगडिया किंवा अभ्यस्त सहानुभूतिदार स. ह. देशपांडे, शेषराव मोरे ही मंडळी आंबेडकरांचे हिंदूकरण करण्यात उठाठेव करतच असतात. हिंदुत्वाचे राजकारण पूर्वापार मुस्लिमविरोधाभोवतीच चालत आलेले असल्यामुळे आंबेडकरांना मुस्लिमविरोधक ठरवणे, हा त्यांच्या हिंदूकरणाच्या प्रकल्पाचा मध्यवर्ती कार्यक्रम असतो. त्यासाठी आंबेडकरांच्या विपुल लेखनातून काही सुटी वाक्ये, त्यांच्या विचारांच्या गाभ्यापासून तोडून, जनतेसमोर ठेवण्याचा उपद्व्याप संघपरिवारातील अभ्यस्त व अनभ्यस्त दोघेही नेटाने करत असतात. हेडगेवार आणि आंबेडकर या जणू एकाच नाण्याच्या दोन बाजू आहेत, सावरकर आणि आंबेडकरांनी जणू एकत्र बसूनच द्विराष्ट्र सिद्धांत लिहिला, हिंदू व मुस्लिम यांचे सहअस्तित्व हिंदुत्ववाद्यांप्रमाणेच आंबेडकरांनाही अशक्य वाटत होते. हिंदुत्ववाद्यांची सगळी मुस्लिमविषयक पूर्वग्रहदूषित ठोकळेबाज मते जणू आंबेडकरांनाही मान्य होती असे अनेक जावईशोध संघपरिवारातील या कमी अधिक आक्रमक मंडळींनी लावले आहेत.

संघपरिवाराच्या या कारस्थानाला दलितांतील अनेकजण बळी पडत आहेत, ही वस्तुस्थिती अधिकाधिक स्पष्ट होऊ लागली आहे. राममंदिराच्या विटा डोक्यावर वाहून नेणाऱ्या

कारसेवकांमध्ये दलितांची लक्षणीय उपस्थिती असणे किंवा गुजरातेतील सरकारपुरस्कृत मुस्लिम वंशसंहारात हिंदुत्ववाद्यांचे हाकारे म्हणून दलितांनी भाग घेणे, ही उदाहरणे या दृष्टीने चिंताजनकच आहेत; पण त्यापेक्षाही चिंताजनक परिस्थिती बुद्धिजीवी दलित अभिजनांची आहे. समरसतेच्या गळाला लागलेल्या गंगाधर पानतावण्यांपासून शिवशक्ती-भीमशक्तीच्या एकीकरण- मायाजालात अडकून फशी पडलेल्या रावसाहेब कसब्यांसारख्या दलित विचारविश्वाच्या दिग्गजांनीच जेथे संघपरिवाराच्या व्यूहनीतीला यशस्वी करण्यात ठोस योगदान केले आहे, तिथे अन्य दलित वैचारिक नेतृत्वाला कसा काय दोष द्यायचा? त्यांच्यापैकी अनेकांना तर असाही साक्षात्कार झाल्याचे ऐकिवात आहे की, बुद्धाच्या त्रिशरणातील 'संघं शरणं गच्छामि' मधील संघ आणि गावगन्ना शाखा भरून नमस्ते सदा वत्सले प्रार्थना म्हणणारा संघ दोन्ही एकच आहेत! कधीकाळचे वर्णवादी आज अस्पृश्यताविरोधी होऊन बाबासाहेबांना मानू लागले, यामुळे सद्गदित झालेल्या काही दलित विचारवंतांना आनंदाचे भरते येताना दिसते. संघाने म्हणावे- आंबेडकर मुस्लिमविरोधी आणि पाकिस्तानचे समर्थक होते आणि दलितांनी संघाच्या सांप्रदायिक व द्वेषमूलक हिंसक आक्रमक राजकारणात सहभागी व्हावे, या प्रकाराबद्दल हे दलित विचारवंत व्यथित झालेले दिसत नाहीत किंवा आंबेडकरांबाबत संघपरिवाराकडून केल्या जाणाऱ्या धादांत खोट्या प्रचाराचा ते प्रतिवादही करत नाहीत. त्यांची यात प्रामाणिक गफलत होत आहे की प्रस्थापित चौकटीत मानमान्यता किंवा आर्थिक लाभ मिळविण्यासाठी ते असा बोटचेपेपणा करत आहेत, त्यांचे त्यांनाच ठाऊक! पण त्यातून ते बाबासाहेबांशी व त्यांच्या विचारांशी प्रतारणाच नव्हे, तर द्रोह करत आहेत, हे तथ्य लपून राहू शकत नाही. दलित विचारवंतांच्या या एकूण संभ्रमित मुग्धतेला अपवादभूत असे दोन अभ्यासक आहेत, हे येथे गौरवपूर्वक नमूद करावे लागेल. एक दिल्ली विद्यापीठातील राज्यशास्त्राचे प्राध्यापक डॉ. गोपाळ गुरू आणि दुसरे मार्क्सवादी विचारवंत डॉ. आनंद तेलतुंबडे या दोघांनी आंबेडकरांच्या संघपरिवाराकृत हिंदूकरणाच्या विरोधात स्पष्ट भूमिका नेहमीच घेतली आहे.

डॉ. तेलतुंबडे यांचे प्रस्तुत पुस्तक त्यादृष्टीने फार महत्त्वाचे असून ते अगदी योग्य वेळी प्रकाशित होत आहे. संघपरिवाराने आंबेडकरांच्या नावाने ज्या कंड्या पिकवल्या आणि लोणकढी थापा मारून दलित समाजाच्या मनात मुसलमानांविषयी विषपेरणी करण्याचे जे गलिच्छ राजकारण केले, त्याचा अत्यंत सडेतोड, सप्रमाण आणि प्रभावी प्रतिवाद या पुस्तकात करण्यात आला आहे. दलित-मुस्लिम या शोषितांमध्ये फूट पाडून दलितांना हिंदुत्वाच्या कच्छपी लावण्याचा संघपरिवाराचा दुष्ट हेतू हाणून पाडण्याबरोबरच आंबेडकरी विचारधारेत संघप्रचारामुळे शिरलेली घाण काढून टाकून तिला मूळच्या शुद्ध स्वरूपात सादर करणे, असा लेखकाचा दुहेरी हेतू सदर लिखाणामध्ये आहे. तो अत्यंत स्तुत्य व स्वागतार्ह आहे.

आंबेडकरांचा हवाला देऊन संघपरिवाराने समाजात पसरवलेली अकरा मिथ्ये (मिथ्स) निवडून एकेकाबाबतची प्रत्यक्ष वस्तुस्थिती काय आहे, हे डॉ. तेलतुंबडे यांनी प्रत्यक्ष डॉ. आंबेडकरांच्या लेखनातील सविस्तर अवतरणांसह येथे स्पष्ट केले आहे. उदाहरणार्थ, आंबेडकर मुस्लिमविरोधी होते, द्विराष्ट्रवादाचे पुरस्कर्ते होते, सांस्कृतिक राष्ट्रवादाचे समर्थक होते, हिंदुत्वाचे व हिंदू धर्माचे पक्षपाती होते, राष्ट्रवादी होते, आंबेडकरांच्या मते मुसलमान दहशतवादी होते, सुधारणाविरोधी होते, त्यांनी भारतीय हिंदूंचा कायम द्वेषच केला असून, कला संस्कृतीचा फक्त विध्वंसच केला आहे, आंबेडकरांचे पाकिस्तान ऑर पार्टिशन ऑफ इंडिया हे पुस्तक मुस्लिमविरोधी असून हिंदू व मुसलमानांचे सहजीवन केवळ अशक्य असल्यामुळे फाळणी हाच एकमेव पर्याय आहे. संघपरिवारातून वेळोवेळी आणि वारंवार मांडल्या जाणाऱ्या या तमाम विधानांचा फोलपणा त्या त्या संदर्भातील आंबेडकरांची खरी भूमिका सविस्तर सांगून डॉ. तेलतुंबडे यांनी सिद्ध केला आहे.

बाबासाहेबांनी मुसलमान किंवा पाकिस्तान या विषयांवर केलेल्या विधानांचा संदर्भ पाहण्याची तसदी संघीय वाचिवीर कधीच घेत नाहीत, एवढेच नव्हे तर स्वतःच्या पूर्वग्रहांना उभा छेद देणारी विधाने आंबेडकरांच्या लेखनात आढळली तर त्यांच्याकडे ते सोयिस्करपणे कानाडोळा करतात, हे लेखकाने अनेक उदाहरणे देऊन सांगितले आहे. कॉंग्रेस मुसलमानांना त्यांच्या संख्येपेक्षा अधिक प्रमाणात प्रतिनिधित्व देऊन जे झुकते माप देत आहे, ते अनुसूचित जातीच्या हिताचा बळी देऊन घडते अशा एखाद्या कारणाने किंवा मुस्लिम नेते अस्पृश्यतेच्या प्रश्नाकडे अक्षम्य दुर्लक्षच करतात, अशा भूमिकेतून आंबेडकरांनी केलेली मुस्लिमविषयक विधाने ते मुस्लिमविरोधी आहेत, हे सिद्ध करण्यासाठी संदर्भविरहित उद्धृत करणे, हा संघपरिवाराचा मतलबी डावपेच लेखकाने उघडा पाडला आहे. मुस्लिमांना सत्तेत योग्य तो वाटा न देणारी कॉंग्रेस आणि त्यांना आपल्यात बळेबळेच ओढून एकराष्ट्रीयत्वाचा पोकळ दावा करणारे हिंदुत्ववादी या दोहोंवरील रागामुळे किंवा स्वतंत्र भारतात आपण दुय्यम दर्जाचे नागरिक ठरू या भयापोटी मुसलमान जर स्वतंत्र राष्ट्राची मागणी करून आपल्या स्वयंनिर्णयाचा हक्क मागत असतील, तर त्यांची मागणी समर्थनीय ठरते, अशी आंबेडकरांची भूमिका होती. यावरून आंबेडकर पाकिस्तानवादी होते, हिंदू-मुस्लिम सहअस्तित्व अशक्य मानत होते, असा उफराटा प्रचार करणारे, संघपरिवारातील मुखंड भारत हे एक राष्ट्र नसून अनेक राष्ट्रकांचा समूह आहे. धर्म, भाषा व संस्कृती राष्ट्राचे कधीच आधार ठरू शकत नाहीत, अल्पसंख्याकांचे हक्क सुरक्षित राहिलेच पाहिजे, वेद म्हणजे कवडीमोल पुस्तकांचा संच आहे, एक राष्ट्र-एक जनता-एक संस्कृती ही फॅसिस्टांची घोषणा आहे, जातिव्यवस्था अस्तित्वात आहे तोपर्यंत येथे राष्ट्रच काय, समाजही खऱ्या अर्थाने अस्तित्वात येऊ शकत नाही आणि

हिंदू धर्म व तत्त्वज्ञान गाडल्याखेरीज जातिसंस्थेचे निर्मूलन होणार नाही, तथाकथित भारतीय संस्कृतीतील एकजिनसीपणा केवळ वरवरचा आहे, मुस्लिमांनी हिंदूंचा कायम द्वेष केला आहे किंवा त्या दोहोंचे सहअस्तित्व शक्यच नाही हे दोन्ही विधाने अनैतिहासिक आहेत या आणि अशा बाबासाहेब आंबेडकरांच्या विधानांचा मात्र कधीच उल्लेख करत नाहीत. बाबासाहेबांना जातीधर्माचे नव्हे, तर वर्गीय राजकारण अभिप्रेत होते आणि जातीधर्माधारे केलेले राजकारण वर्गीय राजकारणाला मारक ठरते, हे ते पुरेपूर ओळखून होते. त्यामुळे विशिष्टधर्मीयांबद्दल पूर्वग्रहांना त्यांच्या मनात मुळीच थारा नव्हता, हे सत्य डॉ. तेलतुंबडे यांनी उत्तमपणे येथे मांडले आहे.

आंबेडकर हिंदुत्वाचे समर्थक तर नव्हतेच, उलट कट्टर विरोधक होते, हे त्यांच्या अनुयायांनी नीट समजून घेण्याची गरज आहे. त्याचप्रमाणे हेही ध्यानात ठेवायला पाहिजे की, इस्लाममधील समतातत्त्वाचे आंबेडकरांना आकर्षण होते. काहीकाळ त्यांची भूमिका दलितांनी हिंदुधर्म सोडून इस्लामचा स्वीकार करावा अशी होती. बौद्ध धम्म स्वीकारण्याचा त्यांचा निर्णय तो हिंदुधर्माचा संप्रदाय असल्यामुळे झालेला नव्हता, तर तो धम्म समता, स्वातंत्र्य व भावंडभाव या लोकशाहीप्रणीत तत्त्वांच्या जवळ जाणारा असून बुद्धिप्रामाण्याची कास धरणारा आहे हे त्यांना पटल्यामुळे त्यांनी तो निर्णय घेतला होता. धम्माचा स्वीकार करताना त्यांनी दिलेल्या बावीस प्रतिज्ञा ब्राह्मणीधर्माला निःसंदिग्धपणे नकार देणाऱ्या आहेत, हे विसरून चालणार नाही. मुस्लिम आक्रमणामुळे येथील व जगातील इतरत्रचाही बौद्ध धम्म लोपला, हे तथ्य सांगत असतानाच आंबेडकर हेही आवर्जून नमूद करतात की मुस्लिम आक्रमकांनी वास्तू पाडल्या असतील; पण ब्राह्मणीधर्माप्रमाणे धम्माची पाळेमुळे, तत्त्वे व सिद्धांत त्यांनी उखडून फेकले नाहीत. मुस्लिम आक्रमक सगळे एक होते, त्यांच्या प्रेरणा तद्दन धार्मिक होत्या आणि एकूण एक मुसलमान राष्ट्रद्रोही आहेत, यापैकी कोणतेच मत आंबेडकरांनी कधीच मान्य केलेले दिसत नाही.

मुसलमानांच्या पडदाप्रथेबद्दल आंबेडकरांनी घणाघाती टीका केली असून मुस्लिम स्त्रियांच्या बुरख्यामुळे होणाऱ्या शारीरिक, मानसिक, सामाजिक वगैरे दुष्परिणामांची इत्थंभूत चर्चाही त्यांनी केली आहे. मुस्लिमांचे राजकारण धर्मनिरपेक्ष प्रश्नांवर आणि आर्थिक विषमत्ता, मागासलेपणा, बेकारी वगैरे समस्यांवर केंद्रित होण्याऐवजी केवळ धार्मिक मुद्द्यांभोवतीच घोटाळत राहते, याबद्दल त्यांनी नापसंतीही व्यक्त केली आहे; पण म्हणून मुस्लिम समाजसुधारणाविरोधी आहे, इस्लामची शिकवणूक मूलतः परिवर्तनविरोधी आहे किंवा इस्लाममध्येच आक्रमकतेची व दहशतवादाची पाळेमुळे सामावलेली आहेत, ही संघपरिवाराकरवी सतत उधळली जाणारी मुक्तफळे आंबेडकरांच्या लेखनात कोठेही आढळत नाहीत. जगातील

इतर इस्लामी देशांनी सुधारणा स्वीकारल्याचे सांगून भारतीय मुस्लिमांच्या स्थितिप्रियतेचे मूळ येथील हिंदुवर्चस्वापायी त्यांना वाटणाऱ्या असुरक्षिततेत आहे, असे वस्तुनिष्ठ निदान आंबेडकरांनी केले होते. या त्यांच्या निष्कर्षाची प्रस्तुतता आज, पूर्वी कधीच नव्हती, एवढी वाढली आहे. कारण नव्वदीच्या दशकात हिंदुत्वशक्तींच्या आक्रमकतेत जसजशी भर पडत गेली, तसतशी मुस्लिमांमधील सुधारणावादी प्रवाहांची ताकद क्षीण होत चालली आहे. त्यांच्यातील स्थितिवादी शक्ती बळावत चालल्या आहेत. अशावेळी डॉ. आंबेडकरांनी केलेले समाजशास्त्रीय विवेचन जनतेसमोर येणे उपयुक्त ठरणार आहे.

संघाला प्रिय असलेला मुस्लिमांच्या दुय्यम नागरिकत्वाचा सिद्धांत हिंदुस्थान हिंदूंचा ही त्यांची सनातन घोषणा, अल्पसंख्याकांचे हक्क बहुसंख्याकांच्या मर्जीवर अवलंबून असतात, हा हिंदुत्ववाद्यांचा विकृत व अहंकारी राजधर्म यांचा आंबेडकरांनी स्पष्ट शब्दांत निषेध केला होता. एवढेच नव्हे, तर मुस्लिम, शीख व कनिष्ठ जाती यांनी आपले समान हितसंबंध ओळखून संघटित व्हावे आणि सवर्ण हिंदूंच्या विरोधात उभे राहावे, यातूनच सांप्रदायिक सलोख्याचा व सुसंवादाचा मार्ग दिसेल आणि या देशावर संभवणारे हिंदुराष्ट्राचे गंडांतर टळेल, अशी स्पष्टोक्ती आंबेडकरांनी केली आहे.

मुस्लिम आक्रमकांनी ज्या हिंस्र विध्वंसक पद्धतींचा अवलंब केला होता, त्यांचे दुष्परिणाम हिंदु-मुस्लिम या दोहोतील संबंधावर किती खोल आणि दूरगामी झाले आहेत, याचा उल्लेख आंबेडकरांनी अवश्य केला आहे. मंदिरे पाडणे, बळजबरीची धर्मांतरे, अमानुष कत्तली, स्त्री-बालकांची क्रूर हत्या, अत्याचार, गुलामी या पूर्वजांच्या पराक्रमांबद्दल शतकांतरानंतरही मुस्लिमांनी गर्व बाळगणे आणि हिंदूंनी शरमिंदे होणे या दोन्ही प्रतिक्रिया आंबेडकरांना दुर्दैवी वाटत होत्या. मुस्लिम आक्रमकांनी जे केले, त्याचा बदला घेण्याच्या विकृत भावनेतून हिंदुत्ववाद्यांनी गुजरात राज्यात जो सैतानी प्रयोग केला, त्याची भलावण आंबेडकरांनी कधीच केली नसती. हिंदू संस्कृती व सभ्यता दीर्घायुषी आहे, हा हिंदुत्ववाद्यांना अभिमानास्पद वाटणारा मुद्दा उडवून लावताना आंबेडकर म्हणतात, केवळ टिकून राहणे महत्त्वाचे नसते. त्या टिकून राहण्याची गुणवत्ता तपासावी लागते. हिंदू समाज ज्या पद्धतीने टिकून राहिला, ती पाहता प्रत्येक हिंदू व्यक्तींची मान खाली गेल्यावाचून राहणार नाही, असा अभिप्राय त्यांनी दिला आहे. ज्याची लाज वाटावी, तेही 'गर्व से कहो' म्हणणाऱ्यांशी आंबेडकरांचे काडीमात्रही वैचारिक सख्य संभवत नाही, ही वादातीत वस्तुस्थिती आहे.

संघपरिवाराकडून केली जाणारी आंबेडकरांची स्तुती व निंदा दोन्हीच्या मुळाशी त्याचा निहित स्वार्थ असतो आणि वस्तुस्थितीचा जाणीवपूर्वक केलेला विपर्यास असतो. आंबेडकरांना

प्राणप्रिय असलेल्या तत्त्वांचा व सिद्धांतांचा मुडदा पाडण्यासाठी आंबेडकरी विधानांचा हत्यार म्हणून वापर करण्याचा अघोरी आटापिटा संघपरिवार नेटाने करत असतो. काल संघशक्ती-भीमशक्ती यांचा मेळ घालण्याची भाषा करणारे सोवळे, हिंदुत्ववादी असोत की आज शिवशक्ती-भीमशक्तीची एकजूट बांधू पाहणारे मावळे हिंदुत्ववादी असोत, आंबेडकरांच्या क्रांतिकारी व मुक्तिदायी विचारांमुळे त्यांची पाचावरच धारण बसते. जगभरच्या शोषित-वंचितांना लढण्याची प्रेरणा देण्याचे सुप्त सामर्थ्य असलेला हा विचार निष्प्रभ करायचा आणि दुसऱ्या बाजूने आंबेडकरांना विभूतिमत्त्वाच्या अंगाने सर्वेसर्वा मानणाऱ्या अचिकित्सक दलितांना आपलेसे करायचे, त्यांच्यातील बुद्धिजीवींचा बुद्धिभेद करायचा किंवा त्यांना सरळ विकत घ्यायचे असा हिकमती डाव हिंदुत्ववादी आज खेळत आहेत. दुर्दैवाने तूर्त ते त्यात यशस्वीही होत आहेत. मुस्लिमद्वेषाच्या आधारावर त्यांनी सत्तेमत्तेचे मार्ग आज हस्तगत केले आहेत.

भारतीय संविधानाची सर्व मूलभूत तत्त्वे, संकेत आणि आदर्श अशाप्रकारे सांप्रदायिक शक्तींनी संकटात आणले असताना परिवर्तनवादी चळवळटीने गाफील राहून चालणार नाही. किमानपक्षी तिने आपली कोणी दिशाभूल तर करत नाही ना, याची दक्षता घेतलीच पाहिजे. संघपरिवाराच्या प्रचाराने बुद्धिभ्रम झालेले जे दलित आंबेडकरांना मुस्लिमविरोधक आणि म्हणून हिंदुत्ववादी आणि हिंदुसंघटनाचे पुरस्कर्ते समजून भरकटले असतील, त्यांनी वेळीच स्वतःला सावरणे निकडीचे झाले आहे. अन्यथा या तोंडाने आंबेडकरी विधानांची पोपटपंची करत करतच आंबेडकरी विचारसत्त्वाची हत्या करण्याचे महापातक त्यांच्या हातून घडल्यावाचून राहणार नाही. ज्या कोणाला असे स्वतःला सावरण्याची सद्बुद्धी होईल, त्यांच्यासाठी आनंद तेलतुंबडे यांचे हे पुस्तक अत्यंत उपयुक्त ठरेल, याबद्दल शंकाच नको.

◆◆◆

# २०. कृषी-शिक्षण-क्रांतीचा वैदर्भी प्रवर्तक

**प्रा.** सौ. कल्पना देशमुख यांनी भाऊसाहेब देशमुख यांच्या कार्यमग्न जीवनावर लिहिलेल्या या कादंबरीला प्रस्तावनेदाखल हा मजकूर जोडताना मला आनंद होतो. मुळात त्यांचा हा प्रयत्न अक्षरशः गगनाला गवसणी घालण्याइतकाच आव्हानात्मक होता आणि मला प्रारंभीच हे नमूद करायला हवे की, त्यांनी हे आव्हान समर्थपणे पेलले आहे. अर्थातच त्या हे करू शकल्या याला अनेक कारणे आहेत. एकतर भाऊसाहेबांच्या जीवनकार्याची त्यांनी जवळून ओळख करून घेतली आहे. ऋचा प्रकाशनातर्फे चार-पाच वर्षांपूर्वी प्रकाशित त्यांचे डॉ. पंजाबराव देशमुख यांचे सामाजिक योगदान हे पुस्तक ज्यांच्या वाचनात आले असेल त्यांना हे पटू शकेल. दुसरे कारण असे सांगता येईल की भाऊसाहेब आणि त्यांच्या भोवतालच्या सर्व महत्त्वाच्या व्यक्तिरेखांशी लेखिका भावनिक तादात्म्य साधू शकल्यामुळे त्यांच्यातील कल्पनेने रंगवलेले संवादच नव्हेत तर त्यांच्या मनाच्या गाभ्यातील हेलकावेही त्या शब्दबद्ध करू शकल्या आहेत आणि सर्वांत महत्त्वाचे कारण म्हणजे चरित्रनायकाच्या जीवनकार्याचा संदेश पुढच्या पिढ्यांपर्यंत येनकेनप्रकारेण पोहोचवण्याची त्यांची आंतरिक इच्छा अतिउत्कट आहे. त्यांची लेखनशैली प्रसन्न आणि ओघवती आहे. कादंबरीतील घटनाक्रम, ऋतुचक्रांचे फेरे आणि नियतीच्या योजनांचा आलेख सांभाळीत लेखिकेने भाऊसाहेबांचे उत्तम चरित्रचित्रण येथे केले आहे. मी त्याबद्दल त्यांचे मनःपूर्वक अभिनंदन करतो आणि त्यांच्या या कादंबरीस हार्दिक शुभेच्छा देतो.

भाऊसाहेबांचे व्यक्तिमत्त्व बहुआयामी होते. त्यांनी पापळच्या वतनदार देशमुखांच्या घरात जन्म घेतला असला तरी त्यांच्या महत्त्वाकांक्षी जीवनाचा प्रवास कमालीचा खडतर होता. कठोर तपश्चर्या करून त्यांनी यशाची शिखरांमागून शिखरे पादाक्रांत केली होती. सत्ता, श्रीमंती, शिक्षण यापैकी कसलेही मोठे पाठबळ गाठीशी नसताना एका शेतकऱ्याचा

मुलगा बॅरिस्टर होतो आणि बॅरिस्टर झाल्यानंतर स्वार्थी सुखवस्तूपणाकडे आकर्षित न होता समाजक्रांतीची धुरा मानेवर घेऊन धकाधकीचे सार्वजनिक जीवन पत्करतो हे सारेच खूप अद्भुत होते. त्यांच्या या जगावेगळया व्यक्तिमत्त्वाची जडणघडण कोणत्या मुशीतून झाली असेल? त्यांना दूरदृष्टी, संघटनकौशल्य, संस्थात्मक जीवनाची प्रेरणा आणि परिस्थितीसापेक्ष क्रांतीची परिकल्पना नेमकी कशातून प्राप्त झाली असावी? परंपरेचे सखोल अवगाहन केल्यानंतरही पांडित्यापोटी तुसडेपणा अंगी येण्याऐवजी सामान्यात सामान्यासारखे वावरणे त्यांना कसे साधले असावे? शिक्षणाची सांगड शेतीशी व लोकजीवनाशी जोडली तरच ते समाजपरिवर्तनाचे साधन ठरू शकेल. अन्यथा ते स्थितिवादालाच बळकटी आणील ही विरळा मौलिक दूरदृष्टी कोणत्या समकालीन सुधारकांपेक्षा भाऊसाहेबांनाच कशी काय लाभली असावी? सत्तेला सामाजिक प्रयोजन नसले तर ती व्यर्थ होय असे मानण्याचा साक्षेप त्यांना कोणी शिकवला होता? हे सारे प्रश्न भाऊसाहेब नामक कोडे उकलू पाहणाऱ्या कोणाही प्रतिभावंताची कसोटी पाहणारे आहेत. प्रस्तुत कादंबरीच्या लेखिकेलाही त्यांनी नक्कीच सतावले असेल. कादंबरीची त्यांनी केलेली विशिष्ट बांधणी ही त्या प्रश्नांची उत्तरे मिळवण्यासाठीच त्यांनी तशी केली असावी असे दिसते.

सात भागात वाटलेली ही कादंबरी असून निरनिराळे निवेदक आलटून पालटून वाचकांपुढे येतात. एकूण तीन भागांमधील कथाभाग खुद्द भाऊसाहेबांच्या तोंडून लेखिकेने सांगितला आहे. बालपण, शिक्षण, आयुष्यक्रमाला मिळालेली निर्णायक वळणे, सामाजिक भान, विवाह, राजकीय जबाबदाऱ्या अशा काही बाजूंना या तीन भागांमधून स्पर्श झाला आहे. कथानायकाचे प्रथमपुरुषी निवेदन त्यात असल्यामुळे त्याच्या भावभावना, चिंताविवंचना, कृतार्थता, कृतज्ञता वगैरेंचा आंतरिक कल्लोळ वाचकापुढे ठेवायला पुरेपूर संधी लेखिकेला या भागात मिळाली असून तिने तिचे सोने केले आहे. मायमाऊली राधाई आणि कर्तबगार सहप्रवासिनी विमलाबाई यांच्या अनुक्रमे एक आणि दोन भागातील निवेदनाने भाऊसाहेबांच्या कौटुंबिक जीवन व्यापारांवर प्रकाशझोत टाकला आहे. तर एका प्रदीर्घ भागाचे निरूपण नानासाहेब देशमुखांच्या तोंडून करवून लेखिकेने त्यातून भाऊसाहेबांच्या शैक्षणिक कार्याचा उत्तम परिचय दिला आहे. अनेक निवेदकांकरवी पंजाबराव देशमुखांसारख्या बहुगुणसंपन्न, अनुभव समृद्ध आणि अष्टपैलू व कर्तबगार कथानायकाचे जीवन यथातथ्य स्वरूपात मांडण्याच्या दृष्टीने अत्यंत उपयुक्त ठरलेले आहे.

भाऊसाहेबांचे बालपण, कौटुंबिक व शालेय संस्कार, झुंजार आई आणि संतवृत्तीचे वडील, पुस्तकी विद्येसोबतच राष्ट्रभक्तीचे धडे देणारे शिक्षक, लोकमान्य टिळकांची भेट आणि प्रत्यक्ष सहवासाचे संवादाचे क्षण, पुण्यातील वास्तव्य आणि परदेशातील विद्यार्जन हा या

कादंबरीतील कथाभाग अत्यंत प्रत्ययकारी उतरला आहे. कथानायकाच्या वाढत्या वयानुसार उत्तरोत्तर प्रगल्भ होत जाणारी निवेदनशैली लेखिकेने अचूकपणे अवलंबल्यामुळे त्या त्या टप्प्यावरचे भाऊसाहेबांचे अनुभव जिवंतपणे त्या वाचकापुढे उभे करू शकल्या आहेत. साक्षीभावाने प्रत्येक गोष्ट समजून घेण्याची सवय लावून घेतलेला. कष्टाने मिळवलेल्या वस्तूचेच मोल माणसाला समजते हे पितृवचन अंतःकरणावर कायमचे कोरलेला आणि उत्तरोत्तर चिंतनशील व आत्मविश्वस्त होत गेलेला एक ध्येयनिष्ठ कथानायक वाचकाला येथे भेटतो. टिळकांच्या भेटीच्या वेळची त्यांच्या मनातली ओढ, औत्सुक्य, उत्कंठा, असोशी, भारलेपण इत्यादी सगळया छटा वाचक प्रत्यक्ष अनुभवतो. त्यामुळेच जेव्हा कथानायक असे म्हणतो की, टिळक निघून गेले; पण माझ्यात प्रौढत्वाचे बीजारोपण करून गेले तेव्हा त्यांचे अनेकानेक संदर्भ वाचकाच्या मनात जागे होतात. त्याचप्रमाणे पुढे लंडनच्या आपल्या वास्तव्याचे "सुरवंटाचं फुलपाखरू होण्याचा काळ" असे एका वाक्यात त्याने केलेले वर्णनही वाचकाला खूप काही सांगून जाते.

विद्याभ्यासाने थोरवी प्राप्त केलेल्या भाऊसाहेबांच्या मनात वैयक्तिक महत्त्वाकांक्षेपेक्षा सामाजिक दायित्वाचेच संगोपन अधिक झाले होते. जगात सर्वाधिक महापुरुष जिथे निपजले असा हा भारत देश दैन्यात खितपत पडण्याचे कारण त्यांनी अचूक ओळखले होते. एकेकटे महापंडित्य निर्माण करण्यावर भर देण्याऐवजी संपूर्ण सामान्य जनतेचा स्तर उंचावण्यासाठी झटलो तरच राष्ट्राची प्रगती शक्य होईल हे त्यांना त्यातूनच पटले होते. शेती हा जीवनधर्म म्हणून आचारणाऱ्यापर्यंत शिक्षणाची गंगा गेली पाहिजे. मानवी जीवनाचे महाद्वार असलेल्या शिक्षणापासून कोणालाही दूर राहावे लागू नये. शेतीला जसे पाण्याचे तसे समाजाला शिक्षणाचे महत्त्व असते. सबब मुळांना पाणी देऊन जसा वृक्ष जगवता वाढवता येतो तसे समाजवृक्षाच्या खेडोपाडी पसरलेल्या पाळामुळांपर्यंत शिक्षणजलाचा शिडकावा झाला पाहिजे. ही निकड भाऊसाहेबांना जाणवली होती. मागे राहिलेल्या शाळासोबत्याबद्दल घरीदारी राबणाऱ्या गोरगरीब ग्रामीण मागासवर्गीय माणसांबद्दल त्यांना मुळातच जी अपार सहानुकंपा वाटत होती ती बॅरिस्टर होऊन परतल्यानंतरही मुळीच कमी झाली नव्हती. उलट आपण त्यांच्यासाठी फार काही करू शकत नाही याची त्यांनी सदैव खंत वाटत होती. किंबहुना असे म्हणता येईल की, ती सहानुकंपा आणि ती खंत यांनीच त्यांच्या जीवनकार्याला प्रयोजन व दिशा मिळवून दिली होती. कादंबरीकर्तीने फार प्रभावीपणे हे सारे वर्णन केले आहे.

कादंबरीतील स्त्री पात्रे तशी मोजकीच असली तरी तीही ठसठशीतपणे उभी राहिली आहेत. भाऊंच्या मातोश्री राधाक्काविषयी इतर पात्रांच्या संवादांतून तसेच त्यांच्या स्वतःच्या निवेदनातून जे कळले त्यातून त्यांची मर्द बाईची प्रतिमा वाचकांच्यापुढे स्पष्ट रेखाटली जाते.

त्या नसत्या तर साधूवृत्तीच्या इमानदार शामरावबापूंचा देवच वाली असता अशा आशयाच्या विधानातून जे सूचित होते ते सारे व्यक्त करणारे प्रसंग या कादंबरीत आले आहेत. भाऊसाहेब बॅरिस्टर होऊन मायदेशी येणार त्या दिवशी राधाक्काची घालमेल लेखिकेने कमालीच्या हळुवारपणे वर्णिली आहे. एकीकडे आपली कूस धन्य झाली म्हणून आनंदाच्या हिंदोळ्यावर झुलणारे राधाक्कांचे मन प्रतीक्षेचे क्षण जसे लांबतात तसे स्मरणकातर होते. पंजाबरावांच्या बालपणापासून आठवणींची उजळणी करून त्या आपली अस्वस्थता आटोक्यात ठेवू पाहतात, हा प्रसंग फार हृद्य झाला आहे. बड्या पगाराची सरकारी नोकरी न करता वकिली करून सामाजिक सेवा करण्याचा निर्णय भाऊसाहेब घेतात, त्यातही व्यावसायिक यशापेक्षा ध्येयनिष्ठेला महत्त्वाचे मानून ते खटले घेतात. त्याकाळी अस्पृश्य म्हणून ज्यांना मंदिरप्रवेश नाकारला होता त्यांच्या बाजूने उभे राहून लढतात आणि स्वजनांचा रोष पत्करतात, सुरक्षित व सुखवस्तू चौकोनी संसारात न रमता धकाधकीच्या व अनिश्चित अशा सामाजिक-राजकीय कार्याचा वसा घेतात त्या प्रत्येक प्रसंगी जुन्या वळणाच्या राधाक्कांची थोडीफार नाराजी ओढवणे अगदीच स्वाभाविक होते. तरी पण दरवेळी मोठ्या मनाने त्या आपल्या मुलाचे मन समजून घेतात. तरी पण सोनार मुलीशी लग्नाचा भाऊंचा निर्णय मात्र पुरतेपणी पचवणे त्या माऊलीला जरा जडच गेले असावे असे दिसते. अत्यंत सूचक प्रसंगांतून कादंबरीकर्ती या एकूणच आंतरसंबंधांवर प्रकाश टाकते.

विमलाबाईचे कादंबरीतील चरित्रचित्रणही अत्यंत लोभस आहे. भाऊसाहेबांच्या निवेदनात त्यांच्या पहिल्या भेटीचे वर्णन येते. त्या वर्णनात त्यांच्या अंगच्या गुणवैशिष्ट्यांचे मार्मिक संसूचन झाले आहे. प्रत्यक्ष विवाहप्रसंग आणि त्यानंतर नव्या घरात तिथल्या मुलामाणसात आणि भाऊसाहेबांच्या कार्यात एकरूप होण्याची विमलबाईची वाटचाल कादंबरीत अनुरूप शब्दछटांनी रंगवली आहे. विशेष लक्षात राहते ते विमलाबाईच्या निवेदनातून कादंबरीच्या लेखिकेने उभे केलेले भाऊसाहेबांचे व्यक्तिमत्त्व. जीवनाला युद्धभूमी न मानता क्रीडांगण मानणारे, विरोधकांचाही कधी दुस्वास न करणारे, सुखदुःखांकडे समबुद्धीने पाहणारे 'अक्षयविजयी' भाऊसाहेब कधी कोणाच्या हातचे बाहुले झाले नाहीत. त्यांनी आपल्या तत्त्वांशी आणि तळागाळातल्या फाटक्या माणसांशी स्वप्नातही द्रोह केला नाही हे विमलाबाई आवर्जून सांगतात. आपला प्रपंच संन्यासाचा ही भाऊंची वृत्ती त्या बिनतक्रार स्वीकारतात. कविता, बासरी आणि बैठ्या खेळांवर प्रेम करणाऱ्या भाऊसाहेबांची वेगळी ओळख वाचकांना करून देतात. सार्वजनिक जीवनाच्या वाढत्या व्यापापायी कौटुंबिक आयुष्यातील खासगीपणाचे आवार संकोचत गेले ही वस्तुस्थिती हिमालयाच्या सावलीप्रमाणे समजूतदारपणे पचवतात. कादंबरीतील ही सगळी वर्णने मुळातून वाचण्याजोगी आहेत. त्याचबरोबर विमलाबाईची

अंतर्मनातील दडपलेल्या काही वादळांची नुसती ओझरती नोंद कादंबरीत काही ठिकाणी आढळते. ती अधिक खोलात नेऊन मांडली गेली असती तर भाऊसाहेब आणि विमलाबाई या उभयतांच्या व्यक्तिमत्त्वांना अधिक उठाव आला असता, असे वाटल्यावाचून राहत नाही.

कादंबरीवर पडलेल्या आणखी एका गंभीर मर्यादेचा उल्लेख येथे केल्यास तो अनाठायी होणार नाही. एकेका पात्राकरवी केलेल्या आत्मनिवेदनाची रचना स्वीकारल्यामुळे कदाचित ती पडली असावी. लेखिकेने स्वतः निवेदन केले असते तर काही तथ्ये कादंबरीत वस्तुनिष्ठपणे नोंदवता आली असती. उदाहरणार्थ, ज्या काळात भाऊसाहेबांनी आपले शैक्षणिक व शेतकी क्रांतीचे कार्य सुरू केले होते तेव्हाची विदर्भाची परिस्थिती कशी होती? इथले जनमानस, इथले राजकारण, समाजकारण, धर्मकारण कसे होते? भाऊसाहेबांनी जोडलेल्या सर्वच सहकाऱ्यांची तयारी अपेक्षित प्रमाणात खरोखरच झालेली होती काय? किंबहुना भाऊसाहेबांशी तुल्यबळ तयारी असणारे सहकारी बहुजन समाजात मिळण्याची शक्यता कितपत होती? प्राथमिक व पायाभूत शिक्षणावरचा भाऊसाहेबांचा कटाक्ष, लोकविद्यापीठाची त्यांची खास देशी संकल्पना, उच्च शिक्षणासंबंधीचे त्यांचे अग्रक्रम प्रसंगी देवस्थानाची संपत्ती सरकारने ताब्यात घ्यावी आणि सामान्य जनतेच्या शैक्षणिक कार्यावर ती खर्च करावी ही भाऊसाहेबांची बुद्धिप्रामाण्यवादी विचारसरणी- हे सारे मनःपूर्वक स्वीकारणारे सहकारी भाऊसाहेबांना कितीसे मिळाले असतील? सत्तास्थानांमुळे बरीच कामे जुळून येणे आणि त्यासाठी समाजातून साथसंगत मिळणे स्वाभाविकच असते; पण ध्येयनिष्ठेचा निर्विकल्प स्वीकार होण्याच्या दृष्टीने मात्र ते कधीच पर्याप्त नसते. भाऊसाहेबांच्या बाबतही वेगळे काही घडले असण्याची शक्यता नव्हती; पण ही कादंबरी त्या संदर्भात काही फारसे बोलत नाही.

सक्तीच्या व सार्वत्रिक प्राथमिक शिक्षणाचा संविधानिक वायदा सरकारने तर अद्याप पूर्ण केलेलाच नाही; पण जेवढ्या मोठ्या प्रमाणावर जिल्हाकौन्सिलचे अध्यक्ष म्हणून भाऊसाहेब या कामाला भिडले होते तेवढी जिद्द त्यांच्या पश्चात त्याबाबत कुठेच आढळली नाही. त्यांनी उभा केलेला शिवपरिवार वाढला, शिक्षणसंस्थांचा व्यापविस्तार चौफेर झाला, भव्य इमारती व परिसर उभे राहिले; पण पारंपरिक विद्यापीठापेक्षा निरनिराळया, अभिनव आणि देशकालानुरूप अशा लोकविद्यापीठाचा त्यांचा आदर्श मात्र प्रत्यक्षात उतरू शकला नाही, ही वस्तुस्थिती आपणास मान्यच करावी लागते. देशोदेशीच्या लोकविद्यापीठांचा अभ्यास करून इथल्या ग्रामीण कृषिसमाजाच्या गरजांचा नीट विचार करून अपवादात्मक महापुरुष निर्माण करण्याऐवजी संपूर्ण समाजाचा शैक्षणिक स्तर उंचावण्याचे साध्य समोर ठेवून भाऊसाहेबांनी लोकविद्यापीठाची रूपरेषा आखली होती. त्यांचे हे विद्यापीठ अज्ञान, दारिद्र्य, कुचंबणा आणि घृणास्पद अवस्था यांच्या काळयाकुट्ट अंधारात गटांगळया खात असलेल्या बहुजन समाजातून अव्वल

दर्जाचे समाजसेवक आणि देशभक्त निर्माण करण्यासाठी झटणार होते. विशेषतः जे गुणवंत प्रचलित शिक्षण व्यवस्थेत अपेशी किंवा बाहेर फेकले जातात त्यांना त्यांच्या सोयीने तिथे शिक्षणाला संधी मिळणार होती. बहुजन समाजात विद्येविषयी प्रेम, ज्ञानासक्ती व अभ्यासूवृत्ती हे विद्यापीठ जोपासणार होते. विभिन्न जातीधर्माच्या लोकात सामंजस्याची भावना पेरणार होते. भाऊसाहेबांच्या लोकविद्यापीठाचे उद्‌घाटन खुद्द राष्ट्रपतीने केले. केंद्र सरकारने त्याची दखल घेऊन देशातील दहा रुरल इन्स्टिट्युटांपैकी एक चालवण्याची जबाबदारी त्यावर सोपवली. इतर विद्यापीठांपेक्षा वेगळे व अभिनव अभ्यासक्रम तिथे सुरू केले गेले; पण...

भाऊसाहेबांचे सर्व संकल्प साकार झाले असे म्हणण्याजोगती परिस्थिती नाही. हे असे का झाले असावे. नानासाहेब देशमुखांच्या तोंडून वर्णन केलेला शिवसंस्थेचा प्रदीर्घ प्रवास या कादंबरीत आहे. संस्था बांधणीतील धीर खचवणाऱ्या तसेच उमेद वाढवणाऱ्या अनेक अनुभवांना त्यात लेखिकेने सामावले आहे. तरीपण भाऊसाहेबांच्या कृषि-शिक्षण-विषयक क्रांतीचे प्रत्यक्ष फलित जर त्यांच्या अपेक्षा पूर्ण करणारे नसेल तर त्याची मूळ कारणे कोणती आहेत? या प्रश्नाचे उत्तर मात्र त्या निवेदनात कुठेही मिळत नाही.

अर्थात अशा काही मर्यादा असूनही ही कादंबरी महत्त्वाचीच आहे. भाऊसाहेब पंजाबराव देशमुखांवर त्यांच्या कार्यकर्तृत्वाच्या मानाने फारच थोडे लिहिले गेले आहे. अशा परिस्थितीत तर अशा लेखनाचे मोल आणखीनच मोठे ठरते. लेखिकेचे पुनश्च अभिनंदन!

♦♦♦

# २१. पुरस्कार - लोकनेते कन्नमवार

**रा.** मारोतराव सांबशिव कन्नमवार यांच्या जन्मशताब्दीचे वर्ष केव्हा सुरू झाले आणि संपत आले हे राज्यकर्त्यांच्याच नव्हे तर मराठी जनतेच्याही लक्षात आले नाही. अर्थात हे जे घडले त्यात अनपेक्षित काहीच नव्हते. मारोतरावांची जन्मशताब्दी ध्यानात ठेवून ती जल्लोषाने साजरी ज्यांनी करावी असे साधनसंपन्न आणि 'उपकृत' अन्तेवासीयच त्यांनी कधी जवळ केले नव्हते! ते सामान्यांतून वर आले होते, अखेरपावेतो सामान्यच राहिले होते आणि सामान्यांच्या कल्याणाचा ध्यास घेतच त्यांनी आजन्म राजकारण केले. प्रतिष्ठित व बोलघेवड्या समाजघटकांच्या जगात टिंगलटवाळीचाच विषय बहुदा ठरलेले मारोतराव गोरगरिबांच्या आणि शोषित वंचितांच्या निःशब्द कृतज्ञतांनाचा मात्र अक्षय ठेवा सतत जवळ बाळगून होते. आयात केलेल्या आपल्या लोकशाहीने नेतृत्वाच्या चौकटी आणि प्रतिमाही जणू आयात केल्या आहेत! संसदपटू कोणास म्हणावे? नेता व्हायला कोणते गुण अंगी असावे लागतात? आणि नेतृत्वाचा यशस्वितेच्या कसोट्या काय आहेत? याबद्दलच्या आपल्या धारणा कमालीच्या परभृत आहेत. इथल्या मातीत उगवून इथल्याच परिसरावर पोसल्या गेलेल्या कन्नमवारांच्या देशी नेतृत्वाने त्या सगळ्या चौकटी मोडीत काढल्या आणि त्या प्रतिमांचे भंजन केले. त्यामुळेच प्रसिद्धीप्रवण राजकारणाच्या आजच्या धबडक्यात मारोतरावांवर राजकीय विजनवास ओढवणे अपरिहार्यच म्हणावे लागेल!

पण अशाही परिस्थितीत त्यांचे मोठेपण ओळखणारी काही तुरळक माणसे समाजात आहेत आणि ती त्यांचे केवळ कृतज्ञतापूर्वक स्मरण करूनच न थांबता त्यांच्या महानतेचे मूळ शोधण्याचा आपल्यापरीने प्रयत्नही करत आहेत, ही बाब नक्कीच खूप दिलासा देणारी ठरते. 'लोकनेते कन्नमवार' या पुस्तकाच्या लेखिका डॉ. प्रभाताई वासाडे आणि ते पुस्तक वाचकांपर्यंत पोहोचवणारे चंद्रपूरच्या हरिवंश प्रकाशनाचे धनकरबंधू यांचा अंतर्भाव तशा

चांगल्या माणसांमध्ये होतो. मी त्यांचे हार्दिक अभिनंदन करतो. कन्नमवारांच्या नेतृत्वाचा आलेख, त्यांच्या लोकप्रियतेचे रहस्य आणि त्यांच्या विविधांगी कर्तृत्वाचा संक्षिप्त तरीही साक्षेपी आढावा या तिन्ही बाबी वाचकांपुढे ठेवण्याचा यशस्वी प्रयत्न लेखिकेने या छोटेखानी पुस्तकाद्वारे केला आहे.

बेलदार आजोबा आणि मोळ्या विकून संसार करणारी आई यांचे संस्कार आत्मसात करून व्ही. टी. च्या स्टेशनावर अनाथपणी आसरा घेतलेला एक धडपड्या जीव मुख्यमंत्री होऊन सह्याद्रीत राहायला जाण्यापर्यंतची मजल मारतो, एवढेच नव्हे तर त्या उंचीवर गेल्यानंतरही त्याचे पाय जमिनीवरच घट्ट रोवलेले राहतात. जनसामान्यांपासून तो स्वतः तर दुरावत नाहीच उलट मुख्यमंत्र्यांचे आलिशान निवासस्थान तो गावाकडच्या गोरगरिबांसाठी मुक्तद्वार करून टाकतो. बालपणीच्या काबाडकष्टांनी शिकवलेले पाठ जन्मभर कसोशीने गिरवत राहतो, मानसिक-शारीरिक क्लेशांनी समदुःखी समाजघटकांशी जोडलेले नाते जिवापाड जपूनच आपले प्रत्येक पाऊल टाकतो-कन्नमवारांच्या आयुष्यातील हा अद्भुत आशय लेखिकेने समर्थपणे शब्दबद्ध केला आहे.

त्यांच्या सैलघोळ गबाळेपणाने किंवा ऐसपैस बोलण्याने फसगत झालेले अनेक मान्यवर पत्रकार त्यांची यथेच्छ नालस्ती करत असत. खोटे नाटे अतिशयोक्त प्रसंग रंगवून कन्नमवारांची अडाणी व गावंढळ प्रतिमा वाचकांपुढे ठेवण्यात जणू त्यांची चुरस लागलेली असायची! पण हा माणूस जर खरोखरच असा अनभिज्ञ व अपात्र असेल तर यशवंतराव चव्हाणांसारख्या रत्नपारखी नेत्याने त्याला आपला वारसदार म्हणून का निवडले होते? आणि त्यांनी केलेली निवड किती अचूक होती हे तो माणूस कशाच्या बळावर सिद्ध करू शकला? या प्रश्नांची उत्तरे मात्र त्या मान्यवर पत्रकारांना कधीच शोधावीशी वाटली नाहीत आणि कदाचित शोधूनही त्यांना ती मुळीच सापडली नसती! प्रस्तुत पुस्तकाच्या लेखिकेने मात्र त्या प्रश्नांना नेमकेपणाने हात घातला असून त्यांची अत्यंत समर्पक अशी उत्तरेही दिली आहेत.

पश्चिम महाराष्ट्रातून आपला वारसदार ना. चव्हाणांना नको होता याची कारणे सर्वश्रुत आहेत; पण विदर्भातून वसंतराव नाइकांऐवजी त्यांनी कन्नमवारांना का पसंत केले ते मात्र कोणी उलगडून सांगितलेले नाही. चव्हाण संयुक्त महाराष्ट्रवादी तर कन्नमवार स्वतंत्र विदर्भवादी असा अंतर्विरोध स्पष्ट असूनही असे का झाले असावे? यशवंतरावांचा कौल कन्नमवारांच्या बाजूने झुकणे जितके आश्चर्याचे होते तितकेच कन्नमवारांनी स्वतंत्र विदर्भाचा आग्रह सोडून तनमनाने संयुक्त महाराष्ट्र बळकट करण्यास प्रवृत्त होणेही कोड्यात टाकणारेच ठरले होते. लेखिकेने या संदर्भात केलेला ऊहापोह वस्तुनिष्ठ व तर्कसंगत आहे. केवळ वैयक्तिक रागालोभांच्या पलीकडे जाणारी जी कारणमीमांसा लेखिकेने येथे केली आहे. ती या दोन्ही थोर लोकाग्रणींच्या पक्षनिष्ठांवर प्रखर प्रकाशझोत टाकणारी आहे. मारोतरावांनी संयुक्त महाराष्ट्राच्या निर्मितीत

किती निर्णायक भूमिका पार पाडली होती हे पाहिल्यावर आपल्या पश्चात त्यांनीच या राज्याची धुरा सांभाळणे रास्त होईल असे यशवंतरावांना वाटले असल्यास नवल वाटण्याचे कारणच शिल्लक उरत नाही!

पुस्काच्या अखेरीस लेखिकेने नेतृत्व संकल्पनेच्या पाश्चात्त्य अभ्यासकांचा हवाला देऊन त्या आधारे कन्नमवारांच्या नेतृत्वाचे विश्लेषण करण्याचा ओझरता प्रयत्न केला आहे; पण त्याची फारशी गरज नव्हती. कारण तिकडच्या त्या चौकटीत सामावणारे किंवा त्या कसोट्यांवर काटेकोरपणे उतरणारे कन्नमवारांचे नेतृत्वच नव्हते, तर आपल्या स्वतःच्या चौकटी आणि कसोट्या निर्माण करणारे असे ते अभिजात पुढारपण होते. त्यांच्यासारखे पाचपन्नास जरी नेते काँग्रेस पक्षाला मिळाले असते तर त्याला आजच्यासारखी अवकळा आली नसती! काँग्रेस ही कन्नमवारांसाठी मातृसंस्था होती आणि महात्मा गांधी हा त्यांच्या आचारविचारांचाच नव्हे तर जगण्याच्या बहुमुखी प्रक्रियेचाच केंद्रबिंदू होता. त्यामुळे त्यांच्या नेतृत्वाची पाळेमुळे जशी जनजीवनात खोल रुजलेली होती, तसाच आपला पक्षही तृणमूल पातळीपासून पक्केपणी बांधून काढण्याचा त्यांचा आटापिटा होता. खेडोपाडी विखुरलेल्या कार्यकर्त्यांशी कन्नमवारांचा निरंतर संवाद त्यासाठीच सुरू होता.

कधीकाळी चंद्रपुरात रोजचे ठळक मथळे ओरडत धावणारा हा वृत्तपत्र विकणारा पोरगा नकळतच जनसंवादाच्या मंत्रातंत्रांचे महत्त्व व सामर्थ्य ओळखून बसला होता. पेपरही विकत घेण्याची ज्यांची ऐपत नाही त्यांच्यापर्यंत राजकीय संदेश पोहोचवण्याचा तळमळीतून तो खडूने फळ्यावर बातम्या लिहून चौकात मांडू लागला. पुढे याच तळमळीतून तो लेखन व पत्रकार झाला. लोक त्याला 'काँग्रेसचे बुलेटिन' म्हणून ओळखू लागले. पुढे आयुष्यात पाक्षिक लोकसेवक, साप्ताहिक नवसंदेश, साप्ताहिक चंद्रपूर दर्शन, मासिक पंचायतराज्य इत्यादी नियतकालिकांचे संपादन करून किंवा त्यात विविध विषयांवर सातत्यपूर्ण लेखन करून त्यांनी केलेल्या पत्रकारितेची अशी ही पायभरणी पोरवयातील त्यांच्या त्या धावपळीने केली होती.

प्रतिकूल परिस्थिती, पोरकेपणा आणि संसाधनांची वानवा यामुळे खचून जाण्याऐवजी त्यांच्यावर मात करण्याच्या जीवनसंघर्षाने कन्नमवारांना अनेक दुर्मीळ गुणांचा लाभ मिळवून दिला होता. प्रचंड सोशिकता, निरपेक्षता, सततोद्योग, समबुद्धी, करुणा, आत्मविश्वास, दूरदृष्टी, संघटनक्षमता, संज्ञापन कौशल्ये अशा कितीतरी जमेच्या मौल्यवान बाबी प्राप्त परिस्थितीने त्यांच्या पदरात घातल्या होत्या. सामान्य माणसांशी त्यांची अतूट नाळ तिनेच जोडली होती. परिणामी त्यांच्या व्यक्तिमत्त्वात एक विलक्षण मुरब्बीपणा आला होता. ते साधेसरळ व विनम्र असले तरी राजकारणाचे डावपेच अचूक ओळखून होते, भिडस्त असूनही निर्भीड राहू शकत होते आणि मृदू शब्द वापरूनही स्पष्टवक्तेपणाला कधी मुरड घालत नव्हते.

माणसांची त्यांना उत्तम पारख होती. ज्ञानापेक्षा शहाणपणावर त्यांची भिस्त असायची. वरकरणी ते सैलढगळ दिसत असले तरी त्यांच्या भूमिका मात्र ठाम असायच्या आणि कशीही परिस्थिती हाताळण्यात ते सदैव खंबीर राहायचे.

कन्नमवारांच्या या सामर्थ्याचे स्रोत त्यांच्या विरोधकांना कधी कळले नाहीत. त्यांनी सतत त्यांना कमी लेखले; पण गंमत अशी की, ज्या कारणांवरून त्यांनी कन्नमवारांचे अवमूल्यन केले तीच खरेतर त्यांची बलस्थाने होती. त्यांना विद्वत्ताप्रचुर आणि चटपटीत संभाषण कदाचित जमत नसेल किंवा प्रसंगी त्यांनी सांगितलेले काही तपशील चुकीचेही असतील; पण निरक्षर, ग्रामीण श्रोत्यांच्या काळजाला हात घालणारी संतवचनांनी समृद्ध असलेली त्यांची वाणी अशी छाप पाडत असे, त्याचप्रमाणे विधिमंडळातील वाग्मी विरोधकांची टीका समर्थपणे उलटवण्यात दिसून आलेला त्यांचा हजरजबाबीपणाही निरुत्तर करणारा असे. प्रामाणिक लोकहितैषी राजकारणी म्हणून त्यांच्या नेतृत्वाला लाभलेले पक्के अधिष्ठान त्यांच्या सर्व मर्यादांवर मात करणारे ठरले होते. कन्नमवारांनी विधिमंडळात व सरकारात वाट्याला आलेली पदे तर कसोशीने सांभाळलीच; पण त्यापेक्षाही रात्रीचा दिवस करून त्यांनी जे पक्षबांधणीचे कार्य केले त्याला तर तोडच नाही. गांधी सेवा मंडळातर्फे जो विधायक कार्याचा विस्तार त्यांनी उभा केला तो जिल्हापातळीवरील त्यांच्या राजकीय विरोधकांना नेस्तनाबूत करण्यात कमालीचा प्रभावी ठरला. चंद्रपूर जिल्ह्यातील तत्कालीन राजकारण्यातील सर्व अंतःप्रवाहांचा श्रीमती वासाडे यांनी रेखीव परिचय कन्नमवारांच्या निमित्ताने या पुस्तकात करून दिला आहे.

आकस्मिक मृत्यूने कन्नमवारांची राजकीय कारकीर्द अर्ध्यावरच थांबवली; पण त्यापेक्षाही अनुदार विरोधकांनी त्यांच्यावर केलेला अन्याय अधिकच मोठा आहे. कन्नमवारांच्या ठिकाणी प्रचलित नेतृत्वाची लक्षणे नव्हती, शानशौक व सरंजाम त्यांना मानवत नव्हता, कष्टाला सरावलेली त्यांची कुटुंबीय मंडळी उच्चभ्रू विश्वात सराईतपणे वावरू शकत नव्हती, 'आंतरराष्ट्रीय' लौकिकांच्या मुंबईनामक झगमगाटी शहरात हा धड इंग्रजी न येणारा मुख्यमंत्री काहींना बेंगरूळ वाटत होता, त्यांच्या साधेपणाचा गैरफायदा घेणाऱ्या काही आप्तस्वकीयांनी त्याला अडचणीत आणले होते. चाणाक्षांकडून मिळालेली मात, होयबांनी दिलेला शह आणि पक्षांतर्गत विरोधकांनी पेरलेली दुही यांना समर्थ प्रतिवाद करताना कन्नमवारांच्या शक्ती जर वाया गेल्या नसत्या तर मिळालेल्या अल्पावधीतही ते आणखी बरेच काही करू शकले असते. पण ते होणे नव्हते! आज कन्नमवार नाहीत, त्यांना विरोध करणाऱ्या अनेक व्यक्तीही इतिहासजमा झाल्या आहेत. तरीपण संघर्ष संपलेला नाही. उलट तो तीव्र झाला असून दुर्दैवाची गोष्ट अशी की 'कन्नमवार प्रवृत्ती'ची त्यात झपाट्याने पिछेहाट होत आहे!

◆◆◆

# २२. प्रभातची किरणे

**श्री.** रा. रा. वि. श्री. मोडक यांनी कृष्णद्वैपायन या टोपणनावाने पुण्याच्या प्रभात दैनिकात उणीपुरी पंचवीस वर्षे 'प्रभातची किरणे' हा स्तंभ सातत्यपूर्वक लिहिला. हा वृत्तपत्रसृष्टीतला बहुदा विक्रमच असावा. वृत्तपत्रीय लेखनाचा सराव असणाऱ्या लेखकाला दोन कॉलम मजकूर खरडणे किंवा आपल्या भाषाप्रभुत्वाच्या आधारे तो सजवणे फारसे कठीण काम नसते हे खरे आहे; परंतु वाचकांवर अपेक्षित परिणाम साधणे, त्यांना विचार करायला लावणे, वाट पहायला लावणे सर्वच स्तंभलेखकांना साधतेच असे नाही. कृष्णद्वैपायनांना ते साधले होते. आकर्षक, डौलदार आणि ओघवत्या भाषेचे कसब अंगी असूनही त्यांनी चटपटीत शब्दांची निरर्थक आतषबाजी करण्याचे कटाक्षाने टाळले आहे. त्याचप्रमाणे वाचन, व्यासंग, स्मरणशक्ती, बहुश्रुतता वगैरे गुणांची आवड असूनही त्यांचे लेखन कोठेही क्लिष्ट, किचकट वा अहवालवजा झालेले नाही. लालित्य आणि गांभीर्य यांचा अनुपम समतोल सतत सांभाळीत प्रभातच्या किरणांनी पावशतकभर मराठी वाचकांची सोबत केली. त्यांच्यासमोर अनेक प्रश्न उभे केले, त्यांना आवाहने केली, विशिष्ट घडामोडीचे विश्लेषण केले, वादास्पद प्रश्नांवर निश्चित भूमिका घेऊन तिच्या समर्थनार्थ प्रभावी युक्तिवाद सादर केले, अनेक सामाजिक, आर्थिक, राजकीय, सांस्कृतिक वगैरे घडामोडींवर प्रतिक्रिया नोंदवल्या. या संबंध लेखनामागे असलेले विचारसरणीचे एक पक्के अधिष्ठान आणि वाचकांशी संवाद साधण्याची उत्कट ऊर्मी असल्यामुळे या लेखनाला जिवंतपणा लाभला आहे.

प्रभातच्या दैनिक अंकात जेव्हा प्रथम ही किरणे प्रकाशित झाली असतील तेव्हाची त्यांची आभा आणि संजीवकता आज इतक्या वर्षांनी एकत्रितपणे वाचतानाही जाणवल्यावाचून राहत नाही. किंबहुना सलगपणे त्यांचे वाचन करताना स्तंभलेखकाच्या वैचारिक बांधिलकीचे

आणि अष्टावधानीपणाचे प्रत्यंतर अधिकच प्रत्ययकारीपणे मिळते. काळाचा आणि विषयांचा इतका प्रचंड मोठा पट या किरणांमुळे पसरतो की, डोके आणि डोळेही गरगरू लागतात. विशेष मनात भरते ती या अफाट लेखनातील भूमिकात्मक एकवाक्यता. कितीही कालांतराने एखादा विषय किरणांकित झाला असला तरी त्यात कोठेही अंतर्विरोध नाही. एकाच विषयावर वारंवार लिहिले असूनही विवेचनाची पुनरुक्ती नाही, काही म्हणी वा वाक्प्रयोग पुनरुक्त झाले असले तरी ते अपवादवजाच ठरावेत. भाषेचे नवनवोन्मेष आणि विचारांची सुसंगतता इतक्या प्रदीर्घ कालावधीसाठी टिकवून ठेवणे विलक्षण प्रतिभा व प्रज्ञा असल्याखेरीज अशक्यच असते. कृष्णद्वैपायनांपाशी या दोहोंचे वैपुल्य होते.

संपादक स्तंभलेखकांच्या नावाने दैनिक ओळखले, वाचले जाण्याचे दिवस आता इतिहासजमा झाले आहेत. अशावेळी प्रभातकार कोठारींच्या जन्मशताब्दीच्या निमित्ताने कृष्णद्वैपायनांची संचिकागत झालेली प्रभातकिरणे अंशतः का होईनात वाचकांच्या नजरेसमोर येत आहेत ही बाब स्वागतार्ह आहे. स्तंभलेखकाची वैचारिक स्वतंत्रता मान्य करून स्वतःच्या विचारप्रणालीशी प्रसंगी न जुळणारे विवेचनही आदरपूर्वक छापणारे, एवढेच नव्हे तर कधीकधी अग्रलेखाच्या जागी स्तंभलेखकाच्या दस्तुरासह त्यांचा मजकूर प्रसिद्ध करणारे संपादक आणि निष्ठेने व सद्सद्विवेकाला साक्ष ठेवून निरंतर आपला मजकूर वर्षानुवर्षे पोचते करणारे स्तंभलेखक यांचा समसमा संयोग पुण्याच्या प्रभातमधून घडला. या अभूतपूर्व व आजही अजोड असलेल्या अनुभवाची ओळख या निमित्ताने मराठी वाचकांना होईल.

रा. मोडक यांना टोपण नावाने लिहिण्याचा शौक होता. विश्राम, दीर्घस्मृती विश्वनाथ अशा अनेक नावांनी त्यांनी स्फुटलेखन केले आहे. 'प्रभातची किरणे' नियमितपणे लिहायचे पत्करल्यानंतर त्यांनी स्वतःसाठी कृष्णद्वैपायन याच नावाची निवड का केली असावी या प्रश्नाचे अधिकृत उत्तर द्यायला ते आज आपल्यात नाहीत. तेव्हा आपण फक्त अंदाजच करू शकतो. कृष्णद्वैपायन हे महाभारतकार महर्षी व्यासांचे नाव. त्यांचे मूळ नाव कृष्ण. द्वीपावर त्यांचा जन्म झाल्यामुळे ते द्वैपायन, यमुनेत नौकाविहार करीत असलेल्या सत्यवतीला अभंग कौमार्य व योजनगंधित्व आश्वासून पराशरमुनींनी जे मातृत्व दिले त्यातून कृष्णद्वैपायनाचा जन्म झाल्याची पुराणकथा आहे. हाच पुढे भारतकार व्याप्त झाला. वेदांची संहिता देणारा वेदव्यास झाला. जगातल्या सर्वच विषयांवर त्याने चिंतन विवेचन केले. 'व्यासोच्छिष्टम् जगन्नयम्' असा त्याचा लौकिक त्यामुळेच पसरला. निःस्पृहतेने वागणारा, जनमेजयाच्या सर्पयज्ञाचा साक्षीदार, आध्यात्मिक शक्तींमुळे पूर्वज्ञानाची सिद्धी झालेला, धृतराष्ट्राला भावी आरिष्टांची पूर्वसूचना देणारा, संजयाला दिव्यदृष्टी देणारा आणि दुर्योधनाला तेरा वर्षांनी त्याचा नाश होणार असल्याची इशारा करणारा अफाटज्ञानी कृष्णद्वैपायनाचे रा. मोडकांना आकर्षण

वाटले असावे असे दिसते. वर्तमानाच्या पल्याड पाहणारी अंतर्दृष्टी आणि जे वाटते-पटते ते प्रभावीपणे इतरांपर्यंत संक्रमित करण्याची क्षमता याबाबतीत तर तो कृष्णद्वैपायन रा. मोडक यांना आपला समानधर्मीच वाटला असण्याचीही शक्यता आहे.

रा. मोडक यांच्या लेखनाचा व्यापविस्तार, त्यांना असलेले कालगतीचे ज्ञान, साक्षेप, भेदकता वगैरे पाहता त्यांनी कृष्णद्वैपायन हे आपले नाव सार्थ केले असेच म्हणावे लागते. या लेखनातून वाचकांसमोर स्तंभलेखकाचे व्यक्तिमत्त्व त्याच्या सर्व वैशिष्ट्यांसह उभे राहते. समाजातील घडामोडीबदल संवेदनशील असणारा आणि त्यांच्या संदर्भात आपल्या प्रामाणिक प्रतिक्रिया उत्स्फूर्तपणे नोंदवणारा हा लेखक लोकांचे संघर्ष स्वतःचे समजून लढताना येथे आढळतो. सभोवतालच्या ऱ्हासमार्गी समाजस्थितीने त्याला व्यथित केले असले तरी नाउमेद केलेले नाही. सर्वतोपरी विपरीत परिस्थितीशीही दोन हात केले जाऊ शकतात असा दृढ आत्मविश्वास त्याच्या ठायी आहे. राष्ट्रवाद, शिक्षणाची दिशा, धर्माचे कार्य, आर्थिक सुधारणा वगैरे विषयांवरील त्याची मते विचारान्ती पक्की झालेली आहेत. अगतिक होऊन जे आहे ते, जसे आहे तसे पत्करणे त्याच्या नैतिकतेत बसत नाही. जे जसे हवे आहे ते तसे मिळवायचे मार्ग तो शोधतो-सुचवतो. आपण जे लिहितो त्यामागे एक निश्चित भूमिका आणि प्रयोजन आहे याची लेखकास स्पष्ट जाणीव आहे. आपल्या वाचकांशी प्रसंगोपात्त त्यांनी केलेल्या संवादातून ती व्यक्त झाली आहे.

प्रभातची किरणे नियमित वाचणाऱ्या एका वाचकाने कृष्णद्वैपायनास पत्र लिहून असे कळवले होते की, या स्तंभाचे प्रारंभीचे ललित साहित्यास शोभून दिसेल असे स्वरूप संयुक्त महाराष्ट्राचे आंदोलन सुरू झाल्यानंतर उरले नाही. दैनंदिन जीवनातल्या एखाद्या विषयाची गमतीदार चर्चा करण्याचे सोडून देऊन कृष्णद्वैपायन "जेव्हा पाहावे तेव्हा विध्वंसक वार करण्याच्या पवित्र्यातच दिसतात. विधायक स्वरूपाचे किंवा निव्वळ गमतीचे काही लिहावे हा त्यांच्या लेखणीचा विशेष लुप्त झाला असेल तर ती मोठी खेदाची गोष्ट म्हटली पाहिजे." अशी तक्रारवजा खंत या वाचकाने नोंदवली होती. (प्रभात, ७ फेब्रुवारी १९५८). सदैव विच्छेदनाचा रोख घेतलेल्या कृष्णद्वैपायनांचे "दैनंदिन लेखन वाचणाऱ्यांना विलेकोयते घेऊन समाजपुरुषाच्या उदरातून उदर फाडून बाहेर पडावेसे वाटल्यास आश्चर्य मानण्याचे कारण नाही." असा अभिप्रायही त्याने दिला होता. त्याच्या मते, व्यक्तीला चालू समाजाशी समरस होण्यास उद्युक्त करणे हेच शिक्षणाचे उद्दिष्ट असून वृत्तपत्र हे अशा शिक्षणाचे सर्वोत्तम माध्यम आहे. किरणांमधून हे कार्य पार पडेनासे झाले आहे. या पत्रावर जी प्रतिक्रिया स्तंभलेखकाने व्यक्त केली आहे ती त्याच्या भूमिकेवर प्रकाश टाकणारी आहे. भ्रष्टाचार, काळाबाजार, खाबूगिरी विद्वानांची लाचारी कष्टकऱ्यांची उपासमार, पदवीधरांची बेकारी, धनिकांशी व

आर्थिक गुन्हेगारांशी राज्यकर्त्यांची दुष्टयुती, मराठी भाषिकांचा राज्याच्या व केंद्रीय पुढाऱ्यांनी केलेला विश्वासघात अशा साऱ्या विपरीत लक्षणांनी युक्त असलेल्या विद्यमान समाजरचनेशी समरस व्हायला सांगणे, किंवा विधायक विचारसरणीच्या नावाखाली आत्मघातकी संतपणा व सौजन्य शिकवणे कृष्णद्वैपायनांच्या नीतिमत्तेत बसत नाही. अशा परिस्थितीत नर्मविनोद सुचणेच त्यांना अशक्य वाटते. या परिस्थितीशी समरस व्हायचे म्हणजे तिच्याशी तडजोड करून स्वार्थ साधायचा हाच एक अर्थ होतो आणि त्यासाठी लागणारे तंत्रमंत्र व उपाय आपल्यापाशी नाहीत अशी कबुली स्तंभलेखकाने दिली आहे. नव्या पर्यायी समाजरचनेचे, नव्या महाराष्ट्र धर्माचे, समाजवादी व्यवस्थेचे शिक्षण देणे हेच त्यांना आपले कर्तव्य वाटत असल्यामुळे त्याला अनुरूप असाच मजकूर ते किरणांमधून प्रकाशित करीत होते.

आपल्या एका व्यवसायबंधूचा गौरव करीत असताना कृष्णद्वैपायनांनी आदर्श संपादक कसा असावा याविषयी मते मांडली आहेत. "संपादकीय मनाला एकाच वेळी स्वतःचे आणि वाचकाचेही मन असावे लागते." जेथे जातो तेथे तू माझा सांगाती अशा श्रद्धेने हजारो वाचकांना सोबत घेऊन वावरावे लागते. तेव्हाच तो सामान्य माणसाचे मनोगत व्यक्त करू शकतो. 'तुम्ही अगदी आमच्या मनातलं बोलतात' ही मान्यतेची पावती असा संपादकच मिळवू शकतो. सामान्य माणसाचे मत व्यक्त करतानाच त्याचे प्रशिक्षणही खरा संपादक करतो. हे सर्व गुण कृष्णद्वैपायनांच्या अंगी पुरेपूर असल्यामुळे त्यांच्या लेखनाला अशी पावती वारंवार मिळाली असेल यात शंकाच नाही.

आपल्या एकूणच वृत्तपत्रीय अग्रक्रमांना धरून कृष्णद्वैपायनांच्या लेखणींनेही राजकीय विषयांनाच अधिक प्राधान्य दिलेले दिसते. सामाजिक, धार्मिक, आर्थिक, शैक्षणिक, साहित्यिक वगैरे प्रश्नांचाही ऊहापोह प्रसंगोपात्त त्यांनी केला असला तरी राजकीय प्रश्नांशी संबंधित 'किरणांची' संख्या इतर कोणत्याही विषयाच्या तुलनेत बरीच जास्त आहे. राजकारणविषयक लेखांत राजकीय नेतृत्व, परराष्ट्र संबंध, अंतर्गत राजकारण आणि राजकीय विचारप्रणाली असे उपविषय कृष्णद्वैपायनांनी हाताळले आहेत. ज्वलंत राष्ट्रवाद हा त्यांच्या संपूर्ण राजकीय चिंतनाचा केंद्रबिंदू आहे. नेतृत्वाचे मूल्यमापन, परराष्ट्रसंबंधातील आपपरत्व, विचारप्रणालींची ग्राह्याग्राह्यता, राजकीय पक्षांचा बरेवाईटपणा, घटकराज्यांचे राजकारण या सर्वांची चिकित्सा त्यांनी राष्ट्रवादाच्याच निकषावर मुख्यत्वेकरून केली आहे. चीनचे आक्रमण, भारत-पाकिस्तान युद्ध, बांगलादेशचा मुक्तिलढा, आणीबाणी, काश्मीर राज्यातील ताणतणाव, राज्याराज्यांतील फुटीरतेचे राजकारण, संयुक्त महाराष्ट्र आंदोलन, महाराष्ट्र-कर्नाटक सीमाप्रश्न, कम्युनिस्ट विचारप्रणाली, हिंदू राष्ट्रवाद इत्यादी राजकीय विषयांना 'प्रभातची किरणे' मधून वारंवार स्थान मिळाले आहे.

नेतृत्वाविषयी लिहिताना कृष्णद्वैपायन सहसा व्यक्तिपूजेच्या आहारी जात नाहीत. त्यांना विशिष्ट नेतृत्वाविषयी जे वाटते ते कसलीही भीडमूर्वत न ठेवता ते ठणकावून लिहितात. या राज्यव्यवस्थेला जडलेल्या अनेक व्याधींचे मूळ नेहरूंचे अराष्ट्रवादी राजकारण आहे असा स्पष्ट निर्वाळा त्यांनी दिला आहे. रा. चिंतामणराव देशमुखांनी भ्रष्टाचार प्रकरणांची चौकशी करण्यासाठी उच्चाधिकार समिती नेमण्याची केलेली सूचना अत्यंत रास्त असूनही मंत्रिप्रेमापायी नेहरू ती स्वीकारत नाहीत. नेहरूंच्या कम्युनिस्टधार्जिणेपणामुळे आंतरराष्ट्रीय परिस्थितीचे अचूक व यथार्थ आकलन त्यांना शक्य होत नाही. त्यामुळेच ते रशियाच्या शांततावादावर विश्वास ठेवतात. पश्चिमी लोकशाही राष्ट्रांवर अविश्वास दाखवतात, चीनच्या आक्रमणाची वस्तुस्थिती मोकळ्या मनाने स्वीकारीत नाहीत, कृष्ण मेननसारख्या दोषी व्यक्तींना पाठीशी घालतात— असेही आक्षेप कृष्णद्वैपायनांनी नेहरूंवर घेतले आहेत. पंडितजी स्वतःची प्रतिष्ठा आणि सत्ता यापेक्षा दुसऱ्या कोणत्याही गोष्टीला महत्त्व देत नाहीत. लोकसभेतील हुकमी बहुमत पाठीशी असल्यामुळे लोकहिताची ते मुळीच पर्वा करीत नाहीत. मंत्रिमंडळातले सहकारी तसेच विनोबांसारखे सरकारी संत नेहरूंशी 'अहोरुपम्' संबंध ठेवतात. कारण नेहरूंना ते आवडते अशीही काही विधाने 'किरणां'मधून करण्यात आली आहेत.

भ्रष्टाचाराला अभयदान, कम्युनिस्टांबद्दल प्रेम, मॉस्कोच्या ओंजळीने पाणी पिण्याची तयारी, त्याखातर पत्करलेली राष्ट्रविघातक ताष्कंद तडजोड, राष्ट्रपतीला वेठीस धरून केले जाणारे स्वपक्षकारण या आणि अशा अनेक संदर्भात नेहरूंचाच वारसा श्रीमती गांधींनी पुढे चालवला असल्याचा निर्वाळा स्तंभलेखकाने दिला आहे. किंबहुना प्राप्त परिस्थितीचा चोख उपयोग करून घेण्याचे कौशल्य, संसदीय-सांविधानिक संकेतांचा अनादर, विधिनिषेधशून्य राजकारण, कोडगेपणा व पाषाणहृदयीपणा याबाबतीत श्रीमती गांधी काकणभर सवाईच होत्या असा त्यांचा अभिप्राय होता. काँग्रेसच्या अध्यक्षा झाल्यापासून त्यांनी जे आपमतलबी कुटिल राजकारण सुरू केले त्याचा उच्चांक आणीबाणीत गाठला गेला होता. या त्यांच्या वाटचालीतील अनेक टप्पे किरणांनी प्रकाशमान केले आहेत.

अर्थात आणीबाणीची सूत्रे मुख्यतः श्रीमती गांधींच्या हाती असली आणि त्यांनी काँग्रेस पक्ष वेठीला धरला असला तरी आणीबाणीचे पाप केवळ त्यांच्याच पदरात घालून चालणार नाही हे सांगण्याचा विवेक स्तंभलेखकाने सोडलेला नाही. ज्या चुकीच्या धोरणांमुळे परिस्थिती खालावत गेली त्यांना कारणीभूत असलेले सर्व नेते या पापाचे धनी ठरतात. विशेषतः यशवंतराव चव्हाण, जगजीवनराम, ब्रम्हानंद रेड्डी प्रभृति ज्येष्ठ नेत्यांच्या कातडीबचावूपणाचा यात सर्वाधिक वाटा आहे हे त्यांनी स्पष्टपणे नमूद केले आहे. यशवंतरावांवर तर कृष्णद्वैपायनांचा राग द्वैभाषिकाचे त्यांनी समर्थन केल्यापासूनच होता. संयुक्त महाराष्ट्र आंदोलनाला पाठिंबा

देणाऱ्या सर्वच पत्रकारांचा यशवंतरावांवर राग होता. यशवंतरावांचा नाटकीपणा पाहता नर्गिस वगैरे कलावंतांच्या जोडीने त्यांनाही गौरवायला हवे होते असे उपरोधक प्रतिपादन एका लेखातून कृष्णद्वैपायनांनी केले आहे. 'पंडितजींचे मुनिम' अशा शब्दांत त्यांनी यशवंतरावांचा अन्यत्र पाणउतारा केला आहे. वरकरणी परखड आणि जिव्हारी लागणारे शब्द त्यांच्या लेखणीतून उतरले असले तरी त्यांना यशवंतरावांबद्दल मनापासून आस्था असावी हे जाणवते. चव्हाणांची प्रतिमा साकार करण्यासाठी मराठी माणसाने खूप काही केले आहे याची जाणीव यशवंतरावांनी ठेवावी, केंद्रशासनात यशवंतराव हरले म्हणजे तो पराभव समस्त मराठी माणसांचा असतो अशा भूमिकेतून स्तंभलेखक लिहिताना दिसतो. सर्व प्रकारचे कर्तृत्व अंगी असूनही यशवंतराव राष्ट्रीय पातळीवर कोठेही नाहीत ही त्याची खंत आहे. तो आपल्यापरीने त्याची कारणमीमांसा करतो.

त्यांच्या मते यशवंतरावांच्या नेतृत्वात काही गंभीर उणिवा होत्या. माणसाची निवड गुणवत्तेवर करण्यापेक्षा उपयुक्ततेच्या आधारे करण्याकडे त्यांचा कल होता. त्यामुळे निःस्पृह, राष्ट्रवादी व निष्ठावंत कार्यकर्त्यांचा संच उभा करणे त्यांना शक्य झाले नाही. आणीबाणीच्या काळात जरी श्रीमती गांधींच्या राक्षसी महत्त्वाकांक्षेला पायबंद घालण्याची हिंमत यशवंतरावांना झाली नसली तरी किमान १९७७ च्या निवडणुकीत पक्षाचे पानपत झाल्यावर तरी त्यांनी श्रीमती गांधींना बाजूला सारून पक्षनेतृत्व आपल्या हाती घ्यायचे होते अशी कृष्णद्वैपायनांची अपेक्षा होती. कालांतराने चव्हाण-रेड्डी प्रभृतिंनी श्रीमती गांधींना पक्षशिस्तीच्या आरोपाखाली पक्षातून काढले तेव्हा त्याबद्दल लेखक त्यांचे अभिनंदन करतो; पण असा अभिप्रायही देतो की श्रीमती गांधींवर जनताद्रोहाचा आरोप ठेवायला हवा होता.

'पंचा लावणारे यशवंतराव' अशा शब्दात ज्यांचा उल्लेख एका संदर्भात या लेखांत आला आहे ते आचार्य विनोबा भावे अनेक कारणांनी कृष्णद्वैपायनांच्या टीकेचे लक्ष्य ठरले आहेत. भाषावर प्रांतरचनेच्या प्रसंगी आचार्यांनी केलेली मराठीभाषिकांविरोधी विधानेच मूलतः या टीकेला कारणीभूत झाली होती. 'संयुक्त महाराष्ट्राचा लढा मराठी माणसांचा नसून मुंबईतल्या फुटपाथनिवासींच्या बळावर सुरू आहे', 'महाराष्ट्रीयांवर अन्याय झालेलाच नाही,' मुंबईबाबतचा निर्णय गुजराथी भांडवलदारांनी करावा अशा आशयाची विनोबाची मते संयुक्त महाराष्ट्राच्या कोण्याही पक्षपाती व्यक्तीला पटूच शकत नव्हती.

क्षुल्लक कारणांवरून भांडणे करण्यात आपल्या ऐतिहासिक दायित्वाचे ज्यांना विस्मरण झाले अशा चरणसिंग, मोरारजी, राजनारायण, चंद्रशेखर प्रभृति जनता पक्षनेत्यांचा पाणउतारा कृष्णद्वैपायनांनी 'घरच्या म्हातारीचे काळ' अशा शब्दात केला आहे. जयप्रकाश नारायण

यांच्या समग्र क्रांतीच्या लाटेवर स्वार होऊन सत्तेवर आलेल्या या मंडळींचा पुरुषार्थ घोषणांपलीकडे जात नाही याची खंत त्यांनी वारंवार व्यक्त केली आहे.

परराष्ट्रधोरणाच्या संदर्भातही कृष्णद्वैपायनांची मते त्यांनी अभिप्रेत असलेल्या राष्ट्रवादाशी सुसंवादी अशीच आहेत. राष्ट्राला जर आपली जीवनमूल्ये अबाधित राखायची असतील तर त्याने त्यासाठी शस्त्रसज्जच राहिले पाहिजे अशी त्यांची ठाम धारणा होती. नेहरूंच्या शांततावादाची फार जबर किंमत या राष्ट्राला मोजावी लागते आहे. आक्रमक पाकफौजांनी घशात घातलेला भूभाग परत मिळवायला शस्त्रबळ न वापरण्याचा नेहरूंचा निर्णय त्यांना असमंजसपणाचा वाटतो. 'शांततेचा दूत' ही आपली प्रतिमा जगभर व्हावी यासाठी नेहरूंनी शेजारी शत्रूंच्या शिरजोरपणाकडे कानाडोळा केला आणि वशिल्याच्या तट्टांचाच भरणा करून संरक्षण खात्याची वाताहत केली असा स्पष्ट आरोप त्यांनी केला आहे. चीनचे आक्रमण, पाकिस्तानची शस्त्रसज्जता, महासत्तांचे मतलबी राजकारण आणि तिसऱ्या जगाचे निष्फळ ठरलेले नेहरूंचे स्वप्न अशा विषयांवर लिहून कृष्णद्वैपायन यांनी नेहरूकालीन भारतीय परराष्ट्र धोरणाचे वाभाडे काढले आहेत. त्यांच्या मते, रशिया-अमेरिका यांच्या सुंदोपसुंदीत जे होईल त्या पलीकडे भारतीय परराष्ट्र धोरणाची मजल गेलीच नाही, आणि त्या दोन्ही महासत्तांपैकी एकानेही भारताचा तटस्थपणा गंभीरपणे घेतला नाही. नेहरूनंतरही या परिस्थितीत आणि परदेश धोरणात फार फरक पडलाच नाही. कृष्णद्वैपायनांचा नेहरूंवर विशेष राग असण्याचे मुख्य कारण नेहरूंचा त्यांना जाणवलेला आणि आक्षेपार्ह वाटलेला रशियाधार्जिणेपणा! लाल हुकूमशहांचा शांततामय सहजीवनाचा प्रचार तोंडदेखलाच असतो, अमेरिका जर तुल्यबळ नसती तर त्यांनी जगातली लोकशाही राष्ट्रे कधी घशात घातली असती याबद्दल त्यांना विश्वास होता. कम्युनिस्टामध्ये मॉस्कोवादी डांगे आणि पेकिंगवादी रणदिवे असे द्वंद्व दिसत असले तरी त्यांच्या अंतिम उद्दिष्टात तफावत नाही, दोघांनाही इथली लोकशाही निकालात काढून हुकूमशाही आणायची आहे असे सांगून कृष्णद्वैपायन लिहितात की, त्यांच्यात फरक एवढाच की मॉस्कोवाद्यांना देश सबंध गिळायचा आहे, तर पेकिंगवाद्यांना देश तुकडे तुकडे करून खायचा आहे. अमेरिकेच्या कथित लोकशाहीचे खरे अंतरंग कसे आहे याकडे स्तंभलेखकाने फारसे लक्ष दिलेले दिसत नाही.

अंतर्गत राजकारणाच्या कक्षेत येणारे, प्रभातच्या किरणांतून विशेष ठळकपणे आलोकित झालेले विषय जम्मूकाश्मीरमधील घडामोडी, राज्यांमधून प्रादेशिक स्वायत्ततेच्या मागणीभोवती उभी राहिलेली आंदोलने, आणि सरहद्दीवरच्या राज्यांतली बंडखोरी इत्यादींशी संबंधित आहेत. नेहरूंनी काश्मीरचा प्रश्न लहरी पद्धतीने आणि परिणामांचा फारसा विचार न करता हाताळला, मुस्लिम अस्मिता जोजवणाऱ्या स्वार्थी नेत्यांशी त्यांनी तत्त्वशून्य तडजोडी केल्या,

युनोत परखडपणे न बोलता लाघवी व मोघम बोलून वेळ मारून नेली, काश्मिरावर बेहिशोबी पैसा उधळला (काही पैसा तर काश्मीरमार्गे पाकिस्तानला पोचला); पण काश्मीरचे अलगपण आस्तेकदम नाहीसे करण्याची घोषणा ते प्रत्यक्षात उतरवू शकले नाहीत. नेहरूंच्या वारसदारांनीही तोच वसा पुढे नेला. काँग्रेसचा अराष्ट्रवाद तर राष्ट्राला घातक ठरलाच पण; विरोधी पक्षांनीही या संदर्भात वाचाळतेपेक्षा जास्त काही केले नाही.

केरळ-तामिळनाडूचे लोक प्रादेशिक स्वायत्ततेसाठी संकुचित निष्ठांना भडकावत असताना आणि फुटीरतेला खतपाणी घालत असताना केंद्रीय नेतृत्व त्यांच्या या राष्ट्रघातकी कारवायांना आळा न घालता उलट त्यांना लाडावते किंवा सरहद्दीवरील प्रदेशांमधील लोकांच्या असंतोषाचे कायमस्वरूपी निराकरण न करता थातुरमातूर उपाययोजना करते किंवा लष्करी कारवायांचा वरवंटा फिरवते हे कृष्णद्वैपायन यांना राष्ट्राच्या भवितव्याच्या दृष्टीने चिंताजनक वाटते. त्यांच्या मते सर्व अंतर्गत प्रश्नांवरचा रामबाण उपाय एकच तो म्हणजे देशातल्या सगळ्या राष्ट्रवादी शक्तींनी एकत्र येऊन आणि सर्व उपाय वापरून काँग्रेसचा अराष्ट्रवाद निपटून काढला पाहिजे. उद्या राष्ट्रच न टिकलं तर समाजवाद काय चाटायचाय? काश्मीर जाणार, लडाख गेला असा मुद्द्यांवर देशभर रान पेटले पाहिजे. अशा राष्ट्रवादी उठावाखेरीज दुसरा तरणोपाय त्यांना दिसत नाही. आजही प्रभातची किरणे जर सुरूच असती तर 'संविधानाचा ३७० वा अनुच्छेद रद्द करावा' या मागणीचा त्यातून पुरस्कार केला गेला असता असे म्हणण्यास जागा आहे.

श्रीमती गांधींनी स्वार्थाखातर देशावर लादलेली एकोणीस महिन्यांची आणीबाणी म्हणजे 'किरणां'च्या पावशतकी हयातीतील एक काळेकुट्ट अंधारपर्व होते. कृष्णद्वैपायनांच्या लेखणीने, जयप्रकाश नारायणांच्या नेतृत्वाखाली बिहारात गफूर-मंत्रिमंडळाच्या भ्रष्ट कारभाराविरुद्ध सुरू केलेल्या आंदोलनापासून जनतापक्षीय सत्तेच्या प्रतिष्ठापनेपर्यंतच्या कालावधीत उद्‌भवलेल्या अनेक प्रश्नांना-प्रसंगांना किरणस्पर्श केला आहे. 'जेपींच्या लढ्याला पाठिंबा द्यावा' असे आवाहन त्यांनी देशातल्या तमाम आचारवंतांना आणि विचारवंतांना केले होते. हे आंदोलन हिंसक ठरवून त्याला हिंसेने दडपू पाहणाऱ्या प्रधानमंत्र्यांनी लोकशाहीच्या गप्पा मारण्यातील हास्यास्पदता त्यांनी अधोरेखित केली होती. सत्तेवर राहता येईल तोवरच श्रीमती गांधींचा लोकशाहीवर विश्वास टिकेल. विरोधाची शक्यता दिसताच त्या लोकशाही गुंडाळतील हे भाकीत त्यांनी मार्च १९७५ मध्येच केले होते. जेपी लोकशाहीला सुरुंग लावीत असल्याचा कांगावा करीत त्यांच्याशी वाटाघाटी करण्याचे श्रीमती गांधी टाळीत होत्या. अलाहाबाद न्यायालयाने त्यांची निवडणूक रद्द करण्याचा अवकाश की, त्यांनी न्यायासनच धुडकावले. अपराध तांत्रिक असल्याचे भासवून आपल्या लोकप्रियतेचे हिस्टेरिक फार्स उभे केले. राष्ट्रभक्त

नेत्यांना राष्ट्रद्रोही ठरवून तुरुंगात डांबले. प्रसारमाध्यमांच्या मुसक्या बांधल्या. नागरिकांचे हक्क हिरावून घेतले. हे सर्व अनुभवत असताना कृष्णद्वैपायन विलक्षण विषण्ण झाले असावेत हे त्यांच्या संबंधित लेखनावरून स्पष्ट जाणवते. एवढे सर्व रामायण घडूनही जेव्हा मंत्रिपदावर डोळा ठेवून बॅ. विठ्ठलराव गाडगीळ श्रीमती गांधींचे समर्थन करताना दिसले तेव्हा ''पांड्या पांड्या बालिस्टर कारे नाही झालास?'' अशा उपरोधिक शीर्षकाचा तीक्ष्ण किरण कृष्णद्वैपायनांनी त्यांच्यावर सोडला होता. आणीबाणीचे कथित लाभ किती तात्पुरते आहेत हे त्यांनी उदाहरणांसह स्पष्ट केले होते. आणीबाणीचा पोलादी पडदा उघडण्याची शक्यता निवडणुकांच्या घोषणेतून निर्माण झाल्याबरोबर आणीबाणीतील कृष्णकारस्थाने जसजशी उघड होऊ लागली तसतसे त्यांचे प्रखर पडसाद 'प्रभात किरणां'मधून उमटू लागले होते. स्तंभलेखकाने आपले वजन काँग्रेसच्या विरोधात जाऊन जनता पक्षाच्या पारड्यात टाकले होते आणि जनतापक्षाच्या विजयातून राष्ट्राला अनुभवायला मिळालेल्या स्वातंत्र्यभावनेने त्यांची लेखणीही मोहरून गेली होती.

या ऐतिहासिक वळणावर जनता पक्ष हे कृष्णद्वैपायन यांना एक आशास्थान स्वाभाविकपणेच वाटले असले तरी लगतच्याच काळातील या पक्षाची वाटचाल पाहता असा पक्ष काही काँग्रेसचा एकाधिकार मोडीत काढू शकणार नाही याबद्दल त्यांची खात्री झाली. नेत्यांची भांडणे, पक्षांचे उभे दावे, जनमानसाविषयी बेपर्वाई, धोरणांची धरसोड, आश्वासनांची चालढकल, आणीबाणीच्या गुन्हेगारांबद्दल नरमाई ही सारी लक्षणे त्यांच्या मते एकसंध व निश्चयी पक्षाच्या उभारणीची नव्हती. त्याबाबत आपल्या स्तंभातून त्यांनी संबंधितांना कानपिचक्या दिल्याच होत्या. सबगोलंकार, संधिसाधू व धनिकधार्जिण्या झालेल्या काँग्रेसला पर्यायी असा बळकट पक्ष निर्माण झाल्याखेरीज इथली राज्यसभा ताळ्यावर राहणार नाही आणि संसदीय लोकशाहीचा मार्ग निर्वेध होणार नाही अशी त्यांची धारणा होती. आपण संपूर्ण देशाचे आणि हितसंबंधांचे प्रतिनिधित्व करतो, हा एक पक्ष म्हणजे देश ही साम्यवादी विचारधाराच एकापरीने इंदिरा गांधींच्या आणीबाणी-साहसवादाच्या मुळाशी त्यांना दिसते.

साम्यवादी विचारधारेला एकूणच कृष्णद्वैपायनांचा कसून विरोध आहे. नेहरू इंदिरा प्रभृतींना हाताशी धरून इथले 'लालभाई भारतात हुकूमशाही आणू पाहतात अशी भीती त्यांनी पुन:पुन्हा व्यक्त केली आहे. चिनी आणीबाणीच्या वेळी इथल्या कम्युनिस्टांनी जे बोटचेपे धोरण स्वीकारले त्यावरून कृष्णद्वैपायन असा निष्कर्ष काढतात की, चीनच्या मुक्तिफौजांच्या जोरावर भारतात गोंधळ माजवून इथले कम्युनिस्ट या देशाची राज्यसत्ता चीन किंवा रशियाच्या सुपूर्द करण्याच्या तयारीत आहेत. त्यांच्या मते, कम्युनिस्टांविरुद्धची मोर्चेबंदी श्रीमती गांधी सत्ताभ्रष्ट झाल्याखेरीज यशस्वी होऊच शकत नाही, कारण त्यांच्यात साटेलोटे आहे. इंदिराजींना

संसदेत कम्युनिस्ट साह्य करतात या नाण्याची दुसरी बाजू त्या आक्रमक चोरदरोडेखोरांना केंद्राची फूस ही आहे असे त्यांना वाटते. नक्षलवादी म्हणवणारे लालभाई शस्त्रसज्ज असतात, शस्त्रबंदीचा नियम त्यांना लागू नसतो एवढेच नव्हे तर केंद्रीय शस्त्रागारातून त्यांनी शस्त्रे चोरली तरी सरकार कानाडोळा करते यातून हे संगनमतच सिद्ध होते. श्रीमती गांधींना हा देश कम्युनिस्टांच्या हवाली करायचा नसता तर कलकत्ता शहर दोन दिवस लष्कराच्या ताब्यात देऊन एकूणएक नक्षलवादी टिपला असता अशीही मांडणी त्यांनी केली आहे.

देशात दहशतवाद पसरवण्याचा श्रीमती गांधींचा हा मनोदय जर हाणून पाडायचा असेल तर राष्ट्रवादी शक्तींनी संघटित होऊन साम्यवादी संकटाचा मुकाबला केला पाहिजे असा उपाय कृष्णद्वैपायन यांनी सुचवला आहे. त्यांच्या मनात असलेल्या या राष्ट्रवादाचा चेहरामोहरा राष्ट्रीय स्वयंसेवक संघाच्या हिंदू राष्ट्रवादाशी मिळताजुळता आहे. गोळवलकर गुरुजींमध्ये त्यांना मूर्तिमंत हिंदुत्वाचा अभिमान दिसतो. 'हिंदुत्व हेच राष्ट्रीयत्व कसे असू शकते याचा नमुना' असे त्यांचे वर्णन त्यांनी केले आहे. संघावर बंदी म्हणजे अजोड राष्ट्रवादावर निर्बंध असे समीकरण त्यांनी मांडले आहे. संघावर टीका करणाऱ्या पुरोगाम्यांना त्यांनी धारेवर धरले आहे. या देशातील अल्पसंख्याक लोक (विशेषतः मुसलमान) कधीच खऱ्या अर्थाने राष्ट्रवादी असत नाहीत, त्यांच्या निष्ठा देशाबाहेर स्थिरावलेल्या असतात आणि ते प्रत्येक राष्ट्रवादी गोष्टीला विरोध करतात यावर त्यांचे संघवाल्यांशी एकमत आहे 'सर्व जग बदलेल पण मुस्लिम समाज मात्र जिथल्या तिथेच राहील' किंवा 'बहुधा दंगली मुसलमानच सुरू करतात' किंवा 'मुसलमान या देशात पाकिस्तानखातर हेरगिरी करतात' अशा आशयाचीही विधाने काही 'किरणां'मधून आली आहेत. पाक राज्यकर्ते भारतीय मुस्लिमांच्या मनात भयाचा बागुलबुवा उभारून भारतद्वेष पोसतात असा आरोपही त्यांनी केला आहे. हिंदुराष्ट्रवादाचीही सामान्यतः अशीच मांडणी असते.

बळाचा वापर करून नक्षलवादाचे संकट निपटून काढणे अशक्य आहे हे एव्हाना स्पष्ट झालेले आहे. गेल्या काही वर्षांत सरकारने सशस्त्र दलांचा उपयोग वाढत्या प्रमाणात केला, एवढेच नव्हे तर दहशतवादविरोधी कायदाही कमालीचा व्यापक व भयंकर केला आहे. अनेक नक्षलवादी कार्यकर्त्यांना तुरुंगात डांबले आहे. कित्येकांची चकमकीत हत्याही केली आहे. पोलिसांची तर स्वतंत्र शाखाच त्यांचा बंदोबस्त करण्यासाठी कार्यान्वित केली आहे; परंतु तरीही नक्षलवाद कमी होण्याऐवजी वाढतो आहे. याचा अर्थच असा की कृष्णद्वैपायनांना वाटले होते तसा हा केवळ कायदा सुव्यवस्थेचा प्रश्न नसून त्याची मुळे इथल्या परिस्थितीत चौफेर व खोल रुजलेली आहेत. त्याचप्रमाणे राष्ट्रवादी शक्तींच्या उठावाची त्यांची अपेक्षाही अलीकडच्या घडामोडींनी अनाठायी ठरवली आहे. त्या उठावाची भिस्त ते ज्यांच्यावर टाकतात

त्या शक्ती आज गोहत्याबंदी, गंगाजलविक्री, राममंदिर कारसेवा इत्यादी 'राष्ट्रउभारणी' च्या उपक्रमांत व्यस्त झाल्या आहेत. मुस्लिमांची मध्ययुगीन मानसिकता आणि अल्पसंख्यगंड यांची बाधा आज बहुसंख्याक हिंदूंना जडावी असे प्रयत्न राष्ट्रवादाच्या नावाखाली होत आहेत. मुस्लिमांना आपल्याप्रमाणे सहिष्णू व आधुनिक करण्याऐवजी आपण त्यांच्याप्रमाणे मध्ययुगीन व आक्रमक व्हावे असे संदेश प्रभावीपणे प्रसृत केले जात आहेत. कृष्णद्वैपायनांना हे सारे अपेक्षित होते की नव्हते कोणास ठाऊक! एवढे निश्चित की विचारप्रणालीचे त्यांचे विवेचन बरेच एकांगी उतरले आहे. त्यांचे हेतू निर्विवाद स्तुत्य असले तरी उपाय त्या हेतूंशी जुळणारे खचितच नव्हते.

संयुक्त महाराष्ट्राचा कृष्णद्वैपायनांनी स्पष्ट कैवार घेतल्यामुळे स्वाभाविकच प्रभातच्या 'किरणां'मधून महाराष्ट्राच्या राजकारणाबाबत विपुल मजकूर प्रसिद्ध झाला आहे. विशेषतः संयुक्त महाराष्ट्र आंदोलनाच्या क्रमात विरोधी पक्षांच्या एकजुटीची जी स्वागतार्ह प्रक्रिया घडून आली होती तिची आस्थेवाईक दखल प्रस्तुत लिखाणात घेतलेली आढळते. १९५७ च्या निवडणुकांमध्ये काँग्रेसला समितीने पळता भुई थोडी केली होती पण स्वतंत्र महाराष्ट्राची निर्मिती जसजशी दृष्टिक्षेपात येऊ लागली तसतशी समितीतील पक्षबाजी उफाळून आली हे पाहून स्तंभलेखक हवालदिल झालेला दिसतो. राष्ट्रीय, आंतरराष्ट्रीय निष्ठांखातर घटकपक्षांनी समितीचे अस्तित्व मोडावे याचे त्यांना वाईट वाटते. महाराष्ट्रावर अन्याय होताना या घटकपक्षांचे तथाकथित राष्ट्रव्यापी नेते व सभासद फक्त मौज पाहत होते याचे स्मरण देऊन कृष्णद्वैपायन त्यांच्यात सलोखा घडवू पाहतात. समितीत फूट पाडू पाहणाऱ्या इंदिरा गांधी, यशवंतराव चव्हाण प्रभृतिंचे डाव ते उघडे पाडतात. जातीयवादाची पेरणी-उभारणी करण्याचे कारस्थान ते स्पष्ट करतात. ऐंशी टक्के जनतेच्या पाठिंब्यावर उभी असलेली समिती केवळ कम्युनिस्ट बाहेर पडल्यामुळे संपेल ही आचार्य अत्र्यांची भीती दूर करतात. प्रजा समाजवादी पक्षाने आपले काँग्रेसप्रेम आणि कम्युनिस्ट द्वेष आवरावा असा ते त्या पक्षाला सल्ला देतात. महाराष्ट्र काँग्रेसच्या कुर्निसातवादी राजकारणामुळे महाराष्ट्राची जी नाचक्की दिल्लीदरबारी झाली आहे ती विरोधी पक्षांनी पुसून टाकावी असे आवाहन करतात. काँग्रेसच्या नेभळट नेतृत्वाने चिघळत ठेवलेला सीमातंटा सोडवून सीमाभागातील मराठी माणसांना न्याय मिळवून देण्यासाठी त्यांना एकत्र राहण्याची गळ घालतात. शिवसेनेने पुढे चालून या प्रश्नावर घेतलेल्या आक्रमक पवित्र्यांचे स्वागत करतात.

शिवसेनेचे सर्वच कार्यक्रम कृष्णद्वैपायनांना पटणारे नव्हते. 'शिवसेनेचे कित्येक उद्योग गुंडागिरीचे व अत्याचारी अतएव निंद्य असतात' असा स्पष्ट अभिप्राय त्यांनी एका संदर्भात दिला आहे. इतर प्रांतीयांना 'मुंबई बंद' करण्याचा शिवसेनेचा मुख्य कार्यक्रमच त्यांना

अनुचित वाटतो. शिवसैनिकांनी लूट करावी आणि पोलिसांनी खपवून घ्यावी हा प्रकारही त्यांनी गर्हणीय ठरवला आहे; पण मराठी माणसाचा स्वाभिमान जागवून सीमाप्रश्नाला शिवसेनेने हात घातला हे त्यांना अभिनंदनीय वाटते. शिवसेनेने मराठी माणसाला वाली दिला, मराठी हितशत्रूंना धाक घातला, सरकारपेक्षाही वरताण दबदबा निर्माण केला अशा कारणांनी कृष्णद्वैपायनांनी शिवसेनेचा गौरव केला आहे. एवढेच नव्हे तर तिने सत्ताधाऱ्यांशी हात मिळवणी केली किंवा मटका हातभट्टीवाल्यांकडून खंडणी वसूल केली तर असे करावेच लागते. त्याशिवाय संघटना चालवता येत नाहीत' अशी मखलाशीही त्यांनी केली आहे. भ्रष्ट मंत्र्यांपेक्षा वा शासनापेक्षा सेनाप्रमुखांचा वचक समाजकंटकांवर असणे केव्हाही चांगलेच असे ते म्हणतात. शिंगरे- ठाकरे वादात ही संघटना दुभंगू नये, त्यांनी परस्परांना छेद देऊ नये अशी आवाहने करतात. कोणा आक्षेपकांचे म्हणणे मनावर घेऊन रा. बाळासाहेब ठाकरे यांनी आत्मदहनाची भाषा केली असता हा कृष्णद्वैपायनांना "दुःखद अतिरेकी वाटतो. अशा अशुभ व्यक्तव्याचा आश्रय करावयाचे कोणतेच प्रयोजन तूर्तास तरी (त्यांना) दिसत नाही" शिवसेनेच्या कार्यपद्धतीविषयी मतभेदांना मुभा ठेवून; पण त्यांची उद्दिष्टे वादातीत ठरवून ते म्हणतात, "शिवसेनेचे काम नसते तर महाराष्ट्राच्या राजधानीतच मराठी अस्मितेचा केव्हाच चिंधीचोळा होऊन गेला असता."

समाजकारणांतर्गत जी 'प्रभातची किरणे' स्थूलमानाने अंतर्भूत करता येतील त्यांचा रोख मुख्यत्वे स्त्रिया आणि पूर्वास्पृश्य या दोन दुर्बल घटकांवर आहे. पोशाखी आणि बोलघेवड्या सुधारकांना सामाजिक प्रश्नांचे नीट आकलनच होत नसल्यामुळे त्यावर उपाययोजनाही सुचवणे शक्य होत नाही, असा अभिप्राय देऊन कृष्णद्वैपायन असे सांगतात की, प्रत्येक सामाजिक दोषासाठी मध्यमवर्गीय सुशिक्षितांनाच हे लोक धारेवर धरतात. ज्या चुकीच्या सरकारी धोरणांमुळे त्यांची परवड होते त्याकडे त्यांचे लक्षच जात नाही. समाजपरिवर्तनाला अनुकूल परिस्थिती निर्माण व्हावी लागते आणि मध्यमवर्गीयांच्याच पुढाकाराने सुधारणेचे कार्य पुढे नेता येते हे लक्षात न घेता ते त्यांचा तेजोभंग करण्यातच समाधान मानतात, याचा विषाद स्तंभलेखकास वाटतो.

बलात्कार, अत्याचार, रस्त्यावरची गुंडापुंडाई, हुंडा, स्त्रीदेहप्रदर्शन, वेश्याव्यवसाय असे जे नानापरीचे अन्याय स्त्रियांच्या वाट्याला या समाजात येतात त्यांचे निराकरण विशिष्ट प्रकरणातील गुन्हेगारांना शासन होण्यातून केवळ घडून येणार नाही. ते व्हायला हवेच; पण एकतर शिक्षांचे सौम्य व सीमित स्वरूप आणि जिकिरीची कालापव्ययी व बेभरवशीची न्यायप्रक्रिया यामुळे हा मार्ग अपुरा ठरतो. अन्यायाची पाळेमुळेच खणून काढली पाहिजेत, समाजकंटकांना धाक बसला पाहिजे, सुसंस्कृतपणाच्या नावाखाली समाजकंटकांना संरक्षण मिळू नये, असे

कृष्णद्वैपायनांना वाटते. त्यासाठी ते अनेक उपाय सुचवतात. स्त्रियांनी आपल्या अधिकारांचा वापर शस्त्रासारखा करून आपल्याला हवे तसे फेरफार कायद्यात करून घ्यावेत, केवळ मोर्चे मिरणुकांवरच स्वस्थ न बसता त्यांनी खऱ्या अर्थाने राजकारण करावे. जनतेकडे वळावे. महिलांचे मतदारसंघ स्थापून मंत्र्यांच्या मुजोरीला वेसण घालावी. पक्षबाजीविरहित महिला पक्ष जर उभा राहिला तर तो निवडणुकीत कोणालाही पाणी पाजू शकेल, असा होरा ते व्यक्त करतात. दुसऱ्या एका किरणात ते स्त्रियांना सर्रास सैन्यात भरती होण्याचा सल्ला देतात कारण अत्याचाऱ्यांचे प्रभावी पारिपत्य करण्याची क्षमता अंगी असल्याखेरीज त्यांचे दास्य संपणार नाही असे त्यांना वाटते. समाजात स्वैराचार, स्वच्छंदपणा बोकाळण्याला उशिरा होणारी लग्नेही कारणीभूत असल्याचे आपले मत सांगून बालविवाहाची भलावणही त्यांनी केली आहे. रानटी समजल्या जाणाऱ्या समाजात बालविवाह असतात तरीही तिथे लोकसंख्या फार वाढलेली नाही, शिवाय बलात्कारासारखे गुन्हे कधी घडत नाहीत, असे उदाहरण स्वमतपुष्ट्यर्थ देतात. निखळ महिलांचे राजकारण, दुष्टनिर्दालनार्थ स्त्रियांनी करायचे शक्तीवर्धन किंवा खेळीमेळीने व दृढपरिचयाने स्त्रीपुरुषसंबंध निकोप करणारे बालविवाह हे तिन्ही उपाय बरेचसे स्वप्नरंजनात्मक आहेत असे म्हटल्यावाचून राहवत नाही. वेश्याप्रश्नाच्या विश्लेषणात शासनाश्रयी विचारवंत मूळ कारणापर्यंत पोहोचू शकत नाहीत अशी रास्त तक्रार करणारे कृष्णाद्वैपायन स्वतःही फार काही नवे सांगू शकलेले नाहीत.

सत्तरीनंतरच्या दशकात पूर्वास्पृश्यांच्या प्रश्नांनेही बरीच उचल खाल्ली. वरळीची दंगल आणि मराठवाडा विद्यापीठाचे नामांतर करण्याबाबतचा वाद आणि त्यातून झालेला हिंसाचार व जाळपोळ या घटनांच्या अनुषंगाने महाराष्ट्रातले दलित राजकारणच ढवळून निघाले. जुन्यानव्या नेतृत्वाचे वाद, अन्याय, निवारण्याच्या नव्या मार्गांचा शोध, सत्ताधारी काँग्रेस पक्षाशी कसे संबंध ठेवावेत यावर उद्भवलेली मतमतांतरे, नवनव्या अस्मितांचा शोध ही सारी या घुसळणीचीच फलश्रुती होती. नव्या दलित नेतृत्वाची प्रतिमा सापेक्षतः अधिक आत्मविश्वस्त, आक्रमक, स्वाभिमानी आणि ध्येयवादी अशा स्वरूपाची पुढे आली होती. त्यांच्या घोषणांमध्ये कल्पकता होती आणि कार्यक्रमांमध्ये जोरकसपणाही होता. मात्र दूरदृष्टी आणि विचारीपणा याबाबतीत नवे नेतृत्वही जुन्या इतकेच दिवाळखोर होते. नामदेव ढसाळ आणि राजा ढाले यांनी जुन्या संधिसाधू व काँग्रेसाश्रयी नेत्यांविरुद्ध एल्गार पुकारताच त्यांना विलक्षण लोकप्रियता मिळाली; पण एकत्रितपणे चार पावले टाकण्यापूर्वीच त्यांच्यात फाटाफूटही झाली. दलित चळवळीचा गाजावाजा अभूतपूर्व प्रमाणावर होऊनही दलित समाज सर्ववंचितच राहिला.

कृष्णद्वैपायन यांनी दलितांच्या या दुरवस्थेचा विचार सहृदयपणे करून नेत्यांच्या विचारार्थ अनेक विधायक सूचना केल्या आहेत. भावना भडकलेल्या असताना सद्‌हेतुमूलक सूचनांकडेही दुर्लक्ष होते, किंवा त्या ज्यांनी केल्या त्यांच्यावर हेत्वारोपही केले जातात. स्तंभलेखकाच्या वाट्याला हेच बहुदा आले असावे. आजतरी त्यांचा नीट विचार व्हायला वस्तुतः हरकत नसावी; पण एकूण परिस्थिती पाहता तसे घडण्याची शक्यता कमीच दिसते. दलित समाजाशी द्रोह करून आणि त्यांच्या मागासलेपणाचे भांडवल करून स्वतःच्या तुंबड्या भरणाऱ्या वांझोट्या नेतृत्वाला आव्हान देणाऱ्या ढाले-ढसाळांचे कृष्णद्वैपायनांनी खुल्या दिलाने स्वागत केले आहे. त्या दोहोंतील मतभेद उभयतांना अधिकाधिक कार्यप्रवृत्त करीत आणि या समाजाला प्रगतीच्या नव्या वाटा त्यांच्याकरवी दिसोत अशा सदिच्छा त्यांनी व्यक्त केल्या आहेत.

आरक्षणाचा आणि मागासलेपणाचा पांगुळगाडा जितक्या लवकर हा समाज भिरकावून देऊ शकेल तितकी त्याची भरभराट वेगाने होईल. या दृष्टीने नेत्यांनी आपल्या लोकांना गुणवत्ता संपादन करून स्पर्धा करायला सांगावे, सरकारी नोकऱ्यांपेक्षा यंत्रज्ञान-तंत्रज्ञानाचे कौशल्य अंगी आणण्यातूनच खरा अभ्युदय साधतो हे त्यांच्या मनावर बिंबवावे, सततोद्योग, प्रयत्नांची पराकाष्ठा, विद्यार्जन यातूनच देश किंवा कोणताही जनसमुदाय आपला मागासलेपणा दूर करू शकतो हे भान त्यांना द्यावे. लोकांबद्दल आंधळा उमाळा न बाळगता डोळस प्रेम बाळगावे. द्वेषाचे भावविवश राजकारण थांबवून लोकांना प्रयत्नपूर्वक सुज्ञ करावे. विद्यार्थी व पालक यांना सतत पराण्या लावून शिक्षणप्रवृत्त करावे. स्वच्छ राहणी, आरोग्य, नीटनेटकेपणा, सभ्य भाषा यांचेही धडे द्यावेत. त्यासाठी फार संपत्तीची तशी गरज नसते. फक्त त्यांची गोडी लागावी. कधीकधी अशुद्ध व शिवराळ भाषेला आणि गलिच्छ राहणीलाही अस्मितेचे भाग मानण्याची चूक घडते तसे होऊ देऊ नये अशा हितोपदेश कृष्णद्वैपायनांनी केला आहे. संताप आणि आक्रोश स्वाभाविक असला तरी तो भडक आणि असभ्य भाषेतच व्यक्त झाला पाहिजे असे नाही, याचा विचार दलित नेतृत्वाने करावा.

राज्यकर्त्या कॉंग्रेस पक्षाच्या कच्छपी लावून दलितांचे कल्याण कदापिही होण्याची शक्यता नाही असे स्तंभलेखकाचे प्रतिपादन आहे. श्रीमती गांधी सत्ताभ्रष्ट झाल्यावरच त्यांना दलितोद्धाराचा उमाळा आला याचे एकमेव कारण त्यांना सत्तेवर पुन्हा यायचे हेच आहे. त्या दलित समाजाला रक्तरंजित क्रांतीची प्रेरणा देत असल्या तरी जेथे संजय-इंदिरादिकांनाही ते सांधत नाही ते हा दुर्बल समाज कोठून करील? असा प्रश्न कृष्णद्वैपायन यांनी विचारला आहे. तीस वर्षे निर्वेध सत्ता भोगूनही ज्यांचा पक्ष दलितांना न्याय देऊ शकला नाही त्यांनी दलितांच्या जीवनमरणाच्या प्रश्नांचे भांडवल शहा आयोगाच्या आरोपांना शह देण्यासाठी करून घ्यावे यातील अंतर्विरोधावर त्यांनी नेमके बोट ठेवले आहे.

विद्यापीठासारख्या स्वायत्त संस्थेचे नामांतर करण्याचा ठराव (सवंग लोकप्रियतेखातर) संभाव्य परिणामांचा जराही विचार न करता शासनाने करण्यातून जी शृंगापत्ती निर्माण झाली त्यातून सुटण्याचा मार्ग कृष्णद्वैपायन आपल्यापरीने सुचवतात. राजकीय हेतूंनी अशी नामांतरे होऊ नयेत, शिक्षणक्षेत्र राजकारणापासून अलिप्त ठेवावे अशा अपेक्षा व्यक्त करून ते प्रश्न विचारतात की, आताच्या नावात काय वाईट आहे? काहीजणांच्या भावना त्या नावाशी निगडित आहेत त्यांचा हिरमोड का करावा? डॉ. आंबेडकरांच्या नावाने नवे जागतिक कीर्तीचे विद्यापीठ का स्थापन करू नये? दलितांचे दौर्बल्य दूर व्हावे यासाठी नामांतरच हवे आहे काय? या नामांतराने डॉ. आंबेडकरांच्या कीर्तीत अशी कोणती भर पडणार आहे? मुळात तिथे उणीच कशाची आहे? उभयपक्षी अडेलपणा करण्याऐवजी आणि एकमेकांच्या जिवावर उठण्याऐवजी वाटाघाट, चर्चा, विचारविनिमय यातून निर्णय नाही का घेता येणार? हे प्रश्न विचारण्यामागे लेखकाचे पूर्वग्रह आहेत असे म्हणण्याचे कारण नाही. हा प्रश्न सुटावा याबद्दल त्यांना असलेली आस्था प्रामाणिकच आहे; पण या प्रश्नांची जी दुसरी बाजू आहे तिच्याकडे त्यांचे दुर्लक्ष झाले आहे असे मात्र म्हणणे भाग आहे. विधिमंडळाच्या दोन्ही सभागृहाने एकमताने मंजूर केलेला एक ठराव राज्यकर्ते दहशतदंडेलीपुढे नतमस्तक होऊन अमलात आणीत नाहीत. आम्ही बहुसंख्य, वरचढ वा श्रीमंत आहोत म्हणून आम्ही म्हणू तीच पूर्वदिशा झाली पाहिजे अशा अरेरावीपुढे सार्वभौम राज्यसत्ता वाकते हे दृश्य लोकशाहीला साजेसे म्हणता येणार नाही. नामांतराचा आग्रह धरणाऱ्यांच्या वस्त्या बेचिराख करणारी मनगटशाही फोफावण्याचा धोका यातून संभवतो हे लक्षात घेण्याची गरज आहे. त्या अर्थाने नामांतराचा प्रश्न हा फक्त नामांतरापुरता सीमित न राहता तो न्यायाचाच प्रश्न ठरतो. बाकी मग दलित नेत्यांनी भ्रांत स्वप्नांची खरेदीविक्री बंद करावी, अनुयांनी नेत्यांनी व्यवहाराच्याच परिभाषेत प्रश्न विचारावेत, एकदा निवडून आलेल्या दलित पुढाऱ्याने पुन्हा निवडणूक लढवू नये अशा ज्या सूचना कृष्णद्वैपायन करतात त्यांना हरकत घेण्याचे कारण नाही.

धर्मकारणाच्या क्षेत्रात प्रत्यक्षाप्रत्यक्षपणे वावरणाऱ्या, किंवा धर्माचा राजकारणार्थ वापर करणाऱ्या संघटनांपैकी काहींबद्दल कृष्णद्वैपायन यांना आत्मीयता, तर काहींबद्दल प्रतिकूल धारणा आढळते. रा. स्व. संघ ही एक सच्छील, राष्ट्रवादी आणि सत्प्रवृत्त संघटना असून तीच संकटकाळी देशाच्या केंद्रसत्तेला आधारभूत ठरू शकेल असा विश्वास त्यांनी व्यक्त केला आहे. तिच्याशी विनाकारण मतभेद ठेवणाऱ्यांना ते बजावतात की मत्सरग्रस्त होऊन तिच्याशी कोणी वाद केल्यास करणाऱ्याला हे जड जाईल, कारण 'संघर्षातून सत्प्रवृत्तांची ताकद वाढत असते,' या संघटनेला निरपवाद देशहित अभिप्रेत असून आणीबाणीच्या काळात तिने हुकूमशाहीच्या विरोधात जनमत जागवण्याचे महत्त्वकार्य सर्व जातीजमातींचे सहकार्य घेऊन

पार पाडले होते असे शिफारसपत्रही त्यांनी तिला दिले आहे. हिंदूंखेरीज इतर सर्वांना संघटनेचे दरवाजे खुले केल्याची घोषणा प्रामाणिक असल्याचे ते सांगतात. नानाजी देशमुखांनी संघटनेची कार्यक्षेत्रे विस्तारली हे ते आवर्जून नमूद करतात. रा. स्व. संघावर चिखलफेक करणाऱ्यांचा तसेच बंदी आणण्याची भाषा करणाऱ्यांचा त्यांनी खरपूस समाचार घेतला आहे; पण त्याचबरोबर हिंदू बहुसंख्य राहिले पाहिजेत या बाळासाहेब देवरसांच्या विधानावर भाष्य करताना बहुसंख्येपेक्षा जवळीक अधिक महत्त्वाची असते, अंतर्गत जिव्हाळा हेच खरे सामर्थ्य असते आणि त्याचाच इतरांना धाक वाटतो या गोष्टीचे स्मरण ते करून देतात.

मुसलमानांच्या संघटना त्या समाजाला पारंपरिकतेच्या कोशातून बाहेर पडू देत नाहीत आणि या राष्ट्राच्या मुख्य प्रवाहाशी समरस होऊ देत नाहीत. एका बाजूने या धार्मिक संस्था आणि दुसऱ्या बाजूने काँग्रेसी राज्यकर्ते मुस्लिमांची पृथगात्मता जोपासतात. त्यांची एकगठ्ठा मते मिळवण्यासाठी तत्त्वशून्य तडजोडी सगळेच राजकीय पक्ष करतात. त्यामुळे या अल्पसंख्याकांच्या जोरावर जोगावणारी केंद्रीय राज्यसत्ता हीच कृष्णद्वैपायनांच्या मते फितूर आणि राष्ट्रद्रोही ठरते. तिचाच निषेध करायला ते सांगतात. मुस्लिम समाजाच्या सुधारणेच्या उपक्रमांबद्दल स्तंभलेखकास आस्था आहे. हा समाज भ्रांत आहे, तो वृत्तपत्रेही वाचत नाही. त्यामुळे त्याला समाजव्यवहार कळत नाही. पुढे कधीकाळी आपले राज्य येणार या भ्रमात त्याचे नेते त्याला ठेवतात. अस्थिरता आणि भयग्रस्त समाज नेत्यांवर अधिक भिस्त ठेवत असल्यामुळे स्वार्थी नेते त्याला वास्तवाशी कधीच अवगत करीत नाहीत. या नेत्यांच्या तावडीतून मुस्लिमांना सोडवून त्यांना आधुनिक करू पाहणाऱ्या हमीद दलवाईंसारख्या कार्यकर्त्यांची कदर हिंदूंनीही केली पाहिजे, त्यांना परोपरीने व निःस्वार्थबुद्धीने साह्य केले पाहिजे असे आवाहन कृष्णद्वैपायन यांनी केले आहे.

कृष्णद्वैपायन यांना रा. स्व. संघाचा हिंदू राष्ट्रवाद स्वागतार्ह वाटत असला तरी 'राजकारण धर्मातीत असावे ही आमची फार पुरातन परंपरा' असल्याचे ते आवर्जून सांगतात. राजकारणाच्या नावाखाली कोणत्याच धार्मिकतेचा विद्वेष करणे त्यांच्या विचारात बसत नाही. धर्म आणि राजकारण यात जरादेखील फारकत न करणाऱ्या अयातुल्ला खोमेनींच्या धार्मिक क्रांतीचे कसे व किती भयंकर परिणाम संभवतात हे त्यांनी एका किरणातून सांगितले आहे. त्यामुळे लोकांच्या धार्मिक श्रद्धांचा स्वार्थी राजकारणासाठी मोठ्या प्रमाणावर वापर करून मंदिर-मशीद वादासारखे समाजविघातक प्रकार करणाऱ्या कोणाच्याही बाजूने कृष्णद्वैपायन आज उभे राहिले असते असे वाटत नाही.

मानवी जीवन कृतार्थ करण्यासाठी आचारविचार पुरवणारी, सदाचाराचे संस्कार करून संघर्ष आटोक्यात ठेवणारी आणि सदुपदेशाचे पाथेय समाजात संगोपित होणाऱ्या व्यक्तीच्या पदरी बांधणारी 'धार्मिकता' सर्वच समाजामधून अस्तंगत होत आहे ही कृष्णद्वैपायनांची खंत आहे. ताळतंत्र सोडून, 'नम्रता व विवस्त्रता' या सारख्या शब्दाचा कीस आणि श्लेष काढून स्त्रीला कोणी इच्छेविरुद्ध नग्नच करू शकत नाही वगैरे भंपकबाजी करणाऱ्या अध्यात्मबाजांना धडा शिकवण्याचा इशारा त्यांनी तरुणांना दिला आहे. "समाधी, संभोग अशा गोष्टींचा बेदिक्कत गोपालकाला" करून आपल्या "मोहांना मोकाट सोडणाऱ्या अध्यात्मबाजांना" बजावतात की मोक्षावर लक्ष ठेवणाऱ्या तुमच्यासारख्यांचे ठीक आहे; पण इतर सांसारिकांना कामक्रोध आटोक्यात ठेवायलाच हवेत.

'समाधी', 'संभोग' या शब्दांवरून असे दिसते की हा निर्देश रजनीशभक्तांचा असावा. कालांतराने मात्र कृष्णद्वैपायनांचे मत ओशोंबद्दल बरेच अनुकूल झालेले आढळते. विशेषतः १९७८ मध्ये त्यांनी लिहिलेल्या किरणांमधून रजनीशआश्रमाची बाजू अनेक संदर्भात उचलून धरलेली आहे. ब्रिटिश चित्रवाणीला आश्रमाचे चित्रीकरण करण्यास भारतसरकारने मनाई करावी, किंवा येथे कोणत्याच एका धर्माचा अनुसर पडत नसल्याचे कारण सांगून प्राप्तीकरखात्याने आश्रमाला सोयीसवलती नाकाराव्यात, पुणे विद्यापीठाने या संपन्न ज्ञानपीठाची उपेक्षा करावी हे सारे प्रसंग त्यांना चीड आणण्यास कारणीभूत झाले आहेत. 'व्यथित व्यग्रचित्त मानवाविषयी सार्थ अनुकंपा आणि त्याच्या उद्धारार्थ घडणारी अत्याधुनिक उपाययोजना जिथे आढळते आणि शास्त्रशुद्ध पद्धतीने मनःशांती संपादण्याचे विविध उपक्रम जिथे चालतात अशा या आश्रमाबद्दल समाजात अपसमजच जास्त असल्याची खंत त्यांनी नोंदवली आहे.

धर्मकारणाची ही विधायक बाजू जशी स्तंभलेखकाला स्पृहणीय वाटते, त्याचप्रमाणे दांभिक, बाजारू आणि जीवनविन्मुख अध्यात्मवाद्यांचा त्याला राग येतो. नुसती वाचाळता करणाऱ्या दत्ता बाळांसारख्यांना त्यांनी समाजशरीरातील शल्ये शोधून धार्मिक शब्दफुंकरींनी त्या जखमा बऱ्या कराव्यात असा सल्ला ते देतात. असंख्य सामाजिक प्रश्नांच्या आघाड्यांवर त्यांची उपस्थिती आवश्यक असल्याचे सांगतात. महेश योगींनी परदेशात सुरू केलेल्या अध्यात्माच्या घाऊक बाजाराचा ते जळजळीत निषेध करतात. 'सरकारच्या संततिनियमनाच्या धोरणापायी हिंदू अल्पसंख्य होतील आणि धर्मच धोक्यात येईल' अशी संकटवाणी करणाऱ्या पुरीच्या शंकराचार्यांना कृष्णद्वैपायन ठणकावून विचारतात की, धार्मिक धोक्याची जाणीव श्रींना प्रजोत्पादनापुरतीच का व्हावी? फाळणीच्या वेळी लाखो हिंदू मरण पावले तेव्हा हे फाळणीच्या विरोधात का नाही उभे राहिले? अन्य धर्मात गेलेल्यांच्या शुद्धीकरणाद्वारेही हिंदूंची संख्या वाढू शकेल हे त्यांना का नाही सुचत? अल्पसंख्य, बहुसंख्य ही भाषा राजकारणांना शोभते, धर्मवेत्त्यांनी ती वापरू नये असा मौलिक विचारही स्तंभलेखकाने

मांडला आहे. भारत-पाक युद्धामुळे हिंदूंवर प्रचंड संकट कोसळले असताना जगद्‌गुरू शंकराचार्यांनी कोठे सैनिकांना आशीर्वाद दिला, किंवा आसन्नमरण सैनिकांना ते भेटायला गेले नाही याचा निर्देश करून गोवधबंदीसाठी उपोषण करणाऱ्या शंकराचार्यांना पानशेत, कोयना, भूकंप अशा संकटात सर्वस्व गमावलेल्या धर्मबांधवांबद्दल काहीच वाटू नये याबद्दल त्यांनी आश्चर्य व्यक्त केले आहे.

अर्थकारणाच्या अनुषंगाने कृष्णद्वैपायनांनी दारिद्र्य, झोपडपट्ट्या, चोरटी आयात आणि कामगार संघटना असे काही विषय हाताळलेले दिसतात. दारिद्र्याच्या प्रश्नावर एकतर श्रीमती गांधींच्या 'गरिबी हटाव' या घोषणेचा पोकळ दिखाऊपणा औपरोधिक भाषेत त्यांनी स्पष्ट केला आहे आणि अन्यत्र या प्रश्नाची गंभीर व विधायक चिकित्साही केली आहे. श्रीमती गांधींच्या घोषणेची खिल्ली उडवताना त्यांनी गरिबी कशी सार्वत्रिक आहे, आपल्या देशात ती कशी वरदान ठरली आहे, ती कशी अटळ आहे. वगैरे मुद्दे मांडले आहेत; पण त्याचबरोबर आर्थिक स्वातंत्र्यावरच या देशाच्या संसदीय लोकशाहीचे भवितव्य अवलंबून असल्याचे आणि त्यासाठी समाजवादाच्या केवळ वल्गना करून भागणार नसल्याचे मत त्यांनी अनेक किरणांतून मांडले आहे. एका ठिकाणी ते असे म्हणतात की, 'आपण भारतीय लोक दरिद्री आहोत याचे मूळ कारण आम्ही त्या दारिद्र्यवादाचे अनेक अर्थांनी पूजक आहेत... आमच्या राष्ट्रीय दारिद्र्याला आमची लोकविलक्षण धार्मिकता जबाबदार आहे.' धर्मवाद्यांनी दारिद्र्य हा शाप मानून देशसमृद्धीचा आग्रह धरला असता तर इथले चित्र पालटले असते. दारिद्र्यगौरव करायला नको होता असेही मत स्तंभलेखकाने नोंदविले आहे. त्यांच्या मते आपल्या देशात उणीव कशाचीच नाही, आहे ती फक्त पुरुषार्थी मने व समर्थ मनगटे यांचीच. 'निर्धनता हे आमचे स्वकष्टार्जित कार्यकर्तृत्व आहे.'

चोरट्या आयातीचे मूळ या देशात स्मगलरकिंग आणि राज्यकर्ते यांच्यातील गठबंधनात; तसेच आयात मालाचे जनमाणसाला जे आकर्षण वाटते त्यात आहे, असे निदान सप्रमाण करून काही चांगले उपाय कृष्णद्वैपायनांनी सुचवले आहेत. उदाहरणार्थ उत्पादन शास्त्राचा विकास करून परदेशी मालाच्या तोडीसतोड माल आपल्या देशात तयार करावा. आयात वस्तू कोणत्याही सबबीवर बाजारात विक्रीला आणू नयेत, त्या परत कराव्यात वा सार्वजनिकरीत्या नष्ट कराव्यात. सरकारी विक्रीमुळे उगाच त्या व्यवहाराला वैधता मिळून सर्वांचेच फावते. माल मिळतो; पण माणसे फरार होतात हा कस्टम खात्याचा भोंगळपणा नष्ट केला जावा इत्यादी.

झोपडपट्ट्यांचा प्रश्न हा केवळ त्यांना वीजपाणी देण्यापुरता मर्यादित नसून त्यांना किमान काही शिस्त, स्वच्छता, आरोग्यसोयी-सुविधा, रोजगार, गुन्हेगारीनियंत्रण अशा अनेक बाजूंनी त्याचा विचार करणे आवश्यक असल्याचे सांगून पुण्यात विपुल असलेल्या विचारवंतांनी

आणि कल्पक नेत्यांनी एकत्र बसून या प्रश्नांची उकल शोधावी, असे आवाहन कृष्णद्वैपायनांनी केले आहे.

संघटितपणाच्या बळावर कामगारवर्ग आपल्या मागण्या पूर्ण करून घेतो. राज्यकर्त्यांनाही नमवतो. संघटना करण्याचा हा अधिकार कामगारांनी प्रदीर्घ संघर्ष करून मिळविला आहे. तत्त्वतः तो योग्यही आहेच; पण याची दुसरी बाजू अशी आहे की, संघटित कामगार इतरांचा विचार करीत नाहीत. जनतेची अकारण गैरसोय आणि प्रसंगी छळही करतात. संबंधितांना वेठीला धरतात. ही वस्तुस्थिती समोर ठेवून कृष्णद्वैपायनांनी काही प्रश्न उपस्थित केले आहेत. ते महत्त्वाचे असून कामगार चळवळीच्या समर्थकांनीही त्यांचा विचार करायलाच पाहिजे. ते विचारतात, हक्कांसाठी संघर्ष करणाऱ्या कामगारांना कर्तव्यबुद्धी कोण शिकविणार? अर्थवादातच अडकून केवळ वेतनवाढीखातर झगडणारे कामगार खऱ्या अर्थाने टिकाऊ व बलवान संघटना उभारू शकतील काय? अशा संघटनेखेरीज ते भांडवलशाहीला वेसण कशी घालणार? कामगारांना केवळ भडकावले जाते की केंद्रसत्तेच्या चुकीच्या आर्थिक धोरणांचे जे सारे दुष्परिणाम चलनफुगवटा, महागाई, रुपयाचे अवमूल्यन, श्रमाची प्रतिष्ठा अशा स्वरूपात पुढे आले आहेत. त्यांचे शास्त्रीय आकलन कामगारांना करून दिले जाते? स्वार्थ, तडजोडी, व्यवहारवाद वगैरेंच्या आहारी गेलेला संघटित कामगारवर्ग समाजवादाच्या लढा आणि तत्त्वज्ञान पुढे नेऊ शकेल काय? संघटितपणाच्या बळावर काही अन्यायांचे निराकरण करून घेता येईल; पण पुढे मात्र अधिक समजूतदारपणाचीच गरज आहे, असे सांगून जपानच्या कामगार वर्गाचे उदाहरण स्तंभलेखकाने दिले आहे. ते म्हणे दिवसभराचे आपले काम चोखपणे बजावून रात्री संप करतात. लोकांची झोपमोड होऊ नये म्हणून मूक मोर्चे काढतात! अजूनही हे असे आहे की नाही कोणास ठाऊक; पण कामगारसंघटनांनी करून पहायला हरकत नाही.

प्रशासनाच्या क्षेत्रात केंद्रीय पातळीवरचे गृहखातेच वारंवार 'किरणां'चा विषय झालेले आढळते, त्यातही मुख्य रोख पोलीस खात्यावर असतो. या खात्यावर अफाट खर्च होऊनही अपेक्षित परिणाम दिसत नाही याची कारणमीमांसा स्तंभलेखकाने केली आहे. मटका, हातभट्टीवाले, चोरटी आयात करणारे, चोर-दरोडेखोर अशा सर्व प्रकारच्या गुन्हेगारांचे ठावठिकाणे माहीत असूनही पोलीसखाते त्यांचा बंदोबस्त करीत नाही. उलट वेगळयाच सरंजामी बंदोबस्तात त्यांच्या शक्ती खर्ची पडत असतात. राजकारणाचेच जिथे गुन्हेगारीकरण प्रचंड प्रमाणावर झाले आहे तिथे गुन्हेगारांना सरकारी सशस्त्र दलांसकट सगळयांनी संरक्षण दिल्यास आश्चर्य वाटायला नको; पण एक नवा मुद्दा कृष्णद्वैपायन यांनी मांडला आहे तो असा की स्वातंत्र्योत्तरकाळात पोलीसखात्याच्या वाढत्या खर्चाचे कारण अधिकाऱ्यांचे पगार-भत्ते वाढलेत हे नसून पोलिसदलांचा आकार भरमसाट वाढला हे आहे. त्यांनी अशी रास्त अपेक्षा व्यक्त केली आहे की "स्वराज्यात

पोलिसांचे प्रमाण वास्तविक कमी व्हावयास हवे होते. लोकप्रिय लोकनियुक्त मंत्री अधिकारावर असताना या खात्यावरचा खर्च परकीय राजवटीच्या मानाने कमी असावयाय हवा." पण घडत आहे ते उलटेच. जनतेच्या संदर्भात पोलिसांच्या जबाबदाऱ्या त्याच, वृत्ती तीच, वर्तन तेच, फरक पडला आहे तो एवढाच की असंख्य नव्या सरंजामदारांची बडदास्त त्यांना ठेवावी लागत आहे.

दैनिकाच्या स्तंभातून स्थानिक प्रश्नांची चर्चा मोठ्या प्रमाणावर होणे अगदीच स्वाभाविक ठरते. 'प्रभातची किरणे' या स्तंभातूनही तशी ती झालेलीच आहे. त्यापैकी अनेक विषय प्रासंगिक, तत्कालिक आणि तेव्हाच्या पुणे शहरापुरते सीमित असल्यामुळे प्रस्तुत संग्रहात ते समाविष्ट केले नसावेत असे दिसते. आणि ते योग्यच होय; पण तरीही जे थोडे लेख यात आहेत ते आजही तितकेच प्रस्तुत आहेत. महानगरपालिकेची कार्ये, जनतेची भूमिका, आरोग्यसोयींची वानवा, उपाहारगृहातील दरवाढ एक ना अनेक ही किरणे जणू आजच्याच परिस्थितीला अनुलक्षून लिहिली असावीत, असे तळची तारीख न पाहणाऱ्या वाचकास वाटेल. 'कालचे पुणे-आजचे पुणे' या विषयावरचे दोन लेख या शहराच्या कायापालटाबद्दल बरेच काही सांगून जातात.

साहित्यकारणात सखाराम बाईंडर आणि घाशीराम कोतवाल या तेंडुलकरी नाटकांवरील परखड प्रतिकूल अभिप्राय आणि पुरस्कारांच्या अनुषंगाने त्यातील वशिलेबाजी आणि साहित्यिकविचारवंतांवर राज्यकर्त्यांकरवी थोपली जाणारी लाचारी, आणि साहित्य संमेलनांच्या संदर्भात काही प्रतिक्रिया अंतर्भूत आहेत. सखाराम बाईंडर ही एक सामाजिक विकृती आहे. आविष्कारस्वातंत्र्याचा तो लेखक-दिग्दर्शक- कलावंतांकडून झालेला गैरवापर आहे आणि त्याविरुद्ध मतप्रदर्शन वा निषेध करण्याचा प्रेक्षकांना अधिकार आहे, या कृष्णद्वैपायन यांच्या भूमिकेशी कोणी सहमत नसेल; पण ती तशी त्यांनी घेतली याबद्दल हरकत घेण्याचे कारण नाही. प्रेक्षकांनी त्या नाटकाविरुद्ध निदर्शने केली. तेव्हा रंगमंदिरातल्या एकाही प्रेक्षकाने सखारामचा प्रयोग झालाच पाहिजे असा आग्रह धरला नाही, 'कारण त्यांनाही मनोमन मोर्चेवाल्यांची उद्दिष्टे पटून चुकली होती!' हा त्यांचा निष्कर्षही एकवेळ वादासाठी मान्य करता येईल. एवढेच नव्हे तर काही पत्रकार, नट-नाटककार, विचारवंत वगैरे मंडळींनी मनगटशाही मार्गाचा निषेध केला असता कृष्णद्वैपायनांनी त्यांचा केलेला प्रतिवादही समजून घेता येईल; पण मुळात प्रयोग बंद पाडण्याच्या या मार्गामुळे त्यांना जो आनंद झाला आहे आणि "एका माजू पाहणाऱ्या समाजविघातक शक्तींचे दमन केल्याबद्दल पुणेकर तरुणांचे आता चौफेर अभिनंदन घडावयास पाहिजे." या त्यांच्या उद्गारातून जे समाधान व्यक्त झाले आहे ते मात्र अनाठायी वाटते. काहीदा तर त्यांनी या उत्साही तरुणांना इतरही क्षेत्रातल्या

दुष्प्रवृत्तीचे निर्दालन करण्याचेही आवाहन केले आहे. त्यात फार मोठाच धोका दडलेला दिसतो.

घाशीराम कोतवाल नाटकात एका कर्तबगार पुरुषाची बदनामी व चारित्र्यहनन झाले आहे. अल्पवयीन पत्नीमुळे संभोगसुख न लाभण्यातून जे सामाजिक-मानसिक प्रश्न त्या काळी मोठ्या प्रमाणावर निर्माण झाले होते ते नाटककाराला दाखवता आले असते; पण ते त्याने केले नाही, तेंडुलकरांना ऐतिहासिक दृष्टी नाही, इतिहासापासून काही शिकण्याची प्राज्ञा नाही अशी टीका इतर अनेकांप्रमाणे कृष्णद्वैपायनही करतात. यात काही गैर नाही; पण पुढे जाऊन ते जेव्हा म्हणतात की इतिहासाचा अभिमान बाळगणाऱ्यांना तेंडुलकरांचे पारिपत्य सर्व संभाव्य मार्गांनी करण्याचे स्वातंत्र्य क्रमप्राप्त ठरते तेव्हा मात्र स्पष्ट मतभेद नोंदवणे आवश्यक होऊन बसते. पुढे त्यांनी 'शाब्दिक' भडीमाराची निरर्थकता सुचवून त्या मार्गांनी फक्त तेंडुलकरांना प्रसिद्धी व नाटकाला वाढीव प्रतिसाद मिळेल, बाकी काहीच साधणार नाही असा इशारा जेव्हा हे स्तंभलेखक करतात आणि 'शब्दांच्या मागे न लागता काही विधायक मार्गेच नानांचे चारित्र्यहनन थांबवावे असे सुचवतात तेव्हा चिंता वाटू लागते.

शब्दांच्या पलीकडेच मार्ग म्हणजे मनगटशाहीचे मार्ग हे वेगळे सांगण्याची गरज नाही. योग्यायोग्यतेचा, इष्टानिष्टतेचा आणि सत्यासत्यतेचा निवाडा मनगटशाही शक्तीकरवी केला जाणे तर्क-विवेकाशी तर सुसंगत नाहीच पण ते ती शक्ती कोणाच्या तरी सांगण्यावरून करणार असल्यामुळे तिचे स्वरूप भाडोत्री राहणेही अपरिहार्य होऊन बसेल. तिला वापरण्याची हिंमत, हिकमत आणि किंमत ज्याच्या हाती असेल त्याला ती वश होईल आणि तो सांगेल त्या बाजूने वादात उभी राहील हे गृहीत धरूनच मनगटशाहीचा विचार करणे योग्य होईल. विशिष्ट प्रश्नावर एकाच वेळी त्याच्या दोन संभाव्य बाजूंनी दोन स्वतंत्र व बिनडोक अशा शक्ती जर उभ्या राहिल्या तर निवाडा गुणाधारे न होता बळाधारेच तो होईल. आपण तो स्वीकारायचा काय? हाच लाखमोलाचा प्रश्न आहे. स्वतःला 'शिव'शक्ती म्हणून घोषित करणाऱ्या या स्वयंस्फूर्त शक्ती खरोखरच तशा असतात आणि नेहमी त्या समाजहिताचाच विचार करतात असे मानणे भाबडेपणाचे होईल.

पुरस्कार, पारितोषिके, सन्मान, उपाध्या, दाने-अनुदाने वगैरे पदरात टाकून राज्यकर्तावर्ग साहित्यिकांना, विचारवंतांना मिंधे करून सोडतो. त्यामागे गुणग्राहकतेपेक्षा त्याच्या दानशूरतेची ऐट व अहंकारच जास्त असतो. सन्मानित व्यक्ती वा त्यांच्या कृती गुणात्मकरीत्या अजोड असतात असाही अनुभव नाही. आपल्या कारभारावर या मंडळींनी ताशेरे ओढू नये केवळ एवढ्यासाठीच राज्यकर्ते त्यांना तोबरे भरवीत असतात, किंवा त्यांना चराऊ कुरणे बहाल करीत असतात. खरे विद्वान, खरे संशोधक, त्यांची समाजोपयोगी संशोधने इत्यादींकडे मात्र त्यांचे कधीच लक्ष जात नाही. ही कृष्णद्वैपायनांची निरीक्षणे यथातथ्य नाहीत असे कोण